ಓದಿ ಓದಿ ಮರುಳಾಗಿ!

ಒಂದು ಚಿಟಿಕೆ ಮಣ್ಣು

ಲಕ್ಷ್ಮಣ ಬಾದಾಮಿ

ONDU CHITIKE MANNU
-Collection of Short Stories in Kannada
by Lakshman Badami
Published by Chanda Pustaka,
I-004, Mantri Paradise,
Bannerughatta Road, Bangalore-560 076
ISBN: 978-93-84908-49-2

ಮೊದಲ ಮುದ್ರಣ: 2019

ಮುಖಪುಟ ವಿನ್ಯಾಸ: ಸೌಮ್ಯ ಕಲ್ಯಾಣಕರ್
ಕರಡು ತಿದ್ದುವಿಕೆ: ಪುನರ್ವಸು
ಪುಟಗಳು: 144 ಬೆಲೆ: ₹ 130
ಕಾಗದ: ಎನ್‌ಎಸ್ ಮ್ಯಾಪ್ಲಿತೊ 70 ಜಿಎಸ್‌ಎಂ, 1/8 ಡೆಮಿ

ಪ್ರತಿಗಳಿಗಾಗಿ ಸಂಪರ್ಕಿಸಿ:

ಛಂದ ಪುಸ್ತಕ
ಐ–004, ಮಂತ್ರಿ ಪ್ಯಾರಡೈಸ್
ಬನ್ನೇರುಘಟ್ಟ ರಸ್ತೆ
ಬೆಂಗಳೂರು–560 076
ಸೆಲ್: 98444 22782
vas123u@rocketmail.com

ಮುದ್ರಣ:

ಲಕ್ಷ್ಮಣ ಬಾದಾಮಿ

ಬಾಗಲಕೋಟ ಜಿಲ್ಲೆಯ ಸಿರೂರು ಸ್ವಂತ ಊರು. 1973ರಲ್ಲಿ ಜನನ. ಸ್ವಗ್ರಾಮದಲ್ಲಿಯೇ ಹೈಸ್ಕೂಲ್‌ವರೆಗೆ ಶಿಕ್ಷಣ. ನಂತರ ಅಮೀನಗಡ, ಬಾಗಲಕೋಟ, ಇಲಕಲ್ಲಗಳಲ್ಲಿ ಚಿತ್ರಕಲೆಯ ಡಿಪ್ಲೋಮ ಪದವಿ ಮತ್ತು ಸ್ನಾತಕೋತ್ತರ ಪದವಿಗಳ ಅಧ್ಯಯನ. 2008ರಿಂದ ರಾಯಚೂರು ಜಿಲ್ಲೆಯ ಕುರುಕುಂದ ಗ್ರಾಮದ ಸರಕಾರಿ ಪ್ರೌಢಶಾಲೆಯಲ್ಲಿ ಚಿತ್ರಕಲಾ ಶಿಕ್ಷಕನಾಗಿ ಕಾರ್ಯ ನಿರ್ವಹಿಸುತ್ತಿದ್ದಾರೆ. 'ಭವ', 'ಬೇರು ಮತ್ತು ಬೆವರು' ಕಥಾ ಸಂಕಲನಗಳು, 'ಮನುಷ್ಯರು ಬೇಕಾಗಿದ್ದಾರೆ' ಕವನ ಸಂಕಲನ, 'ರೂಪ-ನಿರೂಪ' ಪೇಂಟಿಂಗ್ಸ್‌ಗಳ ಕುರಿತದ್ದು ಮತ್ತು ಸಂಪಾದಿತ ಕೃತಿ 'ಬಿಸಿಲ ಸೀಮೆಯ ಜಾನಪದ ಸಿರಿ' ಇವಿಷ್ಟು ಈ ತನಕ ಪ್ರಕಟವಾಗಿವೆ. ಈ ಕೃತಿಗಳಿಗೆ ಕಸಾಪ ದತ್ತಿನಿಧಿ ಬಹುಮಾನ, ಬೇಂದ್ರೆ ಗ್ರಂಥ ಬಹುಮಾನ; ಕಥೆಯೊಂದಕ್ಕೆ ಗುಲಬರ್ಗಾ ವಿಶ್ವವಿದ್ಯಾಲಯದ ಚಿನ್ನದ ಪದಕ ಲಭಿಸಿದೆ. 2018ರಲ್ಲಿ ಬಾಗಲಕೋಟ ಜಿಲ್ಲಾ ಕಸಾಪ 'ಕ್ರಿಯಾಶೀಲ ಲೇಖಕ' ಪ್ರಶಸ್ತಿ ನೀಡಿದೆ.

laxmanbadami123@gmail.com

ಮನೆಯ ಮಕ್ಕಳಿಗಿಂತ ಮಿಗಿಲಾದ
ಪ್ರೀತಿ ತೋರಿಸುವ
ಕುರುಕುಂದದ ಸರಕಾರಿ ಪ್ರೌಢಶಾಲೆಯ
ನನ್ನ ಮಕ್ಕಳಿಗೆ

ಮುನ್ನುಡಿ

ಕಥಾ ಸಾಹಿತ್ಯದ ಕೇಂದ್ರದಲ್ಲಿರುವವನು ಮನುಷ್ಯ. ಕತೆ ಬರೆಯುವ ಪ್ರಕ್ರಿಯೆಯಲ್ಲಿ ಕತೆಗಾರ ತನ್ನ ಕಲ್ಪನೆಯ ಫಲವಾದ ವಾಸ್ತವವನ್ನು ಪುನರ್ರೂಪಿಸುತ್ತಿರುತ್ತಾನೆ. ಆದ್ದರಿಂದ ವಸ್ತುನಿಷ್ಠತೆ ಮತ್ತು ವ್ಯಕ್ತಿನಿಷ್ಠತೆಗಳ ನಡುವೆ ಒಂದು ಬಗೆಯ ಸಂವಾದ ನಡೆಯುತ್ತದೆ. ಈ ದೃಷ್ಟಿಯಿಂದ ನೋಡಿದಾಗ ಲಕ್ಷ್ಮಣ ಬಾದಾಮಿಯವರ ಈ ಸಂಕಲನದ ಕತೆಗಳು ಆ ಸಂವಾದದಲ್ಲಿ ಓದುಗನೂ ಭಾಗವಹಿಸಬೇಕೆಂದು ಆಗ್ರಹಿಸುವಂತಿವೆ.

ಬದುಕಿನ ವಿವಿಧ ಅನುಭವಗಳನ್ನು ಪ್ರತಿಫಲಿಸುವ ಇಲ್ಲಿನ ಹತ್ತು ಕತೆಗಳಲ್ಲಿ ಮನುಷ್ಯ ಸಂಬಂಧಗಳ ಶೋಧನೆಯೇ ಪ್ರಮುಖವಾಗಿದೆಯೆನ್ನಬಹುದು. ಕೆಲವು ಕತೆಗಳು ಹಗೆತನದ ಅಥವಾ ಕ್ರೌರ್ಯದ ಸನ್ನಿವೇಶಗಳಲ್ಲಿ ಬದುಕುತ್ತಿರುವವರ ಬಾಳಿನಲ್ಲಿ ಭಾವೋದ್ರೇಕದ, ಅಚ್ಚರಿಯ ಅಥವಾ ಭ್ರಮನಿರಸನದ ಕ್ಷಣಗಳನ್ನು ಪಡಿಮೂಡಿಸುತ್ತವೆ; ಧಾಟಿಯಲ್ಲಿ, ಆಶಯದಲ್ಲಿ ವಿಭಿನ್ನವಾಗಿದ್ದರೂ ವಿಷಾದವು ಹೇಗೋ ಹಾಗೆ ಖಿನ್ನತೆಯೂ ತುಂಬಿರುವ ಮನುಷ್ಯ ಸ್ಥಿತಿಯನ್ನು ಸೂಕ್ಷ್ಮವಾಗಿಯೂ ಗಾಢವಾಗಿಯೂ ಅರಿತುಕೊಳ್ಳಲು ಪ್ರಯತ್ನಿಸುತ್ತವೆ. ಅರ್ಥಪೂರ್ಣ ವ್ಯಂಗ್ಯದ, ಕಣ್ಣಿಗೆ ಕಟ್ಟುವಂಥ, ನಾಟಕೀಯ ಗುಣವುಳ್ಳ ಪ್ರತಿಮೆಗಳ, ಬದಲಾಗುವ ಪಾತ್ರಗಳ ಹಾಗೂ ಸನ್ನಿವೇಶಗಳ ಒಂದು ಮೆರವಣಿಗೆಯೇ ಇಲ್ಲಿನ ಕತೆಗಳಲ್ಲಿದೆ. ಇಲ್ಲಿ ಸಣ್ಣಪುಟ್ಟ ಹಳ್ಳಿ, ಪಟ್ಟಣಗಳಲ್ಲಿ ವಾಸಮಾಡುತ್ತಿರುವ ಬಹುಮಂದಿ ತಮ್ಮ ದಾರುಣ ಸ್ಥಿತಿಯನ್ನು ಪ್ರಶ್ನಿಸದೆ ಒಪ್ಪಿಕೊಂಡಿರುವವರು. ಬಹುಮಟ್ಟಿಗೆ ಎಲ್ಲರದೂ ಬಡತನದ ಜೀವನ.

ಲಕ್ಷ್ಮಣ ಬಾದಾಮಿಯವರ ಕತೆಗಳನ್ನು ಎರಡು ರೀತಿ ವಿಭಾಗಿಸಬಹುದು. ಒಂದು, ಪರಿಸ್ಥಿತಿಯ ಅನಾವರಣ; ಇನ್ನೊಂದು, ಸತ್ಯಾನ್ವೇಷಣೆ. ಮೊದಲ ರೀತಿಯ ಕತೆಗಳಲ್ಲಿ ಸನ್ನಿವೇಶವೊಂದು ಬೆಳೆದು ಬೆಳೆದು ಬದಲಾದಂತೆಲ್ಲ ಓದುಗರಿಗೆ ನಿಜಸ್ಥಿತಿಯ ಅರಿವಾಗುತ್ತದೆ. ಎರಡನೆಯ ರೀತಿಯ ಕತೆಗಳಲ್ಲಿ ಓದುಗ ವಾಸ್ತವ

ಸ್ಥಿತಿಯನ್ನು ಗ್ರಹಿಸುವುದು ಒಬ್ಬ ಹೊರಗಿನವನಾಗಿ ಅಲ್ಲ; ಅದಕ್ಕೆ ಬದಲಾಗಿ ಒಂದು ಕಥಾಪಾತ್ರದ ಬದುಕಿನಲ್ಲಿ ಜೊತೆಗೂಡುತ್ತ, ಅಂತಿಮವಾಗಿ ಅದು ಕಂಡುಕೊಳ್ಳುವ ದರ್ಶನವನ್ನು ತಾನೇ ಕಂಡುಕೊಳ್ಳುವವನಾಗಿ.

ಈ ಸಂಕಲನದ 'ಆಶೀರ್ವಾದ' ಮತ್ತು 'ಮಠದ ದಾರಿ' ಎಂಬೆರಡು ಕತೆಗಳನ್ನು ಒಟ್ಟಿಗೇ ಪರಿಶೀಲಿಸಬೇಕು. ಎರಡೂ ಕತೆಗಳಲ್ಲಿ ಪವಾಡಪುರುಷರೆನಿಸಿದ ಸ್ವಾಮಿಗಳ ಗದ್ದುಗೆಗಳಿವೆ. ಮೊದಲನೆಯದರಲ್ಲಿ ತಟ್ಟಿಮನಿ ಸಿದ್ದಪ್ಪ ಕೂಲಿ ಕೆಲಸದ ಜೊತೆಗೆ ವರ್ಷಗಟ್ಟಲೆ ಶ್ರೀಮಠದ ಕೆಲಸವನ್ನೂ ಮಾಡಿದವನು. ಈಗಿನ ಶ್ರೀಗಳು ದೀರ್ಘಕಾಲದಿಂದ ಸೇವೆಮಾಡುತ್ತಿರುವ ಅವನನ್ನು ಸನ್ಮಾನಿಸಿ ಅಶೀರ್ವದಿಸಬೇಕೆಂದು ತೀರ್ಮಾನಿಸಿದ್ದಾರೆ. ಸನ್ಮಾನದ ದಿನ ಅವನಿಗೆ ಸಲ್ಲಬೇಕಾಗಿದ್ದ ಸನ್ಮಾನ ಅನಿರೀಕ್ಷಿತವಾಗಿ ಆಗಮಿಸುವ ಎಮ್ಮೆಲ್ಲೆಯವರಿಗೆ ಸಂದುಹೋಗುತ್ತದೆ. ಇಲ್ಲಿ ಮಠದಂಥ ಧಾರ್ಮಿಕ ಕ್ಷೇತ್ರ ಅಧಿಕಾರವನ್ನು ಗೌರವಿಸುವುದರ ಮೂಲಕ ಹೇಗೆ ತನ್ನ ನಿಜವಾದ ಭಕ್ತನೊಬ್ಬನನ್ನು ಕಡೆಗಣಿಸುತ್ತದೆ ಎಂಬ ವ್ಯಂಗ್ಯವಿದೆ. 'ಮಠದ ದಾರಿ'ಯ ನಿರೂಪಕ ತನ್ನ ವೃತ್ತಿಯಿಂದ ನಿವೃತ್ತನಾಗಿದ್ದು ಮನಃಶಾಂತಿಯನ್ನು ಅರಸುತ್ತ ಸಿರಿಪುರದ ಸಿದ್ದಪ್ಪಯ್ಯನ ಮಠಕ್ಕೆ ಹೋಗುತ್ತಾನೆ. ದಾರಿಯುದ್ದಕ್ಕೂ ಅವನು ಕಾಣುವುದು ಅಭಿವೃದ್ಧಿ ಕಾರ್ಯಗಳು ಹಾಗೂ ಆ ಕಾರ್ಯಗಳಿಂದ ಕಣ್ಮರೆಯಾಗುತ್ತಿರುವ ಒಂದು ಜೀವನ ವಿಧಾನ. ಮಠದಲ್ಲಿ ಅವನಿಗೆ ಹಿಂದಿನ ಸ್ವಾಮಿಯೊಬ್ಬನ ಅವ್ಯವಹಾರದ ಬಗ್ಗೆ, ಅವನು ಯಾರಿಗೂ ಹೇಳದೆ ಹೊರಟುಹೋದದ್ದರ ಬಗ್ಗೆ ಗೊತ್ತಾಗುತ್ತದೆ. ಕತೆಯ ವರ್ತಮಾನದಲ್ಲಿ ಮಠವೇ ಒಂದು ಶಾಲೆಯಾಗಿದೆ. ನಿರೂಪಕ ತನ್ನ ತಂದೆಯ ಕಾಲದಿಂದಲೂ ಮುಡಿಪಾಗಿ ಸಂಗ್ರಹಿಸಿದ್ದ ಹಣದ ಡಬ್ಬಿಯನ್ನು ಸಿದ್ದಪ್ಪಯ್ಯ ಸ್ವಾಮಿಯ ಪಟದ ಮುಂದೆ ಇರಿಸುವುದೂ, ಅದರಿಂದ ತೆಗೆದ ಒಂದಿಷ್ಟು ಹಣದಲ್ಲಿ ಮಕ್ಕಳಿಗೆ ಚಾಕೊಲೇಟ್ ಕೊಡಿಸುವಂತೆ ಹೇಳುವುದೂ ಕತೆಗೆ ಹೊಸದೊಂದು ಆಯಾಮ ನೀಡುತ್ತವೆ.

ಉತ್ತಮ ಪುರುಷ ನಿರೂಪಣೆಯಲ್ಲಿರುವ ಏಕಮಾತ್ರ ಕತೆ 'ಬರೆಯಲಾಗದ ಕಥೆ'. ಇಲ್ಲಿ "ಮಾನ್ಯರು ದೀಪ ಬೆಳಗಿಸಿ ಉದ್ಘಾಟಿಸಿದರು, ಅವರು ಗುದ್ದಲಿ ಪೂಜೆ ನೆರವೇರಿಸಿದರು; ಇವರು ಸ್ವಾಗತಿಸಿದರು, ಮತ್ತವರು ವಂದಿಸಿದರು" ಎಂಬಂಥ ಸುದ್ದಿಗಳನ್ನೇ ಬರೆದೂ ಬರೆದೂ ಬೇಸತ್ತ ಪತ್ರಿಕಾ ವರದಿಗಾರನೊಬ್ಬ ಒಂದು ದಿನ ದೂರದ ಹಳ್ಳಿಗಳಿಗೆ ಹೋಗುತ್ತಾನೆ. ಕೂಲಿ ಜನರನ್ನು ತುಂಬಿಕೊಂಡಿರುವ ವಾಹನಗಳು, ಮಕ್ಕಳೇ ತುಂಬಿದ ಟಮ್‌ಟಮ್ ಗಾಡಿ, ಅದರ ಡ್ರೈವರು, ಹಳ್ಳಿಯ ಶಾಲೆಯ ಟೀಚರಮ್ಮ, ವಡಲಟ್ಟಿ ಕ್ರಾಸ್ ಎಂಬ ಊರು, ಅಲ್ಲಿನ ಗುಡಿಸಲುಗಳು, ಕೂಲಿ ಮಾಡುವ ಮುದುಕ – ಎಲ್ಲವೂ ಎಲ್ಲರೂ ಪ್ರತಿನಿಧಿಸುವುದು ಯಾತನೆಯ,

ಅತೃಪ್ತಿಯ ಬದುಕುಗಳನ್ನೇ. ಲಕ್ಷ್ಮಣರ ಇನ್ನೂ ಕೆಲವು ಕತೆಗಳಲ್ಲಿ ಕಾಣಿಸಿಕೊಳ್ಳುವ ನಿರೂಪಕ, ಇಲ್ಲಿನ ಪತ್ರಿಕಾ ವರದಿಗಾರನಂತೆ, ತಾನು ಕಂಡದ್ದರ ವೀಕ್ಷಕ ವಿವರಣೆ ನೀಡುತ್ತಿರುತ್ತಾನೆ. ನಿದರ್ಶನಕ್ಕಾಗಿ 'ಈ ಪಯಣ ಮುಗಿಯುವುದಿಲ್ಲ', 'ಮಠದ ದಾರಿ' ಕತೆಗಳನ್ನು ನೋಡಬಹುದು. ಇವುಗಳಲ್ಲಿ ಕಾಣುವ ಕಠೋರ ವಾಸ್ತವದ ಚಿತ್ರಗಳು ಓದುಗನಲ್ಲಿ ಅನುಕಂಪದ ಜೊತೆ ಇನ್ನೇನನ್ನೋ ಮೂಡಿಸುವುದಕ್ಕೆ ಕಾರಣ ಇವುಗಳ 'ವೀಕ್ಷಕ ವಿವರಣಾ' ತಂತ್ರವೇ.

ಕೆಲವು ಕತೆಗಳಲ್ಲಿ ನಿರೂಪಕನೋ ಒಂದು ಪಾತ್ರವೋ ಸಂದರ್ಭಕ್ಕೆ ಸರಿಹೊಂದುವ ಕನ್ನಡ ಕಾವ್ಯದ ಕೆಲವು ಪದ್ಯಗಳನ್ನೋ ವಚನಗಳನ್ನೋ ಉದ್ಧರಿಸುವುದುಂಟು. ಹೀಗೆ ಉದ್ಧರಿಸುವುದರಿಂದ ಕೆಲವೊಮ್ಮೆ ಸಂದರ್ಭವೊಂದರ ಅಂತರಾರ್ಥ ಸ್ಫುಟಗೊಳ್ಳುವುದಾದರೂ ಎಲ್ಲ ಸಂದರ್ಭಗಳಲ್ಲೂ ಅವು ಹಾಗಾಗದೆ ಕತೆಯ ಪರಿಧಿಯಿಂದ ಹೊರಗೇ ನಿಂತುಬಿಟ್ಟರೆ ಆಶ್ಚರ್ಯವಿಲ್ಲ. ಆದರೆ 'ಮಹಾಜಿರಂಗದೊಳ್' ಎಂಬ ಕತೆ ಇದಕ್ಕೊಂದು ಅಪವಾದವೆನ್ನಬಹುದು. ಪೀಟಿ ಮಾಸ್ಟರ್ ಸಿದ್ದಣ್ಣನ ಮೇಲೆ ಅವನು ಓದಿರುವ ಪಂಪ, ಕುಮಾರವ್ಯಾಸರ ಕೆಲವು ಪದ್ಯಗಳು ಎಂಥ ಪ್ರಭಾವ ಬೀರಿವೆಯೆಂದರೆ ಅವನು ಶಾಲೆಯ ಬಡಮಕ್ಕಳ ಸ್ಥಿತಿಯನ್ನು ಕಂಡು ಮರುಗುವುದಷ್ಟೇ ಅಲ್ಲ, ಹೆಡ್‌ಮಾಸ್ಟರಿನ ದಬ್ಬಾಳಿಕೆ, ಅನ್ಯಾಯಗಳ ವಿರುದ್ಧ ಸಿಡಿದೇಳುತ್ತಾನೆ ಕೂಡ. ಇಲ್ಲಿನ ಆಶಯವೆಂದರೆ ಸಾಹಿತ್ಯ ಬದುಕಿನ ಮೇಲೆ ಮಾಡುವ, ಅಥವಾ ಮಾಡಬೇಕಾದ ಪರಿಣಾಮ.

'ಒಂದು ಚಿಟಿಕೆ ಮಣ್ಣು' ಕತೆಯಲ್ಲಿ ಹುಟ್ಟಿನಿಂದಲೇ ಮಣ್ಣು ತಿನ್ನುವುದನ್ನು ಅಭ್ಯಾಸ ಮಾಡಿಕೊಂಡಿರುವ ಕಲ್ಲಪ್ಪನಿದ್ದಾನೆ. ಅವನ ತಾಯಿ ಆ ಚಾಳಿಯನ್ನು ಬಿಡಿಸಲು ಪ್ರಯತ್ನಿಸಿ ಸೋತವಳು. ಮದುವೆಯಾಗಿ ಒಬ್ಬ ಮಗ ಹುಟ್ಟಿದ ಮೇಲೂ ಅವನು ಮಣ್ಣು ತಿನ್ನುತ್ತಲೇ ಇರುವವನು. ಬೆಳೆದ ಮಗ ಅವನನ್ನು ಬೆಂಗಳೂರಿಗೆ ಕರೆದುಕೊಂಡು ಹೊರಟಾಗ ಜೊತೆಗೆ ಒಂದು ಚೀಲ ಮಣ್ಣು ಕೊಂಡೊಯ್ಯುವವನು. ಆದರೆ ಕಲ್ಲು ಗಾರೆ ಸಿಮೆಂಟುಗಳ ಬೆಂಗಳೂರಲ್ಲಿ ಮಣ್ಣೇ ಇಲ್ಲ. ಅಲ್ಲಿಂದ ಹಿಂತಿರುಗಿದ ಮೇಲೆ ಅಭಿವೃದ್ಧಿಯ ಬಲೆಗೆ ಸಿಕ್ಕಿರುವ ಅವನ ಊರಿನಲ್ಲೂ ಮಣ್ಣಿಲ್ಲ. ಇಲ್ಲಿ ಮಣ್ಣು ಅವನ ಮನಃಸ್ಥಿತಿಗೊಂದು ಸಾರ್ಥಕ ರೂಪಕವಾಗಿದೆ. ಇದೊಂದು ಫ್ಯಾಂಟಸಿಯಷ್ಟೆ. ವಾಸ್ತವತೆಯ ಬಗೆಗಿನ ಅತೃಪ್ತಿಯಿಂದ ಹುಟ್ಟುವ ಫ್ಯಾಂಟಸಿ ಸಾಹಿತ್ಯ ಮನುಷ್ಯನ ಕೆಲವು ಮೂಲಭೂತವಾದ ಹಾಗೂ ಆದರ್ಶಯುತವಾದ ಆಶೋತ್ತರಗಳನ್ನು ಪ್ರತಿಬಿಂಬಿಸುತ್ತದೆ. ಜೊತೆಯಲ್ಲಿಯೇ ಅವನ ಇಂದಿನ ಶೋಚನೀಯ ಅವಸ್ಥೆಗೆ ಕಾರಣಗಳೇನು ಎಂಬುದನ್ನೂ ವಿಶ್ಲೇಷಿಸಲು ಯತ್ನಿಸುತ್ತದೆ. ಈ ಹಿನ್ನೆಲೆಯಲ್ಲಿ ನೋಡಿದಾಗ 'ಒಂದು ಚಿಟಿಕೆ ಮಣ್ಣು' ನಮ್ಮ ರೂಢಿಗತ ವಾಸ್ತವವಾದಕ್ಕೆ

ಸವಾಲೊಡ್ಡುವಂತಿದೆ. ಕಣ್ಣಿಗೆ ಕಂಡದ್ದಷ್ಟೇ ಸತ್ಯವಲ್ಲ ಎಂಬ ನಂಬಿಕೆಯಿಂದ ಹುಟ್ಟುವ ಇಂಥ ಕತೆಗಳು ನಮ್ಮ ದಿನನಿತ್ಯದ ಜಗತ್ತನ್ನು ಒಂದು ಹೊರಕವಚವಾಗಿ ಮಾಡಿಕೊಂಡು ಅದರ ಮೂಲಕ ವಿವರಿಸಲಾಗದ್ದನ್ನು ಸೃಷ್ಟಿಸುತ್ತವೆ.

ಈ ಸಂಕಲನದಲ್ಲಿ ಸಾಕಷ್ಟು ಯಶಸ್ವಿಯಾಗಿರುವ ಕತೆಯೆಂದರೆ 'ಅವಳು'. ಇಲ್ಲಿ ಕೈಮಗ್ಗದಲ್ಲಿ ಸೀರೆ ನೆಯ್ದು ಬದುಕುತ್ತಿರುವ ಒಂದು ಬಡ ಕುಟುಂಬವಿದೆ. ಆ ಕುಟುಂಬದ ಹೆಣ್ಣುಮಗಳಾದ ಸರಸೋತಿ ವಯಸ್ಸಿಗೆ ತಕ್ಕಂತೆ ಮೈನೆರೆಯದೆ ಉಳಿದುಬಿಡುವುದರಿಂದ ಪ್ರಾರಂಭವಾಗುವ ಕತೆ ಕೌಟುಂಬಿಕ ಸಂಕಷ್ಟಗಳನ್ನೂ, ಬಾಂಧವ್ಯಗಳ ಪೊಳ್ಳುತನವನ್ನೂ ಶೋಧಿಸುತ್ತ, ಕಡೆಗೆ ಅವಳು ತನ್ನ ಸ್ವಾಭಿಮಾನದ ಪ್ರತೀಕವೆಂಬಂತೆ ರೂಪಾಂತರಗೊಂಡು ತನ್ನದೇ ಓಣಿಯಲ್ಲಿ ಹೊಸದಾಗಿ ಪ್ರಾರಂಭವಾದ ಬಾಲವಾಡಿಯಲ್ಲಿ ಆಯಾ ಆಗುವವರೆಗೆ ಸಾಗುತ್ತದೆ. ಕತೆಯ ಅಂತ್ಯದಲ್ಲಿ ಅವಳು ಬಿಡಿಸುವ ರಂಗೋಲಿ ಮನುಷ್ಯರ ನಡುವಿನ ಸಹಜ ಸಂಬಂಧಗಳಿಗೊಂದು ಸಂಕೇತವಾಗುತ್ತದೆ. ಕತೆಗಾರ ಇಲ್ಲಿ ಉಪಯೋಗಿಸಿರುವ ಭಾಷೆಯಿಂದ ಹಾಗೂ ಆ ಭಾಷೆಗೇ ವಿಶಿಷ್ಟವಾದ ಶಬ್ದಗಳಿಂದ ಇಲ್ಲಿನ ಕ್ರಿಯಾಕ್ಷೇತ್ರಗಳಾಗಿರುವ ಊರು, ಓಣಿ ನಿಜಕ್ಕೂ ಅಥೆಂಟಿಕ್ ಆಗಿವೆಯೆನ್ನಬೇಕು. ಮತ್ತೆ ಕತೆಗಾರರು ಇಲ್ಲಿ ಉಪಯೋಗಿಸಿರುವ ಪದಗಳನ್ನು ನೋಡಿ: ಕುಣಿ, ಘೋಡಾ, ಟೋಕಳಾ, ಕಾಲ್ಪಡಿ, ಟಾಣುಕೋಲು, ಬದ್ನೀಶೆಳ್ಳು, ಗಾಡ, ಅಣಿ.... ಇವೆಲ್ಲವೂ ಸೀರೆ ನೇಯುವ ಕೈಮಗ್ಗಗಳ ಕಾರ್ಯವಿಧಾನಕ್ಕೆ ಸಂಬಂಧಿಸಿದ ಪದಸಂಪತ್ತು.

ಲಕ್ಷ್ಮಣ ಬಾದಾಮಿಯವರು ಚಿತ್ರಗಳನ್ನು ರಚಿಸುವ ಒಬ್ಬ ಸಮರ್ಥ ಕಲಾವಿದರಾಗಿರುವುದರಿಂದಲೇ ಏನೊ, ಅವರು ನಿರೂಪಿಸುವುದೆಲ್ಲವೂ ಕಣ್ಣಿಗೆ ಕಟ್ಟುವಷ್ಟು ಚಿತ್ರವತ್ತಾಗಿ ಮೂಡಿಬರುತ್ತವೆ. ಉದಾಹರಣೆಗೆ ಈ ವಾಕ್ಯಗಳನ್ನು ನೋಡಿ: "(ಅಂಗಿಯಲ್ಲಿ) ಅಡ್ಡಾದಿಡ್ಡಿ ಮಡಿಕೆಗಳು ಮೂಡಿ, ಸಮನಾದ ನೆಲದಲ್ಲಿ ಎತ್ತೆತ್ತಲೋ ನೇಗಿಲು ಉಳುಮೆ ಮಾಡಿದಂತೆ ಕಾಣುತ್ತಿತ್ತು"; "ಸಿದ್ದಪ್ಪನು ಉದ್ದ ಕಸಬರಿಗೆಯನ್ನು ಹಿಡಿದು ಸರ್ರಸರ್ರ ಅಂತ ಅಂಗಳದ ಒಂದು ತುದಿಯಿಂದ ಇನ್ನೊಂದು ತುದಿಗೆ ಕಸಬರಿಗೆಯಲ್ಲಿ ಎಷ್ಟು ಕಡ್ಡಿಗಳಿವೆಯೋ ಅಷ್ಟು ಗೆರೆಗಳನ್ನು ಅರ್ಧವೃತ್ತಾಕಾರದಲ್ಲಿ ಮಣ್ಣ ನೆಲದಲ್ಲಿ ಮೂಡಿಸುತ್ತ ಸಾಗಿರುತ್ತಾನೆ"; "ಅಂಗಿಯ ಕಿತ್ತುಹೋದ ಗುಂಡಿಗಳ ಸ್ಥಾನದಲ್ಲಿ ಕೈಗೆ ಸಿಕ್ಕ ಬಣ್ಣಬಣ್ಣದ ಗುಂಡಿಗಳನ್ನು ಹಚ್ಚಿಕೊಂಡಿದ್ದ ಹುಡುಗನಿಗೆ ಗುಂಡಿ ಯಾವುದಾದರೇನು? ಮುಖ್ಯ, ಬಾಯಿ ಕಿಸಿಯುವ ಶರ್ಟಿನ ಬಾಯನ್ನು ಮುಚ್ಚಿಸಬೇಕಿತ್ತಷ್ಟೆ. ಢಾಳಾಗಿ ಕಾಣುತ್ತಿದ್ದ ಆ ಬಣ್ಣದ ಗುಂಡಿಗಳಲ್ಲಿ ಮಾಸ್ತರ್‌ಗೆ ಏನೋ ಕಂಡಂತಾಗಿ ಮತ್ತೆ ನೋಡಿದರೆ ಕೇಸರಿ, ಬಿಳಿ, ಹಸಿರು ಅರೆ! ಹುಡುಗನೆದೆಯ ಮೇಲೆ ರಾಷ್ಟ್ರಧ್ವಜವೇ ನಿರ್ಮಾಣವಾಗಿದೆ"; "ಟೊಂಗೆಯ ತುದಿಯಲ್ಲಿದ್ದ ಕೆಲವು ಕೆಂಬಣ್ಣದ,

ಕೆಲವು ತಿಳಿಹಸಿರು ಬಣ್ಣದ, ಇನ್ನೂ ಕೆಲವು ಇವೆರಡು ವರ್ಣದ ಮಿಶ್ರಣವಿದ್ದಂತೆ ತೋರುವ ಚೆಂದದ ಎಲೆಗಳು ಆ ಬಸರಿಗಿಡಕ್ಕೆ ಹೂವರಳಿಸುವ ಭಾಗ್ಯವಿಲ್ಲವೆನ್ನುವ ಕೊರಗನ್ನು ನಿವಾರಿಸಲಿಕ್ಕೆ ನಿಂತಂತೆ ಕಾಣುತ್ತಿದ್ದವು"; "ತಲಬಾಗಿಲಿಂದ ಪಡಸಾಲಿಯ ಪಾವಟಿಗೆಯ ತನಕ ಬಿದ್ದಿದ್ದ ಬಿಸಿಲಪಟ್ಟಿ ಈಗ ಸಣ್ಣದಾಗುತ್ತ ತಲಬಾಗಿಲ ಹೊಸ್ತಿಲ ಸಮೀಪ ಬಂದಿತ್ತು", ಇತ್ಯಾದಿ. ಇವುಗಳಲ್ಲಿರುವ ವ್ಯಂಜಕ ಶಕ್ತಿ ಹೇಳಿದ್ದಕ್ಕಿಂತ ಹೆಚ್ಚು ತೋರಿಸುತ್ತವೆ, ಉತ್ಸಾಹದಲ್ಲಿ, ವ್ಯಂಗ್ಯದಲ್ಲಿ.

ಪ್ರತ್ಯೇಕತೆ ಮತ್ತು ಒಬ್ಬಂಟಿತನ, ದುರ್ವಿಧಿ ಮತ್ತು ಅಸಹಾಯಕತೆ, ಇವು ಲಕ್ಷ್ಮಣರನ್ನು ಸಾಕಷ್ಟು ಕಾಡಿರುವ ವಸ್ತುಗಳು. ಇವುಗಳನ್ನು ಅನುಭವಿಸುವವರು ಪರಸ್ಪರರಿಂದ, ಕುಟುಂಬದಿಂದ, ಸಮುದಾಯದಿಂದ ಬೇರ್ಪಟ್ಟ ಜನರು. ಹೀಗೆ ಬೇರ್ಪಡುವುದರಿಂದ ಉಂಟಾಗುವ ನೋವು, ಯಾತನೆಗಳು ನಮ್ಮ ಮನಸ್ಸನ್ನು ತಟ್ಟುವುದು ಸಹಜ. ಮನುಷ್ಯ ಸಂಬಂಧಗಳನ್ನು ಪರಿಶೀಲಿಸಿ ನೋಡುವ ಸೂಕ್ಷ್ಮಜ್ಞತೆ, ಕೆಲವೇ ಶಬ್ದಗಳಲ್ಲಿ ಸನ್ನಿವೇಶವೊಂದನ್ನು ಕಡೆದು ನಿಲ್ಲಿಸುವ ಚಿತ್ರಕ ಶಕ್ತಿ, ಬದುಕಿನ ಹಲವು ಮಗ್ಗುಲುಗಳನ್ನು ಕಾಣಿಸುವ ಧ್ವನಿಪೂರ್ಣತೆ, ಭ್ರಾಮಕ ಅಂಶಗಳನ್ನೂ ನೈಜ ಅನುಭವವನ್ನಾಗಿ ಪರಿವರ್ತಿಸುವ ಪರಿಣತಿ, ಇವು ಲಕ್ಷ್ಮಣರ ಕತೆಗಳಲ್ಲಿ ಎದ್ದುಕಾಣುವ ಗುಣಗಳು.

ಈ ಸಂಕಲನದ ಎಲ್ಲ ಕತೆಗಳನ್ನೂ ಒಟ್ಟಿಗೆ ಓದಿದಾಗ ನಮ್ಮನ್ನು ವಿಷಾದಭಾವವೊಂದು ಆವರಿಸಿಕೊಂಡಂತಾಗುತ್ತದೆ. ಅದು ಘನಘೋರ ವಾಸ್ತವದಿಂದಲೋ ಅಸಹಾಯಕತೆಯಿಂದಲೋ ಹುಟ್ಟಿದ ವಿಷಾದವಲ್ಲ. ಕನಸು ವಾಸ್ತವಗಳನ್ನು, ಪ್ರಯತ್ನ ವೈಫಲ್ಯಗಳನ್ನು ಪರಿಶೋಧಿಸಿದ ಫಲವಾಗಿ ಹುಟ್ಟಿದ ವಿಷಾದ. ಇದು ನಮ್ಮ ಶಾಸ್ತ್ರೀಯ ಸಂಗೀತದ ರಾಗವೊಂದು ಹೊಮ್ಮಿಸುವ ನೋವಿನಂತೆ ಸುಮಧುರವೂ ಆಗಿರುವುದಕ್ಕೆ ಕಾರಣ ಲಕ್ಷ್ಮಣರಲ್ಲಿರುವ ಕಲಾತ್ಮಕತೆ. ಅದಕ್ಕಾಗಿ ಅವರನ್ನು ಮನಃಪೂರ್ವಕ ಅಭಿನಂದಿಸುತ್ತೇನೆ.

ಎಸ್. ದಿವಾಕರ್

ಎದೆಯೊಳಗಿನ ಎರಡು ಮಾತು

ದಶಕಗಳ ಕಾಲ ನಮ್ಮ ಕುಟುಂಬವನ್ನು ಮತ್ತು ನಮ್ಮಂಥ ಎಷ್ಟೋ ಕುಟುಂಬಗಳನ್ನು ಸಲುಹುತ್ತಿದ್ದ ಕೈಮಗ್ಗಗಳು ಸಾವು ಬದುಕಿನ ಮಧ್ಯೆ ಹೋರಾಡುತ್ತ ಹೋರಾಡುತ್ತ ಈಗ ನಾಲ್ಕು ವರ್ಷಗಳ ಹಿಂದೆ 'ಚಟಕ್-ಪಟಕ್.. ಚಟಕ್-ಪಟಕ್..' ಎನ್ನುವ ಅವುಗಳ ಉಸಿರು ನಿಂತು ಹೋಯಿತು. ಹಾಸು-ಹೊಕ್ಕು ಸೇರಿಸಿ ಬಟ್ಟೆ ತಯಾರಿಸುತ್ತಿದ್ದವರ ಬದುಕು ಸಂಪೂರ್ಣ ಮೂರಾಬಟ್ಟೆಯಾಯ್ತು. ಶೋಷಣೆಯ ಬದುಕಾಗಿತ್ತಾದರೂ ಸ್ವತಂತ್ರವಾಗಿದ್ದೇವೆಂದು, ನೆರಳಾಗಿನ ಬದುಕೆಂದು ಮುನ್ನೆಡೆದಿದ್ದವರು ಈಗ ಅತಂತ್ರರಾಗಿ, ಊಳಿಗಕ್ಕಾಗಿ ಅಲೆಯುವ ಶೋಚನೀಯ ಸ್ಥಿತಿ. ಇದರಿಂದಾದ ಆಘಾತ, ನೋವು ನನ್ನನ್ನು ಇನ್ನೂ ಕಾಡುತ್ತಲೇ ಇದೆ.

ಇದು ಕೇವಲ ಒಂದು ಸಮುದಾಯದ ಕಥೆಯಲ್ಲ! ಕೈಬೆರಳುಗಳಲ್ಲಿ ಕುಶಲತೆಯನ್ನಿರಿಸಿಕೊಂಡಿದ್ದ ಅನೇಕ ಸಮುದಾಯಗಳನ್ನು ಈಹೊತ್ತು ಬಹುದೂರ ತಳ್ಳಿಯಾಗಿಬಿಟ್ಟಿದೆ. ಇವೆಲ್ಲಕ್ಕಿಂತ ಬಹುದೊಡ್ಡ ಆತಂಕವೆಂದರೆ ಇಡೀ ಮನುಷ್ಯ ಸಮುದಾಯವನ್ನೇ ಸಲಹುತ್ತಿರುವ ಭೂಮಿಯು ಮಾಯವಾಗುತ್ತಿರುವುದು. ಭೂಮಿ ತನ್ನ ಪಾಡಿಗೆ ತಾನು ತನ್ನ ಪಥದಲ್ಲಿ ತಿರುಗುತ್ತಿದೆ. ಅದರಂತೆಯೇ ಮನುಷ್ಯನು ಕೂಡಾ ತನ್ನ ಪಾಡಿಗೆ ಭೂಮಿಯನ್ನು ಕರಗಿಸುವುದರಲ್ಲಿ ನಿರತನಾಗಿದ್ದಾನೆ. ಈ ಕರಗಿಸುವಿಕೆ ಎಷ್ಟೊಂದು ಆವೇಗ ಪಡೆದುಕೊಂಡಿದೆ!! ನಮ್ಮಗಳ ಅನ್ನದ ಮಾರ್ಗವಾಗಿರುವ ಹೊಲ-ಗದ್ದೆಗಳನ್ನು ಜಿದ್ದಿಗೆ ಬಿದ್ದಂತೆ ಸೈಟು, ಪ್ಲಾಟು ಮಾಡಿ ಮನೆ-ಬಿಲ್ಡಿಂಗ್‌ಗಳನ್ನು ಕಟ್ಟೇ ಕಟ್ಟುತ್ತಿದ್ದೇವೆ. ಕೈಮಗ್ಗದಲ್ಲಿ ತಯಾರಾಗುತ್ತಿದ್ದದ್ದು ಯಂತ್ರೋಪಕರಣದಲ್ಲಿ ತಯಾರಾದೀತು ಆದರೆ ಮಣ್ಣಿನಲ್ಲಿ ಸೃಷ್ಟಿಯಾಗುವುದನ್ನು ಇನ್ನೆಲ್ಲಿ ಸೃಷ್ಟಿ ಮಾಡಲು ಸಾಧ್ಯ..?! ನನ್ನ ಈ ಆತಂಕವೇ 'ಒಂದು ಚಿಟಿಕೆ ಮಣ್ಣು'.

ಎಂಟು ವರ್ಷಗಳ ತರುವಾಯ ನನ್ನ ಈ ಕಥಾಸಂಕಲನ ಪ್ರಕಟವಾಗುತ್ತಿದೆ. ಇಷ್ಟೊಂದು ದೀರ್ಘ ಅವಧಿಯ ತನಕ ನಾನು ಮೌನವಾಗಿದ್ದೆನಲ್ಲ.. ಅನ್ನಿಸುತ್ತಲಿದೆ. ಈ ನಡುವೆ ಒಂದು ಕವನ ಸಂಕಲನ 'ಮನುಷ್ಯರು ಬೇಕಾಗಿದ್ದಾರೆ' ಇನ್ನೊಂದು ಪೇಂಟಿಂಗ್ಸ್‌ಗಳ ಕುರಿತಾದ 'ರೂಪ-ನಿರೂಪ' ಪುಸ್ತಕಗಳು ಬಂದವುವಾದರೂ ಕಥೆಗಳೇ ನನ್ನ ಮುಖ್ಯ ದನಿ ಎಂದಾಗಿಬಿಟ್ಟಿದೆ. 'ರೂಪ-ನಿರೂಪ'ವು ಚಿತ್ರಕಲಾಕೃತಿಗಳನ್ನು ನಾನು ಕಂಡ ಬಗೆ ಮತ್ತು ಚಿತ್ರಕಲಾವಿದರು ಸ್ವತಃ ತಮ್ಮ ಕಲಾಕೃತಿಗಳ ಕುರಿತು ಹೇಳಿರುವುದನ್ನು ಒಳಗೊಂಡ ಕೃತಿಯಾಗಿತ್ತು.

ನನ್ನ ಶಾಲೆಯ ಮಕ್ಕಳನ್ನು ಒಂದಿಷ್ಟು ಕ್ರಿಯಾಶೀಲತೆಯಲ್ಲಿ ತೊಡಗಿಸಬೇಕೆಂದುಕೊಂಡು ಅವರನ್ನು ಸ್ಥಳೀಯ ಜಾನಪದ ಸಾಹಿತ್ಯ ಸಂಗ್ರಹ ಕಾರ್ಯದಲ್ಲಿ ತೊಡಗಿಸಿದೆ. ಅದರ ಫಲವಾಗಿ 'ಬಿಸಿಲ ಸೀಮೆಯ ಜಾನಪದ ಸಿರಿ' ಸಂಪಾದನಾ ಕೃತಿ ಮೂಡಿಬಂತು. ನಾಡಿನ ಅನೇಕ ಹಿರಿಯರು ಈ ಕಾರ್ಯವನ್ನು ಮೆಚ್ಚಿಕೊಂಡರು. ಇದೆಲ್ಲ ನನ್ನ ವಿದ್ಯಾರ್ಥಿಗಳ ಶ್ರಮ. ನಾನು ಆಸಕ್ತಿಯಿಂದ ಹೇಳಿದ್ದನ್ನು ಅವರು ಶ್ರದ್ಧೆ, ಪ್ರೀತಿಯಿಂದ ಮಾಡುತ್ತಿದ್ದಾರೆ. ಅವರು ನನಗೆ ತೋರುತ್ತಿರುವ ಪ್ರೀತಿ ನನಗೀಗ ಎಲ್ಲಕ್ಕಿಂತ ದೊಡ್ಡದು. ಅದಕ್ಕಾಗಿ ಈ ಪುಸ್ತಕ ನನ್ನ ಶಾಲಾ ಮಕ್ಕಳಿಗೆ ಅರ್ಪಣೆ.

ಧಾರವಾಡ ಸಾಹಿತ್ಯ ಸಂಭ್ರಮ–2017ರಲ್ಲಿ ನಾನು 'ಚಿತ್ರಕಲಾಕೃತಿಗಳು ಏನು ಹೇಳುತ್ತವೆ?' ಗೋಷ್ಠಿಯನ್ನು ನಿರ್ವಹಿಸಿದೆ. ಗೋಷ್ಠಿ ಮುಗಿದಮೇಲೆ ಹಿರಿಯ ಕಥೆಗಾರರಾದ ದಿವಾಕರ ಸರ್‌ನ್ನು ಮಾತಾಡಿಸಿದೆ. ಅವರು ಮಾತನಾಡುತ್ತ ನನ್ನನ್ನು ಪ್ರೀತಿಯಿಂದ ತಬ್ಬಿಕೊಂಡರು. ನನಗೆ ರೋಮಾಂಚನ ಆಗಿ ಹೋಯ್ತು! ಸಿಕ್ಕಿದ್ದೇ ಛಾನ್ಸು ಅಂತ 'ಸರ್, ನನ್ನ ಮುಂದಿನ ಕಥಾಸಂಕಲನಕ್ಕೆ ನೀವು ಮುನ್ನುಡಿ ಬರೆದುಕೊಡಬೇಕು' ಅಂದೆ. ಅವರು ಆವತ್ತೇ ಒಪ್ಪಿ ಈಗ ನೆರವೇರಿಸಿದ್ದಾರೆ. ದಿವಾಕರ ಸರ್ ಅಂದು–ಇಂದು ತೋರಿದ ಪ್ರೀತಿಗೆ ನಾನು ಶರಣು.

ಒಳ್ಳೆಯ ಕಥೆ, ಬರಹಗಳನ್ನು ಯಾವತ್ತೂ ಇಷ್ಟಪಟ್ಟು ಪ್ರೋತ್ಸಾಹಿಸುವ ವಸುಧೇಂದ್ರ ಅವರು ನನ್ನ ಕಥೆಗಳನ್ನು ತಾವೇ ತರಿಸಿಕೊಂಡು ಪತ್ರಿಕೆಗೆ ಕಳಿಸಿಕೊಟ್ಟು ಪ್ರಕಟಗೊಳಿಸಿದ್ದಾರೆ. ಅವರ ಈ ಗುಣ ಮುಂದುವರೆದು ಈಗ ಈ ಸಂಕಲನ ಪ್ರಕಟಿಸುತ್ತಿದ್ದಾರೆ. ಇವರ ಅಕ್ಷರ ಪ್ರೀತಿಗೆ, ಪುಸ್ತಕ ಪ್ರೀತಿಗೆ ನಾನು ಶರಣು. ಇನ್ನು, ಯಾವತ್ತೂ ನನ್ನೊಂದಿಗೆ ಒಡನಾಡುವ ಗೆಳೆಯರಿಗೆ, ಆತ್ಮೀಯರಿಗೆ, ನನ್ನ ಹಿತೈಷಿಗಳೆಲ್ಲರಿಗೂ ಮತ್ತು ಪ್ರೀತಿಯಿಂದ ನನ್ನ ಕಥೆಗಳನ್ನು ಓದುತ್ತಿರುವ ತಮಗೂ ನನ್ನ ಶರಣು ಸಮರ್ಪಣೆ.

ಲಕ್ಷ್ಮಣ ಬಾದಾಮಿ

99721 35581

ಪರಿವಿಡಿ

ಕಾಣುವ ಕಣ್ಣು

ಹಿಂದೆ ಈ ಊರಿನ ತುದಿಯಲ್ಲಿ ಕಾಲಿಟ್ಟಾಗ ಕನ್ನಡ ಸಾಲಿಯೂ ಮತ್ತು ಹೈಸ್ಕೂಲು ಮೊದಲು ಕಾಣುತ್ತಿದ್ದವು. ಆದರೀಗ ಅವೆರಡನ್ನು ಮರೆ ಮಾಡುವಂತೆ ಅಡ್ಡಾದಿಡ್ಡಿಯಾಗಿ ಅಂಗಡಿಗಳು ಹುಟ್ಟಿಕೊಂಡಿವೆ. ಈ ಇಪ್ಪತ್ತು ಇಪ್ಪತ್ತೈದು ವರ್ಷಗಳಲ್ಲಿ ಆ ಎರಡು ಸಾಲಿಗಳಿಂದ ಉತ್ಪನ್ನವಾದ ವಿದ್ಯಾರ್ಥಿಗಳಲ್ಲಿಯ ಕೆಲವರು ಈ ಅಂಗಡಿಗಳ ಹುಟ್ಟಿಗೆ ಕಾರಣರಾಗಿದ್ದಾರೆ. ಗೂಡಂಗಡಿ, ಪೆಟ್ಟಿಗೆಯಂಗಡಿ, ಕಾಂಪ್ಲೆಕ್ಸ್ ಹೀಗೆ ಅಂಗಡಿಕಾರನ ಅಂತಸ್ತಿಗೆ ತಕ್ಕಂತೆ ಅವು ಮೈದಾಳಿವೆ. ಚಹದಂಗಡಿ, ಪಾನ್‌ಶಾಪ್, ಫೋನ್‌ಶಾಪ್, ಕ್ಲಾಥ್‌ಸ್ಟೋರ್ಸ್, ಫ್ರೂಟ್‌ಸ್ಟಾಲ್, ಫುಟ್‌ವೇರ್, ಕೂಲ್‌ಡ್ರಿಂಕ್ಸ್ ಹೀಗೆ ಪಟ್ಟಿ ಬೆಳೆಯುತ್ತದೆ. ಇವೆಲ್ಲ ಈ ಊರಿಗೆ ಬೇಕಾಗಿತ್ತು ಎಂದು ಹೇಳುವುದು ಕಷ್ಟ. ಆದರೆ ಇವುಗಳನ್ನು ತೆರೆದಿರುವ ಅಂಗಡಿಕಾರರಿಗೆ ಮಾತ್ರ ಒಂದು ಸ್ಥಾನಮಾನದ ಅವಶ್ಯಕತೆ ಇತ್ತು ಎಂದು ಹೇಳಬಹುದು.

ಈ ಅಂಗಡಿಗಳ ನಡುವೆ ಇರುವ ಸಿದ್ಧಲಿಂಗೇಶ್ವರ ಫ್ಲವರ್‌ಸ್ಟಾಲಿನಲ್ಲಿರುವ ಹೂಗಾರ ಷಣ್ಮುಖಪ್ಪ ತನ್ನ ಎದುರಿಗಿರುವ ಹೂವಿನ ಗುಂಪಿಯನ್ನೊಮ್ಮೆ ಮತ್ತು ತನ್ನ ಅಂಗಡಿಯತ್ತ ಯಾರಾದರೂ ಹೆಗಲ ಮೇಲೆ ಟವೆಲ್ ಹಾಕಿಕೊಂಡವರು ಬರುತ್ತಿದ್ದಾರೇನೋ ಎಂದು ಹಾದಿಯಲ್ಲಿ ಅಡ್ಡಾಡುವವರನ್ನೊಮ್ಮೆ ನೋಡೇ ನೋಡುತ್ತಿದ್ದನು. ಮೊನ್ನೆ ಮಗನು ತಂದು ಹಾಕಿದ್ದ ನಾಲ್ಕು ಕೇಜಿ ಸೇವಂತಿಗೆಯಲ್ಲಿ

ಒಂದು ಕೇಜಿಯಷ್ಟು ಹೂವು ಕೂಡಾ ಖರ್ಚಾಗಿರಲಿಲ್ಲ. ಎಲ್ಲಿ ಬಾಡಿ ಬಿಡುತ್ತದೋ... ಎಂದು ತಾಸಿಗೊಮ್ಮೆ ನೀರು ಚಿಮುಕಿಸುತ್ತ ತಂಬಲ ಅರಿವೆ ಹೊಚ್ಚುತ್ತಲೇ ಇದ್ದರೂ ಅವು ತಾಜಾತನ ಕಳೆದುಕೊಳ್ಳುತ್ತಿದ್ದವು.

ಊರೊಳಗಿನ ಮನೆಬಿಟ್ಟು ಊರ ಹೊರಗಿನ ಈ ಅಂಗಡಿಯನ್ನು ಮಗ ತೆರೆದಿರುವುದು ಷಣ್ಮುಖಪ್ಪನಿಗೆ ಪೂರ್ತಿ ಸರಿಯೆನಿಸಿರಲಿಲ್ಲ. ತನ್ನ ಕಾಲದಲ್ಲಿ ಊರೊಳಗಿನ ಮನೆಯಲ್ಲಿದ್ದಾಗ ವಾರದಲ್ಲಿ ಎರಡು ದಿನ ಮನೆಮನೆಗೆ ಪತ್ರಿ ಕೊಡುವದು, ಯಾವುದಾದರೂ ಕಾರ್ಯ-ಕಟ್ಟಳೆ ನಡೆದರೆ ಊಟದ ಎಲೆ ಕಟ್ಟಿಕೊಡುವದು ಹೀಗೆ ಕೈಗೆ ಪುರುಸೊತ್ತು ಇರುತ್ತಿರಲಿಲ್ಲ. ಇವನ ಕಣ್ಣೂ ಮಬ್ಬಾಗ ತೊಡಗಿದ ಮೇಲೆ ಮಗನು ಊರಲ್ಲಿಯ ಹೈಸ್ಕೂಲ್ ಕಟ್ಟಿ ಹತ್ತಿ ಇಳಿದಿದ್ದನು. ಮುಂದಕ್ಕೆ ಓದುವ ಮನಸ್ಸು ಮಗನಿಗೆ ಇರಲಿಲ್ಲ. ಮನಸಿದ್ದರೂ ಷಣ್ಮುಖಪ್ಪನಿಗೆ ಕಳಿಸುವ ತ್ರಾಣವೂ ಇರಲಿಲ್ಲ. ಹಾಗೆ ಮಗನು ಕಸುಬು ಮುಂದುವರೆಸಿ ಕಂಡವರ ಮನೆ ಬಾಗಿಲಿಗೆ ಹೋಗಿ ಹೂ ಪತ್ರೆ ಹಿಡಿದು ನಿಲ್ಲಲು ತಯಾರಿರಲಿಲ್ಲ. ತನ್ನ ಬಾಗಿಲ ಬಳಿಯೇ ಊರ ಮನೆಯವರು ಬರುವಂತೆ ಮಾಡುತ್ತೇನೆಂದು ಈ ಅಂಗಡಿ ತೆರೆಯುವ ವಿಚಾರ ಹೇಳಿದಾಗ ಷಣ್ಮುಖಪ್ಪನಿಗೆ ಬೇಡವೇ ಬೇಡ ಎನ್ನಲಾಗಲಿಲ್ಲ. ಈಗೀಗ ಪತ್ರಿ ತೆಗೆದುಕೊಳ್ಳುವವರ ಕೈ ಸಣ್ಣದಾಗಿದ್ದವು. ಪತ್ರಿ ಬುಟ್ಟಿಯಲ್ಲಿ ಜೋಳದ ಬದಲಿಗೆ ಸೀರಗಾಳು ಸೀಪರಗಾಳು ಅಕ್ಕಿನುಚ್ಚು ಅಂಥಾವು ಇಂಥಾವು ಹಾಕಿ ಸಾಗಿಸುತ್ತಿದ್ದರು. ತುಸು ಹೊತ್ತಾಗಿ ಹೋದರೆ 'ಪೂಜೆ ಆಗೇತಿ' ಎಂದು ಮುಖಕ್ಕೆ ಹೊಡೆದಂತೆ ಹೇಳುತ್ತಿದ್ದರು. ಮಾರ್ಕೆಟ್‌ನಲ್ಲಿ ನಾನಾ ನಮೂನೆ ಪತ್ರಾವಳಿಗಳು ಅಗ್ಗದಲ್ಲಿ ಸಿಗುತ್ತಿದ್ದರಿಂದ ತಮ್ಮ ತಳಗಿ ಎಲೆಗಳನ್ನು ಯಾರೂ ಕೇಳುತ್ತಿರಲಿಲ್ಲ. ಪಂಚಾಯತಿಯವರು ಹೆಣಗಳ ಅಂತಿಮ ಯಾತ್ರೆಗೆ ಚೆಂದದ್ದೊಂದು ಬಿದಿರಿನ ಖುರ್ಚಿ ತಂದ ಮೇಲೆ ಯಿಮಾನು ಸಿಂಗರಿಸುವುದು ಕೂಡಾ ನಿಂತು ಹೋಗಿತ್ತು. ಹೀಗೆ ಖರ್ಚಿಗೆ ಕೈ ಬಾಯಿ ಸವರುತ್ತಿರುವ ಹೊತ್ತಲ್ಲೆ ಮಗ ಸಂಗಮೇಶ ಅಂಗಡಿ ತೆರೆಯುತ್ತೇನೆಂದಾಗ ಷಣ್ಮುಖಪ್ಪ ಮನಸ್ಸಿಲ್ಲದ ಮನಸ್ಸಿನಿಂದ ಸುಮ್ಮನಾಗಿದ್ದನು.

ಊರಿನವರು ಹುಡುಕಿಕೊಂಡು ತನ್ನ ಬಾಗಿಲಿಗೆ ಬರುವಂತೆ ಮಾಡುತ್ತೇನೆಂದು ಬದಲಾವಣೆಯ ಭಯಂಕರ ವಿಶ್ವಾಸದಲ್ಲಿದ್ದ ಸಂಗಮೇಶನಿಗೆ ಬಹುಬೇಗ ನಿರಾಸೆಯಾಗಿತ್ತು. ವರ್ಷದಲ್ಲೊಮ್ಮೆ ಬರುವ ದೀಪಾವಳಿ ಅಮಾವಾಸ್ಯೆಯಲ್ಲಿ ದೇವರ ದಂಡೆಗೆ, ಅದು ಬಿಟ್ಟರೆ ಜೀವನದಲ್ಲೊಮ್ಮೆ ಮೈ ನೆರೆಯುವ ಹುಡುಗಿಯರ ತಲೆ ದಂಡೆಗೆ, ಕೊನೆಗೆ ಯಾರನ್ನಾದರೂ ಗ್ವಾಡಿಗೆ ಬಡಿದಾಗ ಮಾತ್ರ ಹೂಗಾರನನ್ನ ಹುಡುಕಿಕೊಂಡು ಬರುವ ಊರಿನಲ್ಲಿ ಇವನು ಊರ ತುದಿಯಲ್ಲಿ ಅಂಗಡಿ ಹಾಕಿದ ಮಾತ್ರಕ್ಕೆ ಅಡದಿನಗಳಲ್ಲಿ ಯಾರೂ ಇವನ ಹತ್ತಿರ ಸುಳಿಯಲಿಲ್ಲ. ಒಂದು

ಮಾಲೆಯನ್ನಾಗಲಿ ಒಂದು ಮೊಳ ಹೂವನ್ನಾಗಲಿ ಇವನ ಅಂಗಡಿತನಕ ಬಂದು ಕೇಳಲಿಲ್ಲ. ಅವನ ಕೈಯಿಯೇ ಅವನ ಗಲ್ಲಕ್ಕೆ ಬಡಿದಂತಾಗಿತ್ತು. ತಿರುಗಿ ಅವನು ಪತ್ರಿಬುಟ್ಟಿ ಹಿಡಿಯಲಂತೂ ತಯಾರಿರಲಿಲ್ಲ. ಅದಕ್ಕಾಗಿ ಜಿಲ್ಲಾ ಕೇಂದ್ರದಲ್ಲಿ ಅಲೆದಾಡಿ ಅಲೆದಾಡಿ ಕೊನೆಗೆ ಸೀಡ್ಸ್ ಕಂಪನಿಯೊಂದರಲ್ಲಿ ಸೇರಿಕೊಂಡಿದ್ದನು.

ಮತ್ತೆ ಹೂವಿನ ರಾಶಿಗೆ ಕೈ ಹಾಕಿ ಕೆಳಗಿನವುಗಳನ್ನ ಮೇಲೆ, ಮೇಲಿದ್ದವುಗಳನ್ನು ಕೆಳಗೆ ಎತ್ತಿ ಹಾಕಿದನು. ಕೈ ಹಾಕಿದರೆ ಹೂವಿನ ದಳಗಳು ಹಾಗೇ ಬಳಬಳ ಉದುರುತ್ತಿತ್ತು. ಹೂವಿನ ತುಂಬು ಕರ್ರಗಾಗುತ್ತಿತ್ತು. ದಿನಕ್ಕೆ ನಾಲ್ಕು ಹಾರಗಳು ಖರ್ಚಾದರೆ ಅವತ್ತು ನಮ್ಮ ಪುಣ್ಯ ಎನ್ನಬೇಕು. ಇಂಥದರಲ್ಲಿ ನಾಲ್ಕು ಕೇಜಿ ಹೂವು ಹೇಗೆ ತೀರಬೇಕು! ಇಷ್ಟು ತಂದು ಹಾಕಿರುವ ಮಗನಿಗೆ ಬುದ್ಧಿ ಇಲ್ಲ ಎಂದುಕೊಳ್ಳುತ್ತಿದ್ದನು. ಹೂವು ಬಾಡುತ್ತಿರುವುದು ಕಂಡು ಅವನು ಎಲೆಯಡಕಿ ಹಾಕುವುದನ್ನೂ ಮರೆತು ಕೂತನು. ಯಾರದಾದರೂ 'ಆಟ ನಿಂತೈತಿ', 'ಸಂತಿ ಮುಗದೈತಿ' ಎಂಬಂತಹ ಮಾತುಗಳನ್ನು ಷಣ್ಮುಖಪ್ಪ ಕಿವಿ ನೆಟ್ಟಗೆ ಮಾಡಿ ಕೇಳುತ್ತಿದ್ದನು. ಅದರಲ್ಲಿ ರೊಕ್ಕಿಷ್ಟರು ಸತ್ತರಂತೂ ಅವರ ಆತ್ಮ ತಣ್ಣಗಿರಲಿ ಎಂದು ಒಮ್ಮೆ ನಿರಾಳವಾಗಿ ಹಾರೈಸಿ 'ತರನನ್ನ ಅಂ.....' ಎಂದು ತೊಡೆ ಬಡಿಯುತ್ತಾ ರಾಗ ತೆಗೆದು ಗಿರಾಕಿಗಳಿಗಾಗಿ ಕಾಯುತ್ತಿದ್ದನು. ಈಗ ನಿಜಲಿಂಗಪ್ಪ ಮಾಸ್ತರ ಜಡಾ ಆಗ್ಯಾನ ಎಂಬುದನ್ನು ಕೇಳಿದ್ದ. ಅವನೀಗ ಹೋಗಿಬಿಟ್ಟರೆ ಈ ಹೂವು ಒಂದೂ ಉಳಿಯೋದಿಲ್ಲ! ಮನಷ್ಯಾ ಬಾಳಮಂದಿಗೆ ಬೇಕಾದಂವ ಊರಾಗಿನ ಅರ್ಧಕರ್ಧ ಮಂದಿ ಅವನ ಶಿಷ್ಯರೆ. ಸುತ್ತಲೂ ನಾಕು ಹಳ್ಳಿಯೊಳಗ ಕೆಲಸ ಮಾಡಿಬಂದಾನ. ಹಿಂಗಾಗಿ ಅಂವ ಹೋಗಿಬಿಟ್ಟರ ಇನ್ನೂ ನಾಲ್ಕು ಕೇಜಿ ಹುವ್ವಾ ತರಿಸ್ಕೊ ಬೇಕಾಗತೈತಿ ಎಂದು ಎಣಿಕೆ ಹಾಕುತ್ತ, ಉತ್ಸಾಹ ತುಂಬಿಕೊಳ್ಳತೊಡಗಿದನು. ಹುಬ್ಬುಗೈ ಹಚ್ಚಿ, ಕುಂತಲ್ಲಿಂದಲೇ ಕುಂಡಿ ಎತ್ತರಿಸಿ ರಸ್ತಾದ ಕಡೆ ನೋಡತೊಡಗಿದನು.

*

ಜೀವಮಾನವೆಲ್ಲ ನಾಲ್ಕು ಎಕರೆ ಹೊಲವನ್ನು ಹದ ಮಾಡುವುದರಲ್ಲಿಯೇ ಕಳೆದಿದ್ದ ಸಿದ್ದಪ್ಪನಿಗೆ ತನ್ನ ಮಗ ಒಕ್ಕಲುತನದಲ್ಲಿ ಮುಂದುವರೆಯುವುದು ಬೇಡ ಅಂದುಕೊಂಡಿದ್ದನು. ಹುಟ್ಟಾ ಮುಗ್ಗಲನಾಗಿದ್ದ ಸಿದ್ದಪ್ಪನ ಅಪ್ಪ ಮಾಗುಂಡಪ್ಪ ಹೊಲವೆಂದರೆ ಹೊಳ್ಳಿ ನೋಡದವನಾಗಿ ಹೊಲವನ್ನು ಕರಕಿಯ ದಡ್ಡು ಮಾಡಿಬಿಟ್ಟಿದ್ದನು. ಸಿದ್ದಪ್ಪನು ಇದನ್ನು ಮನಸ್ಸಿನ ಮೇಲೆ ತಗೊಂಡು ವರ್ಷಾ ಇಷ್ಟಿಷ್ಟು ಕರಕಿಯನ್ನು ಕರಗಿಸುತ್ತ ಹೊಲ ಒಂದು ಹದಕ್ಕೆ ಬರುವ ಹೊತ್ತಿಗೆ ಸಿದ್ದಪ್ಪನ ಹರೆಯ

ಜರ್ರನೆ ಇಳಿದು ಹೋಗಿತ್ತು. ಮಳೆಗಾಲಗಳು ಸಹ ಇದಿರು ನಿಂತಂತೆ ಆಡುತ್ತಿದ್ದವು. ಐನ್‌ಟೈಮಿಗೆ ಮಳೆ ಒಟ್ಟ... ಆಗದೆ ಬೆಳೆಯೆಲ್ಲ ಒಣಗಿ, ಬಿತ್ತಿದ ಬೀಜ ಸೈತ ಕೈಗೆ ಹತ್ತುತ್ತಿದ್ದಿಲ್ಲ. ಒಮ್ಮೆ ಹೀಗಾದರೆ ಮತ್ತೊಮ್ಮೆ ಕಾಳು ಕಚ್ಚೂ ವೇಳೆಯಲ್ಲಿ ಕೇಡುಗಾಲದ ಮಳೆ ಒಂದೇ ಸವನೆ ಶುರು ಹಿಡಿದು ತೆನೆಯಲ್ಲಿ ಮೊಳಕೆಯೊಡೆಯುವಂತಹ ಪರಿಸ್ಥಿತಿಯಾಗುತ್ತಿತ್ತು. ಮಳೆ ಆಗಿಯೂ ಕೆಡಿಸುತ್ತಿತ್ತು. ಹೋಗಿಯೂ ಕೆಡಿಸುತ್ತಿತ್ತು. ಇದರಿಂದ ರೋಸಿ ಹೋಗಿದ್ದ ಸಿದ್ದಪ್ಪನಿಗೆ ಒಕ್ಕಲುತನದ ಬಗ್ಗೆ ತೀವ್ರ ವೈರಾಗ್ಯ ಮೂಡಿ ತನ್ನ ಮಗ ಯಾವುದಾದರೊಂದು ನೌಕರಿ ಹಿಡಿಯಬೇಕೆಂದು ಹಂಬಲಿಸುತ್ತಿದ್ದನು. ತನ್ನ ಮಗ ಕಲ್ಲಪ್ಪನು ಅಂತಹ ಸಾಧನೆ ಮಾಡೇ ಮಾಡುತ್ತಾನೆ ಎಂದು ನಂಬಿದ್ದನು. ಮಗ ಎಸ್‌ಎಸ್‌ಎಲ್‌ಸಿ ಪರೀಕ್ಷೆಯಲ್ಲಿ ಶಾಲೆಗೇನೆ ಹೆಚ್ಚು ಅಂಕ ಪಡೆದು ಉತ್ತೀರ್ಣನಾಗಿದ್ದ. ಪ್ರತಿವರ್ಷ ಶಾಲೆಗೆ ಪ್ರಥಮ ಬಂದವರ ಫಲಿತಾಂಶ ಫಲಕದಲ್ಲಿ ಅವನ ಹೆಸರು ರಾರಾಜಿಸುತ್ತಿತ್ತು. ಅದೂ ಹಿಂದಿನ ಎಲ್ಲ ಸರಾಸರಿ ಅಂಕಗಳನ್ನು ಮೀರಿ ನಿಂತಿದ್ದರಿಂದ ಬಹುತೇಕರು ಇವನೊಬ್ಬ ದೊಡ್ಡ ಸಾಹೇಬನಾಗುತ್ತಾನೆಂದು ಭಾವಿಸಿದ್ದರು.

ಅವನು ಪ್ರಾಥಮಿಕ ಶಾಲೆಯಲ್ಲಿ ಓದುತ್ತಿದ್ದಾಗ ಅನ್ನದಾತನ ಕುರಿತು ಪದ್ಯವಿದ್ದುದರಿಂದ ರೈತಾಪಿ ಕೆಲಸಗಳ ಬಗ್ಗೆ ಹೆಮ್ಮೆ ಮೂಡಿತ್ತು. ಅದನ್ನು ನೋಡಲು, ತಾನೂ ಮಾಡಲು ಹೊಲದ ಹಾದಿ ಹಿಡಿಯುತ್ತಿದ್ದನು. ಎರಡೂ ಬದುವುಗಳಲ್ಲಿ ಎದ್ದು ನಿಂತಿರುವ ಮರಗಳು ಒಂದರ ಹೆಗಲ ಮೇಲೆ ಇನ್ನೊಂದು ಪರಸ್ಪರ ಕೈ ಹಾಕಿಕೊಂಡಂತೆ ಎತ್ತರದಲ್ಲಿ ರೆಂಬೆ ಕೊಂಬೆಗಳನ್ನು ಪಸರಿಸಿ ಕೆಳಗೆ ನೆರಳು ಹರಡಿರುತ್ತಿದ್ದವು. ನಡುವೆ ಉದ್ದೂಕೆ ಬಂಡಿದಾರಿ ಸಾಗಿರುತ್ತಿತ್ತು. ಇಂಥ ದಾರಿಯಲ್ಲಿ ಯಾರೂ ಇಲ್ಲದಾಗ ಒಬ್ಬನೆ ನಡೆಯುವುದೆಂದರೆ ಒಂಥರಾ ಖುಶಿ. ಆ ಬದುವಿನಿಂದ ಈ ಬದುವಿಗೆ ಚಕಚಕನೆ ಓಡುತ್ತ ಬಾಲವನ್ನು ನಯವಾಗಿ ಬಳುಕಿಸುವ ಅಳಿಲುಗಳು, ಕಣ್ಣಿಗೆ ಕಾಣಿಸದೆ ಬರಿ ಸ್ವರವನ್ನು ಮಾತ್ರ ಕೇಳಿಸುವ ಹಕ್ಕಿಗಳು, ಅದೊಂದು ಬೇರೆಯೇ ಲೋಕವೆನಿಸುತ್ತಿತ್ತು. ಹಸಿರು ಹೊದಿಕೆಯ ಆ ನೆರಳಿನ ಹಾದಿಯಾದರೂ ಎಷ್ಟೆಂದರೆ ಅಯ್ಯನೋರ ಹೊಲ ದಾಟುವವರೆಗೆ ಮಾತ್ರ. ಅಲ್ಲಿಂದ ಬರೀ ಬಯಲು. ಬದುವಿಗೆ ಸಾಲುಸಾಲು ಕಳ್ಳಿಗಿಡಗಳು, ದೆವ್ವಬಾಳೆ, ಕರಿಜಾಲಿ, ಹೀಕಜಾಲಿ ಗಿಡಗಳು ಇರುತ್ತಿದ್ದವು. ಉಸುಕು ತುಂಬಿದ ಆರಿಹಳ್ಳವನ್ನು ದಾಟಿ ಮೈಲುದೂರ ನಡೆದ ಮೇಲೆ ತಮ್ಮ ಹೊಲ ಬರುತ್ತಿತ್ತು.

ಬಿಳಿ ಕೆಂದು ಎತ್ತುಗಳನ್ನು ಹೂಡಿ, ಕುಂಟಿ ಕಟ್ಟಿ ಅದರ ದಿಂಡಿನ ಮೇಲೆ ಅಪ್ಪ ಅಂಡಗಚ್ಚಿ ಬಡಿದು ತಲೆಗೆ ಕೆಂಪು ಟವೆಲ್ ಸುತ್ತಿ ನಿಂತಿರುತ್ತಿದ್ದನು. ಸುತ್ತಲೂ ಕಣ್ಣು ಹಾಯಿಸಿದಷ್ಟು ಕಪ್ಪು ನೆಲದ ವ್ಯಾಪ್ತಿ! ನೆಲದ ಕಪ್ಪಿಗಿಂತಲೂ ಮಿಗಿಲಾದ ಕಪ್ಪಿನ

ಮೈಯ ಅಪ್ಪನ ಬೆನ್ನಮೇಲೆ ಬೆವರಿನ ಮಿಂಚು. ಆ ಹೊಲ, ಎತ್ತುಗಳು, ದಿಂಡಿನ ಮೇಲೆ ನಿಂತು ಸಾಗಿರುವ ಅಪ್ಪನ ಕಂಡರೆ ಕಲ್ಲಪ್ಪನಿಗೆ

'ಇವನೇ ನೋಡು
ನಮ್ಮ ಅನ್ನದಾತ
ಬಿಸಿಲಲ್ಲಿ ಬೇಯುತ
ಮಳೆಯಲ್ಲಿ ನೆನೆಯುತ
ನಮಗೆ ಅನ್ನ ನೀಡುವಾತ'

*

ಕಾಲೇಜ್‌ಗೆ ಹೊರಟಿದ್ದ ಕಲ್ಲಪ್ಪ ರಸ್ತೆ ಬದಿಯ ಗೂಡಂಗಡಿಯಲ್ಲಿ ಚಹ ಹೀರಿ ಹೋದರಾಯ್ತೆಂದು ಆ ಅಂಗಡಿಯ ಬಳಿ ನಡೆದನು. ಚಹ ಕುಡಿಯುತ್ತ ಪೇಪರಿನಲ್ಲಿ ಕಣ್ಣಾಡಿಸುತ್ತಿರುವಾಗ ತನ್ನೂರಿನ ಪಕ್ಕದ ಹಳ್ಳಿಯ ರೈತನೋರ್ವ ಸಾಲಬಾಧೆಯಿಂದ ವಿಷ ಸೇವಿಸಿ ಆತ್ಮಹತ್ಯೆ ಮಾಡಿಕೊಂಡಿರುವುದು ಓದಿ ತುಂಬಾ ಕೆಡುಕೆನಿಸಿತು. ಒಬ್ಬ ರೈತನ ಮಗನಾಗಿ ಸಂಕಟ ಪಡುವುದರ ಜತೆಗೆ ಚಿಕ್ಕಂದಿನಲ್ಲಿ ತನ್ನನ್ನು ಅಪಾರವಾಗಿ ಸೆಳೆಯುತ್ತಿದ್ದ ಭೂಮಿಯ ದೆಸೆಯಿಂದ ಇಂಥ ಕ್ರೌರ್ಯವೇ? ಅವನಲ್ಲಿ ಆಲೋಚನೆಗಳು ದಾಳಿ ಮಾಡತೊಡಗಿದವು. ಕಾಲೇಜ್‌ಗೆ ಹೋಗುವ ಮನಸ್ಸಾಗಲಿಲ್ಲ. ಅನ್ನವನ್ನು ಬೆಳೆದು ಕೊಡುವ ಜೀವದಾಯಿನಿ ಭೂಮಿಯ ಸಾಂಗತ್ಯ ವಿಷ ಉಣ್ಣಿಸುವಷ್ಟು ಕ್ರೂರವೇ? ಯೋಚಿಸುತ್ತ ಹಾಗೇ ನಡೆದುಬಿಟ್ಟನು. ಅವನ ಬಾಲ್ಯದ ಭಿತ್ತಿಯಲ್ಲಿ ಒಡಮೂಡಿದ್ದ ಭೂಮಿ ಮತ್ತು ಅದರ ಆಕರ್ಷಣೆಯನ್ನು ಬದಿಗಿರಿಸಿ ಯೋಚಿಸುತ್ತಾ ನಡೆಯ ತೊಡಗಿದನು. ಕಾಲುಗಳು ಸುಮ್ಮನೆ ಹೆಜ್ಜೆ ಹಾಕುತ್ತಿದ್ದವು. ಎಲ್ಲಿಗೆ ಹೋಗಬೇಕೆಂದು ಮನಸ್ಸಿನಲ್ಲಿ ನಿರ್ಧಾರವಿರಲಿಲ್ಲ.

ಅಡತಿ ಅಂಗಡಿಗಳು, ವಕಾರಗಳು ಇರುವ ಮಾರುಕಟ್ಟೆ ಪ್ರದೇಶಕ್ಕೆ ಅವನು ಬಂದನು. ಅಂಗಡಿಗಳ ಮುಂದಿನ ಅಂಗಣದಲ್ಲಿ ಶೇಂಗಾ, ಸೂರ್ಯಪಾನ, ಗೋವಿನಜ್ವಾಳ, ಬೇರೆ ಬೇರೆ ರಾಶಿಗಳ ಹಾಕಲಾಗಿತ್ತು. ಜೊಳ್ಳು ಮಿಶ್ರಿತ ಕಾಳುಗಳ ರಾಶಿ, ಗಟ್ಟಿ ಕಾಳುಗಳ ರಾಶಿ, ಒಣ–ಹಸಿ ಹೀಗೆ ಬೇರೆ ಬೇರೆ ಗುಂಪುಗಳನ್ನು ಮಾಡಲಾಗಿತ್ತು. ಕಾಳಿನ ಗುಣಮಟ್ಟಕ್ಕೆ ತಕ್ಕಂತೆ ಅದರ ದರದ ಫಲಕವನ್ನು ಆಯಾ ರಾಶಿಗಳಲ್ಲಿ ನೆಡಲಾಗಿತ್ತು. ಅದೇ ಬಯಲಲ್ಲಿ ಮೂರು ಕಾಲಿನ ಗಳದ ನಡುವೆ ದೊಡ್ಡ ತಕ್ಕಡಿಯು ತೂಗಾಡುತ್ತಿತ್ತು. ಈಗಷ್ಟೆ ಯಾವುದೋ ಚೀಲವನ್ನು ತೂಗಿ ತೆಗೆದಿದ್ದರಿಂದ

ಅದರ ಪರಡಿಗಳು ಮೇಲೆ ಕೆಳಗೆ ಕುಣಿಯುತ್ತಿದ್ದವು. ಎರಡಾಳೆತ್ತರದಲ್ಲಿ ನೇತಾಡುತ್ತಿದ್ದ ಆ ತಕ್ಕಡಿಯ ತುದಿಗೆ ಬಲಿಷ್ಠ ಸರಪಳಿ ಎಳೆಗಳು, ಕೆಳಗೆ ಎಡಬಲದಲ್ಲಿ ಕಬ್ಬಿಣದ ಭಾರಿ ಗಾತ್ರದ ತಟ್ಟೆಗಳು, ಅದರ ಎಡ ತಟ್ಟೆಯಲ್ಲಿ ಒಂದು ಧಾನ್ಯದ ಚೀಲ, ಬಲ ತಟ್ಟೆಯಲ್ಲಿ ಒಂದಿಷ್ಟು ಹಣದ ಕಟ್ಟುಗಳು ಇರುವಂತೆ ಕಾಣಿಸಿತು. ಒಮ್ಮೆ ಧಾನ್ಯವಿರುವ ತಟ್ಟೆ ಕೆಳಗೆ, ಇನ್ನೊಮ್ಮೆ ಹಣದ ತಟ್ಟೆ ಕೆಳಗೆ ಇಳಿಯುತ್ತಿತ್ತು. ಹೀಗೆ ಮೇಲೆ ಕೆಳಗೆ ತೂಗಿ ಕೊನೆಗೆ ಹಣದ ತಟ್ಟೆ ಕೆಳಗೆ ಕುಂತು ಬಿಟ್ಟಿತ್ತು! ಅಷ್ಟು ದೊಡ್ಡ ಪ್ರಮಾಣದ ಧಾನ್ಯದ ಚೀಲಕ್ಕಿಂತಲೂ ಅತ್ಯಂತ ಸಣ್ಣದಾದ ಹಣದ ಕಟ್ಟುಗಳು ಹೆಚ್ಚು ತೂಕವೆ? ಕಣ್ಣು ಪಿಳುಕಿಸಿ ಮತ್ತೊಮ್ಮೆ ದಿಟ್ಟಿಸಿದನು. ತಕ್ಕಡಿ ನಿಶ್ಚಲವಾಗಿತ್ತು. ಒಂದು ತಟ್ಟೆಯಲ್ಲಿ ತೂಕದ ಕಲ್ಲುಗಳಿದ್ದವು. ಇನ್ನೊಂದು ಖಾಲಿಯಿತ್ತು... ಮೇಲಿನ ತೂಕದ ಮುಳ್ಳು ಅಂಗಡಿಯವನ ಕಡೆ ವಾಲಿತ್ತು.

ಅಂಗಡಿಯವನು ಗಾದಿಯ ಮೇಲಿನ ತೆಕ್ಕೆಗೆ ಆನಿಸಿ ಕೂತಿದ್ದನು. ಆ ತೆಕ್ಕೆ ಲೋಡುಗಳಂತೆ ಅಂಗಡಿಯವನ ಮೈವಳಿಕೆಯು ದುಂಡುದುಂಡಾಗಿ ತುಂಬಿಕೊಂಡಿತ್ತು. ಕೆಲ ರೈತರು ಅವನೊಂದಿಗೆ ವ್ಯವಹಾರ ಮಾತಾಡುತ್ತಿದ್ದರು. ಅಂಗಡಿಯವನು ರೈತರನ್ನು ಮೇಲೆ ಬಂದು ಕೂಡ್ರುವಂತೆ ಕರೆಯುತ್ತಿದ್ದನು. ತಮ್ಮ ಧೂಳುಗಾಲುಗಳಿಂದ ಮೇಲೆ ನಡೆದರೆ ಅಲ್ಲಿ ಹಾಸಿದ್ದ ಜಮಖಾನೆ ಹೊಲಸಾಗಬಹುದೆಂದು ಅವರು ಎದುರಿನ ಆ ಕಿರುಗಟ್ಟೆಯಲ್ಲೇ ಕುಳಿತಿದ್ದರು. ಏನೇನೋ ತಾಪತ್ರಯಗಳನ್ನು ದೈನ್ಯದಿಂದ ವಿವರಿಸುತ್ತಿದ್ದರು. ಮುಂದಿನ ವಾರದಲ್ಲಿ ರಾಶಿ ಮಾಡಿ ಬಂದ ಮಾಲನ್ನು ಸೀದಾ ತಮ್ಮ ವಕಾರಕ್ಕೆ ತರುವುದಾಗಿ ಹೇಳಿ ಅಗಾವ ಹಣ ಪಡೆದು ನಡೆದರು.

ಆ ಸರ್ಕಲ್ ತುಂಬಾ ನಿಬಿಡವಾಗಿತ್ತು. ಬಸವೇಶ್ವರ ಅಗ್ರೋ ಕೇಂದ್ರ, ರೇಣುಕಾ ಫರ್ಟಿಲೈಸರ್ಸ್, ಪಾಟೀಲ ಇರಿಗೇಷನ್ ಇಕ್ವಿಪ್‌ಮೆಂಟ್ಸ್ ಎಂದು ಹೀಗೆ ನಾನಾ ಹೆಸರಿನ ಬೋರ್ಡುಗಳನ್ನು ಹಾಕಿಕೊಂಡಿದ್ದ ಸಾಲುಸಾಲು ಅಂಗಡಿಗಳು ಅಲ್ಲಿದ್ದವು. ಮುಂದೆ ಬೇರೆ ಬೇರೆ ಕಂಪನಿಯ ಟ್ರ್ಯಾಕ್ಟರ್ ಶೋರೂಮುಗಳು ಅದೇ ಏರಿಯಾದಲ್ಲಿದ್ದವು. ಅವತ್ತು ಸೋಮವಾರವಾಗಿದ್ದರಿಂದ ಹಳ್ಳಿಗಳಿಂದ ಬಂದಿದ್ದ ರೈತರು ಹೆಚ್ಚಾಗಿ ಕಾಣುತ್ತಿದ್ದರು. ಆ ಇಕ್ವಿಪ್‌ಮೆಂಟ್ ಅಂಗಡಿಯ ಮುಂದೆ ಇಟ್ಟಿದ್ದ ಬೃಹತ್ ಗಾತ್ರದ ಕಬ್ಬಿಣದ ನೇಗಿಲುಗಳು, ಕೂರಿಗೆಗಳು ಬಗೆ ಬಗೆಯ ಆ ಯಂತ್ರೋಪಕರಣಗಳನ್ನು ನೋಡಿ ಕಲ್ಲಪ್ಪನಿಗೆ ಯುದ್ಧೋಪಕರಣಗಳನ್ನು ಕಂಡಂತೆ ಆಯಿತು! ನೇಗಿಲಿನ ಭಯಂಕರ ಗಾತ್ರದ ಪಾಳ, ಮುಂಜಗಳನ್ನು ನೋಡಿ ಇದೇನು ಮಣ್ಣನ್ನು ಹದಾ ಮಾಡುವುದೋ ಏನು ವಧಾ ಮಾಡುವುದೋ ಎಂದುಕೊಂಡನು.

ಹಾಗೇ ಮುಂದೆ ಸಾಗಿ ಬಂದಾಗ ಟ್ರ್ಯಾಕ್ಟರ್ ಶೋರೂಂ ಮುಂದುಗಡೆ ಒಂದು

ಡೆಮೊ ನಡೆದಿತ್ತು. 'ಬಲಭೀಮ' ಎಂಬುದು ಟ್ರ್ಯಾಕ್ಟರ್ ಮಾಡೆಲ್‌ನ ಹೆಸರು. ಹೆಸರಿಗೆ ತಕ್ಕ ಹಾಗೇ ದೈತ್ಯಗಾತ್ರದ್ದಾಗಿತ್ತು. ಅದಕ್ಕೆ ಹಿಂದೆ ಬಿತ್ತುವ ಯಂತ್ರವನ್ನು ಅಳವಡಿಸಲಾಗಿತ್ತು. ಅದರದೆ ಪ್ರಾತ್ಯಕ್ಷತೆಯನ್ನು ನೋಡಲು ರೈತರು ಅಲ್ಲಿ ಸುತ್ತುವರೆದಿದ್ದರು. ಕಂಪನಿಯ ಡೀಲರ್ ಒಬ್ಬ ಆ ಯಂತ್ರದ ಕಾರ್ಯಕ್ಷಮತೆಯನ್ನು ವಿವರಿಸುತ್ತಿದ್ದನು. "ಇದು ಸಂಪೂರ್ಣ ಮಾನವರಹಿತ ಬಿತ್ತನೆಯಂತ್ರ. ಇದಕ್ಕೆ ಮನುಷ್ಯರ ಯಾವುದೇ ಸಹಾಯ ಬೇಕಾಗಿಲ್ಲ, ಬಿತ್ತುವ ಬೀಜಗಳನ್ನು ಇಲ್ಲಿ ಹಾಕಿ ಬಿಟ್ಟರೆ ಸಾಕು ತಾನೇ ತೆಗೆದುಕೊಳ್ಳುವುದು. ಬಿತ್ತನೆ ಅಡವು ಆಯ್ತು, ಅಂಗಲ ಆಯ್ತು ಅನ್ನೋ ಮಾತೇ ಇಲ್ಲ. ನಿಮಗೆಷ್ಟು ಅಂತರ ಬೇಕೋ ಅಷ್ಟು ಅಡ್ಜೆಸ್ಟ್ ಮಾಡಿಟ್ಟರೆ ಸಾಕು. ತುಂಬಾ ಫಾಸ್ಟಾಗಿ ಮತ್ತು ಪವರ್‌ಫುಲ್ ಆಗಿ ವರ್ಕ್ ಮಾಡುತ್ತೆ" ಎನ್ನುತ್ತಿದ್ದ ಆ ಡೀಲರ್ ಕಂಪನಿಯವರು ರೆಕಾರ್ಡ್ ಮಾಡಿದ್ದ ವಿವರಣೆಯ ಪ್ರೋಗ್ರಾಂನ್ನು ಹೇಳಿ ಮುಗಿಸಿ ಸುಮ್ಮನಾದನು. ಅದುವರೆಗೂ ಬಿಡುಗಣ್ಣಾಗಿ ನೋಡುತ್ತಿದ್ದ ರೈತರು ಆ ಯಂತ್ರಕ್ಕೆ ಜೋಡಿಸಲಾಗಿದ್ದ ಕೂರಿಗೆ ಬಟ್ಟಲು, ಕೊಳವೆ, ಅದು ಬೀಜ ತೆಗೆದುಕೊಳ್ಳುವ ಪರಿ ಎಲ್ಲವನ್ನು ಪರಿಶೀಲಿಸತೊಡಗಿದರು.

ಶೋರೂಂನ ಗ್ಲಾಸ್ ಚೇಂಬರ್‌ನಿಂದ ಹೊರ ಬಂದ ಇನ್ನೊಬ್ಬ ಡೀಲರ್ ರೈತರನ್ನು ಕುರಿತು 'ನೋಡ್ರಿ' ಎಂದ ಕೂಡಲೇ ಯಂತ್ರ ನೋಡುತ್ತಿದ್ದ ರೈತರು ಅತ್ತ ಕಡೆ ಗಮನ ಕೊಟ್ಟರು. ಇವತ್ತು ನಮ್ಮ ಕಂಪೆನಿ ಕಡೆಯಿಂದ ವಿಶೇಷ ರಿಯಾಯಿತಿ ಇದೆ. ಇವತ್ತೆ ಅಡ್ವಾನ್ಸ್ ಕೊಟ್ಟು ಬುಕ್ ಮಾಡಿದೋರಿಗೆ ಟೆನ್ ಪರ್ಸೆಂಟ್ ಡಿಸ್ಕೌಂಟ್ ಕೊಡಲಾಗುತ್ತೆ' ಎಂದನು. ಅಲ್ಲಿದ್ದ ಕೆಲವರು ಯಂತ್ರವನ್ನು ಮತ್ತೊಮ್ಮೆ ನೋಡಿ ತಮ್ಮ ವಲ್ಲಿಯ ಚುಂಗನ್ನು ಕೈಯಲ್ಲಿ ಹಿಡಿದುಕೊಂಡು ಶೋರೂಂ ಒಳಗೆ ನಡೆದರು. ಆ ಟ್ರ್ಯಾಕ್ಟರನ್ನು ಸುತ್ತುವರೆದಿದ್ದವರ ಸಂಖ್ಯೆ ತುಸು ಕಡಿಮೆಯಾದ ಮೇಲೆ ಕಲ್ಲಪ್ಪ ಅದನ್ನು ನೋಡತೊಡಗಿದನು. ದೆವ್ವಿನಾಕಾರದ ಟ್ರ್ಯಾಕ್ಟರ್‌ಗೆ ಜೋಡಿಸಿದ್ದ ಬಿತ್ತುವ ಯಂತ್ರವೇನೂ ಬಾಲಂಗಸಿಯಂತೆ ಕಾಣುತ್ತಿರಲಿಲ್ಲ. ಅದು ಕೂಡಾ ಆ ಟ್ರ್ಯಾಕ್ಟರ್ ಗಾತ್ರದಷ್ಟೆ ದೊಡ್ಡದಾಗಿತ್ತು. ಕಬ್ಬಿಣದ ಭಾರಿ ಪಟ್ಟಿಗಳು, ಯಾಂಗಲ್‌ಗಳು, ಬೀಜ ಗೊಬ್ಬರ ಹಾಕುವ ಟ್ಯಾಂಕುಗಳು ಎಲ್ಲವೂ ದೆವ್ವಿನ ಸೂಲಗಿತ್ತಿಯಂತಿದ್ದವು. ಆ ಟ್ರ್ಯಾಕ್ಟರ್ ಮತ್ತು ಯಂತ್ರವನ್ನು ಇಡಿಯಾಗಿ ನೋಡಿದರೆ ಅದೊಂದು ಭಯಂಕರ ಸಮರ ಟ್ಯಾಂಕರ್‌ನಂತೆ ಕಾಣತೊಡಗಿತ್ತು.

ಆ ನಗರ ಜಿಲ್ಲಾಕೇಂದ್ರವಾದ್ದರಿಂದ ರಸ್ತೆಯಲ್ಲಿ ಅಸಂಖ್ಯ ವಾಹನಗಳು, ಬದಿಯಲ್ಲಿ ಲೆಕ್ಕವಿರದಷ್ಟು ಜನ ಅಡ್ಡಾಡುವುದು ಸಾಮಾನ್ಯವಾಗಿತ್ತು. ಅಂಥದರಲ್ಲಿ ಕಲ್ಲಪ್ಪ ಏನೋ ಕಳೆದುಕೊಂಡವರಂತೆ ತಿರುಗಾಡುತ್ತಿದ್ದನು. ಆಗಲೆ ಅವನ ಒಂದರಿಂದ ಹತ್ತನೇಯತ್ತಾದವರೆಗಿನ ಜತೆಗಾರನೂ, ಈಗ ಸೀಡ್ಸ್ ಕಂಪೆನಿಯೊಂದರ

ಸೇಲ್ಸ್‌ಮನ್‌ನೂ ಆಗಿರುವ ಸಂಗಮೇಶ ಹೂಗಾರ ಎದುರಾದನು. ಒಬ್ಬರನೊಬ್ಬರು ನೋಡಿದೊಡನೆ ಹ್ಯೆ! ಎನ್ನುತ್ತ ಪರಸ್ಪರ ಕೈ ಹಿಡಿದುಕೊಂಡರು. 'ಏನೋ ಕಾಲೇಜ್ ಟೈಮಿನ್ಯಾಗ್ ಇಲ್ಲೆ...' ಎಂದು ಸಂಗಮೇಶ ತುಸು ಆಶ್ಚರ್ಯದಿಂದ ಕೇಳಿದನು. ಕಲ್ಲಪ್ಪನಲ್ಲದೆ ಬೇರೆಯವರು ಹಾಗೆ ಸಿಕ್ಕಿದ್ದರೆ 'ಯಾಕಪ್ಪಾ ಯಾವ ಫಿಗರ್ ಹಿಂದ್ ಹೊಂಟಿ?' ಎಂದು ಹುಬ್ಬು ಹಾರಿಸಿಕೋತ ಹಲ್ಲು ಕಿಸಿದು ಕೇಳಿ ಬಿಡುತ್ತಿದ್ದ. ಎದುರಿದ್ದವರು ಏನು ತಿಳಿದುಕೊಂಡಾರು ಎಂಬ ಲೆಕ್ಕವಿಲ್ಲದೇ ತನಗನಿಸಿದ್ದನ್ನು ಯಾವ ಅಳುಕೂ ಇಲ್ಲದೇ ಯಾರಿಗಾದರೂ ಕೇಳಿ ಬಿಡುವವನನ್ನು ಊರೊಳಗೆ ವಡವಡಿ ಸಂಗ್ಯಾ ಎಂದು ಕರೆಯುತ್ತಿದ್ದರು. ಸಂಗಮೇಶನಿಗೆ ಕಲ್ಲಪ್ಪ ಎಂಥವನು ಎಂಬುದು ತಿಳಿದಿತ್ತಾದ್ದರಿಂದ ಅವನೆದುರು ಖಾಲಿಪೀಲಿ ಮಾತಾಡಬಾರದೆಂದುಕೊಂಡು 'ಬಾ ಚಾ ಕುಡಿಯೋಣು' ಎಂದು ಅವನನ್ನು ಕರೆದುಕೊಂಡು ನಡೆದನು. ಇಬ್ಬರು ಹೋಟಲ್‌ನತ್ತ ನಡೆದಿದ್ದಾಗ ಕಲ್ಲಪ್ಪನಿಗೆ ಅಡತಿಯಂಗಡಿಯಲ್ಲಿ ಕಂಡಿದ್ದ ರೈತರು ಈಗ ಕಿಂಗ್ಸ್ ಬಾರ್‌ನ ಬಾಗಿಲನ್ನು ದಾಟಲೋ ಬೇಡವೋ ಎಂಬಂತೆ ದಾಟಿ ಹೊರ ಬರುತ್ತಿರುವುದನ್ನು ಕಂಡ ಕಲ್ಲಪ್ಪನು 'ಎಲಾ ಇವುರಾ?' ಎಂದು ಖೇದದಿಂದ ಅಂದುಕೊಂಡನು.

'ಸರ್, ಇಲ್ಲೆ ಫೀಲ್ಡ್‌ನ್ಯಾಗ ಇದ್ದೀನಿ ಸಾರ್. ಸಂಜಿ ಮುಂದ ರೈತರನ್ನ ಕೂಡಿಸಿ ಗ್ರಾಮಸಭಾ ಮಾಡ್ತೀನಿ ಸರ್... ಚುಲೊ ಹೊಂಟೈತಿ ಸರ್... ಆಯ್ತು ಸರ್' ಸಂಗಮೇಶ ಫೋನಿನಲ್ಲಿ ಮಾತಾಡಿದ್ದು, ಅದರಲ್ಲೂ ಫೀಲ್ಡ್‌ನ್ಯಾಗ ಅದೀನಿ' ಅಂದಿದ್ದರಿಂದ ಕಲ್ಲಪ್ಪ ಸುಮ್ಮನೆ ಸಣ್ಣದಾಗಿ ನಕ್ಕ. ತಾನು ಹಾಗೆ ಹೇಳಿದ್ದಕ್ಕೆ ಸಮರ್ಥನೆ ಕೊಡುವಂತೆ 'ಏನ್ ಕೇಳ್ತಿ ಕಲ್ಲಪ್ಪ... ಒಟ್ಟ... ಬಾಯಿ ಬಡಿಯೂ ಕೆಲಸ ನಮ್ದು. ಅತ್ಲಾಗ ಸೇಲ್ಸ್ ಮ್ಯಾನೇಜರ್ ಕೇಳ್ತಾನ ಸೇಲ್ಸ್ ಹೆಂಗೈತಿ ಅಂತ, ಅವಗೂ ಸಮಾಧಾನ ಆಗೂವಂಗ ಹೇಳಬೇಕು. ಇತ್ಲಾಗ ರೈತರಿಗೆ ನಮ್ಮ ಕಂಪನಿ ಬೀಜದ ಬಗ್ಗೆ ನಂಬಿಗೆ ಹುಟ್ಟಿಸಬೇಕು. ದಿನಕ್ಕ ನಮ್ಮಂಥಾವು ನೂರಾ ಎಂಟು ಕಂಪನಿ ಮಾರ್ಕೆಟ್ಟಿಗೆ ಬರ್ತಾವು, ಎಲ್ಲಾ ಹಗೂರ ಇಲ್ಲ. ಸಿಕ್ಕಾಪಟ್ಟೆ ಕಾಂಪಿಟೇಶನ್ ಐತಿ ಮಾರ್ಕೆಟ್‌ನ್ಯಾಗ' ಎಂದನು.

ಬಿತ್ತುವ ಸೀಜನ್ ಜೋರಿದ್ದಾಗ ಸಂಗಮೇಶ ಸೀಡ್ಸ್ ಅಂಗಡಿಗಳ ಸುತ್ತ ಕಾವಲು ನಾಯಿಯಂತೆ ಸುತ್ತಬೇಕಿತ್ತು. ಬೀಜದ ಪಾಕೀಟು ಖರೀದಿಗೆ ಬರುವ ರೈತರನ್ನು ಪುಸಲಾಯಿಸುವದು ತನ್ನ ಕಂಪನಿ ಬೀಜದ ಬಗ್ಗೆ ಹತ್ತು ಪೈಸೆ ಇದ್ದುದನ್ನು ರೂಪಾಯಿದಷ್ಟು ಹೇಳುವುದು; ಬೇರೆ ಕಂಪನಿಯ ಬೀಜದ ಮೇಲೆ ವಿಶ್ವಾಸವಿಟ್ಟಿದ್ದ ರೈತರ ಮನವೊಲಿಸುವುದು ಅಷ್ಟು ಸರಳವಿರಲಿಲ್ಲ. ಬೇರೆ ಕಂಪನಿಯ ಹತ್ತು ಪಾಕೀಟು ಖರೀದಿಸುವವರಿಗೆ ಎರಡು ಪಾಕೀಟು ತಮ್ಮ ಕಂಪನಿ ಬೀಜ ಹಾಕಿ ನೋಡ್ರಿ ಅದರ ಇಳುವರಿ ಗುಣಮಟ್ಟ ನೋಡಿ ಮುಂದಿನ ಸಲ ನೀವೇ ಹತ್ತೂ ಪಾಕೀಟ ನಮ್ಮ

ಕಂಪನೀದ... ಕೊಳ್ತೀರಿ ಎಂದು ಖಾತ್ರೀಲೆ ಹೇಳುತ್ತಿದ್ದನು. ವಾಸ್ತವವಾಗಿ ಅವನ ಕಂಪನಿಯ ಬೀಜದ ಇಳುವರಿಯ ಬಗ್ಗೆ ಅವನಿಗೇ ಗೊತ್ತಿರಲಿಲ್ಲ. ಕಂಪನಿಯವರು ಹೇಳಿ ಕೊಟ್ಟಿದ್ದನ್ನು ರೈತರಿಗೆ ಹೇಳುವ ಈ ವ್ಯಾಪಾರೆಯಲ್ಲ ಪೂರ್ತಿ ಸೋಗಲಾಡಿತನದ್ದು ಎಂದು ಒಮ್ಮೊಮ್ಮೆ ಸಂಗಮೇಶನಿಗೆ ಅನಿಸುತ್ತಿತ್ತು. ಅವನ ಮನಸ್ಸಿನ ಪುಟವನ್ನೆಲ್ಲ ಓದಿಕೊಂಡವನಂತೆ ಕಲ್ಲಪ್ಪ 'ಆಯ್ತು ಬಿಡು ನಮ್ಮ ರೈತರಿಗೆ ನೀವೆಲ್ಲಾ ಅಂಗೈಯಾಗss... ಕೈಲಾಸ ತೋರಿಸಿ ಬಿಡ್ತೀರಿ' ಬೇಸರದಿಂದ ಅಂದನು. ಅದರ ಬಗ್ಗೆ ಅವನಿಗೂ ತುಸು ಬೇಸರವಿತ್ತು. ಅದಕ್ಕೆ 'ಏನೋಪಾ ನಾವೆಲ್ಲ ಅರ್ಧಮರ್ಧ ಸಾಲಿ ಕಲ್ತು ಇಂಥ ಅಡಕಸಬಿ ದಂಧೆ ಹಿಡಿಬೇಕಾಯ್ತು. ನೀನು ಚುಲೋ ಶ್ಯಾಣ್ಯಾ ಇದ್ದಿ. ಕ್ಲಾಸಿಗೇ ಮುಂದಿದ್ದಾಂವ ಭಾರಿ ನೌಕರಿ ಹಿಡಿಬೇಕು ನೋಡು' ಸಂಗಮೇಶ ತನ್ನ ಬಗ್ಗೆ ನಿರಾಶೆಯಿಂದ ಮರುಕದಿಂದ ಮತ್ತು ಕಲ್ಲಪ್ಪನ ಬಗ್ಗೆ ಹೆಮ್ಮೆ ಅಭಿಮಾನಪಡುತ್ತ ಹೇಳಿದನು. ಕಲ್ಲಪ್ಪ ಸಣ್ಣದಾಗಿ ನಕ್ಕಂತೆ ಮಾಡಿದನು. ಇಬ್ಬರು ಗಂಭೀರವಾದರು. ನಾಲ್ಕು ಹೆಜ್ಜೆ ಹಾಕಿದ ಮೇಲೆ ಮುಖ್ಯ ಸರ್ಕಲ್ ಕಾಣಿಸುತ್ತಿದ್ದಂತೆ ಸಂಗಮೇಶ ತಾನು ಬೀಜದಂಗಡಿ ಕಡೆ ಹೋಗಬೇಕೆಂದು ನಡೆದನು.

ಮುಖ್ಯ ಸರ್ಕಲ್ಲಿನ ಸುತ್ತೂ ಕಡೆಯು ಎತ್ತರದ ಬಿಲ್ಡಿಂಗ್‌ಗಳಿಗೆ ಅಂಟಿಕೊಂಡ ಭಾರಿ ಪ್ರಮಾಣದ ಹೋರ್ಡಿಂಗ್ಸ್‌ಗಳು, ಕಟೌಟ್‌ಗಳು, ಬ್ಯಾನರ್‌ಗಳು ತೂರಿ ನಿಂತಿದ್ದವು. ಅವುಗಳತ್ತ ಅನಾಯಾಸವಾಗಿ ಕಲ್ಲಪ್ಪನ ದೃಷ್ಟಿ ಹರಿಯಿತು. ಸೂಟ್‌ಬಟ್ಟೆ, ಜುವೆಲ್ಸ್, ಮೊಬೈಲ್ ಫೋನ್ ಒಂದೊಂದು ಒಂದು ವಸ್ತುವಿನ ಬಗ್ಗೆ ಹೇಳುತ್ತಿದ್ದವು. ಅವೆಲ್ಲ ಎತ್ತರದಲ್ಲಿರುವುದರಿಂದ ಆಕಾಶಮಾರ್ಗದಿಂದ ಬಂದ ಅಪರೂಪದ ವಸ್ತುಗಳೆಂಬಂತೆ ಬಿಂಬಿತವಾಗುತ್ತಿದ್ದವು.

ಹೆಣ್ಣೊಂದು ಕತ್ತಿನ ತುಂಬ ಚಿನ್ನದ ಆಭರಣ ಧರಿಸಿಕೊಂಡು ತನ್ನ ದುಂಡನೆಯ ಕತ್ತನ್ನು ಭುಜಗಳನ್ನು ತೋರಿಸುತ್ತಿದ್ದ ಜ್ಯುವೆಲ್ಸ್ ಹೋರ್ಡಿಂಗ್‌ನ ಕೆಳಗೆಯೇ ಒಂದು ಹಳದಿ ಬಣ್ಣದ ಅರಿವೆಯ ಚಿಕ್ಕ ಬ್ಯಾನರ್ ನೇತಾಡುತ್ತಿತ್ತು. ಅದರಲ್ಲಿ ಸುಭಾಷ ಪಾಳೇಕಾರರ ಶೂನ್ಯ ಬಂಡವಾಳ ಕೃಷಿಯ ಕುರಿತು ಒಂದು ವಾರದ ತರಬೇತಿ ಶಿಬಿರ ಕೂಡಲ ಸಂಗಮದಲ್ಲಿ ನಡೆಯುವುದು ಎಂದಿತ್ತು. ಅವನು ಆ ದಿನ ಕಾಲೇಜ್ ಬಿಟ್ಟು ಅಲ್ಲಿಯತನಕ ಅಲೆದಾಡಿದ್ದು ಆ ಬ್ಯಾನರ್ ನೋಡುವ ಸಲುವಾಗಿಯೇನೋ ಎಂಬಂತೆ ಅದನ್ನು ತದೇಕವಾಗಿ ನೋಡುತ್ತಾ ಅದರ ಬಗ್ಗೆ ಆಲೋಚಿಸುತ್ತಾ ನಿಂತು ಬಿಟ್ಟನು. ಅವನಿಗೆ ಕಳೆದುಕೊಂಡಿದ್ದು ಸಿಕ್ಕಂತಾಗಿ ಮೈಮರೆತು ನಿಂತುಬಿಟ್ಟನು. ಆಗ ಆಟೋ ಒಂದು ಬಂದು ಹಾರ್ನ್ ಮಾಡಿದಾಗ ಅದಕ್ಕೆ ಹಾದಿಬಿಡುತ್ತಾ ಸೀದಾ ನಡೆದನು.

*

ಕುಂಟೆ ದಿಂಡಿಗೆ ಈಸು ಹಾಯಿಸಿಕೊಂಡು ಬರಬೇಕೆಂದು ಸಿದ್ದಪ್ಪ ಎರಡು ಈಸುಗಳನ್ನು ಹೊತ್ತುಕೊಂಡು ಮುಂಜಾನೆಯೆ ಬಡಿಗೇರ ಕಾಳಪ್ಪನಲ್ಲಿಗೆ ನಡೆದಿದ್ದನು. ಕಾಳಪ್ಪ ಹೊಸಬಾವಿ ಬಯಲಿನಲ್ಲಿರುವ ದೊಡ್ಡ ಬೇವಿನಗಿಡದ ಕೆಳಗಿನ ಜಾಗವನ್ನೇ ತನ್ನ ಅಡ್ಡೆ ಮಾಡಿಕೊಂಡಿದ್ದನು. ಸಿದ್ದಪ್ಪ ಹೊಸಬಾವಿ ಬಯಲಿಗೆ ಕಾಲಿಟ್ಟಾಗ ಬಾವಿಕಟ್ಟೆ ರಣರಣ ಹೊಡಿಯುತ್ತಿತ್ತು! ದಿಂಡುಗಲ್ಲು ಹೊಡೆದು ವೃತ್ತಾಕಾರದಲ್ಲಿ ಕಟ್ಟಿದ ಬಾವಿಗೆ ಎಂಟು ಗಡಗಡಿಗಳಿದ್ದವು. ಸುತ್ತಲೂ ಹಾಸುಗಲ್ಲಿನ ಪಾತಿ, ಅಲ್ಲಿ ಚೆಲ್ಲಿದ ನೀರು ಹರಿಯಲಿಕ್ಕಿರುವ ಮೋರಿ, ಅದರ ಸುತ್ತಲು ಚರಂಡಿ ಕಟ್ಟೆ ಯಾವುದು ಎಲ್ಲಿಯೂ ವೃತ್ತಾಕಾರವನ್ನು ತಪ್ಪಿರಲಿಲ್ಲ. ಶಿಸ್ತುಬದ್ಧವಾಗಿ ಕಟ್ಟಿದ ಆ ಬಾವಿಯನ್ನು ನಾಲ್ಕು ವರ್ಷದ ಹಿಂದೆ ನೋಡುವುದೇ ಒಂದು ಸೊಗಸೆನ್ನಿಸುತ್ತಿತ್ತು. ಬಾವಿಕಟ್ಟೆಯ ತುಂಬ ನೀರು ಸೇದಲು ಮುಗಿಬಿದ್ದಿರುತ್ತಿದ್ದ ಜನರು, ಕೊಡಗಳು ನೀರಿನಲ್ಲಿ ಮುಳುಗೇಳುವ ಡುಬುಡುಬು ಸದ್ದು, ಗಡಗಡ ತಿರುಗುವ ಚಕ್ರಗಳು ಎಲ್ಲವೂ ಆ ಬಾವಿಯ ಜೀವಂತಿಕೆಯನ್ನು ಸಾರುತ್ತಿದ್ದವು.

ಈ ಹೊಸಬಾವಿಯನ್ನು ತೋಡುವುದಕ್ಕೂ ಮೊದಲು ಊರಾಚೆಗೆ ಒಂದು ಪೂರ್ವಿಬಾವಿ ಇತ್ತು. ಅದು ತುಂಬಾ ಆಳವಾಗಿತ್ತು. ಅದರಲ್ಲಿ ನೀರು ಸೇದಬೇಕೆಂದರೆ ಹದಿನಾರು ಮಾರಿನ ಹಗ್ಗ ಮತ್ತು ರಟ್ಟೆಯಲ್ಲಿ ಭಾರಿ ತಾಕತ್ತು ಇರಬೇಕಿತ್ತು. ನೀರಿನ ರುಚಿಯಂತೂ ತೆಂಗಿನಹಾಲಿಗೆ ಸಮವಾಗಿತ್ತು. ಹೊಸಬಾವಿ ನಿರ್ಮಾಣವಾದ ಮೇಲೆ ಎಲ್ಲರೂ ಪೂರ್ವಿಬಾವಿಗೆ ಹೋಗುವುದನ್ನು ನಿಲ್ಲಿಸಿ ಬಿಟ್ಟಿದ್ದರು. ಹೊಸಬಾವಿ ಪೂರ್ವಿಬಾವಿಗೆ ಹೋಲಿಸಿದರೆ ಬಹಳ ಸಮೀಪವಾಗಿತ್ತು. ಮತ್ತು ಅದರ ನೀರು ಮೇಲೆಯೇ ಇದ್ದುದರಿಂದ ಹೆಚ್ಚಿನ ತ್ರಾಸ್ ಇಲ್ಲದೇ ಎಂಟತ್ತು ಮಾರು ಹಗ್ಗ ಹಚ್ಚಿ ಸೇದಿ ಬಿಡುತ್ತಿದ್ದರು. ಹೊಸ ಬಾವಿಯ ನೀರು ತುಸು ಸಪ್ಪಗಿದ್ದರೂ ಕುಡಿಯುವುದಕ್ಕೂ ತೊಳೆಯುವುದಕ್ಕೂ ಅದನ್ನೆ ಬಳಸುತ್ತಿದ್ದರು.

ಎಲ್ಲರಿಗೂ ತುಂಬ ಅನುಕೂಲವಾಗಿದ್ದ ಹೊಸಬಾವಿಯ ನೀರು ನಾಲ್ಕು ವರ್ಷದ ಹಿಂದೆ ತಳಕ್ಕೆ ಸರಿಯುತ್ತ ಸರಿಯುತ್ತ ಒಮ್ಮೆ ಬತ್ತಿಯೇ ಹೋಗಿ ಬಿಟ್ಟಿತು. ಅದಕ್ಕೆ ಕಾರಣವನ್ನು ಕೆಲವರು ಹೀಗೆ ಹೇಳುತ್ತಾರೆ – ಮೂರು ತಿಂಗಳ ಅವಧಿಯಲ್ಲಿ ಆರುಮಂದಿ ಆತ್ಮಹತ್ಯೆ ಮಾಡಿಕೊಳ್ಳಲು ಈ ಬಾವಿಯನ್ನೇ ಆಶ್ರಯಿಸಿದ್ದರಿಂದ ಗಂಗವ್ವತಾಯಿ ಮುನಿಸಿಕೊಂಡಾಳೆಂದೂ, ಇನ್ನೂ ಕೆಲವರು ಊರಮುಂದಿನ ಹೊಲಗಳಲ್ಲಿ ಮೂರ್ನಾಲ್ಕು ಬೋರ್‌ವೆಲ್ ಕೊರೆಯಿಸಿ ತ್ವಾಟಾ ಮಾಡಿದ್ದರಿಂದ

ಹೊಸಬಾವಿಯ ಸೆಲೆಯೆಲ್ಲ ಆ ಕಡೆ ತಿರುಗಿ ಹೋಗಿದೆ ಎಂದು.

ದೂರ ಮತ್ತು ಆಳ ಜಾಸ್ತಿಯೆಂದು ಪೂರ್ವಿಬಾವಿಯನ್ನು ಮರೆತುಬಿಟ್ಟಿದ್ದ ಜನವೀಗ ಹೊಸಬಾವಿ ಬತ್ತಿದ ಮೇಲೆ ಗತಿ ಇಲ್ಲದೆ ಮತ್ತೆ ಪೂರ್ವಿಬಾವಿಯನ್ನೇ ಆಶ್ರಯಿಸಿದ್ದರು. ಅಲ್ಲಿಂದ ಕೆಲವರು ಎರಡೆರಡು ಕೊಡಗಳನ್ನು ಭುಜದ ಮೇಲೆ ಹೊತ್ತುಕೊಂಡು ಸಿದ್ದಪ್ಪನ ಎದುರು ಬರುತ್ತಿದ್ದರು. ಅವರನ್ನೆಲ್ಲ ಇವನು 'ಎದ್ರ್ಯಾ... ಶರಣು' ಅಂತ ಮಾತಾಡಿಸುತ್ತಿದ್ದ. ನಗುತ್ತ ಪ್ರತಿ ಶರಣು ಹೇಳುತ್ತಿದ್ದ ಅವರ ಯಾರ ಮುಖದಲ್ಲಿಯೂ ಯಾವ ದಣಿವು ಕಾಣಿಸುತ್ತಿರಲಿಲ್ಲ. ಇಲ್ಲಿ ಉಸಿರು ಕಳೆದುಕೊಂಡ ಬಾವಿಕಟ್ಟೆಯ ಮೇಲೆ ರಿಕಾಮಿ ಹುಡುಗರು ದಾಮೂನ ಅಂಗಡಿಯ ಪೇಪರು ಹಿಡಿದುಕೊಂಡು ನಿನ್ನೆ ಮುಗಿದಿದ್ದ ಕ್ರಿಕೆಟ್ ಮ್ಯಾಚ್‌ನ ಕುರಿತು ಪಂಟು ಹೊಡಿಯುತ್ತಿದ್ದರು. ಆ ಪೆಟ್ಟಿಗೆಯಂಗಡಿಗೆ ಕಟ್ಟಿದ ತೋರಣದಂತೆ ಗುಟಕಾ ಚೀಟಿನ ಸರಮಾಲೆಗಳು ನೇತಾಡುತ್ತಿದ್ದವು. ಅವುಗಳ ಹಿಂದೆ ಕುಳಿತಿದ್ದ ದಾಮೋದರ ಅಪ್ಪನ ಉಳಿ–ಕೊಡತಿಯ ಸದ್ದು ಕೇಳಬಾರದೆಂದು ಗಿರಾಕಿ ಕಮ್ ಗೆಳೆಯರನ್ನು ಮಾತಿಗೆ ಎಳೆದೇ ಎಳೆಯುತ್ತಿದ್ದನು. ಕ್ರಿಕೆಟ್ ಸುದ್ದಿ ತೀರಿದೊಡನೆ ಸಿನಿಮಾ ಅದಾದೊಡನೆ ರಾಜಕೀಯ ಹೀಗೆ ಒಣಾ ಮಾತುಗಳು ಅಲ್ಲಿ ಠಣ್ ಠಣ್ ಅಂತ ಜಿಗಿದಾಡುತ್ತಿದ್ದವು.

ಸಿದ್ದಪ್ಪನು ತಂದಿದ್ದ ಈಸಿನ ಎಳೆಗಳಲ್ಲಿ ಡೊಂಕ ಡ್ವಾರಿ ಮತ್ತು ಗಂಟುಗಳಿದ್ದ ಕಡೆಗೆಲ್ಲ ಕಾಳಪ್ಪ ಬಾಚಿಯನ್ನೆತ್ತಿ ಬಲವಾಗಿ ಜಾರಗಜ್ಜು ಹಾಕಿ ಸವರುತ್ತಿದ್ದನು. 'ಅಲ್ಲೊ... ಒಬ್ಬನ... ದಣಿದುಕೊಳ್ಳೂ ಬದಲು ಹಂಗಾಮಕ ಬಂದ ಮಗಾ ಅದಾನ, ಕೈಯಾಗ ಆಸರಕ್ಕ ಕರೆದುಕೊಳ್ಳಬೇಕಿಲ್ಲ? ಎಂದು ಬಾಚಿಯನ್ನೆತ್ತಿ ಒಂದೊಂದು ಗಜ್ಜು ಹಾಕಲು ತುಸು ಹೈರಾಣನಾದವನಂತೆ ಕಾಣಿಸುತ್ತಿದ್ದ ಕಾಳಪ್ಪನಿಗೆ ಸಿದ್ದಪ್ಪ ಅಂದನು. ಮಗನ ಸುದ್ದಿ ಎತ್ತಿದರೆ ಅವನಿಗೆ ಅಂಗಾಲಿನಿಂದ ನಡುನೆತ್ತಿಯವರೆಗೂ ಉರಿಯುತ್ತಿತ್ತು. 'ಅವನ ಹಂಗಾಮ ತಂದು...' ಎಂದು ಕೆಟ್ಟದಾಗಿ ಬೈಯುತ್ತ 'ಕರಗಸ ಎಳೆದರೆ ಕೈ ಸೋಲತಾವಂತ, ಬಾಚಿ ಎತ್ತಿದರೆ ರಟ್ಟಿ ಹರಿತಾವಂತ... ಅವಗ ದಂಥೆ ಅಂದರ ಬ್ಯಾಸರ ನೋಡಪಾ... ಅದಕ್ಕ ಬೀಡಿ ಸಿಗರೇಟ ಅಂಗಡಿ ಇಟ್ಟಗೊಂಡು ಕುಂತಾನ. ಮಳ್ಳ ಸುಳೇ ಮಗಾ...' ಅಪ್ಪ ಇಟ್ಟ ಹೆಸರನ್ನ ಅಸಯ್ಯ ಅಂತ ಕೈ ಬಿಟ್ಟ ಮಗಾ ಇನ್ನ ಅಪ್ಪನ ದಂಥೆ ಹೆಂಗ್ ಮಾಡ್ತಾನ ಹೇಳು? ಎಂದೆನ್ನುತ್ತಾ ತನ್ನ ಅಸಮಾಧಾನ ತೋಡಿಕೊಂಡ. 'ದ್ಯಾಮಣ್ಣ' ಎಂಬ ಹೆಸರು ಔಟ್ ಡೇಟೆಡ್ ಎಂದುಕೊಂಡು ಅದನ್ನು ತುಸು ಮಾಡರ್ನೈಸ್ ಮಾಡಿ 'ದಾಮೋದರ' ಎಂದು ಕರೆಯಿಸಿಕೊಳ್ಳುತ್ತಿದ್ದ ಮಗನ ಬಗ್ಗೆ ಕಾಳಪ್ಪನಿಗೆ ಕೆಟ್ಟ ಕೋಪವಿತ್ತು. ನಾಕಕ್ಷರ ಕಲೀಲಿ ಅಂತ ಬಿಟ್ಟಿದ್ದ ತಪ್ಪಾಗೈತಿ. ಕಲ್ತು ಅತ್ಲಾಗ ಮುಂದಕ್ಕೂ ಹೋಗಲಿಲ್ಲ. ಮನಿ ಹಿಡಿದು ಇತ್ಲಾಗ ದಂಥೇನೂ ಮಾಡಲಿಲ್ಲ. ಅಡ್ಡಕಸುಬಿ ವ್ಹಾರೆ ಮಾಡಕತ್ತ್ಯಾನ' ಎಂದು ತನ್ನ

ಮಗನ ಸುದ್ದಿ ಎತ್ತಿದವರೆಲ್ಲರ ಮುಂದೆ ಕಾಳಪ್ಪ ಹೀಗೆ ತನ್ನ ಸಿಟ್ಟನ್ನು ಕಕ್ಕಿ ಬಿಡುತ್ತಿದ್ದನು. ಈಗಿನ ಹುಡುಗರು ಹಳ್ಳಿಯಾಗ ಇದ್ದು ಮೈಮುರಿದು ದುಡಿಯಾಕ ಒಲ್ಲೆ ಅಂತಾವು. ಸುಮ್ಮನ ಅಗಸರ ನಾಯಿಯಂಗ ತಿರಗತಾವು ಅಂತ ಕಾಳಪ್ಪ ಅಂದಿದ್ದಕ್ಕ 'ಧಿಮಾಕ್... ಧಿಮಾಕ್ ಹೆಚ್ಚಾಗೇತಿ ಏನ್ಮಾಡೂದು' ಅಂದು ಬಂದಿದ್ದನು.

*

'ಅಲ್ಲಲೇ ನಿನಗೇನು ತಲಿಗಿಲಿ ಕೆಟ್ಟೈತೇನು? ಮಗಾ ಕಲ್ತು ಮುಂದ ಹೋಗ್ತಾನ ಅಂತ ನಾ ಲೆಕ್ಕಾ ಹಾಕಿದ್ದರ... ನೀನು ಅದ... ಹೇಲ ಕಿವುಚ್ತೆನಿ ಅಂತಿಯಲ್ಲ? ಏನ್ ಹೇಳಬೇಕು ನಿನಗ? ನಿನ್ನ ಮುಂದ ನಿಂತು ಲಬಲಬಲಬ ಹೊಯ್ಕಕೊಂಡರ ಸೈ!' ಮಗನ ನಿರ್ಧಾರ ಕೇಳಿ ಸಿದ್ದಪ್ಪನಿಗೆ ಸಿಡಿಲು ಬಡಿದಂತಾಗಿತ್ತು. ಭಯಂಕರ ಸಿಟ್ಟೊ ಬಂದು ಎದುರಿಗಿರುವ ಕಂಬಕ್ಕೆ ಧನ್‌ಧನ್‌ಧನ್ ಎಂದು ತಲೆ ಚಚ್ಚಿಕೊಳ್ಳಬೇಕು ಇಲ್ಲವೇ ಎದುರು ಕುಂತಿರುವ ಮಗನಿಗೆ ನಿಚ್ಚಳಾಗಿ ನಾಲ್ಕು ಬಿಗಿಯಬೇಕು ಎನಿಸುತ್ತಿತ್ತು. ಆದರೆ ಇದ್ಯಾವುದನ್ನೂ ಮಾಡದೆ ತಡೆದುಕೊಳ್ಳುತ್ತಾ ಅರೆನಾಲಿಗೆಯನ್ನು ಕಚ್ಚಿ ಮತ್ತೆ ಮುಂದುವರೆದನು.

'ಅಜ್ಜ ಮುತ್ತ್ಯಾನ ಕಾಲದಿಂದ್ಲೂ ಮಾಡಕೊಂತ ಬಂದ್ರೂ ನಮ್ಮ ಹಣೆ ಬರಾ... ಎಷ್ಟಿದ್ದದೂ ಅಷ್ಟ ಅಯಿತಿ. ಹಿಂದ ಹಿತ್ತಲ ಆಗಲಿಲ್ಲ, ಮುಂದ ಬೇಲಿ ಆಗಲಿಲ್ಲ. ಅದ ನನ್ನ ವಾರಿಗೆಯ ಕಲ್ತ ಮಂದೀ ನೌಕರಿ ಹಿಡಿದು ಇವತ್ತ ಶಹರದಾಗ ಪ್ಲಾಟ್ ತಗೊಂಡು ಮನಿಮ್ಯಾಗ ಮನಿ ಕಟ್ಟಿಸ್ಯಾರ ಗೊತ್ತೈತೇನು ನಿನಗ?'

ಸಿದ್ದಪ್ಪನಿಗೆ ತನ್ನ ಮಗ ಓದುವುದು ಬಿಟ್ಟು ಒಕ್ಕಲುತನ ಮಾಡುತ್ತೇನೆ ಎಂದಿದ್ದು ಮುಗಿಲು ಹರಿದು ಮೈಮ್ಯಾಗ ಬಿದ್ದಂತಾಗಿ ಪಡಸಾಲೆಯ ತುದಿಗೆ ಕೂತು ಅಸಹನೆಯಿಂದ ಅಬ್ಬರಿಸುತ್ತಿದ್ದನು. ಗ್ವಾದಲಿಯ ಕಟ್ಟೆಗೆ ಕುಂತಿದ್ದ ಕಲ್ಲಪ್ಪ ಅಪ್ಪನ ಮಾತಿನಿಂದ ಸ್ವಲ್ಪವೂ ವಿಚಲಿತನಾಗಿರಲಿಲ್ಲ. ತನ್ನ ನಿರ್ಧಾರ ಕೇಳಿದೊಡನೆ ಅಪ್ಪ ಗ್ಯಾರಂಟೀ ಹೀಗೆ ಆಡುತ್ತಾನೆಂದು ಅವನಿಗೆ ಗೊತ್ತಿತ್ತು. ತನ್ನ ನಿಲುವು ಸರಿ ಎಂದು ಅಪ್ಪನಿಗೆ ಹೇಗೆ ಮನಗಾಣಿಸಬೇಕೆಂದು ಯೋಚಿಸುತ್ತಿದ್ದನು.

ಮಗ ಒಕ್ಕಲುತನ ಮಾಡಿದರೆ ಮುಳುಗುವುದು ತನ್ನ ಕನಸು ಮಾತ್ರವಲ್ಲ, ತನ್ನ ಬದುಕು ಕೂಡಾ ಎಂದುಕೊಂಡಿದ್ದ ಸಿದ್ದಪ್ಪ ತಳಮಳದಿಂದ ಒಂದೇ ಸವನೆ ಏದುಸಿರು ಬಿಡುತ್ತಿದ್ದನು. ಏನು ಹೇಳಿ ಮಗನನ್ನು ತನ್ನ ಹಾದಿಗೆ ತರಬೇಕೆಂದು ಎಣಿಕೆ ಹಾಕುತ್ತಿದ್ದನು. ಥಟ್ಟನೆ ಹೊಳೆದು 'ಲೇ' ನೀನು ಯಾವುದ್ರಾಗ ಸುಖಾ ಆಯಿತಿ ಅಂತ ಸುರಿದು ಕೊಳ್ಳಾಕ ಹೊಂಟೀಯಲ್ಲ. ಅದನ್ನ ನಾನು ಮಾಡಿ ಮುಗಿಸೇನಿ

ಹೀಗನ್ನುತ್ತಿರುವಾಗ ಅಡುಗೆ ಮನೆಯೊಳಗೆ ಹಿಂಡಿಕಲ್ಲಿನಲ್ಲಿ ಒಣಮೆಣಸಿನ ಕಾಯಿಯನ್ನು 'ಕಟ ಕಟ' ಜಜ್ಜುವ 'ಗರಗರ' ಅರೆಯುವ ಸೌಂಡು ಕೇಳತೊಡಗಿತು. ಈ ಸೌಂಡಿನಲ್ಲಿ ತನ್ನ ಮಾತು ಮಗನಿಗೆ ಸರಿಯಾಗಿ ತಟ್ಟುವುದಿಲ್ಲವೆಂದು ಮತ್ತು ಈಗಾಗಲೆ ಮಗನ ಮಾತಿನಿಂದ ಹೊಟ್ಟೆಯೊಳಗೆ ಖಾರ ಕಲೆಸಿದಂತಾಗಿದೆ, ಈಕೆ ಬೇರೆ ಖಾರ ಅರೆಯುತ್ತಿದ್ದಾಳೆಂದು 'ಯೇ... ಬೇಬರ್ಸಿ, ತಡೀ ಸ್ವಲ್ಪ ನಾನೆದಕ್ಕ ಬಡಿದುಕೊಳ್ಳಾಕ ಹತ್ತೇನಿ, ನೀ ಯೇನ್ ಬಡದುಕೊಳ್ಳಾಕ ಹತ್ತಿ' ಎಂದು ರೇಗಿದನು. ಸೌಂಡು ನಿಂತಿತು. ಮತ್ತೆ ಮಗನನ್ನುದ್ದೇಶಿಸಿ 'ನೀನು ಬರೇ ಹೊರಗ ನಿಂತು ನೋಡಿದ್ದಿ, ಅದು ಬಾಳ ಚೆಂದ ಕಂಡೈತಿ ನಿನಗ. ಯಾವ ಸುಡಗಾಡ ಸುಖಾನು ಇಲ್ಲ ಇದರಾಗ. ತಿರುಗ ಮುರುಗ ಅದ... ಬೀಜ–ಗೊಬ್ಬರ, ಆಳು–ಹೋಳು ಅಂತ ಆದದ್ದೆಲ್ಲ ಬರೇ ಮಂದಿ ಉಡಿಯಾಗ ಇಟ್ಟು ಬರೂ ದಗದಾ ಇದು' ನೇರವಾಗಿ ಮಗನೆಡೆಗೆ ಬಲಗೈ ಚಾಚಿ ಅಲ್ಲವೆಂಬಂತೆ ಅದನ್ನು ಗಾಳಿಯಲ್ಲಿ ಖಚಿತವಾಗಿ ಅಲ್ಲಾಡಿಸುತ್ತ ಮತ್ತೊಮ್ಮೆ ಸಿಟ್ಟಿನಿಂದ ಅಬ್ಬರಿಸಿದನು.

"ಯಪ್ಪಾ... ನೀನಷ್ಟ ಅಲ್ಲ; ನಿನ್ನಂಥ ಎಷ್ಟೋ ಜನ ನಮ್ಮ ದೇಶದ ರೈತರು ಮಾಡ್ತಿರೋದು ಬೇಕಾಬಿಟ್ಟಿ ಬೇಸಾಯ. ಎಲ್ಲರೂ ಯಾವುದು ಬಿತ್ತುತ್ತಾರ ಅದನ್ನ ಬಿತ್ತೂದು, ಯಾವ ಗೊಬ್ಬರ ಹಾಕ್ತಾರಂಥ ನೋಡಿ ತಾವೂ ಅದನ್ನ ಹಾಕಿ ಬಿಡೋದು. ನಮ್ಮ ಭೂಮಿ ಎಂಥಾದು? ನಮ್ಮ ಮಣ್ಣಿಗೆ ಯಾವ ಪೋಷಕಾಂಶಗಳು ಬೇಕು ಅನ್ನೋದನ್ನ ವಿಚಾರ ಮಾಡಲಾರದ ಹೊತ್ತಿಗೆ ಪರಿಸ್ಥಿತಿ ಹಿಂಗಾಗೈತಿ'

'ಲೇಯ್... ಮಳ್ಳ ಸುಳೆಮಗನ, ನನ್ನ ಕೂದಲೆಲ್ಲ ಇದರಾಗ ಬೆಳ್ಳಗಾಗಿ ಹೋಗ್ಯಾವು. ನೆರಳಾಗ ಕುಂತು ಉಣ್ಣೋ ದಗದಾ ನಾನು ಹೇಳಾಕ್ಹತ್ತೀನಿ. ನನ್ನ ಮುಂದ ಇಲ್ಲದ ಪುರಾಣ ಓದಬ್ಯಾಡ. ಸುಮ್ಮನ ನಾ ಹೇಳಿದಷ್ಟು ಮಾಡು'

ತಂದೆ ಮಗನ ಈ ಸಂವಾದಕ್ಕೆ ಹಿಮ್ಮೇಳವೆಂಬಂತೆ ಗ್ವಾದಲಿಯಲ್ಲಿದ್ದ ಒಣಮೇವನ್ನು ಅವೇ ಎತ್ತುಗಳು ಕಟುಂ ಕುಟುಂ ಎಂದು ಸೌಂಡು ಮಾಡುತ್ತ ನುರಿಸುತ್ತಿದ್ದವು.

ಸುಧಾರಿತ ಬೀಜ, ರಸಗೊಬ್ಬರ, ಕ್ರಿಮಿನಾಶಕ ಅಂತ ಇಂಡಿಯಾದ ರೈತರ ತಲೆಗೆ ಚುಲೋ ಕೀಡೆ ಬಿದ್ದಬಿಟ್ಟಾವು. ಬೆಳೆಗೆ ಬೀಳುವ ಕೀಡೆಗಳನ್ನು ನಾಶಪಡಿಸಬಹುದು. ಆದರೆ ನಮ್ಮ ರೈತರ ತಲೆಗೆ ಹತ್ತಿರುವ ಕೀಡೆಯನ್ನು ಅಷ್ಟು ಸುಲಭವಾಗಿ ನಾಶಪಡಿಸಲು ಸಾಧ್ಯವಿಲ್ಲ. ತರಬೇತಿಯಲ್ಲಿ ಹೇಳುತ್ತಿದ್ದ ಮಾತುಗಳು ಕಲ್ಲಪ್ಪನಿಗೆ ನೆನಪಾದವು. ವಿಪರೀತ ರಾಸಾಯನಿಕಗಳ ಬಳಕೆಯಿಂದ ನಾವೆಲ್ಲಾ ಪರಿಸರದ ಮೇಲೆ ದಾಳಿ ನಡಸ್ತಿದ್ದೀವಿ. ಇದನ್ನ ಬಿಟ್ಟು, ವಿಷಮುಕ್ತ ಆಹಾರ ಬೆಳೆಯುವುದು ನಮ್ಮೆಲ್ಲರ ಹೊಣೆಯಾಗಬೇಕು. ಬೀಜ ಮೊಳಕೆಯೊಡೆಯುವುದು, ಚಿಗುರೊಡೆಯುವುದು,

ಪೈರಾಗುವುದು ಇದೆಲ್ಲ ಪ್ರಕೃತಿಯ ಅಪ್ಪಟ ಸೃಷ್ಟಿಕಾರ್ಯ. ಇದರಲ್ಲಿ ಮನುಷ್ಯನ ಹಸ್ತಕ್ಷೇಪ ಎಳ್ಳಷ್ಟು ಸಲ್ಲದು. ಕೃಷಿ ವ್ಯವಸ್ಥೆಯ ಆಧುನಿಕ ಮೂಢನಂಬಿಕೆಗಳನ್ನು ಕಂಡಿದ್ದ ಕಲ್ಲಪ್ಪನಿಗೆ ಅಲ್ಲಿ ಕೇಳಿದ ಎಲ್ಲ ಮಾತುಗಳು ರೂಪಾಯಿಗೆ ರೂಪಾಯಿ ಸತ್ಯ ಎನಿಸಿದ್ದವು. ಅವು ಅಣ್ಣನ ವಚನಗಳಂತೆ ಅವನೆದೆಯಲ್ಲಿ ನಾಟಿದ್ದವು.

ತರಬೇತಿಯಲ್ಲಿ ತಿಳಿಸಿದ ಪಾಳೇಕರ್‌ರ ಶೂನ್ಯ ಬಂಡವಾಳ ಕೃಷಿ ವಿಧಾನದ ಜತೆಗೆ ಫುಕುವೋಕಾನ ಸಹಜ ಕೃಷಿ, ಸಾವಯವ ಕೃಷಿ ಇದೆಲ್ಲದರ ಕುರಿತು ಕಲ್ಲಪ್ಪ ತಿಳಿದುಕೊಂಡಿದ್ದನು. ತರಬೇತಿಯ ಕೊನೆಯ ದಿನ ಸಂಜೆ ಸಂಗಮದಲ್ಲಿ ತಿರುಗಾಡುತ್ತ ಒಂದು ಪ್ರತಿಮೆಯ ಬಳಿ ಬಂದನು. ಅದು ಅಂಗೈಯಲ್ಲಿ ಇಷ್ಟಲಿಂಗ ಹಿಡಿದು ಧ್ಯಾನಕ್ಕೆ ಕುಳಿತ ಅಣ್ಣನ ಪ್ರತಿಮೆ. ಅದರ ಮುಂದೆ ಕಲ್ಲಪ್ಪ ಕೈ ಜೋಡಿಸಿ ತನ್ಮಯನಾದನು. ಆ ಹೊತ್ತಿನಲ್ಲಿ ಅವನಿಗೆ 'ಭಕ್ತಿಯೆಂಬ ಪೃಥ್ವಿಯ ಮೇಲೆ ಗುರುವೆಂಬ ಬೀಜ ಅಂಕುರಿಸಿ...' ವಚನ ನೆನಪಾಯಿತು. ಹೌದು ಪೃಥ್ವಿಯ ಮೇಲೆ ಬೀಜವನ್ನು ಅಂಕುರಿಸುವ ಕಾರ್ಯ ಭಕ್ತಿಯಿಂದ ನಡೀಬೇಕು. ಅದರ ಬೆಳವಣಿಗೆಯನ್ನು ತಾಳ್ಮೆಯಿಂದ, ತಾದಾತ್ಮ್ಯದಿಂದ ನೋಡಬೇಕು. ಅದು ನೀಡುವ ಫಲವನ್ನು ಆನಂದದಿಂದ ಪಡೀಬೇಕು. ಹೌದು ಇದೇ ನನ್ನ ಮುಂದಿನ ಜೀವನ ಮಾರ್ಗ ಎಂದವನು ಆಗಲೇ ದೀಕ್ಷೆ ತೊಟ್ಟುಬಿಟ್ಟಿದ್ದನು.

ಅಲ್ಲಿ ಜಾರಿಯಲ್ಲಿದ್ದ ತುಂಬ ಹೊತ್ತಿನ ಮೌನವನ್ನು ತೊಡೆಯುತ್ತ ಕಲ್ಲಪ್ಪ 'ಯಪ್ಪಾ... ನಿನ್ನಾಸೆ ಏನು, ಕನಸು ಏನು ಅಂಥ ನನಗ್ಗೊತ್ತೈತಿ. ರೈತರ ಮಕ್ಕಳೆಲ್ಲ ನೋಕರಿ ಹಿಡಿದು ಕಛೇರಿ ಸೇರಿ, ಕಂಪ್ಯೂಟರ್ ಮೌಸ್ ಕೈಯಾಗ ಹಿಡಕೊಂಡ ಕುಂತಾರ... ಭೂಮ್ಯಾಗ ಜ್ವಾಳಾ ಬೆಳೆಯುವವರು ಯಾರು? ಕಂಪ್ಯೂಟರ್ ಏನಾದ್ರ ಜ್ವಾಳಾ ಬೆಳೆದು ಕೊಡುತ್ತೇನು ಮಗಂದು...' ಎಂದನು.

ಮಗನ ಈ ಮಾತಿಗೆ ಏನು ಹೇಳುವುದೆಂದು ಸಿದ್ದಪ್ಪನಿಗೆ ತೋರಲಿಲ್ಲ. ಗಲಿಬಿಲಿಗೊಳಗಾದನು. ಆದರೆ ಅವನ ಮನೋಗತವೇನು ಕೊಂಚವೂ ಬದಲಾಗಿರಲಿಲ್ಲ. ಈ ಹಾದಿ ತುಳಿಯದಂತೆ ಇವನನ್ನು ಹೇಗೆ ತಡೆಯಬೇಕೆಂದು ಅಸಹಾಯಕನಾಗಿ ಯೋಚಿಸುತ್ತ ಸುಮ್ಮನೆ ಕುಳಿತನು.

ತಲ ಬಾಗಿಲಿಂದ ಪಡಸಾಲೆಯ ಪಾವಟಿಗೆಯ ತನಕ ಬಿದ್ದಿದ್ದ ಬಿಸಿಲಪಟ್ಟಿ ಈಗ ಸಣ್ಣದಾಗುತ್ತ ತಲಬಾಗಿಲ ಹೊಸ್ತಿಲ ಸಮೀಪ ಬಂದಿತ್ತು. ಕಲ್ಲಪ್ಪ ಕುಳಿತ ಜಾಗೆ ಬಿಟ್ಟು ಎತ್ತುಗಳ ಬಳಿ ಬಂದನು. ಕೆಂದೆತ್ತಿನ ಕೊರಳು, ಕಿವಿಗೆ ಹತ್ತಿದ್ದ ಉಣ್ಣೆಗಳನ್ನು ಕಿತ್ತಿ ನೆಲಕ್ಕೆ ಹಾಕಿ ಕಲ್ಲಿನಿಂದ ಚಚ್ಚತೊಡಗಿದ, ಮತ್ತೆ ಉಣ್ಣೆಗಳನ್ನು ಹುಡುಕುತ್ತಿದ್ದನು. ಅವನ ಮೊಣಕೈಗೆ ಮೆಲ್ಲಗೆ ನಾಲಿಗೆ ಚಾಚಿ ಆ ಎತ್ತು ಚರಚರ ನೆಕ್ಕುತ್ತ ಅವನನ್ನು ಮುದಗೊಳಿಸಿತು. ಹಿತವಾಗಿ ಆ ಎತ್ತಿನ ಕೊರಳನ್ನು ನೀವ ತೊಡಗಿದನು. ಮಗ್ಗುಲಿದ್ದ ಬಿಳಿ ಎತ್ತು ತನಗೂ ಹಾಗೆ ಮಾಡಬೇಕೆಂಬಂತೆ ಕಿವಿ ನಿಮಿರಿಸಿ ಇವನನ್ನೇ

ನೋಡತೊಡಗಿತು. ಅದರ ಬಳಿ ಬಂದು ಅದಕ್ಕೂ ನೀವತೊಡಗಿದನು. ಬಿಳಿ ಎತ್ತಿಗೂ ಆ ಸ್ಪರ್ಶ ಹಾಯ್... ಎನಿಸಿ ಕೊರಳನ್ನು ಹಾಗೇ ಮೇಲೆ ಮೇಲೆ ಎತ್ತತೊಡಗಿತು.

ಈಗ ಎರಡೂ ಎತ್ತುಗಳ ಕೊರಳ ಹಗ್ಗವನ್ನು ಬಿಚ್ಚಿ ಹೊರಗೆ ದಾಟಿಸತೊಡಗಿದನು. ಇದನ್ನು ಕಂಡು ಸಿದ್ದಪ್ಪ 'ಲೇಯ್...' ಎಂದು ಒದರಿದ. ಕಲ್ಲಪ್ಪ ಕಿವಿಗೆ ಹಾಕಿಕೊಳ್ಳದೆ, ಉಟ್ಟಿದ್ದ ಲುಂಗಿಯನ್ನು ಮೇಲೆತ್ತಿ ಕಟ್ಟಿಕೊಳ್ಳುತ್ತ ಎತ್ತುಗಳನ್ನು ಬಾಗಿಲು ದಾಟಿಸಿ ಹೊಲದ ಕಡೆ ನಡೆಯ ತೊಡಗಿದನು.

'ಕಥಾಭೂಮಿ' ಮೇ-ಜೂನ್, 2012

ಆಶೀರ್ವಾದ

ಶ್ರೀ ಮಠಕ್ಕೆ ಬರುವ ಭಕ್ತಾದಿಗಳು ಮೆಟ್ಟಿಲನ್ನು ಏರುತ್ತಾ ಮಹಾಮಂಟಪದ ಬೃಹತ್ ಕಂಬಗಳನ್ನು ಆಸರಕ್ಕೆ ಹಿಡಿದುಕೊಂಡು ಒಳಬರುತ್ತಿದ್ದರು. ದಿನಂಪ್ರತಿ ನೂರಾರು ಭಕ್ತರು ಎಣ್ಣೆಬತ್ತಿ ತಂದ ಕೈಯಿಂದಲೇ ಕಂಬಗಳನ್ನು ಮುಟ್ಟಿ ಮುಟ್ಟಿ ಅದು ಮಸಿ ಅರಿವೆಯ ಬಣ್ಣಕ್ಕೆ ತಿರುಗಿರುತ್ತಿತ್ತು. ಅಂಥದೀಗ ಹೊಸಬಣ್ಣದಿಂದ ಹಳೆಯ ಕೊಳೆ ಕಳಕೊಂಡು ಹೊಸಕಳೆ ಪಡೆದುಕೊಂಡಿತ್ತು. ಆವರಣದ ತುಂಬ ತಳಿರು–ತೋರಣಗಳು, ಪರಪರಿ ಹಾಳೆಯ ಸರಮಾಲೆಗಳು ರಾರಾಜಿಸುತ್ತ ಸಡಗರದ ವಾತಾವರಣವನ್ನು ಎತ್ತಿ ತೋರಿಸುತ್ತಿದ್ದವು. ಹೌದು. ಕಳೆದ ಇಪ್ಪತ್ತು ದಿನಗಳಿಂದ ಸಾಂಗವಾಗಿ ನಡೆದುಕೊಂಡು ಬಂದಿದ್ದ ಪುರಾಣ ಕಾರ್ಯಕ್ರಮ ಇಂದು ಮಹಾಮಂಗಲ ಹೊಂದುತ್ತಿತ್ತು.

ಇಷ್ಟೇ ಸಂಭ್ರಮ ತಟ್ಟಿಮನಿ ಸಿದ್ದಪ್ಪನ ಮನೆ–ಮನ ಎರಡನ್ನೂ ಆವರಿಸಿತ್ತು. ನೆರೆದ ಊರುಮಂದಿಯ ಸಮ್ಮುಖದಲ್ಲಿ, ವೇದಿಕೆ ಮ್ಯಾಲ ಅಪ್ಪಗೊಳು ಸಿದ್ದಪ್ಪನಿಗೆ ಆಶೀರ್ವಾದ ಮಾಡುತ್ತಾರೆಂದರೆ ಸುಮ್ಮನೆಯೇ? ಅದಕ್ಕೇ ಸಿದ್ದಪ್ಪ ಕಳೆದ ದೀಪಾವಳಿಯಲ್ಲಿ ಗೌಡ್ರು ಹೊಲಿಸಿದ್ದ ನೇರು ಶರ್ಟನ್ನು, ಮದುವೆಯಲ್ಲಿ ಬೀಗರು ಕೊಟ್ಟಿದ್ದ ರೇಶ್ಮೆ ಪಟಗಾವನ್ನು ಗರಿಗರಿಯಾಗಿ ಇಸ್ತ್ರಿ ಮಾಡಿಸುವುದು, ತನ್ನ ಕ್ಷೌರ ಮಾಡಿಸಿಕೊಳ್ಳುವುದರಲ್ಲಿ ನಿರತನಾಗಿದ್ದನು. ಇದೇ ಮೊದಲು ಸಿದ್ದಪ್ಪ

ತನ್ನ ವೇಷಭೂಷಣದ ಬಗ್ಗೆ ಗಮನಕೊಟ್ಟಿದ್ದು. ಇಷ್ಟು ದಿನಗಳಲ್ಲಿ ಅವನು ಇಸ್ತ್ರಿ ಬಟ್ಟೆ ತೊಡುವುದೊತ್ತಟ್ಟಿಗಿರಲಿ, ಉದ್ದಂಗಿ ಧರಿಸುವುದೇ ಅಪರೂಪ. ಯಾರದೋ ಮದುವೆಗೆ ಹೋದರೆ ಆಗ; ಜಾತ್ರೆ ದಿನ ಒಮ್ಮೆ ಧರಿಸುವವ. ಆಗ ತೊಡುವ ಅಂಗಿಯನ್ನು ಹೆಂಡತಿ ಹನುಮವ್ವ ಎಷ್ಟು ನುರಿಯಾಗಿ ಹಿಂಡಿದ್ದಾಳೆ ಮತ್ತು ಯಾವ್ಯಾವ ದಿಕ್ಕಿಗೆ ಆ ಅಂಗಿಯನ್ನು ತಿರುಗಿಸಿದ್ದಾಳೆ ಎಂಬುದು ಅದರಲ್ಲಿನ ನೆರಿಗೆಗಳಿಂದ ಸ್ಪಷ್ಟವಾಗಿ ಕಾಣುತ್ತಿತ್ತು. ಅಡ್ಡಾದಿಡ್ಡಿ ಮಡಿಕೆಗಳು ಮೂಡಿ, ಸಮನಾದ ನೆಲದಲ್ಲಿ ಎತ್ತೆತ್ತಲೋ ನೇಗಿಲು ಉಳುಮೆ ಮಾಡಿದಂತೆ ಕಾಣುತ್ತಿತ್ತು. ಅವನ ಯಾವುದೇ ಉದ್ದಂಗಿಗಳು ಅವುಗಳ ಜೀವಮಾನದಲ್ಲಿ ಒಮ್ಮೆ ಮಾತ್ರ ಇಸ್ತ್ರಿ ಪೆಟ್ಟಿಗೆಯ ಬಿಸಿ ತಾಗಿಸಿಕೊಳ್ಳುತ್ತಿದ್ದವು. ಮೂಲದಲ್ಲಿ ಬಟ್ಟೆ ಇದ್ದದ್ದು ಟೇಲರ್‌ನ ಅಂಗಡಿಯಲ್ಲಿ ಅಂಗಿಯಾಗಿ ತಯಾರಾಗುವಾಗ ಮಾತ್ರ. ಅಂಥವನ ಅಂಗಿಯೊಂದು ಇದೇ ಮೊದಲ ಬಾರಿಗೆ ಎರಡನೇ ಸಲ ಇಸ್ತ್ರಿಯ ಶಾಖ ತಗುಲಿಸಿಕೊಳ್ಳುತ್ತಿತ್ತು!

ಇನ್ನು ಅಮಾವಾಸ್ಯೆಗೋ ಹುಣ್ಣಿಮೆಗೋ ಮಾತ್ರ ಕ್ಷೌರಿಕನ ಹತ್ತಿರ ಹೋಗುತ್ತಿದ್ದವನು ಈಗ ತಿಂಗಳಲ್ಲಿ ಮತ್ತೊಂದು ಸಂದರ್ಭದಲ್ಲಿ ಕ್ಷೌರಿಕರ ಅಂಗಡಿಗೆ ಹೋಗಿದ್ದಾನೆ. ಅವನಿಗೆ ಇಂಥದಕ್ಕೆಲ್ಲ ವ್ಯಾಳೆಯಾದ್ರೂ ಎಲ್ಲಿರುತ್ತದೆ? ಬೆಳಕು ಹರಿಯುವ ಮುಂಚೆಯೇ ಮಠದ ಚಾಕರಿ, ಬೆಳಕಾದ ಮೇಲೆ ಗೌಡರ ಮನೆಯ ಕೆಲಸಗಳು, ಸಂಜೆಯಾಗುತ್ತಿದ್ದಂತೆ ದನಗಳ ಹಾಲು ಹಿಂಡಿ ಕೊಟ್ಟು ಇನ್ನೇನು ಮನೆಗೆ ಹೋಗಬೇಕು... ಎನ್ನುವಾಗಲೇ ಹಿರೇಗೌಡಶಾನಿಯ ಕೂಗು, 'ಸಿದ್ದಾ... ಕಾಲು ಒಂದ... ಸಮಾ ಹರಿಯಾಕ ಹತ್ತೇವು, ಒಂದೀಟು ಒತ್ತಿ ಹೋಗಬಾರ್ದಾ...' ಎಂದು. ಎಲ್ಲ ಮುಗಿಸಿ ಅವನು ಮನೆಗೆ ಹತ್ತುವುದು ಮೂರುತಾಸು ರಾತ್ರೆಗೆ.

ಗೌಡ್ರ ಮನೆಗೆ ಬರುತ್ತಿದ್ದ ದಿನಪತ್ರಿಕೆಯಲ್ಲಿ 'ಇಂದು ಸಿರಿಪುರದಲ್ಲಿ ಪುರಾಣ ಮಂಗಲೋತ್ಸವ' ಎಂಬ ಸುದ್ದಿಯ ಕೆಳಗೆ ಕಾಯಕಜೀವಿ ಸಿದ್ದಪ್ಪ ತಟ್ಟಿಮನಿಗೆ ಶ್ರೀಗಳಿಂದ ಸನ್ಮಾನ ಎಂಬುದನ್ನು ಮೂರನೇ ಕ್ಲಾಸಿಗೆ ಹೋಗುವ ಹುಡುಗಿ ತನ್ನಪ್ಪನ ಹೆಸರನ್ನು ಪತ್ರಿಕೆಯಲ್ಲಿ ಓದಿ ಪುಳಕಗೊಂಡು ತನ್ನವ್ವನಿಗೆ ತಿಳಿಸಬೇಕೆಂದು ಓಡಿಬಂದಿತ್ತು.

*

ಕೆಂಚವ್ವ-ಬಸಪ್ಪ ಎಂಬ ದಂಪತಿಗಳಿಗೆ ಜನಿಸಿದ ಈ ಸಿದ್ದಪ್ಪನು ಹುಟ್ಟಿದ ವರ್ಷೊಪ್ಪತ್ತಿನ ತನಕ ಬದುಕುಳಿಯುವ ಲಕ್ಷಣವೇ ಇರಲಿಲ್ಲ. ಗರ್ಭದಲ್ಲಿ ಸರಿಯಾಗಿ ಬೆಳೆಯದ ಅಶಕ್ತ ಪಿಂಡ ಭೂಮಿಗೆ ಬಿದ್ದಮೇಲೆ ಅತ್ಯಂತ ನಿತ್ರಾಣದಿಂದ ಕೈಕಾಲು

ಆಡಿಸುತ್ತಿತ್ತು. ಅದಾಗಲೇ ಐದು ಮಕ್ಕಳ ತಾಯಿಯಾಗಿದ್ದ ಕೆಂಚವ್ವ ಈ ಕೂಸಿನ ಆಸೆ ಕೈಬಿಟ್ಟಿದ್ದಳು. ಇದ್ದಷ್ಟು ದಿನ ಜ್ವಾಪಾನ ಮಾಡಿದರಾಯ್ತೆಂದು ಅದರ ಬಗ್ಗೆ ಆಸೆಯನ್ನೇ ಕಳೆದುಕೊಂಡಿದ್ದಳು.

ಮಗ್ಗುಲ ಮನೆಯ ರಾಯವ್ವ ಮುದುಕಿ ಒಮ್ಮೆ ಕೂಸಿನ ಗತಿ ನೋಡಿ ಬೈಯ್ಯತೊಡಗಿದಳು. 'ಅಲ್ಲ... ಹುಚ್ಚಮಂಗ... ನಮ್ಮ ನೆತ್ತಿಮ್ಯಾಲೆ ಸತ್ತ್ಯುಳ್ಳ ಸ್ವಾಮಿ ಕುಂತಾನ. ಹದ್ನಾಕ ವರ್ಷ ತಪಸ್ಸ ಮಾಡ್ಯಾನ. ಅಂವ ಸಾಮಾನ್ಯದಂವಾ ಅಲ್ಲ. ಅವುನ ನೆದರಿಗೆ ಕೂಸಿನ್ನ ಹಾಕು. ಏನಂಬುದು ಹೇಳ್ತಾನ. ಅದನ್ನ ಬಿಟ್ಟು ಎಂದ್ ಕುಣಿಯಾಗಿಟ್ಟು ಬಂದು ಕೈ ತೊಳಕೊಂಡೆನೋ ಅನ್ನಾವರ ಹಂಗ ಕುಂತಿಯಲ್ಲ... ಮಾನಗೇಡಿ, ಮಕ್ಕಳು ಬ್ಯಾಸರಾಗೆವ್ ಏನ್ ನಿನಗ' ಎಂದು ಛಿ, ಥೂ ಮಾಡಿದಳು. ಅಂದೇ ಕೂಸನ್ನು ಎತ್ತಿಕೊಂಡು ಶ್ರೀಮಠಕ್ಕೆ ಹೋಗಿ ಕೆಂಚವ್ವ ಸ್ವಾಮಿಗಳ ನೆದರಿಗೆ ಹಾಕಿದಳು. ಕೂಸನ್ನು ಒಮ್ಮೆ ದಿಟ್ಟಿಸಿ ಅದರ ಮೈತುಂಬ ವಿಭೂತಿಯನ್ನು ಸವರಿ ಶ್ರೀಗಳು ಒಂದು ಹಿಡಿ ಉತ್ತತ್ತಿಯನ್ನು ಕೆಂಚವ್ವನ ಉಡಿಯಲ್ಲಿ ಹಾಕಿ 'ದಿನಾ ಒಂದಿಷ್ಟು ತೇಯ್ದು ಕೂಸಿಗೆ ಹಾಕವ್ವ... ಎಲ್ಲಾ ಪಾಡ ಆಗುತ್ತ' ಎಂದರು. ಪವಾಡ ಎನ್ನುವಂತೆ ಕೂಸು ಪುಟಿಯುವ ಚೆಂಡಿನಂತೆ ಬೆಳೆಯತೊಡಗಿತು. ಹುಡುಗನಾಗಿ, ದೊಡ್ಡವನಾಗಿ, ಕಟ್ಟುಮಸ್ತಾದ ಆಳಾಗಿ ಸಿದ್ದಪ್ಪ ಬೆಳೆದು ನಿಂತಾಗ ಕೆಂಚವ್ವನಿಗೆ ಶ್ರೀಮಠದ ಋಣಭಾರ ಕಾಡುತ್ತಿತ್ತು. ಹ್ಯಾಂಗ್ ತೀರಿಸಲೇ ಶಿವನೇ ಅಂತ ಹಲುಬುತ್ತಿದ್ದಳು. ಮಠದ ಅನ್ನದಾಸೋಹಕ್ಕೆ ಕಾಳುಕಡಿ ಕೊಟ್ಟು ಋಣ ಕಡಿಮೆ ಮಾಡಿಕೊಳ್ಳೋಣವೆಂದರೆ ಗಂಡ ಹೆಂಡತಿ ಇಬ್ಬರೂ ಇನ್ನೊಬ್ಬರ ಹೊಲದಲ್ಲಿ ಕೂಲಿಗೆ ಹೋಗುವವರು. ಇವರ ಮನೆಯಲ್ಲಿ ಕಾಳಾದರೂ ಎಷ್ಟು? ಸೆರಿ ಮುಕ್ಕು ಅಷ್ಟೇ! 'ತಂದೆ, ನಿನ್ನ ರಿಣ ತೀರಿಸೋ ಸಗತೀನ ನೀನ... ಕೊಡು' ಅಂತ ಶ್ರೀಗಳಿಗೆ ಸಣಮಾಡಿ ಬಂದು ಕುಳಿತಳು. ಕ್ಷಣಹೊತ್ತು ಅಲ್ಲೇ ಮಠದ ಬಯಲಿನಲ್ಲಿ ಕುಳಿತಾಗ ಆವರಣದಲ್ಲಿ ವಿಶಾಲವಾಗಿ ಬೆಳೆದಿರುವ ನಾಲ್ಕು ಬೇವಿನಗಿಡ, ಆ ಕಡೆ ತುದಿಗಿರುವ ಪತ್ರೆಗಿಡ, ಕಣಗಿಲಗಿಡ ಎಲ್ಲ ಒಂದು ಥರಾ ಹಿತವಾಗಿತ್ತು. ಅಲ್ಲಿ ಆ ಮರಗಳಿಂದ ಉದುರಿದ ಕಸಕಡ್ಡಿಯೂ ನೆಲದಲ್ಲಿ ಹರಡಿತ್ತು. ಅದನ್ನು ಗುಡಿಸಿ ಚೆಲ್ಲಿದಳು.

ಕ್ರಮೇಣ ಕೆಂಚವ್ವ ಮಠದ ಕಸಗುಡಿಸುವುದನ್ನು ತನ್ನ ಅನುದಿನದ ಸೇವಾಕಾರ್ಯ ಮಾಡಿಕೊಂಡಳು. ಕೂಲಿ ಕೆಲಸ ಮುಗಿಸಿಬಂದ ತಕ್ಷಣ ಸಂಜೆ ಮಠದ ಆವರಣದ ಕಸಗುಡಿಸಿ ಹೋಗುತ್ತಿದ್ದಳು. ಕೈ ಆಡುವವರೆಗೂ ಈ ಕಾಯಕ ನಿಲ್ಲಿಸಿರಲಿಲ್ಲ.

*

ಅಪ್ಪನಿಂದ ವಹಿಸಿಕೊಂಡ ಕಾಯಕವನ್ನು ಸಿದ್ದಪ್ಪನು ಒಂದು ವ್ರತದಂತೆ ಮುನ್ನಡೆಸಿಕೊಂಡು ಹೊರಟಿದ್ದನು. ಲಿಂಗೈಕ್ಯರಾದ ಹಿರಿಯ ಶ್ರೀಗಳ ಕರ್ತೃ ಗದ್ದುಗೆಯ ಪೂಜಾ ಕಾರ್ಯಗಳು ನಸುಕಿನಲ್ಲಿ ಊರ ಕೋಳಿಗಳು ಕೂಗುವ ಮುನ್ನವೇ ಆರಂಭವಾಗುತ್ತವೆ. ಪಡದಯ್ಯ ಹೂ–ಪತ್ರೆ ಕೀಳುತ್ತಾನೆ, ಶಿವಲಿಂಗ ಜಾಗಟೆ ಬಾರಿಸುತ್ತಾನೆ, ಕುಮಾರ ಮೈಕ್‌ನಲ್ಲಿ ಸುಪ್ರಭಾತ ಮೊಳಗಿಸುತ್ತಾನೆ, ಪಂಚಯ್ಯ ಕನ್ನೆಯರ ಬಾವಿಗೆ ಹೋಗಿ ಒಂದು ಕೊಡ ನೀರು ಸೇದಿ ಮೈಮೇಲೆ ಸುರುವಿಕೊಂಡು ಮತ್ತೊಂದು ಕೊಡ ಪೂಜೆಗೆ ತುಂಬಿಕೊಂಡು ಬರುತ್ತಾನೆ. ಈ ಎಲ್ಲ ಕೆಲಸಗಳು ನಡೆಯುತ್ತಿರುವಂತೆಯೇ ಸಿದ್ದಪ್ಪನು ಉದ್ದ ಕಸಬರಿಗೆಯನ್ನು ಹಿಡಿದು ಸರ್ರಸರ್ರ ಅಂತ ಅಂಗಳದ ಒಂದು ತುದಿಯಿಂದ ಇನ್ನೊಂದು ತುದಿಗೆ ಕಸಬರಿಗೆಯಲ್ಲಿ ಎಷ್ಟು ಕಡ್ಡಿಗಳಿವೆಯೋ ಅಷ್ಟು ಗೆರೆಗಳನ್ನು ಅರ್ಧವೃತ್ತಾಕಾರದಲ್ಲಿ ಮಣ್ಣ ನೆಲದಲ್ಲಿ ಮೂಡಿಸುತ್ತ ಸಾಗಿರುತ್ತಾನೆ. ಆ ತುದಿ ತಲುಪಿ ಮರಳಿ ಈ ತುದಿಗೆ ಬರುವಾಗ ವಿರುದ್ಧ ದಿಕ್ಕಿನ ಅರ್ಧವೃತ್ತಗಳು! ಎದುರು ಬದಿರಿನ ಕಂಸ ಸಮೂಹಗಳು ಸಮಾನಾಂತರವಾಗಿ ಮೂಡಿರುತ್ತಿದ್ದವು. ಇಡೀ ಅಂಗಳವನ್ನು ಅಲ್ಲಿ ಪಳಗಿದ ಕೈಯೊಂದು ಕಸಬರಿಗೆಯಿಂದ ಪ್ರಮಾಣಬದ್ಧವಾಗಿ ನಕ್ಷಾಚಿತ್ರವನ್ನು ಬಿಡಿಸಿದಂತೆ ಕಾಣುತ್ತಿತ್ತು. ಈ (ಆ)ಕೃತಿಯನ್ನು ಮಾಡಿ ಸಿದ್ದಪ್ಪ ಬಾವಿಗೆ ಹೋಗಿ ಸ್ನಾನ ಮುಗಿಸಿ ಗದ್ದುಗೆ ಮುಂದೆ ಪೂಜೆ ಆಗುವವರೆಗೂ ಕೈಜೋಡಿಸಿ ನಿಲ್ಲುತ್ತಿದ್ದನು.

ಶ್ರೀಗಳ ಗದ್ದುಗೆ ಮೇಲೆ ನಿತ್ಯ ಹೂವು ಏರಿಸುವುದು ತಪ್ಪಿಲ್ಲವಾದರೂ ಏರಿಸುವ ಕೈಗಳು ಬದಲಾಗಿವೆ. ಜಾಗಟೆ ಬಾರಿಸುವ, ಹೂವು ಕೀಳುವ ಕೈಗಳು ಆಗಾಗ ಬದಲಾಗಿವೆ. ಆದರೆ ಅಂಗಳ ಗುಡಿಸುವ ಕಸಬರಿಗೆಯನ್ನು ಹಿಡಿಯುವ ಕೈಮಾತ್ರ ಬದಲಾಗಿಲ್ಲ. ಅದನ್ನು ಸತತ ಇಪ್ಪತ್ನಾಲ್ಕು ವರ್ಷಗಳಿಂದ ಸಿದ್ದಪ್ಪನ ಕೈಯೊಂದೆ ಹಿಡಿಯುತ್ತ ಬಂದಿದೆ.

ಊರುಬಿಟ್ಟು ಅರ್ಧ ಮೈಲು ದೂರವಿರುವ ಶ್ರೀಮಠಕ್ಕೆ ಈಗಿನ ಶ್ರೀಗಳು ಪೀಠಾಧಿಪತಿಗಳಾಗಿ ಅಧಿಕಾರಕ್ಕೆ ಬಂದ ಮೇಲೆ ನಾಲ್ಕು ವರ್ಷದಲ್ಲೇ ಅನೇಕ ಬದಲಾವಣೆಗಳಾಗಿವೆ. ಮೊದಲು ಒಂದೇ ಪೂಜಾಗೃಹದ ಕಟ್ಟಡ ಮಾತ್ರವಿದ್ದಿತ್ತು. ಉಳಿದ ಪ್ರಾಂಗಣಕ್ಕೆ ತಗಡಿನ ಛಾವಣಿ ಹೊದಿಸಲಾಗಿತ್ತು. ಈಗ ಅದು ಸುವಿಶಾಲ ಮಹಾಮಂಟಪವಾಗಿದೆ. ಮಠದ ಹಾದಿಯನ್ನು ಟಾರುರಸ್ತೆ ಮಾಡಿಸಲಾಗಿದೆ. ಆವರಣದಲ್ಲಿ ಕಲ್ಯಾಣಮಂಟಪ ಕಟ್ಟಿಸಿದ್ದಾರೆ. ಲಿಂಗೈಕ್ಯ ಹಿರಿಯ ಸ್ವಾಮಿಗಳ ಚರಿತ್ರೆಯನ್ನು ಪುಸ್ತಕ ಮಾಡಿಸಿದ್ದಾರೆ. ಅವರ ಪುಣ್ಯತಿಥಿ ಕಾರ್ಯಕ್ರಮ, ಶಿವಾನುಭವ ಗೋಷ್ಠಿ ಹೀಗೆ ವರ್ಷಪೂರ್ತಿ ಅನೇಕ ಕಾರ್ಯಕ್ರಮಗಳು ಶ್ರೀಮಠದಲ್ಲಿ ನಡೆಯುತ್ತಲೇ ಇರುತ್ತವೆ. ಅದಕ್ಕೆ ತಕ್ಕಂತೆ ಅತಿಥಿಗೃಹ, ವಾಣಿಜ್ಯ ಸಂಕೀರ್ಣಗಳು ನಿರ್ಮಾಣಗೊಂಡಿವೆ.

ಈ ಅಪ್‌ಗ್ರೇಡ್ ಅನ್ನೋದು ಎಲ್ಲ ವ್ಯವಸ್ಥೆಯಲ್ಲೂ ಆಗಲೇಬೇಕೆನಿಸುತ್ತದೆ! ಆಗಿಲ್ಲದೇ ಹೋದರೆ ಯಾವ ವ್ಯವಸ್ಥೆಯೂ ಪ್ರಚಲಿತದಲ್ಲಿರುವುದಿಲ್ಲ. ಇದನ್ನು ಮನಗಂಡಿದ್ದ ಈ ಹೊಸ ಸ್ವಾಮೀಜಿ ಶ್ರೀಮಠವನ್ನು ಒಂದು ರೀತಿಯಲ್ಲಿ ಅಪ್‌ಗ್ರೇಡ್ ಮಾಡುತ್ತ ಬಂದರು. ಪರಿಣಾಮವಾಗಿಯೋ ಏನೋ ಭಕ್ತರ ಸಂಖ್ಯೆ ದೊಡ್ಡ ಪ್ರಮಾಣದಲ್ಲಿ ಹೆಚ್ಚಾಗಿದೆ. ಸಿರಿಪುರದವರಷ್ಟೇ ಅಲ್ಲದೇ ಜಿಲ್ಲೆಯ ಮತ್ತು ದೂರದೂರಿನಿಂದಲೂ ಭಕ್ತರು ಆಗಮಿಸುತ್ತಾರೆ. ಕಾರ್ಯಕ್ರಮಗಳಿದ್ದಾಗಲಂತೂ ಅಪಾರ ಸಂಖ್ಯೆಯಲ್ಲಿ ಜನ ಬಂದು ಸೇರುತ್ತಾರೆ.

ಈ ಕಾರ್ಯಕ್ರಮಗಳು ಮುಗಿದ ಮರುದಿನ ಆವರಣದಲ್ಲಿ ಸಂಗ್ರಹವಾದ ಕಸದ ಮೂಲಕವೇ ಕಾರ್ಯಕ್ರಮ ಯಾವ ಪ್ರಮಾಣದಲ್ಲಿತ್ತು, ಎಷ್ಟು ಜನ ಸೇರಿದ್ದರು ಎಂಬುದನ್ನು ಸಿದ್ದಪ್ಪ ಅಂದಾಜಿಸುತ್ತಿದ್ದನು. ಇವನ ದೀರ್ಘಕಾಲದ ಸೇವೆ ಶ್ರೀಗಳ ಗಮನಕ್ಕೆ ಬಂದಿದ್ದರಿಂದ ಸಿದ್ದಪ್ಪನನ್ನು ಕರೆದು 'ನಿನ್ನ ಸೇವಾ ನಮ್ಮ ಮನಸಿಗೆ ಬಂದೈತಿ ಏನಪಾ, ನಾಳೆ ಪುರಾಣಮಂಗಲ ಕಾರ್ಯಕ್ರಮದಾಗ ನಿನಗ ಆಶೀರ್ವಾದ ಆಗುತ್ತ' ಅಂದರು. ಅವನು ತುಸು ಗಲಿಬಿಲಿಗೊಳಗಾದನು. ಈಗಷ್ಟೇ ಶ್ರೀಗಳಿಗೆ ಸಣಮಾಡಿದಾಗ ಅವರು ಕಲ್ಲುಸಕ್ಕರಿ ಹರಳು ಕೊಟ್ಟಿದ್ದರು. ಎರಡು ಹಸ್ತಗಳನ್ನೊಡ್ಡಿ ಅವನು ಪಡೆದುಕೊಂಡಿದ್ದನು. ಅದೇ ಆಶೀರ್ವಾದವೆಂಬುದು ಅವನ ತಿಳುವಳಿಕೆಯಾಗಿತ್ತು. 'ಈಗ ಮಾಡಿದ್ರೆಲ್ಲ... ಬುದ್ದೀ ಮತ್ತ...' ಮುಗ್ಧವಾಗಿ, ತುಸು ಬೆರಗಾಗಿ ಕೇಳಿದನು. 'ಇದು ಬ್ಯಾರೆ, ಅದು ಬ್ಯಾರೆನೋ ಮಗನ... ಸ್ಟೇಜ್ ಮ್ಯಾಲೆ ಕೂಡ್ರಿಸಿ, ಮಾಲಿ ಹಾಕಿ, ಫಲತಾಂಬೂಲ ಕೊಟ್ಟು ಮಾಡ್ತಿವಿ... ಅದು ಏನಪಾ' ಶ್ರೀಗಳ ಗಂಭೀರವಾಣಿ. ಅದಕ್ಕೆ ಸಿದ್ದಪ್ಪ ಸಂಕೋಚದಿಂದ 'ಕತ್ತೀಗೆ ಹತ್ತಿಕಾಳು ಯಾಕ್ರಿಯೆಪ್ಪಾ...' ಎನ್ನುತ್ತಾ ತಾನು ಅಂಥದಕ್ಕೆ ಅರ್ಹನಲ್ಲವೆಂದು ತಲೆಯಾಡಿಸಿದನು. 'ಇಲ್ಲಪಾ... ನಿನ್ನ ಸೇವಾ, ನಿನ್ನ ತಾಯೀ ಸೇವಾ ದೊಡ್ಡದು ಅಂತ ನಮಗ ದೊಡ್ಡಪ್ಪಾವರು ಹೇಳತಿದ್ದರು' ಶ್ರೀಗಳು ಹೀಗೆಂದಾಗ ಸಿದ್ದಪ್ಪ ಮತ್ತೆ ಮಾತನಾಡಲಿಲ್ಲ.

ಶ್ರೀಗಳು ಮಂಚದ ಮೇಲೆ ಕೂತಿದ್ದರು. ಕೆಳಗೆ ಎದುರಿಗೆ ಪತ್ರಕರ್ತ ಫಕೀರೇಶ ಕೂತಿದ್ದನು. ಮಠದಲ್ಲಿ ನಡೆಯುವ ಪ್ರತಿ ಕಾರ್ಯಕ್ರಮಕ್ಕೂ ಮುನ್ನ ಈ ಫಕೀರೇಶನನ್ನು ತಪ್ಪದೇ ಕರೆಯಿಸಿ ಕಾರ್ಯಕ್ರಮದ ವಿವರ ನೀಡುತ್ತಿದ್ದರು. ಅದರಂತೆ ಈಗ ನಾಳೆ ನಡೆಯುವ ಕಾರ್ಯಕ್ರಮದ ಬಗ್ಗೆ ವಿವರಣೆ ನೀಡುತ್ತಿದ್ದರು. ಶ್ರೀಮಠಕ್ಕೆ ಕಾಣಿಕೆ-ಸೇವೆಯನ್ನು ಸಲ್ಲಿಸಿದವರಿಗೆ ಸನ್ಮಾನ ಮಾಡಲಾಗುವುದೆಂದು ಹೇಳುತ್ತಾ ಅದರಲ್ಲಿ ವಿಶೇಷವಾಗಿ, ಸತತ 24 ವರ್ಷದಿಂದ ಸೇವಾ ಮಾಡುತ್ತ ಬಂದಿರುವ ಸಿದ್ದಪ್ಪನ ಬಗ್ಗೆ ಹೇಳಿದರು. ಬಹುತೇಕ ಕಡೆ ರಾಜಕಾರಣಿಗಳಿಗೆ, ಅಧಿಕಾರಿಗಳಿಗೆ, ಕಲಾವಿದರಿಗೆ, ದೊಡ್ಡ ದೊಡ್ಡ ಮಂದಿಗೆ ಮಾತ್ರ ಮಾನ-ಸನ್ಮಾನ ಮಾಡ್ತಾರ ಆದರೆ ನಮ್ಮ ಶ್ರೀಮಠದಲ್ಲಿ

ಓಬ್ಬ ಶ್ರಮಜೀವಿಯನ್ನು ಗುರುತಿಸಿ ಅವನಿಗೆ ಮರ್ಯಾದೆ ಮಾಡುವ ಕಾರ್ಯ ಮಾಡುತ್ತಿದ್ದೇವೆ ಅಂದರು. ಇದನ್ನು ಕೇಳಿ ಫಕಿರೇಶನಿಗೆ ಒಂದಿಷ್ಟು ಆಶ್ಚರ್ಯ, ಮೆಚ್ಚುಗೆ ಜೊತೆಗೆ ನಿರಾಸೆಯೂ ಆಯಿತು. ಸಿದ್ದಪ್ಪನ ದೀರ್ಘಕಾಲದ ಸೇವೆಯ ಬಗ್ಗೆ ಆಶ್ಚರ್ಯ ಮತ್ತು ಮೆಚ್ಚುಗೆ ಉಂಟಾದರೆ, ಅದರ ಕುರಿತು ತನ್ನ ಗಮನವೇ ಹರಿಯದಿದ್ದುದರ ಬಗ್ಗೆ ನಿರಾಸೆಯಾಯಿತು. ಇನ್ನೂ ಸ್ವಲ್ಪ ಮೊದಲೇ ತಿಳಿದಿದ್ದರೆ ಒಳ್ಳೆಯ ಸ್ಟೋರಿ ಮಾಡಬಹುದಿತ್ತು ಎನಿಸಿತು. ಅವನ ಮೊಬೈಲ್ ರಿಂಗಾಗುತ್ತಿದ್ದಂತೆ ಅದನ್ನು ನೋಡಿ ಕಟ್ ಮಾಡಿ, ಹೊರಡಲು ಮೇಲೆದ್ದನು. ಶ್ರೀಗಳು 'ಆಯ್ತು ಎಲ್ಲಾ... ಚಲೊತೆಂಗ್ ಬರಿಯಪಾ' ಎಂದರು. ಅದಕ್ಕವನು 'ಆಯ್ತು ಬುದ್ಧಿ' ಅಂತ ಅವರ ಪಾದಕ್ಕೆ ತಲೆಬಾಗಿದನು. ಅವರು ತಮ್ಮ ಪಕ್ಕದಲ್ಲಿದ್ದ ದೊಡ್ಡ ಹಿತ್ತಾಳೆಯ ಹರಿವಾಣಕ್ಕೆ ಕೈ ಹಾಕಿ, ಅಲ್ಲಿ ಭಕ್ತರು ಅವರವರ ಕಿಸೆಯಿಂದ ತೆಗೆದು ಹಾಕಿದ್ದ ಕಾಣಿಕೆಯನ್ನು ಒಂದಿಷ್ಟು ಕೈಗೆತ್ತಿಕೊಂಡು ಫಕಿರೇಶನಿಗೆ ಆಶೀರ್ವಾದ ಮಾಡಿದರು. ಅವನು ಪುನೀತನಾದೆ ಎಂಬಂತೆ ಸ್ವೀಕರಿಸಿ ಹಾಗೇ ಎರಡು ಹೆಜ್ಜೆ ಹಿಂದಕ್ಕ ಬಂದು ನಂತರ ತಿರುಗಿ ಹೊರಟನು.

ಇತ್ತೀಚೆಗಷ್ಟೇ ಬಲಗಾಲಿನ ಮಂಡಿಯ ಆಪರೇಶನ್ ಮಾಡಿಸಿಕೊಂಡಿದ್ದ ಗೌಡ್ರು ನಿಧಾನವಾಗಿ ಕಾರಿನಿಂದಿಳಿದು ಖುಶಿಯಿಂದ ಒಳಬಂದು ಸೋಫಾಕೆ ಒರಗಿ ಸಿದ್ದಪ್ಪನನ್ನು ಕೂಗಿದರು. ಇದೀಗ ಶ್ರೀಮಠದಿಂದ ಬಂದಿದ್ದ ಅವರಿಗೆ ಕಾರ್ಯಕ್ರಮದಲ್ಲಿ ತಮಗೆ ಆಶೀರ್ವಾದ ಆಗುತ್ತದೆ ಎನ್ನುವುದಕ್ಕಿಂತಲೂ ಸಿದ್ದಪ್ಪನಿಗೆ ಆಗುತ್ತಿರುವುದು ಹೆಚ್ಚು ವಿಶೇಷ ಅನ್ನಿಸಿತ್ತು. 'ಭೂಮಿಯಾಗ ಬೆಳೆಯೂದರಲ್ಲಿ ಒಂದಿಷ್ಟು ಅನ್ನದಾಸೋಹಕ್ಕಂತ ಕೊಡ್ತೀನಿ. ಇದರಾಗ ನಂದೇನೂ ದೊಡ್ಡದಲ್ಲ. ಆದರ... ನಮ್ಮ ಸಿದ್ದನ ಸೇವಾ ದೊಡ್ಡದು, ಅವುಗ ಆಶೀರ್ವಾದ ಮಾಡ್ರಿ' ಗೌಡ್ರು ಅಂದಿದ್ದಕ್ಕೆ ಶ್ರೀಗಳು, 'ನಿಮಗೂ ಆಗುತ್ತ ನಿಮ್ಮ ಸಿದ್ದಗೂ ಆಗುತ್ತ' ಎಂದಿದ್ದರು.

ದನದಕ್ಕಿಯ ಹೆಂಡಿಕಸ ಮಾಡುತ್ತಿದ್ದ ಸಿದ್ದಪ್ಪ ಅದನ್ನು ಮುಗಿಸಿ ಕೈ ತೊಳೆದುಕೊಂಡು ಗೌಡ್ರು ಕೂತಿದ್ದ ಪಡಸಾಲಿಗೆ ಬಂದನು. 'ಏನೋ... ಮಗನ... ಸ್ವಾಮಿಗೊಳು ಆಶೀರ್ವಾದ ಮಾಡ್ತಾರಂತಲ್ಲ' ಎಂದು ನಕ್ಕರು. 'ಏನ... ಅಂದ್ರು ಯಪ್ಪಾ' ತನಗೇನು ತಿಳಿಯದು ಎಂಬಂತೆ ಹೇಳಿದ. ಗೌಡ್ರು 'ನಿನಗ ತಿಳಿಯೂ ಮಾತಲ್ಲ, ಸುಮ್ಮನ ಹೂಂ ಅನ್ನು' ಅಂದರು. ಸಿದ್ದಪ್ಪ ಆಯಿತೆಂದು ಒಳಹೋದನು.

ಹೆಂಡತಿ ಹನುಮವ್ವನಿಗೆ ಸಿದ್ದಪ್ಪ ಅಂದು ಬೇರೆಯಾಗಿಯೇ ಕಾಣಿಸುತ್ತಿದ್ದ. ಊರಮಂದಿಯ ನಡುವ ತನ್ನ ಗಂಡಗ ಸ್ವಾಮಿಗೊಳು ಶಾಲು ಹೊಚ್ಚಿ, ಹಾರಾ ಹಾಕ್ತಾರ ಅಂದರ... ಅವನೊಬ್ಬ ಅಗಾಧ ವ್ಯಕ್ತಿ ಎಂದು ಅವಳಿಗೆ ಅನಿಸುತ್ತಿತ್ತು. ಈ ಮಾತು ಮೊದಲು ಕೇಳಿದಾಗ ಅವಳು 'ಅವ್ವಾ...' ಅಂತ ಬಾಯ ಮೇಲೆ

ಬೆರಳಿಟ್ಟಿದ್ದಳು. ಯಾವತ್ತೂ ಕುಂಬಳ ಬನಿಯನ್ನಿನಲ್ಲಿ ತಿರುಗುವ ಗಂಡ ಇವತ್ತಾದ್ರೂ ಚಂದಾಗಿ ಸಿಸ್ಟಮ್ ಕಾಣಬೇಕೆಂದು ಅವಳು ಟ್ರಂಕಿನಲ್ಲಿದ್ದ ನೆಹರುಶರ್ಟನ್ನು, ರೇಶಿಮೆ ಪಟಗಾವನ್ನು ಸ್ವಚ್ಛ ತೊಳೆದುಕೊಟ್ಟು ಇಸ್ತ್ರಿ ಮಾಡಿಸಲು ಉಪದ್ರವ ಮಾಡಿದ್ದಳು. ಪಿಯುಸಿ ಓದುತ್ತಿದ್ದ ಮಗ ರಮೇಶ ತಂದೆಯ ಸನ್ಮಾನ ಕಾರ್ಯಕ್ರಮವನ್ನು ರೆಕಾರ್ಡ್ ಮಾಡಬೇಕೆಂದು ಯಾರದೋ ಮೊಬೈಲ್‌ನ್ನು ಕೇಳಿ ಪಡೆದುಕೊಂಡಿದ್ದನು. ಜತೆಗೆ ಕಾರ್ಯಕ್ರಮದಲ್ಲಿ ಬೇರೆ ಬೇರೆ ಸ್ವಾಮಿಗಳು, ದೊಡ್ಡ ಗೆಸ್ಟ್‌ಗಳು ಇರ್ತಾರ. ಅಲ್ಲಿ ಹೇಗೆ ನಡೆದುಕೊಳ್ಳಬೇಕು, ಹೇಗಿರಬೇಕು ಎಂಬುದನ್ನು ತಂದೆಗೆ ಹೇಳಿದನು. ಅದನ್ನೆಲ್ಲಾ ಕೇಳಿ ಸಿದ್ದಪ್ಪನಿಗೆ ಒಂದಿಷ್ಟು ಅಳುಕು ಮೂಡಿ 'ತಣ್ಣಗ... ಇದ್ನೆಲ್ಲೊಯಪ್ಪಾ, ಇದೊಳ್ಳೆ ಫಜೀತಿ ಬಂತು' ಅಂದುಕೊಂಡ. ಇನ್ನಿಬ್ಬರು ಸಣ್ಣಮಕ್ಕಳು ಮಠಕ್ಕೆ ಈಗಲೇ ಹೋಗೂಣ ನಡಿಬೇ ಎಂದು ಅವ್ವನನ್ನು ಪೀಡಿಸುತ್ತಿದ್ದರು.

ಶ್ರೀಮಠದ ಹೊರ ಗೋಡೆಗಳ ಮೇಲೆ, ಮಹಾದ್ವಾರದ ಮೇಲೆ ಬಣ್ಣ ಬಣ್ಣದ ಲೈಟಿನ ಸರಗಳು ಇಳಿಬಿದ್ದು ಮಿನುಗುತ್ತಿದ್ದವು. ಒಳಗೆ ಮಹಾಮಂಟಪದ ವೇದಿಕೆಯ ಮೇಲೆ ಹೆಲ್ಲೊಜಿನ್ ದೀಪಗಳು ತಮ್ಮ ಪ್ರಖರ ಪ್ರಕಾಶವನ್ನು ಸೂಸುತ್ತಿದ್ದವು. ದಟ್ಟ ಬೆಳಕಿನಲ್ಲಿ ಕಾವಿಯನುಟ್ಟು ಎತ್ತರದ ಪೀಠದಲ್ಲಿ ಆಸೀನರಾಗಿದ್ದ ನಾಲ್ವರು ಸ್ವಾಮಿಗಳು ಬಹುವಾಗಿ ಎದ್ದು ಕಾಣುತ್ತಿದ್ದರು. ಅವರಿಗಿಂತ ತುಸು ಕೆಳಗೆ ಜಿಲ್ಲಾ ಪಂಚಾಯತಿ ಅಧ್ಯಕ್ಷರು ಮತ್ತು ಇಬ್ಬರು ಸದಸ್ಯರು ಕೂತಿದ್ದರು. ವೇದಿಕೆಯ ಎದುರಿಗೆ ಸಾಕಷ್ಟು ಸಂಖ್ಯೆಯಲ್ಲಿ ಜನರು ಸೇರಿದ್ದರು.

ಶಾಸ್ತ್ರಿಗಳು ಪುರಾಣದ ಕೊನೆಯ ಭಾಗ ಓದಿ ಹೇಳಿ ಸಂಪ್ರದಾಯದಂತೆ ಮತ್ತೆ ಮೊದಲ ಅಧ್ಯಾಯದ ನಾಲ್ಕು ಸಾಲು ಓದಿ ಮಂಗಲ ಹೇಳುತ್ತಿದ್ದಂತೆ ಸಭೆಯಲ್ಲಿ 'ಜಯ ಮಂಗಲಂ ಜಯಃ ಪಾರ್ವತಿಪತಿ ಶಿವ ಹರಹರ ಮಾದೇವ' ಘೋಷ ಮೊಳಗಿತು. ಸಿದ್ದಪ್ಪನು ಜನರ ಮಧ್ಯ ಕುಳಿತಲ್ಲಿಯೆ ಆ ಘೋಷದಲ್ಲಿ ತನ್ನ ದನಿಯನ್ನು ಸೇರಿಸುತ್ತ ಗದ್ದುಗೆಯ ಕಡೆ ಭಕ್ತಿಯಿಂದ ಕಣ್ಮುಚ್ಚಿ ಕೈ ಮುಗಿದನು.

ಮುಂದಿನ ಕಾರ್ಯಕ್ರಮವನ್ನು ಕುಮಾರ ನಿರೂಪಿಸತೊಡಗಿದನು. ಪುರಾಣಿಕರಿಗೆ, ವಾದ್ಯಮೇಳದವರಿಗೆ ಗುರುಕಾಣಿಕೆ ಸಲ್ಲಿಸಲಾಯಿತು. ನಂತರ ಶ್ರೀಮಠಕ್ಕೆ ತನು-ಮನ-ಧನ ಸೇವೆ ನೀಡಿದವರಿಗೆ ಪರಮಪೂಜ್ಯರ ಅಮೃತಹಸ್ತದಿಂದ ಆಶೀರ್ವಾದವೆಂದು ಹೇಳಿದನು. ಅದರಂತೆ ಅನ್ನದಾಸೋಹಕ್ಕೆ ಒಂದು ಕ್ವಿಂಟಲ್ ಗೋದಿಯನ್ನು ನೀಡಿದ ಶ್ರೀಯುತ ರುದ್ರಗೌಡರನ್ನು ವೇದಿಕೆಗೆ ಬರಮಾಡಿಕೊಳ್ಳಲಾಯಿತು. ಗೌಡರನ್ನು ವೇದಿಕೆಯ ಮಧ್ಯೆ ಕುರ್ಚಿಯಲ್ಲಿ ಕೂಡ್ರಿಸಲಾಗಿತ್ತು. ಮಾಸ್ವಾಮಿಗಳು, ಎಲ್ಲ ಅತಿಥಿಗಳು ಎದ್ದು ನಿಂತಿದ್ದರು. ಗೌಡರಿಗೆ ಶಾಲು ಹೊದಿಸಿ, ಹೂವಿನಮಾಲೆ ಹಾಕಿ, ವಿವಿಧ ಹಣ್ಣುಕಾಯಿಗಳಿದ್ದ ತಟ್ಟೆಯನ್ನು ಅವರ ಕೈಗಿತ್ತು ಘೋಟೊಗ್ರಾಫರ್ ಕ್ಲಿಕ್ಕಿಸುವವರೆಗೂ

ಹಾಗೇ ಕೈ ಹಿಡಿದುಕೊಂಡಿದ್ದರು. ಸಭಿಕರ ಮಧ್ಯದಲ್ಲಿಂದ ಇದನ್ನು ಬಿಡುಗಣ್ಣಿನಿಂದ ನೋಡುತ್ತಿದ್ದ ಹನುಮವ್ವ ಮತ್ತೊಮ್ಮೆ ಬೆರಗಾದಳು. ತನ್ನ ಹಿರಿಯಾಗೂ ಹಿಂಗ್... ಆಶೀರ್ವಾದ ಮಾಡ್ತಾರಾ! ಅಂತ ವೇದಿಕೆಯತ್ತ ನೆಟ್ಟಿದ್ದ ದೃಷ್ಟಿಯನ್ನೀಗ ಗಂಡನತ್ತ ತಿರುಗಿಸಿದಳು. ಅವನು ಸುತ್ತಿರುವ ಪಟಗಾ ಚುಲೋ ಕುಂತಿದಿಯೋ ಇಲ್ಲೋ, ಅಂಗಿ ಬುಡ್ಡಿ ಹಾಕಿರುವನೋ... ಎಂದೊಮ್ಮೆ ಪರೀಕ್ಷಿಸತೊಡಗಿದಳು. ಅವಳ ತೊಡೆಮೇಲೆ ತಲೆಯಿಟ್ಟು ಸಣ್ಣಮಗಳು ನಿದ್ದೆಹೋಗಿತ್ತು. ಅಪ್ಪನನ್ನು ಆಶೀರ್ವದಿಸುವ ಅಪರೂಪದ ಪ್ರಸಂಗವನ್ನು ಅವಳೂ ಕಣ್ಣಲ್ಲಿ ತುಂಬಿಕೊಳ್ಳಬೇಕೆಂದು ಆ ಮಗಳನ್ನು ಹನುಮವ್ವ ಎಬ್ಬಿಸತೊಡಗಿದಳು. ನಿದ್ದೆ ಬಿಟ್ಟು ಏಳದೆ ಆ ಕೂಸು ಉಯ್ಯಿಂ... ಉಯ್ಯೀಂ ಅನ್ನತೊಡಗಿತು.

ಗೌಡ್ರದು ಮುಗಿದ ತಕ್ಷಣ ನಿನ್ನ ಹೆಸರು ಮೈಕ್‌ನ್ಯಾಗ ಕರಿತಾರೆಪ್ಪಾ... ಮಗನು ಉತ್ಸುಕತೆಯಿಂದ ಹೇಳಿದ ತಕ್ಷಣ ಸಿದ್ದಪ್ಪನಿಗೆ ಕಾಲ್ಮಡಿ ಬಂದಾಂಗ ಅನಿಸತೊಡಗಿತು. ಮೈಯೆಲ್ಲ ಸಣ್ಣಗೆ ಬೆವರೊಡೆದಂತೆ ಆಗುತ್ತಿತ್ತು. ಗಟ್ಟಿ ಧೈರ್ಯ ಮಾಡಿಕೊಳ್ಳಲು 'ಶಿವಶಿವ ಗುರು ಶಿದ್ಧೇಶ' ಒಂದೇ ಸವನೇ ದೊಡ್ಡ ಸ್ವಾಮಿಗಳನ್ನ ನೆನೆಯತೊಡಗಿದನು.

ಗೌಡ್ರು ಆಶೀರ್ವಾದ ಸ್ವೀಕರಿಸಿ ನಾಲ್ಕುಮಾತು ಆಡುತ್ತಿರುವಾಗಲೇ ಮಹಾದ್ವಾರದ ಬಳಿ ಕಡುಕಪ್ಪು ಬಣ್ಣದ ಸ್ಕಾರ್ಪಿಯೊ ಗಾಡಿ ಬಂದು ನಿಂತಿತು. ಅದರೊಳಗಿಂದ ಎಮ್ಮೆಲ್ಲೆ ಮತ್ತವರ ಹಿಂಬಳಗ ಇಳಿದು ಸಭಾಮಂಟಪದತ್ತ ನಡೆದುಬಂತು. ಇದ್ದಕ್ಕಿದ್ದಂತೆ ಎಮ್ಮೆಲ್ಲೆಯವರು ಅಲ್ಲಿ ಕಾಣಿಸಿಕೊಂಡೊಡನೆ ಸಭೆಯಲ್ಲಿ ಒಂದರೆ ನಿಮಿಷ ಕೋಲಾಹಲವೇ ಉಂಟಾಯಿತೆನ್ನಬೇಕು. ಪ್ರೇಕ್ಷಾಂಗಣದಲ್ಲಿ ಕೂಡಲು ಹೊರಟಿದ್ದ ಅವರನ್ನು ವೇದಿಕೆಯಲ್ಲಿದ್ದವರೆಲ್ಲರೂ ಬಿಡದೆ ವೇದಿಕೆಯಲ್ಲಿಯೇ ಕೂಡ್ರಿಸಿಕೊಂಡರು. ಎಮ್ಮೆಲ್ಲೆಯ ಅನಿರೀಕ್ಷಿತ ಆಗಮನ ಅಲ್ಲಿನ ಕೆಲವರಿಗೆ ಗುಮಾನಿ ಮೂಡಿಸಿತು. ಆದರೆ ಎಮ್ಮೆಲ್ಲೆಯವರಿಗೆ ತಾವು ಬಂದ ಕಾರಣ ಸ್ಪಷ್ಟವಿತ್ತು ಮತ್ತು ಅಲ್ಲಿ ಸೇರಿದ್ದ ಜನಸಂಖ್ಯೆಯನ್ನು ನೋಡಿ ಖುಶಿಯೂ ಆಯಿತು.

ಶ್ರೀಮಠದ ಸಂಚಾಲಕರಾದ ಶ್ರೀ ಪಂಚಯ್ಯನವರು ಎಮ್ಮೆಲ್ಲೆ ಸಾಹೇಬರಿಗೆ ಪುಷ್ಪಮಾಲಿಕೆ ಅರ್ಪಿಸಿ ಕಾರ್ಯಕ್ರಮಕ್ಕೆ ಸ್ವಾಗತಿಸಬೇಕೆಂದು ನಿರೂಪಕ ಹೇಳಿದೊಡನೆ ಜೋರಾಗಿ ಚಪ್ಪಾಳೆಯ ಸದ್ದಾಯಿತು. ಬಳಿಕ ಎಮ್ಮೆಲ್ಲೆಯವರನ್ನು ಮಾತನಾಡಲು ಕೋರಿದರು. ತಮ್ಮ ಬಿಳಿಯ ಜುಬ್ಬಾ ಕೊಡವುತ್ತಾ ಮಾತಿಗೆ ಅಣಿಯಾದ ಎಮ್ಮೆಲ್ಲೆ ಸಾಹೇಬರು, ಪೀಠಿಕೆ ಎಂಬಂತೆ ಮೊದಲು ಶ್ರೀಮಠದ ಪರಂಪರೆ, ಲಿಂಗೈಕ್ಯ ಹಿರಿಯ ಸ್ವಾಮಿಗಳ ಸಾಮಾಜಿಕ ಕಳಕಳಿ, ಈಗಿನ ಶ್ರೀಗಳು ಶಿಕ್ಷಣ ಪ್ರಸಾರಕ್ಕೆ ನೀಡಿದ ಆದ್ಯತೆ, ಮಠದಲ್ಲಿ ಹಮ್ಮಿಕೊಂಡ ಅಭಿವೃದ್ಧಿ ಕಾರ್ಯದ ಬಗ್ಗೆ ಹೇಳಿದರು. ಮುಂದುವರೆದು– 'ಸಮಾಜದ ಹಿತವನ್ನು ಕಾಯುವ ಮಠಮಾನ್ಯಗಳು ಆರ್ಥಿಕವಾಗಿ

ಸಶಕ್ತವಾಗಿರಬೇಕೆಂಬುದು ನಮ್ಮ ಸರಕಾರದ ಆಶಯವಾಗಿದೆ. ಹಾಗಾಗಿ ಶ್ರೀಮಠದ ಅಭಿವೃದ್ಧಿಗೆ ಐದುಲಕ್ಷ ರುಪಾಯಿಯನ್ನು ನಾನು ಸರಕಾರದಿಂದ ಈ ಕೂಡಲೇ ಕೊಡಿಸುತ್ತೇನೆ' ಎಂಬುದನ್ನು ಏರಿದ ಸ್ವರದಲ್ಲಿ ಹೇಳಿದಾಗ ಸಭೆಯಲ್ಲಿ ಮತ್ತೊಮ್ಮೆ ಜೋರು ಚಪ್ಪಾಳೆ ಕೇಳಿದವು. ವೇದಿಕೆ ಮೇಲಿದ್ದ ಮಹಾಸ್ವಾಮಿಗಳು ಮಂದಸ್ಮಿತರಾದರು. ಸಭಿಕರು ಅಡ್ಡಿಯಿಲ್ಲ ಎಂದು ಮೆಚ್ಚುಗೆಯ ಮಾತಾಡಿಕೊಂಡರು. ಶ್ರೀಮಠದ ಪೂಜ್ಯರು ಪಂಚಯ್ಯನನ್ನು ಸನ್ನೆ ಮಾಡಿ ಕರೆದರು. ಅವಸರದಿಂದ ಅವರ ಬಳಿ ಹೋದ ಅವನಿಗೆ ಶ್ರೀಗಳು, ಎಮ್ಮೆಲ್ಲೆಯವರ ಮಾತು ಮುಗಿಯುತ್ತಿದ್ದಂತೆ ಅವರಿಗೆ ಆಶೀರ್ವಾದ ಮಾಡುತ್ತೇವೆಂದು ಹೇಳಿದರು. ಪಂಚಯ್ಯನಿಗೆ ತುಸು ಆತಂಕವಾಗಿ 'ಬುದ್ಧೀ ಆಶೀರ್ವಾದ ನೀಡಲಿಕ್ಕೆ ಸಾಮಗ್ರಿ ಒಂದ್ ಸೆಟ್ ಮಾತ್ರ ಐತಿ. ಅದು ಸಿದ್ದಪ್ಪಗ...' ಎಂದು ರಾಗವೆಳೆದಾಗ ಐದು ಲಕ್ಷದ ಮೊತ್ತ ಕೇಳಿ ಉತ್ತೇಜಿತರಾಗಿದ್ದ ಶ್ರೀಗಳು ಒಂದು ಬಗೆಯ ಆವೇಗದಲ್ಲಿ 'ಏ... ಅವುಗ ಮತ್ತ... ಮಾಡೂಣ... ಮೊದಲ ಈಗ ಹೇಳಿದಷ್ಟು ಮಾಡು' ಎಂದೊಡನೆ ಸೀದ ಬಂದು ನಿರೂಪಕ ಕುಮಾರನ ಕಿವಿಯಲ್ಲಿ ಅದನ್ನು ಉಸುರಿದಾಗ ಅವನು ಆಶ್ಚರ್ಯದಿಂದ ಪಂಚಯ್ಯನ ಮುಖ ನೋಡಿದ. ಪಂಚಯ್ಯ 'ಇದು ಸನ್ನಿಧಾನದ ಅಪ್ಪಣೆ' ಸಮಾರಂಭ ನಡೆಯುತ್ತಿದ್ದರಿಂದ ಸಣ್ಣ ಸ್ವರದಲ್ಲಿ ಹೇಳಿದ್ದರು. ಅದು ಖಡಾಖಂಡಿತವಾಗಿತ್ತು. ಕುಮಾರ ಸುಮ್ಮನಾದನು. ಆಮೇಲೆ ಅವನೇ ನಿರೂಪಿಸಿದಂತೆ ಶಾಸಕರಿಗೆ ಎಲ್ಲ ಹರ-ಗುರು-ಚರಮೂರ್ತಿಗಳು ಸೇರಿ ಆಶೀರ್ವಾದ ನೀಡತೊಡಗಿದರು. ಇಂಥ ಎಷ್ಟೋ ನಿರೀಕ್ಷಿತ, ಅನಿರೀಕ್ಷಿತ ಸನ್ಮಾನಗಳನ್ನು ಪಡೆದುಕೊಂಡ ಅನುಭವವಿದ್ದ ಎಮ್ಮೆಲ್ಲೆಯವರಿಗೆ ಈ ಆಶೀರ್ವಾದವೂ ಅಂಥದೇ ಒಂದಾಗಿತ್ತೇ ವಿನಾ ಅದರಲ್ಲಿ ಯಾವ ಹೊಸ ಅನುಭವವೂ ಕಾಣಿಸಲಿಲ್ಲ.

ಬೆಳಗಾವಿಯಿಂದ ಬಂದಿದ್ದ ಶ್ರೀಗಳು ಆಶೀರ್ವಚನ ನೀಡಲು ಪ್ರಾರಂಭಿಸುತ್ತಿದ್ದಂತೆ ಮಗ ರಮೇಶ ಎಲ್ಲಾ ಮನಗಂಡವನಂತೆ ಬೇಸರ ಮತ್ತು ಸಿಟ್ಟಿನಲ್ಲಿ ತಂದೆ ತಾಯಿಗೆ 'ನಡ್ರೀ ಎಲ್ಲಾ ಮುಗೀತು ಮನೆಗೆ ಹೋಗೂಣು' ಅಂದನು. ಹನುಮವ್ವ 'ಅಯ್ಯ ತಮ್ಮ ಇನ್ನ ನಿಮ್ಮಪ್ಪಗ ಆಶೀರ್ವಾದ ಮಾಡ್ಲೇ ಇಲ್ಲ! ಹೋಗೂಣು ಅಂತಿಯಲ್ಲೋ?' ಹೊರಡಲು ಅಣಿಯಾಗಿದ್ದ ಮಗನತ್ತ ತಾಯಿ ಆಶ್ಚರ್ಯದಿಂದ ನೋಡತೊಡಗಿದಳು. ಅವನಿಗೆ ಸಿಟ್ಟು ಉಕ್ಕುಕ್ಕಿ ಬರುತ್ತಿತ್ತು. ಸುತ್ತಲೂ ಮಂದಿ ನೆರೆದಿದ್ದರಿಂದ ತುಟಿ ಕಚ್ಚಿಕೊಂಡು ಸುಮ್ಮನಾದನು.

ಆ ಸ್ವಾಮೀಜಿಯವರ ಆಶೀರ್ವಚನ ಹಾಗೇ ನಡೆದಿತ್ತು. ಎಮ್ಮೆಲ್ಲೇ ಸಾಹೇಬರಿಗೆ ಬಂದ ಮೊಬೈಲ್ ಕರೆ ತುರ್ತು ಇರಬೇಕೆನಿಸಿತು. ರಿಸೀವ್ ಮಾಡಿ ತಮ್ಮ ಮಾತಿನಿಂದ ಸಭೆಗೆ ತೊಂದರೆಯಾಗದಂತೆ ಒಂದು ಕೈಯಲ್ಲಿ ಫೋನು, ಇನ್ನೊಂದು ಕೈಯನ್ನು ಬೊಗಸೆಮಾಡಿ ಅದನ್ನು ಬಾಯಿಗೆ ಅಡ್ಡ ಹಿಡಿದು ಆದಷ್ಟು ಧ್ವನಿ ಹೊರಹೋಗದಂತೆ

ಮಾತಾಡುತ್ತಿದ್ದರೂ ಬಹುತೇಕ ಸಭಿಕರ ಗಮನ ಅವರ ಕಡೆಗೇ ಇತ್ತು. ಮಾತುಗಳು ಬೇಗ ಮುಗಿಯುವಂತೆ ಇರಲಿಲ್ಲ. ನಿಧಾನವಾಗಿ ವೇದಿಕೆಯಿಂದೆದ್ದು ಮೊಬೈಲ್ ಕಿವಿಗಂಟಿಸಿಕೊಂಡೇ ಆಚೆಕಡೆ ಹೋದರು.

ಸಮಾರಂಭದಲ್ಲಿದ್ದ ಇನ್ನೊಬ್ಬ ಸ್ವಾಮಿಗಳು ಆಶೀರ್ವಚನ ನೀಡತೊಡಗಿದರು. ಆಚೆ ಹೋಗಿದ್ದ ಎಮ್ಮೆಲ್ಲೆ ಅತ್ಯಂತ ಅವಸರದಿಂದ ವೇದಿಕೆಯತ್ತ ಬಂದು ಶ್ರೀಮಠದ ಸ್ವಾಮಿಗಳಲ್ಲಿ ಟೆನ್ಶನ್ ಮಾಡಿಕೊಂಡು ಏನೋ ಹೇಳತೊಡಗಿದರು. ಶ್ರೀಗಳು ಎಲ್ಲ ಧ್ಯಾನ ಅವರತ್ತ ಕೊಟ್ಟು, ಕೇಳಿ ಅವರಿಗೆ ಹೊರಡಲು ಅನುಮತಿಯನ್ನು ಕೊಟ್ಟಂತೆ ಕಂಡುಬಂತು. ತಕ್ಷಣ ಎಮ್ಮೆಲ್ಲೆಯವರು ವೇದಿಕೆಯ ಮೇಲಿದ್ದ ಎಲ್ಲ ಸ್ವಾಮೀಜಿಯರಿಗೆ ಒಟ್ಟಿಗೆ ನಮಸ್ಕಾರ ಸಲ್ಲಿಸುವಂತೆ ವೇದಿಕೆಯ ಕಟ್ಟೆಗೆ ಹಣೆ ಹಚ್ಚಿ ನಡದೇ ಬಿಟ್ಟರು.

ಕಾರು ಹತ್ತಿದ ಬಳಿಕ ತಮ್ಮ ಆಪ್ತರಿಗೆ ಎಮ್ಮೆಲ್ಲೇ ಹೇಳುತ್ತಿದ್ದರು. ತಿಂಗಳ ಹಿಂದೆ ತಾನು ಲೆಕ್ಕಾಚಾರ ಹಾಕಿದಂತೆಯೇ ನಡೆಯುತ್ತಿದೆ. ಅವಧಿಗೆ ಮುನ್ನವೇ ಚುನಾವಣೆ ನಡೆಯಬಹುದು ಎಂಬ ತಮ್ಮ ಊಹೆ ನಿಜವಾಗುತ್ತಿದೆ. ಪಕ್ಷದಲ್ಲಿ ಭಿನ್ನಮತ ಉಲ್ಬಣಗೊಂಡು ಹದಿನೈದು ಶಾಸಕರು ಬಿಗಿಪಟ್ಟು ಹಿಡಿದು ಕೂತಿದ್ದಾರೆ. ಅವರಿಗೆ ವಿರೋಧ ಪಕ್ಷದವರು ಗಾಳ ಹಾಕುತ್ತಿದ್ದಾರಂತೆ. ಸರ್ಕಾರ ಎಲ್ಲಿ ಉರುಳುತ್ತೋ ಅನ್ನೋ ಭಯ ನಮ್ಮ ಸಿಎಂ ಅವರಿಗೆ. ಅದಕ್ಕೆ ನಾಳೆ ನಮ್ಮ ಪಕ್ಷದ ಎಲ್ಲಾ ಶಾಸಕರು ಬೆಂಗಳೂರಾಗ ಇರಬೇಕಂತ ಆರ್ಡರ್ ಮಾಡ್ಯಾರ...' ಶಾಸಕರು ಹೇಳುತ್ತಿರುವುದನ್ನು ಹಿಂದಿನ ಸೀಟಿನಲ್ಲಿದ್ದವರು ಕುತೂಹಲದಿಂದ ಕೇಳುತ್ತಿದ್ದರು.

ತನ್ನ ಹಿರಿಯಾನ ಹೆಸರು ಮೈಕ್‌ನ್ಯಾಗ ಈಗ ಕರೀಬಹುದು... ಆಗ ಕರೀಬಹುದು... ಎಂದು ಕಾಯುತ್ತಲೇ ಇದ್ದ ಹನುಮವ್ವಳಿಗೆ ಕಾರ್ಯಕ್ರಮ ಮುಗಿದರೂ ಹಿರಿಯಾನಿಗೆ ಆಶೀರ್ವಾದ ಯಾಕೆ ಮಾಡಲಿಲ್ಲವೆಂದು ತಿಳಿಯದೇ ಅವಳೊಂದು ಸೋಜಿಗದ ಮೊತ್ತವಾಗಿದ್ದಳು. ವೇದಿಕೆ ಮೇಲಿನ ಸಮಾರಂಭ ಮುಗಿದ ಕೂಡಲೇ ಎಲ್ಲ ಭಕ್ತಾದಿಗಳು ಪ್ರಸಾದ ಸ್ವೀಕರಿಸಲೆಂದು ಅತ್ತಕಡೆ ಎದ್ದುಬಿಟ್ಟರು. ಸಮಾರಂಭ ಮುಗಿಯುವುದನ್ನೇ ಕಾಯುತ್ತಿದ್ದ ಮಗ ರಮೇಶ 'ಎಲ್ಲೀ ಪ್ರಸಾದ ನಡ್ರೀ, ಮೊದ್ಲ ಮನಿಗೆ ಹೋಗೂಣು' ಎಂದ. ಅವನಲ್ಲಿ ಭಯಂಕರ ಅಸಮಾಧಾನ ತುಂಬಿ ಬಿಟ್ಟಿತ್ತು. ಶ್ರೀಮಠದ ಪ್ರಸಾದದ ಬಗ್ಗೆ ಮಗ ತಿರಸ್ಕಾರದಿಂದ ಮಾತಾಡಿದ್ದನ್ನು ಕೇಳಿ ಸಿದ್ದಪ್ಪ 'ಹೇ... ಹುಚ್ಚ ಅದಿಯೋ... ಶ್ಯಾಣ್ಯಾ ಅದಿಯೋ... ಮಳ್ಳ, ಹಂಗ್... ಮಾತಾಡಬಾರದು' ಅಂತ ಮಗನನ್ನು ಜಬರಿಸಿದನು.

ಜನ ಅವಸರಿಸುತ್ತಿದ್ದರು. ಅತ್ತ ದಾಸೋಹ ಭವನದತ್ತ ಒಂದಿಷ್ಟು ಹಿಂಡು, ಇತ್ತ ತಮ್ಮ ಮನೆಗಳ ಕಡೆ ತೆರಳುತ್ತಿರುವ ಒಂದಿಷ್ಟು ಹಿಂಡು. ಈ ಹಿಂಡುಗಳ ದಾಟಿಕೊಂಡು ಗೌಡರು ತಮ್ಮ ಕಾರಿನ ಬಳಿ ಬಂದರು. ಸನ್ಮಾನ ಸ್ವೀಕರಿಸಿದ್ದರೂ

ಅವರಲ್ಲಿ ಪೂರ್ತಿ ಸಮಾಧಾನ ಕಾಣುತ್ತಿರಲಿಲ್ಲ. ಸಿದ್ದಪ್ಪನಿಗಾಗಿ ಅತ್ತಿತ್ತ ಕಣ್ಣಾಡಿಸಿ ಹಳಹಳಸಿದರು. ಆ ಗದ್ದಲದಲ್ಲಿ ಅವನೆಲ್ಲಿ ಕಾಣಬೇಕು?

ಭರ್ತಿ! ಪ್ರಸಾದ ಸ್ವೀಕರಿಸಿದ ಮಂದಿಗೆ ರಸ್ತೆ ಅಗಲಕ್ಕೆ ಸಾಲದೆಂಬಂತೆ ತುಂಬಿಕೊಂಡು ತಮ್ಮತ್ಮಮ್ಮ ಮನೆ ಕಡೆ ನಡೆದಿದ್ದರು. ಅವರ ನಡುವೆ ಮೋಟರ್‌ಸೈಕಲ್ಲಿನವರು ಹಾದಿಗಾಗಿ ಹಾರ್ನ್ ಮಾಡುತ್ತಿದ್ದರು. ನಿದ್ದೆಯಲ್ಲಿದ್ದ ಸಣ್ಣವಳನ್ನು ಸಿದ್ದಪ್ಪ ಹೆಗಲಮೇಲೆ ಮಲಗಿಸಿಕೊಂಡಿದ್ದನು. ಇನ್ನೊಬ್ಬಳನ್ನು ಹನುಮವ್ವ ಕೈಹಿಡಿದುಕೊಂಡು ನಡೆದಿದ್ದಳು. ಇವರ ಹಿಂದೆ ಬರುತ್ತಿದ್ದ ಮಗ ಮಾತ್ರ ಯೋಚನೆಯ ಹುದುಲಲ್ಲಿ ಸಿಲುಕಿಕೊಂಡಿದ್ದನು. ಏನೂ ಆಗೇ ಇಲ್ಲವೆಂಬಂತೆ ನಡೆದಿದ್ದ ಅಪ್ಪನನ್ನು ಕಂಡು ರಮೇಶನಿಗೆ ಅತೀವ ಆಶ್ಚರ್ಯವಾಗಿತ್ತು. ಇಂಥ ಸನ್ನಿವೇಶದಲ್ಲೂ ತುಂಬಾ ನಿರಾಳವಾಗಿರುವ ಅಪ್ಪನನ್ನು ಮೆಚ್ಚಿಕೊಳ್ಳಬೇಕೋ... ಅಥವಾ ಸಿಗಬೇಕಾಗಿದ್ದ ಗೌರವ ಅವನಿಗೆ ಸಿಗದಿದ್ದಕ್ಕಾಗಿ ವ್ಯಥೆ ಪಡಬೇಕೋ... ಎಂಬುದು ಮಗನಿಗೆ ತಿಳಿಯಲಿಲ್ಲ.

ಮತ್ತದೇ ಕೋಳಿ ಕೂಗದ ಮುನ್ನಿನ ಹೊತ್ತಿನಲ್ಲಿ ಸಿದ್ದಪ್ಪನು ಶ್ರೀಮಠದ ಆವರಣದಲ್ಲಿ ಕಸಬರಿಗೆಯಿಂದ ಚಿತ್ತಾರ ಬರೆದಿದ್ದನು. ನಿನ್ನೆಯ ಜನಸಂದಣಿಯಿಂದ ಕಸ ಭಯಂಕರ ಹೆಚ್ಚು ಕೂಡಿತ್ತು. ತೆಂಗಿನಕಾಯಿಯ ಜುಬ್ಬರ, ಊದುಬತ್ತಿ–ಕರ್ಪೂರಗಳ ಕಾಗದ, ಕವರ್‍ರು, ಎಲ್ಲ ಚಿಪ್ಪಾಡಿಗಳ ಸೇರಿಸಿದಾಗ ಒಂದು ರಾಶಿಯಾಯಿತು. ಅದನ್ನು ಮಠದಾಚೆಗೆ ಚೆಲ್ಲಿ ಬೆಂಕಿ ಹಚ್ಚಿದನು. ಅದರಲ್ಲಿ ಯಾವ ಘನವಾದ ವಸ್ತುಗಳು ಇಲ್ಲದ್ದರಿಂದ ಕಸ ಒಂದೇ ನಿಮಿಷದಲ್ಲಿ ಪುರುಪುರು ಉರಿದು ಹೋಯಿತು.

'ವಿಜಯ Next'

ಬರೆಯಲಾಗದ ಕಥಿ

ಆ ಟಮ್‌ಟಮ್ ಗಾಡಿ ವಡಲಟ್ಟಿ ಕ್ರಾಸ್‌ನಲ್ಲಿ ನಿಂತಿತು. ಅದರೊಳಗೆ ಬರೀ ಮಕ್ಕಳೆ ತುಂಬಿದ್ದರು. ಚಿಕ್ಕ ಗೂಡಿನಲ್ಲಿ ಸಣ್ಣಮುಟ್ಟ ಕೋಳಿಮರಿಗಳನ್ನು ಒತ್ತೊತ್ತಿ ತುಂಬಿದಂತೆ ಆ ಗಾಡಿಯಲ್ಲಿಯೂ ಮಕ್ಕಳನ್ನು ಒತ್ತೊತ್ತಲಾಗಿ ತುಂಬಲಾಗಿತ್ತು. ಎಲ್ಲವು ಹದಿನಾಲ್ಕು-ಹದಿನೈದು ವರ್ಷದ ಆಸುಪಾಸಿನವು ಆಗಿದ್ದವು ಅಷ್ಟೇ. ಇಂಥವರ ನಡುವೆ ತಾಯಿ ಕೋಳಿಯಂತೆ ಒಂದೆರಡು ಮುದೇವು ಮುದುರಿಕೊಂಡು ಕುಂತಿದ್ದವು. ಗಾಡಿಯ ಭರಾಟೆಯೊಂದಿಗೆ ಸಾಗಿದ್ದ ಅವರ ನೋಟ-ಚೆಲ್ಲಾಟ, ಮಾತುಕತೆಗಳು ಗಾಡಿ ನಿಂತೊಡನೆ ಅವೇ ಕೇಳಿಸತೊಡಗಿದವು. 'ಇಳಿಯಲೇ', 'ಎತ್ತಲೇ ನನ್ನ ಕಾಲ ಮೇಲೆ ಕುಂತಿದ್ದಿ ನೋಡು', 'ಯಲೇ ನನ್ನ ಬುತ್ತಿಡಬ್ಬಿ ಕೊಡು', 'ಅಮ್ಮಿ ಆ ಕಡಿಗೆ ಸರಿಯಮ್ಮಿ', 'ಜಾಗಾ ಯಲ್ಲಾದಮ್ಮಿ?' ಯಾರು ಯಾರಿಗೆ ಹೇಳುತ್ತಿದ್ದರೋ... ತಿಳಿಯುತ್ತಿದ್ದಿಲ್ಲ. ಮಾತು, ಮಾತುಗಳು ಮಾತ್ರ ಕೇಳಿಸುತ್ತಿದ್ದವು. ಆ ಲಗೇಜ್ ಆಟೋದ ತಲೆಯ ಮೇಲೆ ಮೊಣಕಾಲು ಇಳಿಬಿಟ್ಟು ಕೂತಿದ್ದ ನಾಲ್ಕಾರು ಹುಡುಗರು ಗಾಡಿ ನಿಲ್ಲುವುದನ್ನೇ ಕಾಯುತ್ತಿದ್ದವರಂತೆ ಅಲ್ಲಿಂದ ಎಗರಿದರು. ಟ್ರೈಲರ್‌ನಲ್ಲಿ ಕೂತಿದ್ದ, ನಿಂತಿದ್ದ ಹುಡುಗಿಯರು ತಮ್ಮ ಲಂಗವನ್ನು ಕೈಯಲ್ಲಿ ಹಿಡಿದುಕೊಂಡು ಜಿಗಿಯುತ್ತಿದ್ದರು. ಅವರು ಪೂರ್ತಿ ಇಳಿಯುವವರೆಗೂ ಕಾಯದೆ ಹುಡುಗರು ಸೈಡಿನಿಂದಲೆ ಕೆಳಗೆ ಎಗರತೊಡಗಿದರು.

ದಿನಕ್ಕೆ ಇಪ್ಪತ್ತು-ಮುವ್ವತ್ತು ಟಮ್‌ಟಮ್, ಮಹಿಂದ್ರಾ ಮ್ಯಾಕ್ಸಿಟ್ರಕ್, ಟಾಟಾ ಏಸ್ ಗಾಡಿಗಳು ಬಳ್ಳಾಪುರ, ಹಸನದೊಡ್ಡಿ, ವಡಕನದೊಡ್ಡಿ ಗ್ರಾಮಗಳಿಂದ ಕೂಲಿಜನರನ್ನು ತುಂಬಿಕೊಂಡು ಮುಂಜಾನೆ ಹೊರಟು ದೇವರದುರ್ಗ ತಾಲೂಕಿನ ತಬ್ಬೂರು, ಫಲದಕಲ್ಲು ಗ್ರಾಮಗಳಿಗೆ ಹೋಗಿ ಹೊತ್ತು ಮುನುಗಿಸಿಕೊಂಡು ಬರುತ್ತಿದ್ದವು. ಈಗ ಹತ್ತಿ ಸುಗ್ಗಿ ಜೋರಾಗಿದ್ದುದರಿಂದ ಓಡಾಡುವ ಗಾಡಿಗಳ ಸಂಖ್ಯೆ ಹೆಚ್ಚಾಗಿ ಸಿಕ್ಕವರನ್ನೆಲ್ಲಾ ತುಂಬಿಕೊಂಡು ಬರ್ರಬುರ್ರ ಅಂತ ತಿರುಗುತ್ತಿದ್ದವು.

ಆ ಗಾಡಿಯ ಒಂದು ಗಾಲಿಗೆ ಗಾಳಿ ಕಡಿಮೆ ಆಗಿತ್ತೆಂದು ಕಾಣಿಸುತ್ತದೆ. ಅದಕ್ಕೇ ಅಲ್ಲಿ ನಿಲ್ಲಿಸಿರಬೇಕು. ಡ್ರೈವರ್ರ ಗಾಳಿ ಹಿಡಿಸಿ ಅಣಿಯಾಗುತ್ತಿದ್ದಂತೆ ಅಲ್ಲಿ ಇಳಿದು ಅತ್ತಿತ್ತ ಚದುರಿದವರೆಲ್ಲ ಏರಿದೊಡನೆ ಇಡೀ ಗಾಡಿ ಗಾಳಿತುಂಬಿದ ಟ್ಯೂಬ್‌ಟೈರಿನಂತೆ ಭರ್ತಿ ಊದಿಕೊಂಡಿತು! ನನಗೇನೋ ಅಸ್ಪಷ್ಟವಾಗಿ ಹೊಳೆದು ಹುಡುಕುತ್ತಿದ್ದ ಬಳ್ಳಿ ಕಾಲಿಗೆ ತೊಡರಿ ಬೀಳುವಂತೆ ಆಗಿ ತಕ್ಷಣ ಕ್ಯಾಮರಾ ಕಣ್ಣ ಮೂಲಕ ಭರ್ತಿ ತುಂಬಿದ ಟಮ್‌ಟಮ್ ಗಾಡಿ ನೋಡತೊಡಗಿದೆ! ಕ್ಯಾಮರಾ ಕಂಡಿದ್ದೆ ಗಾಡಿಯಲ್ಲಿನ ಮಕ್ಕಳು 'ಓ!' ಅಂದು ಅಣಾ ನನ್ದು ಹಿಡಿ, ನನ್ದು ಹಿಡಿ ಎನ್ನುತ್ತಾ ಕೈ ಮಾಡುತ್ತಾ ಫೋಟೊಗೆ ಪೋಸ್ ಕೊಡಲು ಮೂತಿ ತೂರಿಸತೊಡಗಿದವು. ಒಂದೆರಡು ಕ್ಲಿಕ್‌ಮಾಡಿ ನೋಡಿದೆ. ಎಲ್ಲ ಮಕ್ಕಳೂ ಕ್ಯಾಮರಾ ಕಡೆಗೆ ದೃಷ್ಟಿ ನೆಟ್ಟಿದ್ದವು. ಡ್ರೈವರ್ರು ಗಾಡಿಯೊಳಗಿಂದ ಇಣುಕಿ 'ಯಾಕಣಾ ನಮ್ಮ ಗಾಡಿ ಫೋಟೊ ಇಳಿಸಾಕಚ್ಚಿದ್ದಿ!' ಅಂದ.

'ನಿನ್ನ ಗಾಡಿ ಫೋಟೊ ನಾಳೆ ಪೇಪರಿನ್ಯಾಗ ಹಾಕೂಣಾಂತ'

'ಅದ್ಯಾಕಣಾ... ನನ್ನ ಗಾಡಿ ಫೋಟೊ...' ನಗು ತಂದುಕೊಂಡು ಕೇಳಿದ.

'ಇಷ್ಟೊಂದು ಮಕ್ಕಳನ್ನ ತುಂಬಿಕೊಂಡು ಹೊಂಟಿಯಲ್ಲಪಾ ಅದಕ್ಕೆ...' ಎಂಬುದನ್ನು ಕೇಳಿ ಆತ ತುಸು ಹೆದರಿದನೆಂದು ಕಾಣಿಸುತ್ತದೆ. ನಾನು ಪೋಲಿಸಿನವನಿರಬೇಕೆಂದು ಭಾವಿಸಿ, ಗಾಬರಿಯಾಗಿ ಗಾಡಿಯಿಂದಿಳಿದು ನನ್ನ ಕೈಕಾಲು ಬೀಳತೊಡಗಿದ. 'ಸಾಬ್ರೆ, ಗಾಡಿ ತಗೊಂಡು ಒಂದು ವಾರ ಆಗೇತಿ ಅಷ್ಟೇ ಸಾಬ್ರೆ, ಇನ್ನಾ ಒಂದು ಕಂತು ಸಮೆತಿಗಿ ಕಟ್ಟಿಲ್ಲ. ನೀವು ಗಾಡಿ ತಗೊಂಡು ಹೋದ್ರಾಗಿನ ನಾನು ಮಣ್ಣ ತಿನ್ನಬೇಕಾತದ ಸಾಬ್ರೆ' ಅವನು ಅಂದಾಜಿಸಿದ ಪರಿಗೆ ನಾನು ಅಯ್ಯಯ್ಯೊ ! ಅನ್ನತೊಡಗಿದೆ. 'ನಿನ್ನ ಗಾಡಿ ನಾನ್ಯಾಕ ತಗೊಂಡು ಹೋಗಲಿ ಮಾರಾಯ, ನನ್ನೇನು ಪೋಲಿಸು ಅಂತ ತಿಳ್ಕೊಂಡಿ ಏನು?' ಅಂದೆ. ಅವನು 'ಖರೇವು ಹೇಳ್ರಿ ಸಾಬ್ರೆ...' ಇನ್ನೂ ಅಂಗಲಾಚುತ್ತಿದ್ದ. 'ಇಲ್ಲಪ್ಪ ನಾನು ಪತ್ರಕರ್ತ, ಪ್ರೆಸ್ ರಿಪೋರ್ಟರ್' ಅಂದ ಮೇಲೆ ಅವನು ಸಮಾಧಾನದ ಉಸಿರುಬಿಟ್ಟು 'ಅಂಗೇನಣಾ ನನಗೇನು ಭುಗುಲು ಅಂದ್ರೇ ನಾಕ ವರ್ಷ ಬೆಂಗ್ಳೂರಾಗ ಇದ್ದು ಸಾಕಾಗಿ ಈಗೇ ಊರಿಗೆ ಬಂದು ಲೋನ್ ಮಾಡಿ, ಗಾಡಿ ತಗಂಡಿನಿ. ಟೇಶನ್ನು ಆದು-ಇದು ಅಂತಾದ್ರೆ ಸುಮ್ಕೆ ದೊಡ್ಡ

ತಿಪಲು ಅಂತಣಾ ಅಷ್ಟೇ'

'ಸರಿ, ಅದೇನು ಈ ಪರಿ ಹುಡುಗರನ್ನ ತುಂಬಿಕೊಂಡು ಹೊಂಟಿದ್ದೆಲ್ಲ ಎಲ್ಲಿಗೆ?' ನನಗೆ ಗೊತ್ತಿದ್ದರೂ ಅವನು ಏನು ಹೇಳುತ್ತಾನೋ ನೋಡೋಣವೆಂದು ಕೇಳಿದೆ.

'ಕೂಲಿಯವುರಣ್ಣ. ಕೆಲಸಕ್ಕ ಕರ್ಕಂಡು ಹೊಂಟಿವ್ವಿನಿ'

'ಅಲ್ಲಪಾ ಸಣ್ಣ ಹುಡುಗರನ್ನ ಕೆಲಸಕ್ಕ ಹಚ್ಚಬಾರದಲ್ಲೊ ತಪ್ಪಾಗುತ್ತ...'

'ಸರೆ ತಪ್ಪೂ ನೋಡಿಕೆಂತ ಕುಂತರ ಜೀವನಾ ಎಲ್ಲಾ ಕೆಟ್ಟು ಹೋತದಲ್ಲಣಾ'

ಅನುಭವಿಯಂತೆ ಮಾತಾಡತೊಡಗಿದ. 'ಅದೇನೊ ಚಂಡಮಾರುತ ಬೀಸಾಕ ಹಚ್ಚ್ಯಾದಂತಲ್ಲಣಾ... ಮಳೆಮಾಡ ಓಡ್ಯಾಡಾಕ ಹಚ್ಚ್ಯಾದ. ತಬ್ಬೂರ ಗೌಡಾ ಅವುಸರ ಮಾಡಾಕ್ಹಚ್ಚ್ಯಾನ. ಇಪ್ಪತ್ತು ರುಪ್ಯೆ ಹೆಚ್ಗೆ ಕೂಲಿ ಕೊಡಮು ಎಲ್ಲೋಸು ಮಂದೀನ ಹಕ್ಕೆಂಡು ಬಂದುಬಿಡು ಅಂದ, ಅದ್ಕೆ ಎಲ್ಲೋಸು ಹುಡ್ರನ್ನ-ಪಡ್ರನ್ನ ಹಕ್ಕೆಂಡು ಹೊಂಟಿವ್ವಿನಿ'

'ಸರಿಯಪಾ ದೊಡ್ಡೋರನ್ನ ಎಷ್ಟು ಬೇಕಾದ್ರು ಕರ್ಕೊಂಡು ಹೋಗು ಯಾರೂ ಬ್ಯಾಡಾ ಅನ್ನೂದಿಲ್ಲ. ಆದರೆ ಇಲ್ಲಿರೋರೆಲ್ಲ ಸಣ್ಣ ಮಕ್ಕಳೆ ಅದಾರ?'

'ಕೂಲಿ ಮಾಡೂ ದೊಡ್ಡಹೆಣ್ಣಾಳು, ಗಂಡಾಳು ಎಲ್ಲಿ ಆವಣಾ ಈಗ ಊರಾಗ? ಎಲ್ಲಾ ಬೆಂಗ್ಳೂರಾಗ ಸರೆಯಾಗಿಬಿಟ್ಟಾರ. ಡೇಲಿ ಶನೆವಾರ ಶನೇವಾರ ಏಳೆಂಟು ಕ್ರುಸ್ಸೆರುಗಾಡಿ ಎಲ್ಲಾ ಬಳಕೊಂಡು ಹೋತಾವ. ಇಲ್ಲಿ ಬರೇ ಸೊಣ್ಣಮಕ್ಕಳನ್ನ ಬಿಟ್ಟು ಹೋತಾರ'

ನಾನು ನಿರುತ್ತರನಾದುದು ಕಂಡು ಅವನು ಇದರಲ್ಲಿ ತನ್ನದೇನೂ ತಪ್ಪಿಲ್ಲವೆಂಬಂತೆಯೂ, ನನ್ನನ್ನು ವಾದದಲ್ಲಿ ಮಣಿಸಿದೆನೆಂಬಂತೆಯೂ ನಿರಾಳವಾಗಿ 'ಬರ್ತಿನಣಾ' ಎಂದು ಕೈ ಮಾಡಿ ಹೊರಟುಹೋದನು. ಆ ಗಾಡಿ ಮರೆಯಾಗುತ್ತ ಹೋದರೂ ಅದರ ಚಿತ್ರ ನನ್ನಲ್ಲಿ ಮರೆಯಾಗದೆ, ಜಾನುವಾರು ಸಂತೆ ಮುಗಿದ ಬಳಿಕ ಆಡು-ಕುರಿಗಳನ್ನು ತುಂಬಿಕೊಂಡು ಹೋಗುತ್ತಿದ್ದ ಲಾರಿಯನ್ನು ನೆನಪಿಗೆ ತಂದಿತು.

ಆ ಟಮ್‌ಟಮ್ ಹೋದ ದಿಕ್ಕಿನಿಂದ ಇನ್ನೊಂದು ಹಳದಿಬಣ್ಣದ ಟಮ್‌ಟಮ್ ಗಾಡಿ ಇತ್ತ ಬಂದು ನಿಂತಿತು. ಅದರೊಳಗ ಒಂದಿಷ್ಟು ಲಂಬಾಣಿ ಹೆಂಗಸರು ಮತ್ತು ವಿಪರೀತವಾಗಿ ಕೂದಲನ್ನು ಬಿಟ್ಟುಕೊಂಡು ಆದಿವಾಸಿಗಳನ್ನು ನೆನಪಿಗೆ ತರುತ್ತಿದ್ದ ಒಂದಿಷ್ಟು ಗಂಡಸರು, ಮತ್ತವರ ಸಾಮಾನುಗಳು, ಚೀಲಗಳಿಂದ ಇಡಿಕಿರಿದಿದ್ದ ಆ ಗಾಡಿಯಲ್ಲಿ ಉಳಿದವರಿಗಿಂತಲೂ ತುಂಬ ಭಿನ್ನವಾಗಿ ಕಾಣಿಸುತ್ತಿದ್ದ ಯುವತಿಯೊಬ್ಬಳು ಚಂದದ ಸೀರೆಯನ್ನು ಉಟ್ಟುಕೊಂಡು ಕೈಯಲ್ಲಿ ವ್ಯಾನಿಟಿಬ್ಯಾಗು ಹಿಡಿದುಕೊಂಡು ಪ್ರಯಾಸಪಡುತ್ತ ನಾಜೂಕಿನಿಂದ ಕೆಳಗೆ ಇಳಿಯುತ್ತಿದ್ದಳು. ಇವರೇನು ಇಲ್ಲಿಯವರಲ್ಲ!

ಬಹುಶಃ ಟೀಚರ್ ಇರಬೇಕು ಎಂದು ನಾನು ಅಂದುಕೊಳ್ಳುತ್ತಿದ್ದಂತೆ ಆ ಯುವತಿ ಕೈಯಲ್ಲಿನ ಪುಟ್ಟ ಬ್ಯಾಗನ್ನು ಹೆಗಲಿಗೆ ಹಾಕಿಕೊಂಡು ತನ್ನ ಹಾದಿ ಹಿಡಿದು ನಡೆದಿದ್ದಳು. ನಾನು 'ಹಲೋ... ಮೇಡಂ' ಎಂದು ಮಾತಾಡಿಸಿದೆ. 'ಏನು...' ಎಂಬರ್ಥದ ನೋಟದಲ್ಲಿ ನನ್ನೆಡೆಗೆ ತಿರುಗಿದಳು. 'ನಾನು ಪ್ರೆಸ್ ರಿಪೋರ್ಟರ್ ರಾಯಪುರದಿಂದ ಬಂದೀನಿ... ತಾವು?' ಅಂದೆ. ನಾನೊಬ್ಬ ಅಪರಿಚಿತ ಮಾತನಾಡಿಸಿದ್ದರಿಂದ ತುಸು ಅನುಮಾನದಿಂದ ನನ್ನ ನೋಡಿದ್ದಾಕೆ ರಿಪೋರ್ಟರ್ ಎಂದುದಕ್ಕೊ ಏನೋ... ಸಂಕುಚಿತಗೊಂಡಿದ್ದ ಆಕೆಯ ಮುಖದಲ್ಲಿ ಒಂದಿಷ್ಟು ಕೃತಕ ನಗು ತಂದುಕೊಂಡಿದ್ದರಿಂದ ಮುಖ ಚೂರು ಅರಳಿತು. ನನ್ನೆದುರು ಸರಿಯಾಗಿ ನಿಂತು 'ನಾನಿಲ್ಲಿ ಟೀಚರ್' ಎಂದಳು. ನನ್ನ ಊಹೆ ಕರೆಕ್ಟಾಗಿತ್ತು. 'ಎಲ್ಲಿ ಮೇಡಂ ನಿಮ್ಮ ಶಾಲೆ?' ಅಂದೆ. ಅವರು ಬನ್ನಿ ಅಂದರು. ಮೇಡಂನನ್ನೇ ಹಿಂಬಾಲಿಸಿ ನಡೆದೆ.

ಎರಡು ಮನೆಗಳ ಹಿಂದೆಯೇ ಶಾಲೆ ಕಾಣುತ್ತಿದ್ದರೂ ನೇರವಾಗಿ ಹೋಗಲು ದಾರಿ ಇರಲಿಲ್ಲ. ಅಡ್ಡಡ್ಡ ಜಾಲಿ ಕಂಟಿಗಳು ಬೆಳೆದಿದ್ದವು. ಹೊಲದ ಬೇಲಿಯೊಂದನ್ನು ದಾಟಿ, ಸುತ್ತುಹಾಕಿ ಹೋಗಬೇಕಾಯಿತು. ಆ ಶಾಲಾ ಕಟ್ಟಡದಲ್ಲಿ ಮೂರು ಕೋಣೆಗಳಿದ್ದವು. ಒಂದರ ಬೀಗ ತೆರೆದು ಟೀಚರ್ ನನ್ನನ್ನು ಕೂಡ್ರಿಸಿ, ಹುಡುಗನೊಬ್ಬನನ್ನು ಕೂಗಿ ಕರೆಯುತ್ತ ಕುಡಿಯಲು ನೀರು ತರಲು ಹೇಳಿದರು. ನೀರು ತರುವ ಹುಡುಗನ ದಾರಿ ನೋಡಲೋಸುಗವೋ... ಅಥವಾ ನನ್ನ ಬಳಿ ಕೂಡ್ರಲು ಸಂಕೋಚವಾಗಿಯೋ ಏನೋ ಮೇಡಂ ಹೊರಗೆ ಬಾಗಿಲ ಬಳಿಯೇ ನಿಂತಿದ್ದರು. ಈ ಶಾಲೆಯ ಮಕ್ಕಳು, ಅವರ ಹಾಜರಾತಿ, ಓದು ಇದೆಲ್ಲ ಜಾತಕ ಕೆದಕಬೇಕೆಂದು ಮೇಡಂನಿಗೆ 'ನಿಮ್ಮ ಪ್ರಾಪರ್ ಯಾವುದು ಮೇಡಂ' ಅಂತ ಪೀಠಿಕೆ ಹಾಕಿದೆ. ಅವರು ತಮ್ಮ ಅಳಲು ತೋಡಿಕೊಳ್ಳಲು ಶುರುವಿಟ್ಟರು ನೋಡಿ!

'ಸರ್ ನನ್ನ ಪ್ರಾಪರ್ ಬಂದು... ತುಮಕೂರು. ಹತ್ತು ವರ್ಷ ಆಗೋಯ್ತು ಇಲ್ಲಿ ವರ್ಕ್ ಮಾಡ್ತಾ ಇದ್‌ಬಿಟ್ಟು. ಬೇಜಾರಾಗ್ಬಿಟ್ಟಿದೆ ಸರ್. ಟ್ರಾನ್ಸ್‌ಫರ್ ಇಲ್ಲ, ಏನಿಲ್ಲ. ಹೋಗ್ಲಿ ಕರೆಕ್ಟಾಗಿ ಇಲ್ಲೇ ಡ್ಯೂಟಿ ಮಾಡಾಣ ಅಂದ್ಕೊಂಡ್ರೆ ಇಲ್ಲೀ... ಪ್ರಾಬ್ಲೋಂ... ಪ್ರಾಬ್ಲಂ. ಸರೀಗೆ ಬಸ್ಸಿಲ್ಲ. ಲಗೇಜ್ ಆಟೋಗಳ ಹಿಡ್ಕೊಂಡು ಬರ್ಬೇಕು. ಆ ಆಟೋದವರೋ ಮೇಲೆ ಕೆಳಗೆ ಜನಾನ ದನಾ ತುಂಬ್ಕೊಂಡಂಗೆ ಫುಲ್ ತುಂಬ್ಕೊಂಡು ಬರ್ತಾರೆ. ಅಬ್ಬಾ... ಆ ಹಿಂಸೆನಾ ನೆನೆಸ್ಕೊಳ್ಳೂಕೂ ಆಗಲ್ಲ! ಆಗ್ಲೆ ನೀವೇ ನೋಡಿದ್ರಲ್ಲ ಸಾರ್...' ಆ ಬಗ್ಗೆ ನನಗೂ ಕೆಡುಕೆನಿಸಿದ್ದರಿಂದ 'ನೀವು ಡೇಲಿ ಟ್ರಾವಲ್ ಮಾಡೊ ಬದಲು ಇದೇ ಊರಲ್ಲಿ ಉಳಿದುಕೊಳ್ಳಬಹುದಲ್ಲಾ...' ಅಂದೆ. ಮೇಡಂ, ಆಶ್ಚರ್ಯದಿಂದ ನಗುತ್ತ 'ಇಲ್ಲಾ... ಸರ್...' ಎಂದು ಮತ್ತದೇ ಬೇಸರದಿಂದ ಮುಂದುವರೆದಳು. 'ಇಲ್ಲೀ ಮನೆಗಳ್ನ ನೋಡಿದ್ದೀರಾ ಸರ್ ನೀವು? ಅವೇನು ಮನುಷ್ಯರ ವಾಸಕ್ಕೆ

ಲಾಯಕ್ಕಾಗಿವೆಯಾ? ಹೋಗಲಿ ಹೆಂಗೋ ಅಡ್ಜೆಸ್ಟ್ ಮಾಡ್ಕೊಂಡು ಇರೋಣ ಅಂದ್ರುನೂವೆ... ಅವು ದಿಕ್ಕಿಗೊಂದು ಅವೆ. ಒಬ್ಬೊಬ್ಬರೆ ಹೇಗೆ ಇರೋದು ಸರ್ ಇಂಥಲ್ಲಿ... ರಾತ್ರಿ ಹೊತ್ತು ಬಾಯಿ ಬಡ್ಕೊಂಡ್ರು ಯಾರೂ ಕೇಳೊಲ್ಲ!' ಮೇಡಂ ಗಂಭೀರವಾಗುತ್ತ ಹೋದರು. 'ಇದು ಗಾಂಧೀಜಿ ಕಾಲ ಅಲ್ವಲ್ಲ ಸಾರ್, ಗಾಂಧೀಜಿ ಸತ್ತು ತುಂಬ ವರ್ಷಾನೆ ಆಯ್ತು ಈ ದೇಶದಲ್ಲಿ. ಅಲ್ದೇ, ಗುರುಬ್ರಹ್ಮ ಗುರುವಿಷ್ಣು ಗುರುವೇ ನಮಃ ಅನ್ನೋ ಜನಾನು ಈಗಿಲ್ಲ. ಈಗೇನಿದ್ರೂವೆ ಗುರು... ಏನ್ ಮಹಾ? ಅನ್ನೋರೆ ಎಲ್ಲಾ...' ಅಂದಾಗ ಎಲ್ಲಿಂದಲೋ ಬಂದು ಮತ್ತೆಲ್ಲಿಯೋ ಕೆಲಸ ನಿರ್ವಹಿಸುವ ಹೆಣ್ಣುಮಕ್ಕಳಿಗೆ ಎಷ್ಟೊಂದು ಅಭದ್ರತೆ, ಅಸಹಾಯಕತೆ ಕಾಡುತ್ತಿರುತ್ತದೆ ಎಂಬುದು ನನ್ನ ಅರಿವಿಗೆ ಬಂತು. ಒಂದೇ ಮಾತಿನಲ್ಲಿ ಮೇಡಂ ಒಬ್ಬ ಹೆಣ್ಣಾಗಿ ತನ್ನ ಮತ್ತು ಶಿಕ್ಷಕ ವೃತ್ತಿಯಲ್ಲಿನ ಎರಡರ ಆತಂಕ, ತಲ್ಲಣಗಳನ್ನು ತೆರೆದಿಟ್ಟು ಬಿಟ್ಟರು.

'ಮೇಡಂ, ಮಕ್ಕಳೆಷ್ಟು ಇದ್ದಾರೆ ಒಟ್ಟು?'

'ಒನ್ ಟೂ ಫೋರ್ಥ್ ಎಲ್ಲ ಸೇರಿ ಇಪ್ಪತ್ತೆರಡು ಇವೆ ಸರ್. ಆದ್ರೆ ಡೇಲಿ ಬರೋದು ಎಂಟೋ ಹತ್ತೋ ಅಷ್ಟೇ'

ನನಗೆ ತೀವ್ರ ಆಶ್ಚರ್ಯವಾಗಿ 'ಇಷ್ಟೇನಾ...' ಅಂದೆ. ದಾಖಲಾತಿ ಮತ್ತು ಹಾಜರಾತಿ ನಡುವೆ ಅಜಗಜಾಂತರವಾಗಿರುವುದು ತುಂಬ ದಿನಗಳಿಂದಲೂ ಇರುವುದರಿಂದ ಈ ಬಗ್ಗೆ ಮೇಡಂನಿಗೆ ಆಶ್ಚರ್ಯವಿರಲಿಲ್ಲ. ಆದರೆ ಬೇಸರವಂತೂ ಇತ್ತು. ಅದಕ್ಕೇ 'ಹೌದು ಸರ್, ಕ್ಲಾಸ್ ತುಂಬ ಮಕ್ಕಳಿದ್ದರೆ ನಮಗೂ ಪಾಠ ಮಾಡೊಕೆ ಇಂಟರೆಸ್ಟ್ ಇರುತ್ತೆ. ಆದ್ರೆ ಇಲ್ಲೀ ಸ್ಥಿತಿ ನೋಡಿದ್ರೆ ಹೀಗೆ...' ಎಂದರು.

'ನೀವು ಆಬ್ಸೆಂಟ್ ಉಳಿಯುವ ಮಕ್ಕಳ ಬಗ್ಗೆ ಏನಾದ್ರೂ...' ಎಂದು ನನ್ನ ಮಾತು ಇನ್ನೂ ಬಾಯಲ್ಲಿರುವಾಗಲೆ ಮೇಡಂ ವಿವರಣೆ ನೀಡತೊಡಗಿದರು.

"ಸರ್, ಮನೆ ಮನೆ ಭೇಟಿ ಮಾಡಿ ಪಾಲಕರನ್ನು ಮಾತಾಡಿಸಿದರೆ ಏನ್ ಹೇಳ್ತಾರೆ ಗೊತ್ತಾ... 'ಟೀಚರಮ್ಮ... ನಮ್ಮ ಮಗನ್ನ ನಿಮ್ಮ ಸಾಲಿಗೆ ಕಳಿಸಿದರ ಆತ ಒಂದ್ ಹೊತ್ತು ಮಾತ್ರ ಉಣುತಾನ. ಅದೇ ಕೂಲಿಗೆ ಹೋದ್ರಾಗಿನ ನೂರೈವತ್ತು ರುಪ್ಯೆ ತರ್ತಾನೆ, ನಾವೆಲ್ಲ ಊಟ ಮಾಡ್ತೀವಮ್ಮ...' ಅಂತಾರೆ. ಹೀಗಂದ್ಮೇಲೆ ಏನ್ ಹೇಳುದ್ ಹೇಳಿ ಸರ್?" ಮೇಡಂ ನನ್ನನ್ನೇ ಪ್ರಶ್ನಿಸಿ ಮತ್ತೆ ವಿವರಣೆ ಮುಂದುವರೆಸಿದರು. "ನಾನೂ... ತಿಳಿಸಿ ಹೇಳೂಣಾಂತ... ನೀವು ಇವತ್ತಿನ ಊಟದ ಬಗ್ಗೆ ಅಷ್ಟೇ ವಿಚಾರ ಮಾಡಿ ಮಗುವಿನ ಭವಿಷ್ಯ ಹಾಳಮಾಡಬೇಡಿ. ನಾಳೆದಿನ ಆ ಮಗೂ ಚೆನ್ನಾಗಿ ಓದಿ ಒಳ್ಳೇ ಕೆಲಸ ಹಿಡಿದ್ರೆ ಜೀವನ ಪೂರ್ತಿ ಆರಾಮಾಗಿ ಊಟ ಮಾಡಬಹುದಲ್ವ? ಅಂತಂದರೆ... 'ಇವತ್ತು ಉಪಾಸ ಬಿದ್ದು ನಾಳಿದಿನಕ್ಕೆ ಬುತ್ತಿಕಟ್ಟೊದು ಯಾಕ ಬೇಕಮ್ಮ... ಇವತ್ತಿಂದು ಇವತ್ತೆಗ್ಗೆ ಸಿಕ್ಕರೆ ಸಾಕು. ನಾಳೇದು ನಾಳೆಗೆ...' ಅಂದು ಬಿಡ್ತಾರೆ

ಸರ್" ಮೇಡಂ ತಮ್ಮ ಸಂದಿಗ್ಧತೆಯ ಪೂರ್ಣಪಾಠ ಒಪ್ಪಿಸಿದ್ದರಷ್ಟೇ ಅಲ್ಲ ಸಮಸ್ಯೆಯ ಮೂಲವನ್ನೆ ನನ್ನೆದುರು ತೆರೆದು ಇಟ್ಟದ್ದರಿಂದ ನನಗೆ ದೂಸ್‌ರಾ ಮಾತಾಡಲಿಕ್ಕೆ ಛಾನ್ಸೇ ಇರಲಿಲ್ಲ. ಮತ್ತೆ ಅವರೇ ಮುಂದುವರೆದರು. "ಆಗಾಗ ವ್ಹಿಸಿಟ್ ಮಾಡೋ ಸಿಆರ್‌ಪಿ ಬೇರೆ ಹೇಳ್ತಾ ಇದಾರೆ 'ಮಕ್ಕಳು ಹತ್ತಕ್ಕಿಂತ ಕಡಿಮೆ ಇದ್ದರೆ ಆ ಶಾಲೇನ ಶಿಫ್ಟ್ ಮಾಡ್ಬೇಕು' ಅಂತ. ನಾನು ಏನೇನೊ ನೆಪಗಳ್ನ ಹೇಳ್ಕೊಂಡು ಮುಂದಕ್ಕೆ ತಳ್ತಾ ಇದ್ದೀನಿ ಸರ್. ಶಾಲೆ ಶಿಫ್ಟ್ ಆಗಿಬಿಟ್ಟರೆ... ಇಲ್ಲಿನ ಪುಟ್ಟಪುಟ್ಟ ಮಕ್ಕಳು ಮೂರು ಕಿಲೋಮೀಟರ್ ನಡ್ಕೊಂಡು ಬೇರೆ ಶಾಲೆಗೆ ಹೋಗಬೇಕಾಗುತ್ತೆ ಎಷ್ಟು ಕಷ್ಟ ಅಲ್ವಾ...' ಎಂದೊಡನೆ ನನಗೆ ಅಯ್ಯೋ ಅನ್ನಿಸಿಬಿಟ್ಟಿತು. ಏನೋ ನೋಡಲು ಬಂದು ಮತ್ತೇನನ್ನೋ ಕಾಣಬೇಕಾಯಿತು. ಹಾಗೆ ಕಂಡುದಕ್ಕೆ ನಾನೀಗ ಪರಿಹಾರ ಸೂಚಿಸಬೇಕೆಂದು ಮೇಡಂ ಬಯಸಿದ್ದರೆಂದು ಕಾಣುತ್ತದೆ. ಪತ್ರಕರ್ತನ ಠೀವಿಯಿಂದ ಬಹಳಷ್ಟು ಜನರಿಗೆ ಪ್ರಶ್ನೆ ಕೇಳಿ ತಬ್ಬಿಬ್ಬುಗೊಳಿಸುತ್ತಿದ್ದ ನನಗೇ ಈಗ ಆ ಸರದಿ ಬಂದಿತ್ತು. ನಾನು ಅಪ್ರತಿಭನಾದೆ. ಒಂದು ಥರ ಚಡಪಡಿಕೆ ಶುರುವಾಯಿತು. ಅದೇ ವೇಳೆಗೆ ಹುಡುಗನು ನೀರು ತಂದಿದ್ದರಿಂದ ಮೇಡಂ ನನ್ನ ಕೈಗೆ ಕೊಟ್ಟರು. ಒಂದಿಷ್ಟು ಕುಡಿದು ಥ್ಯಾಂಕ್ಸ್ ಹೇಳಿ ಅಲ್ಲಿಂದ ಎದ್ದು ಬಂದೆನು.

ಆ ಡ್ರೈವರ್ರು, ಈ ಮೇಡಂ ಹೇಳೂದು ಖರೆವೇನು? ನೋಡೋಣವೆಂದು ಆ ವಡಲಟ್ಟಿ ಕ್ರಾಸ್ ಎಂಬ ಊರೊಳಗೆ ಒಂದು ರೌಂಡು ಹಾಕೋಣವೆಂದು ಹೊರಟೆ. ಅದೊಂದು ಕೆಟ್ಟ ಊರು ಅಲ್ಲದ, ಹಳ್ಳಿಯೂ ಅಲ್ಲದ ಮನುಷ್ಯರೆಂಬ ಪ್ರಾಣಿಗಳು ಇರಲಿಕ್ಕೆ ಕಲ್ಲು-ಮಣ್ಣುಗಳನ್ನು, ಹುಲ್ಲುಗರಿಕೆಯನ್ನು ಇಟ್ಟುಕೊಂಡು ಮಾಡಿರುವ ಗೂಡುಗಳಿದ್ದ ಪ್ರದೇಶವಾಗಿತ್ತು. ಕುಗ್ರಾಮಗಳೆಂದು ತೋರಿಸಲಿಕ್ಕೆ ಕೃತಕವಾಗಿ ನಿರ್ಮಿಸಿರುವ ಇಂಥ ವಾಸಸ್ಥಳಗಳನ್ನು ಸಿನಿಮಾಗಳಲ್ಲಿ ಮಾತ್ರ ನೋಡಿದ್ದ ನಾನು ವಾಸ್ತವದಲ್ಲಿ ಇಂಥ ಪ್ರದೇಶವನ್ನು ನೋಡಿ ಬೆಚ್ಚಿದೆ! ನಾನು ಬೆಚ್ಚಿದ್ದು ಯಾಕೆಂದರೆ ನಮ್ಮ ಸರಕಾರಗಳು ಎಷ್ಟೊಂದು '...ಆವಾಸ ಯೋಜನೆ', '... ವಸತಿ ಯೋಜನೆ' ಎಂದು ಜಾರಿಗೆ ತರುತ್ತಲೇ ಇದ್ದರೂ ಇನ್ನೂ ಹೀಗೆ ಈ ಪರಿ ಗುಡಿಸಲುಗಳಿವೆಯಲ್ಲ ಎನ್ನುವ ಕಾರಣಕ್ಕೆ. ಕಲ್ಲುಮಣ್ಣಿನ ಗೂಡುಗಳು, ಹುಲ್ಲುಗರಿಕೆಯ ಗುಡಿಸಲುಗಳು ಇರುವಂಥ ಈ ಪ್ರದೇಶದಲ್ಲಿ ಈಗಷ್ಟೇ ಹೆಣವನ್ನು ಸ್ಮಶಾನಕ್ಕೆ ಹೊತ್ತೊಯ್ದಿರುವಾಗ ಇರುವಂಥ ನೀರವ ಮೌನ, ಶೋಕಸ್ಥಿತಿ! ಅಲ್ಲಿರುವ ಮುವ್ವತ್ತೋ... ಮುವ್ವತ್ತೈದೋ ಗೂಡುಗಳ ಪೈಕಿ ಮೂರ್‍ನಾಲ್ಕು ಮುದೇವುಗಳು ತಮ್ಮ ಕಣ್ಣು-ಮೂಗುಗಳ ಮುಂದೆ ಆಡುತ್ತಿರುವ ದ್ಯಾವಮೆಗಳ ಮೇಲೆ ಕೈ ಮಾಡುತ್ತ, ಮಾಡುತ್ತ ಕೂತಿದ್ದವು.

ಇಂಥ ಒಬ್ಬ ಮುದೇತನ ಹತ್ತಿರ ನಾನು ಹೋದೆ. ಬಿಸಿಲುಸೀಮೆ ಎಂದೇ

ಹೆಸರಾಗಿರುವ ಈ ಸೀಮೆಯಲ್ಲಿ ಸೂರ್ಯನು ಚೆಲ್ಲುವ ಬಿಸಿಲಾದರೂ ಎಂಥದ್ದು ಎಂಬುದಕ್ಕೆ ಮುದೇತನ ಮೈಬಣ್ಣವೇ ಸಾಕ್ಷಿಯಾಗಿ ಕಾಣುತ್ತಿತ್ತು. ಈ ಸೀಮೆಯ ಜನರ ಮೈಯಲ್ಲಿನ ಎಲ್ಲ ಮೆಲನಿನ್‌ನ್ನೂ ಸೂರ್ಯ ದಹಿಸಿಬಿಟ್ಟಿದ್ದಾನೆ ಎನಿಸಿತು. ದಹನವಾದ ಮೇಲೆ ಉಳಿಯುವುದಾದರೂ ಏನು? ಕಪ್ಪುಕಲೆ ಮಾತ್ರವಲ್ಲವೆ! ಹಾಗಾಗಿ ಕಪ್ಪೇ ಮೈವೆತ್ತಂತೆ ಇಲ್ಲಿಯ ಮಂದಿ ಕಾಣುತ್ತಾರೆ. ಈ ಮುದೇತ ಎಲ್ಲರಿಗಿಂತಲೂ ತುಸು ಹೆಚ್ಚಾಗಿಯೇ ಕರ್‍ರಗಿದ್ದ. ಬಹುಶಃ ಅವನು ತನ್ನ ಮೈಯನ್ನು ಬಹಳವಾಗಿ ಬಿಸಿಲಿಗೆ ಒಡ್ಡಿ, ಬೆವರಿನಲ್ಲಿ ತೀಡಿದ್ದರಿಂದಲೇ ಮುದೇತನ ಮೈ ಚರ್ಮ ಕಪ್ಪಾನುಕಪ್ಪಾಗಿತ್ತು. ಹೆಸರಿಗೆ ಬಿಳಿ ಎನ್ನಬಹುದಾಗಿದ್ದ ಮುಷ್ಟಿಗಾತ್ರದ ಅವನ ಮೀಸೆಯಂತೂ ಬಿಳಿಯದಾಗಿರಲಿಲ್ಲ. ಹೊಗೆ ಹಿಡಿದ ಅಡುಗೆಮನೆಯ ಗೋಡೆಯಂತೆ ಅದೂ ಕಪ್ಪಿಟ್ಟಿತ್ತು. ಇದಕ್ಕೆ ಮಾತ್ರ ಕಾರಣ ಸೂರ್ಯನಲ್ಲವೆಂದು ಖಂಡಿತವಾಗಿ ಹೇಳಬಹುದಿತ್ತು. ಹೇಗೆಂದರೆ ತನ್ನ ಬಿಳಿ ಮೀಸೆಯ ಬಣ್ಣ ಮಾಸುವುದಕ್ಕೆ ಸ್ವತಃ ಮುದೇತನೇ ಕಾರಣವೆಂದು ಸ್ಪಷ್ಟ ಕಾಣುತ್ತಿತ್ತು. ಆ ಮುದುಕನು ಬಹುಕಾಲದಿಂದಲೂ ಬೀಡಿಯನ್ನು ಎಳೆದೆಳೆದು ಹೊಗೆ ಹೀರಿದ್ದರ ಪರಿಣಾಮವಾಗಿ ಮೀಸೆಗೆ ಆ ಗತಿ ಬಂದಿದ್ದರ ಲಕ್ಷಣಗಳು ಅಲ್ಲಿದ್ದವು.

'ತಾತ ಮನೇಲಿ ಯಾರೂ ಇಲ್ಲೇನು?' ಎನ್ನುತ್ತ ಅವರೆಲ್ಲ 'ಮನೆ' ಎಂದು ತಿಳಿದುಕೊಂಡಿರುವುದರತ್ತ ಕಣ್ಣಾಡಿಸಿದೆ. ಅದರೊಳಗೆ ಹಗೇವಿನೊಳಗಿರುವಂಥ ಕತ್ತಲು. ಸುಣ್ಣ–ಬಣ್ಣ ಏನೇನು ಕಾಣದೆ ಅಸ್ಥಿಪಂಜರದಂತಿದ್ದ ಗೋಡೆಗಳು... ನನ್ನ ನೋಟ ಇನ್ನೂ ಹರಿದಾಡುತ್ತಿರುವಾಗಲೆ ಮುದೇತ ನನ್ನನ್ನು ಹುಬ್ಬುಗ್ಯೆ ಹಚ್ಚಿ ನೋಡಿ ಏನೋ ಅಂದಾಜಿಸಿ, 'ಯಾಕಪ್ಪಾ... ನಾನ್ ಇವ್ವಿನಲ್ಲ. ಎಲ್ಲೋಸು ಸೇರಿ ಏಳು ಜನಾ ಈವೀ ಬರಕೋ. ಅದೇನ್ ಬೇಕೋ ಹೇಳ್ತಿನಿ' ಅಂದ. ಓಹೋ ತಾತಪ್ಪ ನನ್ನನ್ನ ಯಾವುದೋ ಗಣತಿ ಕಾರ್ಯಕ್ಕೆ ಬಂದವನೆಂದು ತಿಳಿದಿರಬೇಕು. ಪರವಾಗಿಲ್ಲ ಅಂದುಕೊಂಡು ಮುಂದುವರೆದೆ.

'ಏನ್ ಕೆಲಸ ಮಾಡ್ತಾರ ಮನೇಲಿ?' ಅಂದಾಗ ಮುದೇತ 'ಬಾಪ್ಪ ಕುಂತ್ಗ ಬಾ' ಅಂತ ತಾನು ಕುಂತಿದ್ದ ಪಕ್ಕದಲ್ಲಿಯ ಮಣ್ಣಿನ ದಿಬ್ಬದತ್ತ ಕೈ ಮಾಡಿದ. ನಾನು ಆ ಜಾಗ ನೋಡಿ ಕೂಡಲು ಮನಸ್ಸಾಗದೆ ಪರವಾಗಿಲ್ಲ ಅಂದೆನಾದರೂ ಅವನು ತುಂಬ ಬಲವಂತ ಮಾಡತೊಡಗಿದ. ತೀರಾ ಡಿಸ್ಟನ್ಸ್ ಮೇಂಟೇನ್ ಮಾಡಿದರೆ ನನಗೆ ಬೇಕಾದ ವಿಷಯಗಳು ಹೊರಬೀಳದೆ ಉಳಿಯಬಹುದೆಂದು ಅನ್ನಿಸಿ ಕೂತುಬಿಟ್ಟೆ. ನಾನು ಅವನ ಪಕ್ಕದಲ್ಲಿ ಕೂತಿದ್ದರಿಂದ ಮುದುಕ ತೀರಾ ಆತ್ಮೀಯವಾಗಿ ನನ್ನತ್ತ ಮುಖಮಾಡಿ 'ಅಲ್ಲಪ್ಪಾ ಏನಂದಿ' ಅಂದ. ನಾನು ಮತ್ತೆ 'ಮನೇಲಿ ಏನು ಕೆಲಸ ಮಾಡ್ತಾರ? ಅಂದೆ.

'ಕೂಲೀ...' ಬೇರೆ ಆಯ್ಕೆಯೇ ಇಲ್ಲವೆನ್ನುವಂತೆ ನಿಶ್ಚಿತವಾಗಿ, ಗಟ್ಟಿಯಾಗಿ ಹೇಳಿ

ಮುಂದುವರೆದ. 'ನಾಲೊರು ಬೆಂಗ್ಳುರಿನ್ಯಾಗಾರ, ನಾವ್ ಮೂರ್ ಜನ ಇಲ್ಲೀವಿ. ಮಗಾ–ಸ್ವಾಸೆ, ಯಾಡ ಗೊಂಡು ಮೊಮ್ಮಕ್ಕಳು ಅಲ್ಲ್ಯಾವ. ಯಾಡ ಹೆಣ್ಣ ಮೊಮ್ಮಕ್ಕಳು ಇನ್ನ ಸೊಣ್ಣವು ಆವ, ಅದ್ಕೆ ಅವುಟರ ಜತೆಗೆ ನಾನಿವ್ವಿನಿ. ಅದೂ ಒಂದು ಕೂಲಿಗೆ ಹೋತಾದ, ಒಂದು ಸಾಲಿಗೆ ಹೋತಾದ'

'ಎರಡೂ ಹುಡುಗುರನ್ನ... ಶಾಲೆಗೆ ಕಳಿಸಬೇಕಲ್ಲ ತಾತಾ, ಓದೋ ವಯಸ್ಸಿನ ಮಕ್ಕಳನ್ನ ಕೂಲಿಗೆ ಯಾಕ್ ಕಳಿಸೋದು...' ಅಂದಿದ್ದಕ್ಕೆ ಮುದೇತ ಹತಾಶನಾಗಿ 'ದುಡಿಯೋ ವಯಸ್ಸಿನವರು ಬೆಂಗ್ಳೂರಿನ್ಯಾಗ ಸರಿ ಹೋಗ್ಯಾರ. ವರ್ಷಕ್ಕ ಒಂದಸಲನೋ... ಎರಡಸಲನೋ ಊರಿಗೆ ಬಂದು ಹೋತಾರ. ಇಲ್ಲಿ ದಿನಂಪ್ರತಿ ಒಲೆ ಹೊತ್ತಬೇಕಲ್ಲಪ್ಪಾ... ನಾನು ಈ ವಯಸ್ಸಿನಾಗ ಕೆಲಸ ಮಾಡಕಾತದಾ? ಅದ್ಕೆ ಒಬ್ಬಳು ಕೂಲಿಗೆ ಹೋತಾಳ, ಕೊನೆಯವಳು ಸಾಲಿಗೆ ಹೋತಾಳ' ಅಂದ. ಆಗ ಅದೇ ಮನೆಯವು ಆಗಿರಬಹುದಾದ ಎರಡು ಕೋಳಿಗಳು ತಮ್ಮ ದೈನಂದಿನ ಆಹಾರಕ್ಕಾಗಿ ಹೊರಗಡೆ ಅಲೆದಾಡಿ ಸುಸ್ತಾಗಿ, ಆ ಸುಸ್ತನ್ನು ನಿವಾರಿಸಿಕೊಳ್ಳಲೆಂಬಂತೆ ಅಲ್ಲೆ ಗುಡಿಸಲ ಬಂಬೂದ ಮೇಲೆ ಕುಕ್ಕರುಕೂತು, ಅಗಲವಾಗಿ ಬಾಯಿ ತೆರೆದು ಗಬಗಬನೆ ಉಸಿರೆಳೆದುಕೊಳ್ಳುತ್ತಿದ್ದವು. ಅಷ್ಟೇ ವೇಗವಾಗಿ ಅವುಗಳೆದೆಯೂ ಹೊಡೆದುಕೊಳ್ಳುತ್ತಿತ್ತು.

'ಹೌದು ತಾತ, ಎಲ್ಲಾ ಬೆಂಗ್ಳೂರಿಗೆ ಯಾಕ್ ಹೋಗ್ಬೇಕು? ಇಲ್ಲೇ ಜೀವನ ಆಗೊದಿಲ್ಲೇನು? ಈಗ... ಉದ್ಯೋಗ ಖಾತ್ರಿ ಯೋಜನೆ ಐತಿ, ಒಂದ್ ರೂಪೈಗೆ ಕೇಜಿ ಅಕ್ಕಿ ಆಗ್ಯಾವು...' ಎಂದು ವಲಸೆಗೆ ಕಾರಣ ತಿಳಿಯದೆ ಕೇಳಿದೆ. ಮುದೇತ ಅದಕ್ಕೆ ಥಟ್ಟನೆ ಹೇಳತೊಡಗಿದ. 'ಅಕ್ಕಿ ಒಂದು ಆದ್ರೆ ಎಲ್ಲಾ ಆದಂಗೇನಪ್ಪಾ? ಬ್ಯಾಳಿ 80 ರೂಪೈ ಸೇರ ಆಗ್ಯಾವ. ಉಳ್ಳಾಗಡ್ಡಿ 60 ರೂಪೈ ಕೇಜಿ ಆಗ್ಯಾವ. ಕಾಯಿಪಲ್ಲೆ ರೇಟಂತೂ ಕಂಡಂಗಾದ. ಗೋರ್ಮೆಂಟೂ ಒಂದರಾಗ ಕಡಮೆ ಮಾಡಿ ಇನ್ನೊಂದ್ರಾಗ ಅಂಬರ್ಸ್ತಿರ್ತಾದ'. ಮುದೇತ ಮುಗ್ಧನಾಗಿ ಹೇಳಿದ್ದರೂ ಅದರಲ್ಲಿಯೂ ಒಂದಿಷ್ಟು ತಥ್ಯವಿದೆ ಅನ್ನಿಸಿತು. ಕೇವಲ ಒಂದು ದಿನಸಿಯು ಸುಲಭವಾಗಿ ದೊರೆತು ಉಳಿದ ಹತ್ತಾರು ಎದ್ದು ಉರಿಯತೊಡಗಿದರೆ ಬಡವರ ಬಂಡಿ ಸಾಗುವುದಾದರೂ ಹೇಗೆ?

ಮುದೇತನಿಗೆ ಆಮೇಲೆ ನನ್ನ ಮಾತಿನ ಆಶಯ ತಿಳಿದಂಗಾಗಿ ಮತ್ತೆ ಅವನೇ ಹೇಳತೊಡಗಿದ. 'ನೀ ಅಂಬೂದು ಸರೆ. ಇದ್ದೂರು ಲಾಭ, ಬೇವೂರ ಲುಕ್ಸಾನ ಅಂಬದೂ ನಮ್ಮ ಕಾಲದಾಗ ಇತ್ತು. ಈಗೆಲ್ಲಾ ಉಲ್ಟಾ ಆಗೇದ. ಇದ್ದೂರಾಗ ಇದ್ರೆ ಆಟೇ... ಹೊಟ್ಟಿಗೆ ಬಟ್ಟೆಗೆ ಸರೆ ಆತದ. ಆದ್ರೆ ಈ ಸಾಲಗಳು ಐದವಲ್ಲಪ್ಪಾ... ನಮ್ ತಲೆ ಮ್ಯಾಲೆ ಯಾವತ್ತೂ ಕಲ್ಲಬಂಡೆಂಗೆ ಕುಂತ್ಗ ಬಿಟ್ಟಿರ್ತವೆ. ಒಂದನ್ನು ಕೆಳಗಿಳಿಸ್ತಿದ್ದಂಗೆ

ಮತ್ತೊಂದು ಮ್ಯಾಲೇರಿರ್‍ತದೆ. ಈಗ ನಮ್ದೆ ತುಗೋ... ಮಗಳ ಮದ್ವೆಗೆ ಸಾಲಾ ಆಗಿತ್ತು, ಅದು ತೀರಿತು ಅಂಬದ್ರಾಗ ಆಕೀ ಹೊಟ್ಟೀಲಾಗಿ ತೌರುಮನೆಗೆ ಬಂದ್ಲು. ಹೆರಿಗೆ ಸುಸೂತ್ರ ಆಗ್ಲಿಲ್ಲ, ಜಗ್ಗೇ ಖರ್ಚು ಆತು. ಮತ್ತೇ ಸಾಲಾ! ಸಾಲಾ ಅಂದ್ರಾಗಿನ ನಮ್ಮ ಬಳಗ ಇದ್ದಂಗೆ ಆಗ್ಯಾದ ಅವನಮ್ಮನ...' ಎಂದು ಒಂದು ಥರಾ ನಗುತ್ತ ಬಲಗೈ ಮುಷ್ಟಿಯನ್ನು ಛೀ! ಎನ್ನುವಂತೆ ಗಾಳಿಯಲ್ಲಿ ಜೋರಾಗಿ ಬೀಸಿದ ಮುದುಕ.

ಅವನಲ್ಲೀಗ ಅನೇಕ ನೆನಪಿನ ಹೊರೆಗಳು ಸವಾರಿ ಮಾಡತೊಡಗಿದವೆನ್ನಿಸಿತು. ಇನ್ನೇನು ಅವನಿಂದ ಮಾತುಗಳು ಬರಲಾರವು ಎನ್ನುವಷ್ಟರ ಮಟ್ಟಿಗೆ ಅವನಲ್ಲಿ ದುಗುಡ ತುಂಬಿ ಮೌನಿಯಾದನು.

*

ರೂಮಿಗೆ ಬಂದು ಕ್ಯಾಮರಾ, ಪೆನ್ನು-ಪ್ಯಾಡು ತೆಗೆದಿಟ್ಟು ಜೋರಾಗಿ ಫ್ಯಾನ್ ಹಾಕಿ ಯೋಚನೆಗಿಳಿದೆ. ರಾಜ್ಯದ ಪ್ರಮುಖ ಪತ್ರಿಕೆಯಲ್ಲಿ ನಾನು ಕೆಲಸಕ್ಕೆ ಸೇರಿದ ಕೆಲವೇ ದಿನಗಳಲ್ಲಿ ರಾಯಪುರ ಜಿಲ್ಲಾ ವರದಿಗಾರನಾಗಿ ಇಲ್ಲಿಗೆ ಬಂದೆ. ಇದೊಂದು ಹಿಂದುಳಿದ ಪ್ರದೇಶವೆಂದಷ್ಟೇ ಕೇಳಿದ್ದ ನನಗೆ 'ಹಿಂದುಳಿದುದರ' ಬಗೆಯ ಅರಿವು ಮೂಡಿದ್ದು ಇಲ್ಲಿಗೆ ಬಂದ ಮೇಲೆಯೇ. ನಿತ್ಯದ ಜೀವನ ನಡೆಸುವುದಕ್ಕೆ ಮೂಲವಾದ ಸೌಲಭ್ಯಗಳು ಅಗತ್ಯ ಎಂದು ಈ ಜನರಿಗೆ ಅನ್ನಿಸಿಯೇ ಇಲ್ಲ. ಸುಮ್ಮನೆ ಪಡಿಪಾಟಲು ಪಡುವುದಕ್ಕೆ ಒಗ್ಗಿ ಹೋಗಿದ್ದಾರೆ. ಆದಿಮಾನವನ ನೆಲೆಯಂತಹ ಸೂರುಗಳಲ್ಲಿ ಆರ್ಸೆನಿಕ್ ಇರುವ ನೀರಿನಿಂದಲೇ ಅನ್ನ ಬೇಯುತ್ತದೆ. ಕಗ್ಗಾಡಿನಂತಹ ರಸ್ತೆಗಳು, ಬಸ್ಸಿನ ಮುಖವನ್ನೇ ಕಾಣದ ಊರುಗಳು, ಅಲೆಮಾರಿ ಡಾಕ್ಟರನ್ನೇ ನೆಚ್ಚಿರುವ ಇಲ್ಲಿಯ ಜೀವಿಗಳ ಆರೋಗ್ಯ; ಇವುಗಳ ನಡುವೆ ನಡೆಯುವ ಬಾಲ್ಯ ವಿವಾಹ, ಅದರ ಸಂತಾನ... ಅಪೌಷ್ಟಿಕತೆ... ಒಂದೇ-ಎರಡೇ ಸಮಸ್ಯೆಗಳು.

ನನ್ನದು ತೀರಾ ಮುಂದುವರೆದ ಪ್ರದೇಶವಲ್ಲವಾದರೂ ತಕ್ಕಮಟ್ಟಿನ ಅನುಕೂಲಗಳಿರುವ ಊರು. ಆವಶ್ಯಕ ಸೌಲಭ್ಯಗಳು ಕೈಗೆಟಕುವಂತಹ ವ್ಯವಸ್ಥೆಯಲ್ಲಿ ಬೆಳೆದುಬಂದಿರುವ ನನಗೆ ಇಲ್ಲಿನ ದುರವಸ್ಥೆಗಳು ದೊಡ್ಡದಾಗಿ ಕಾಣುತ್ತಿದೆಯೋ... ಅಥವಾ ಹೊರಪ್ರದೇಶದಲ್ಲಿ ಇಂತಿಂಥ ಸೌಲಭ್ಯಗಳು ಇವೆ, ಅವು ನಿತ್ಯದ ಬದುಕಿಗೆ ಬೇಕು ಎಂಬ ಕಲ್ಪನೆಯೂ ಇರಲಾರದ್ದರಿಂದ ಇವರಿಗೆ ಅದ್ಯಾವುದು ಕೊರತೆಯೇ ಅನ್ನಿಸುತ್ತಿಲ್ಲವೇ? ಎರಡನೆಯದ್ದೇ ಸರಿಯೆನಿಸಿ ಇಲ್ಲಿರುವ ಅವ್ಯವಸ್ಥೆಗಳ, ಸಮಸ್ಯೆಗಳ ಸರಮಾಲೆಯನ್ನು ಸ್ಪಷ್ಟವಾಗಿ ಪ್ರಭುತ್ವದ, ಅಧಿಕಾರದ ಕಣ್ಣಿಗೆ ಕಾಣಿಸಬೇಕೆಂದು ಸರಣಿ ಲೇಖನವನ್ನು ಬರೆಯುವ ಹುಕಿಯಿಂದ ಮಾನಪುರ, ದೇವರದುರ್ಗ ತಾಲ್ಲೂಕಿನ

ಗ್ರಾಮಗಳತ್ತ ಹೆಜ್ಜೆ ಹಾಕಿದ್ದೆ.

ಇದರಲ್ಲಿ ನನ್ನದೂ ಒಂದು ಸ್ವಾರ್ಥಕಾರಣವಿದೆ. ಅದೆಂದರೆ– '... ಮಾನ್ಯರು ದೀಪ ಬೆಳಗಿಸಿ ಉದ್ಘಾಟಿಸಿದರು, ಅವರು ಗುದ್ದಲಿ ಪೂಜೆ ನೆರವೇರಿಸಿದರು; ಇವರು ಸ್ವಾಗತಿಸಿದರು, ಮತ್ತವರು ವಂದಿಸಿದರು.' ಎಂಬಿವೇ ಸುದ್ದಿಗಳನ್ನು ಬರೆದು ಬರೆದೂ ವ್ಯಯಕ ಅನಿಸಿದ್ದರಿಂದ ಒಂದಿಷ್ಟು ಪರಿಣಾಮಕಾರಿಯಾಗುವಂಥದ್ದನ್ನು ಬರೆಯಬೇಕೆಂಬ ತುಡಿತ.

ಈ ಕಾಳಜಿಯೋ, ತುಡಿತವೋ ನನ್ನಲ್ಲಿ ಮೂಡಿದಷ್ಟು ಸುಲಭವಾಗಿ ಅದನ್ನು ಹೊರಗೆಡವುದಕ್ಕೆ ಸಾಧ್ಯವಾಗದೆ ಒದ್ದಾಟ ಶುರುವಾಗಿ ಒಂದೇ ಸವನೇ ಮಿಡಕಾಡತೊಡಗಿದೆ. ಹೊರಗಡೆಯಿಂದ ಬಂದ ತಕ್ಷಣ ಫ್ಯಾನಿನ ಗಾಳಿ ಹಿತವೆನಿಸಿತ್ತು. ಈಗ ಬೇಡವೆನಿಸಿ ಆಫ್ ಮಾಡಿದೆ. ನೆಲಕ್ಕೆ ಚೆಲ್ಲಿಕೊಂಡ ಹಾಸಿಗೆಗಳು ಹಾಗೇ ಇದ್ದುದರಿಂದ ನಾನು ಅದರೊಳಗೆ ಉರುಳಿ, ದಿಂಬಿಗೆ ಆತುಕೊಂಡೆ. ಸೀಲಿಂಗ್ ಫ್ಯಾನು ನಿಧಾನಗೊಳ್ಳುತ್ತ ತನ್ನ ತಿರುಗುವಿಕೆಯನ್ನು ನಿಲ್ಲಿಸುವುದರಲ್ಲಿತ್ತು. ಫ್ಯಾನು ಜೋರಾಗಿ ತಿರುಗುವಾಗ ಅದರ ಮೂರು ರೆಕ್ಕೆಗಳು ಮುವ್ವತ್ತಾಗಿ, ಮುನ್ನೂರಾಗಿ, ಸಾವಿರವಾಗಿ ಲೆಕ್ಕಕ್ಕೆ ಸಿಗದಷ್ಟಾಗಿದ್ದವು. ಅಥವಾ ಮೂರೂ ಒಂದೇ ಪರಿಧಿಯಲ್ಲಿ ತಿರುಗುತ್ತಿದ್ದರಿಂದ ರೆಕ್ಕೆಗಳು ಕಾಣದಾಗಿ ಫ್ಯಾನು ಮಾತ್ರ ತಿರುಗುವ ಒಂದು ವೃತ್ತವಾಗಿ ರೂಪಾಂತರಗೊಂಡಿತ್ತು. ಮೊದಲು ನಾನು ಕುಳಿತಿದ್ದಾಗ ಫ್ಯಾನಿನ ವೃತ್ತ ನನ್ನ ತಲೆಯ ಮೇಲೆ ಸುತ್ತುತ್ತಿದ್ದುದು ಅದನ್ನು ಆಫ್ ಮಾಡಿ ನಾನೀಗ ಅಡ್ಡಾದುದರಿಂದ ಅದರ ಮೂರು ರೆಕ್ಕೆಗಳು ಸ್ಪಷ್ಟವಾಗಿ ಗೋಚರಿಸುತ್ತಾ ನೇರವಾಗಿ ನನ್ನ ಕಣ್ಣಿಗೆ ನಾಟುತ್ತಿದ್ದವು.

ಇದ್ದೂ ಇಲ್ಲದಂತಿರುವುದನ್ನು ಎದ್ದು ಕಾಣುವಂತೆ ಮಾಡಿದರೆ ಏನಾಗುತ್ತದೆ; ಮಾಡದಿದ್ದರೆ ಏನಾಗುತ್ತದೆ? ಯೋಚನೆಯ ಹುಳ ನನ್ನನ್ನು ತೀವ್ರವಾಗಿ ಕೊರೆಯತೊಡಗಿತು. ಒಮ್ಮೆ ಅತ್ತ ವಾಲುತ್ತ, ಮತ್ತೊಮ್ಮೆ ಇತ್ತ ವಾಲುತ್ತ ಇಬ್ಬಂದಿಯಾದೆ. ಮಕ್ಕಳಿಂದ ತುಂಬಿಹೋಗಿದ್ದ ಆ ಗಾಡಿಯ ಫೋಟೊ ಸಮೇತ ನಾನು ವರದಿ ಮಾಡಿಬಿಟ್ಟರೆ... ಎಲ್ಲ ಕಣ್ಣುಗಳು ನಿಚ್ಚಳಾಗಿ, ಪೋಲಿಸ್ ಕ್ರಮಗಳು ಇತ್ಯಾದಿ ಶುರುವಾಗಿ ಬಿಡುತ್ತವೆ. ಗಾಡಿಗೆ ಲೈಸೆನ್ಸ್ ಇಲ್ಲ, ಇನ್ಶೂರೆನ್ಸ್ ಇಲ್ಲ, ಇದು ಪಬ್ಲಿಕ್ ಟ್ರಾನ್ಸ್‌ಪೋರ್ಟ್ ವೆಹಿಕಲ್ ಅಲ್ಲ, ಹೀಗೆ ಹಲವು ಕಾರಣಗಳು. ಆ ಡ್ರೈವರ್ ಹೇಳಿದ ಹಾಗೆ ಅವನ ಅನ್ನದ ಗಂಗಾಳಕ್ಕೆ ಮಣ್ಣು! ಮಕ್ಕಳು ಎಲ್ಲಿಯವು? ಎಲ್ಲಿಗೆ ಸಾಗಿಸುತ್ತಿದ್ದೆ? ಬಾಲಕಾರ್ಮಿಕರನ್ನು ದುಡಿಸಿಕೊಳ್ಳುವುದು ಅಪರಾಧ! ವಿಚಾರಣೆ, ತಿರುಗಾಟ, ಕೇಸು ದಾಖಲು ಅಂತಾದರೆ ಈ ಫಜೀತಿಯೇ ಬೇಡವೆಂದು ಹತ್ತಿ ಬಿಡಿಸುವ ಎಳೆಯ ಕೈಗಳು ಬೆಂಗ್ಳೂರಿನ ಗಾಡಿ ಹತ್ತಿ, ಅಪ್ಪ–ಅವ್ವನ ಜತೆಗೆ ಸಿಮೆಂಟು, ಇಟ್ಟಿಗೆ ಹೊರುವುದಕ್ಕೆ ನಿಲ್ಲಬಹುದು. ಕಿರಿಯ ಪ್ರಾಥಮಿಕ ಶಾಲೆ ಕದ

ಮುಚ್ಚಿಕೊಳ್ಳುತ್ತದೆ. ಹಸಿರು ಆಕಾಶದಲ್ಲಿ ಹೊಳೆಯುವ ನಕ್ಷತ್ರದಂತೆ ಕಾಣುತ್ತ ಅರಳಿ ನಿಂತ ಹತ್ತಿಯನ್ನು ಬಿಡಿಸಿಕೊಳ್ಳಲಾಗದ್ದರಿಂದ ಕರ್ರಗಾಗಿ ಹೋಗುತ್ತದೆ. ಕೈಗೆ ಬಂದ ತುತ್ತು ಬಾಯಿಗೆ ಬರಲಿಲ್ಲ ಅಂತ ರೈತನು, ಬಾಯಿಬಾಯಿ ಬಡೆದುಕೊಳ್ಳುತ್ತ ಸ್ಟೇಶನ್ನಿಗೆ ಎಡತಾಕುತ್ತಾನೆ. ಛೆ ಛೇ ಹೀಗಾಗಬಾರದು. ಯಥಾಸ್ಥಿತಿಯನ್ನು ಕದಡಬಾರದು ಅಂದುಕೊಂಡೆ.

ಇಲ್ಲ. ಸುಮ್ಮನಿರಲೂ ಆಗುತ್ತಿಲ್ಲ. ಮೊದಲೇ ಪತ್ರಕರ್ತನ ಮನಸ್ಸು. ಕೆದಕುವ ರೂಢಿ ಅದಕ್ಕೆ; ಬದಲಾವಣೆ ಆಗಬೇಕು ಅನ್ನಿಸುತ್ತದೆ. ಪ್ಚ್, ಶಿವ ಶಿವ! ಎಂದುಕೊಂಡು ಪೆನ್ನು ತೆಗೆದುಕೊಂಡ ಕೂಡಲೆ

ಭಕ್ತಿಯೆಂಬುದು ಮಾಡಬಾರದು
ಗರಗಸದಂತೆ ಹೋಗುತ್ತ ಕೊರೆವುದು
ಬರುತ್ತ ಕೊಯ್ವುದು...

ಅಣ್ಣನ ವಚನ ನೆನಪಾಗಿ ಪೆನ್ನು ಕೆಳಗಿಟ್ಟೆ. ಅದು ಸದ್ಯಕ್ಕೊ... ಶಾಶ್ವತವೋ ಗೊತ್ತಿಲ್ಲ...

Indiaree **ವೆಬ್ ಮ್ಯಾಗಝಿನ್ 2016**

ಜೀವ ದನಿಗಳು

ಅದು 'ಬ್ಯಅಅಅ...' ಅಂದಾಗಲೊಮ್ಮೆ ಇವನೆದಿಯ ಮ್ಯಾಲೆ ಬರೆ ಎಳೆದಂತಾಗುತ್ತಿತ್ತು. ತನ್ನ ಜೀವಕ್ಕೆ ಜತೆಯಾಗಿದ್ದವರು ಯಾರೂ ಈಗ ಕಾಣದೆ, ಅಪರಿಚಿತ ವಾತಾವರಣದಲ್ಲಿ ದಿಕ್ಕೇಡಿಯಂತಾಗಿದ್ದ ಅದು ಕ್ಷಣಕ್ಕೊಮ್ಮೆ 'ಬ್ಯ ಅಅ...' ಎಂದು ಕನಲುತ್ತಲೇ ಇರುವುದು ಇವನೊಳಗಿನ ನೋವಿನೆಳೆಯನ್ನು ಹಿಡಿದೆಳೆದಂತಾಗುತ್ತಿತ್ತು. ಇವನ ಸ್ಥಿತಿಯಂತೆಯೇ ಅವ್ವನ ಸ್ಥಿತಿಯೂ ಆಗಿತ್ತು. ಒದ್ದೆ ಕಂಗಳವಳಾಗಿ ಹತಾಶೆಯಿಂದ ಕೈ ಚೆಲ್ಲಿ ಕುಳಿತಿದ್ದಳು. ಇವರ ಯಾತನೆ ತಿಳಿದು ಅದಕ್ಕೆ ಸ್ಪಂದನೆ ರೂಪದಲ್ಲೆಂಬಂತೆ ಕೂಗಳತೆ ದೂರದಲ್ಲಿರುವ ಆ ಹೋತದಮರಿ ಆರ್ದ್ರಸ್ವರದಲ್ಲಿ ಮತ್ತೆ ಮತ್ತೆ ಮಿಡಿಯುತ್ತಿತ್ತು. ಭಾಷೆಯೊಂದು ಗೊತ್ತಿರದ ಆ ಎಳೆಪ್ರಾಣಿ 'ಬ್ಯ...' ಅನ್ನುವ ಕೂಗಿನಲ್ಲಿಯೇ ಒಡಲ ಸಂಕಟವನ್ನು ಇಷ್ಟು ದಿನ ತನ್ನ ಸಲುಹಿದ ಜೀವಗಳಿಗೆ ಮುಟ್ಟಿಸುತ್ತಿತ್ತು. ತಾಯಿ, ಮಗ ಇಬ್ಬರೂ ಭಾಷೆ ಬಲ್ಲವರಾದರೂ ಈ ಹೊತ್ತಲ್ಲಿ ಅವರು ಅದನ್ನು ಮರೆತು ಮೂಕರಾಗಿಬಿಟ್ಟಿದ್ದರು. ಅವರೆದೆಯ ಕಟ್ಟೆಗೆ ನೋವು ಹಾಗೇ ಒತ್ತರಿಸಿ ಬರುತ್ತಿತ್ತು.

ತಾಯಿ ಇಂಥ ನೋವಿನನುಭವಗಳನ್ನು ಬದುಕಿನುದ್ದಕ್ಕೂ ಅನುಭವಿಸುತ್ತ ಬಂದಿದ್ದಳು. ಅವಳಿಗೆ ಇವು ಹೊಸತಲ್ಲವಾದರೂ ಹೆಣ್ಣುಮನಸ್ಸು ಇಂಥ ಒಂದೊಂದು ಅನುಭವಕ್ಕೂ ತನ್ನನ್ನು ಹೊಸದಾಗಿಯೇ ಒಡ್ಡಿಕೊಳ್ಳುತ್ತಿದ್ದರಿಂದ ದಿನದಿನದ

ಅನುಭವಗಳು ಆಕೆಯನ್ನು ಸಣ್ಣಾಗಿ ಕೊರೆಯುತ್ತಿದ್ದವು. ಆದರೆ ಎಳೆಪ್ರಾಯದ ಆ ಹುಡುಗನಿಗೆ ಈ ಅನುಭವಗಳು ಈಗೀಗ ತಿಳವಳಿಕೆ ಬಂದಾಗಿನಿಂದ ಆಗುತ್ತಿದ್ದವು. ಅಪ್ಪನ ಈ ವರ್ತನೆಗಳೇ ಅವನಿಗೆ ವಿಚಿತ್ರ ಅನ್ನಿಸುತ್ತಿದ್ದವು. 'ಬಾಜೂ ಮನೆಯ ಗೆಳೆಯನ ಅಪ್ಪ ಪ್ಯಾಂಟು ಶರಟು ಹಾಕ್ಕೊಂಡು ದಿನಾ ಬಾಗಲ್ಕೋಟಿಗೆ ಕೆಲಸಕ್ಕೆ ಹೋಗ್ತಾನ. ಅವನವ್ವ ಮನ್ಯಾಗ ಇದ್ದು ಅಡುಗೆ ಮಾಡ್ತಾಳ. ಆದ್ರ ನಮ್ಮವ್ವ ದಿನಾ ಹೊಲಕ್ಕೂ ಹೋಗ್ತಾಳ, ಅಡುಗೀನೂ ಮಾಡ್ತಾಳ. ಈ ಅಪ್ಪ? ಮನೆ ಜವಾಬ್ದಾರಿ ಹಚ್ಚಿಕೊಂಡು ಒಂದು ದಿನವಾದರೂ ಕೆಲಸ ಮಾಡಿದ್ದರೆ ಮಗನಿಗೆ ತಂದೆಯ ಕೆಲಸದ ಬಗ್ಗೆ ತಿಳಿದಿರುತ್ತಿತ್ತು. ರಿಕಾಮಿ ಅಡ್ಡಾಡುತ್ತ ಕೆರಿದಂಡಿ ಬಸೋಣ್ಣ ದೇವರ ಗುಡಿ ಬಯಲಿನ್ಯಾಗ ಎಂಟತ್ತು ಮಂದಿ ಸೇರಿ ತಾಳ, ಹಾರ್ಮೋನಿಯಂ ಪೆಟಿಗಿ ಏನೂ ಇಲ್ಲದೆ 'ಭಜನಿ' ಮಾಡುತ್ತಿದ್ದ ಹ್ವಾರೆ ಆ ಹುಡುಗನಿಗೆ ಹೇಗೆ ತಿಳಿದೀತು? ತನ್ನ ಅಪ್ಪನ ಬಗ್ಗೆ ಅವನಿಗೆ ಯಾವಾಗಲೂ ಪ್ರಶ್ನಾರ್ಥಕವೇ ಉಳಿದು ಬಿಡುತ್ತಿತ್ತು. ಗೆಳೆಯನ ಅಪ್ಪ ವಾರದಲ್ಲೊಮ್ಮೆ ನಾಗಪ್ಪನ ಅಂಗಡಿಯಿಂದ ಒಂದು ಪೂರಾ... ಪಾರ್ಲೆ ಬಿಸ್ಕಿಟ್ ಬಂಡಲ್ ಹಿಡಿದುಕೊಂಡು ಬರುವುದನ್ನು ಆಶೆಗಣ್ಣಿನಿಂದ ನೋಡುತ್ತಿದ್ದ. ಒಂದು ಪೂರ್ತಿ ಬಿಸ್ಕಿಟ್ ಬಂಡಲ್ ಅವನಿಗೆ ಬಹುದೊಡ್ಡ ಅಗಾಧದ ವಸ್ತುವಾಗಿತ್ತು! ತನ್ನ ಅಪ್ಪನೂ ಎಂದಾದರೂ ಒಮ್ಮೆ ತನಗೆ ತರುವನೇ ಎಂದು ಕಾಯುತ್ತಲೇ ಇರುತ್ತಿದ್ದ. ವಾರದ ಹಿಂದೆ ಜ್ವರ ಬಂದು ತಾನು ಮಲಗಿದ್ದನಲ್ಲ ಆಗಲಾದರೂ ತರುತ್ತಾನೇನೋ... ಎಂದು ಹೊರಗಿಂದ ಬರುವ ಅಪ್ಪನ ಕೈ ನೋಡುತ್ತಿದ್ದ... ಊಹುಂ, ಕೈ ಖಾಲಿ. ಬಿಸ್ಕಿಟ್ ಬಂಡಲ್ ಹುಡುಗನ ಪಾಲಿಗೆ ಮುಗಿಲ ಮ್ಯಾಲಿನ ಚಂದಪ್ಪ ಆಗಿಯೇ ಉಳಿದಿತ್ತು. 'ಬಾಯಿ ಸೆವಿ ಇಲ್ಲ ಯಿಸಾ ಯಿಸಾ...' ಅಂದಾಗ ಅವ್ವನೇ ಎರಡು ಬಿಸ್ಕಿಟ್ ತಂದು ಗುಳಗಿ ನುಂಗಲು ಕೊಟ್ಟಿದ್ದಳು.

ಆವತ್ತಂತೂ ದೋನಸೆ ರುಪಾಯಿ ಕೊಡಲೇಬೇಕಂತ ಅಪ್ಪ ಅವ್ವನಿಗೆ ಗಂಟುಬಿದ್ದಿದ್ದ. ಪಾಪ! ಅವ್ವನ ಹತ್ರ ಅಷ್ಟೊಂದು ರೊಕ್ಕ ಎಲ್ಲಿಂದ ಬರ್ತಾವು? ಇಲ್ಲ ಅಂದಾಗ, ತುಂಬು ಈಯಲಾಗಿದ್ದ ಆಡನ್ನು ಅಮೀನಗಡ ಸಂತೆಯಾಗ ಮಾರಿಬಿಡ್ತೀನಿ ಅಂತ ಎಳಕೊಂಡು ಹೊಂಟಿದ್ದನು. ಅವತ್ತಿನ ಅಪ್ಪನ ಆಟಾ ನೋಡಿ ಹುಡುಗನಿಗೆ ಭಯಂಕರ ಸಿಟ್ಟುಬಂದಿತ್ತು. ಅವ್ವ ಅವನನ್ನು ಅಡ್ಡಗಟ್ಟಿ 'ಅದು ನನ್ನ ತವರು ಮನೆಯವರು ಕೊಟ್ಟಿದ್ದು ಐತಿ, ಅದರ ಮ್ಯಾಗ... ನಿಂದು ಏನೂ ಹಕ್ಕು ಇಲ್ಲ ಕೈಬಿಡು...' ಎಂದು ಆಡಿನ ಕೊರಳ ಹಗ್ಗವನ್ನು ಗಟ್ಟಿಯಾಗಿ ಹಿಡಿದುಕೊಂಡಳು. ಅದಕ್ಕೆ ಅಪ್ಪ 'ನನ್ನ ಮನಿಗೆ ಬಂದ ಮ್ಯಾಲ ಮುಗೀತು. ಎಲ್ಲಾ ನಂದು ಅಂತಾನ ಲೆಕ್ಕಾ. ನಾನು ಮಾರಿಯಾದ್ರು ಬಿಡ್ತೀನಿ; ಇಲ್ಲಾ ತೂರಿಯಾದ್ರೂ ಬರ್ತೀನಿ' ಆಕೆಯ ಕೈ ಕೊಸರಿ ಹಗ್ಗ ಜೋರಾಗಿ ಎಳೆದಾಗ ಗಬ್ಬದ ಆಡು ಅವ್ವ

ಅತ್ತಂತೆ ಸ್ವರ ಹೊರಡಿಸತೊಡಗಿತು. ಆಗ ಅವ್ವನಲ್ಲಿದ್ದ ಸಿಟ್ಟು ಒಟ್ಟುಗೂಡಿ 'ಏಯ್... ಮನಿಶ್ಯಾ ಅದಿಯ... ಮತ್ತ ಏನರೆ...' ಎಂದು ಮುಂದಿನ ಕೆಟ್ಟ ಶಬ್ದ ಬಾಯಲ್ಲಿಯೆ ತಡೆದುಕೊಂಡು ಮತ್ತೆ ಹೇಳಿದಳು, 'ರೊಕ್ಕ ಹೌದಿಲ್ಲೋ... ನಿನಗ ಸಂಜಿಮುಂದ ಕೊಡ್ತಿನಿ. ಆಡು ಕೈ ಬಿಡು ಮೊದ್ಲ' ಅಂದಳು. 'ರೊಕ್ಕ ಕೊಡ್ತಿನಿ' ಎಂಬುದು ಕಿವಿಗೆ ಬಿದ್ದೊಡನೆ ಕೈಬಿಟ್ಟನು. ಆಡು ಮತ್ತು ಅವ್ವನನ್ನು ಈ ಅಪ್ಪ ಏನು ಮಾಡುತ್ತಾನೋ ಎಂದುಕೊಳ್ಳುತ್ತಾ ಬಾಗಿಲಲ್ಲೆ ನಿಂತುಕೊಂಡಿದ್ದ ಹುಡುಗನಿಗೆ ಅಪ್ಪ ಆಡು ಕೈಬಿಟ್ಟು ಹೋದ ಮೇಲೆ ತುಸು ಸಮಾಧಾನವಾಗಿತ್ತಾದರೂ ದೊಡ್ಡವನಾದ ಮೇಲೆ ಇವುನ್ನ... ಸರ್‍ರಿಯಾಗಿ ನೋಡಿಕೊಳ್ತಿನಿ ಅನ್ನುವ ಸಿಟ್ಟು ಮಾತ್ರ ಹಾಗೇ ಉಳಿದಿತ್ತು. ಇಬ್ಬರ ಕೊಸರಾಟದಿಂದ ಮುಕ್ತವಾಗಿದ್ದ ಆಡು ಒಮ್ಮೆ 'ಮ್ಯಅ...' ಅಂದೊಡನೆ ಅದು ಇಷ್ಟದಿಂದ ತಿನ್ನುತ್ತಿದ್ದ ಜಾಲಿಕಾಯಿಗಳನ್ನು ತರಲು ಹುಡುಗ ಓಡಿ ಬಿಟ್ಟನು.

ಅದು ಒಂದು ಹೋತುಮರಿ ಒಂದು ಹೆಣ್ಣುಮರಿಯನ್ನು ಒಟ್ಟಿಗೆ ಇಳಿದು ಬಿಟ್ಟಾಗಲಂತೂ ಇವನದು ಸಂಭ್ರಮವೊ ಸಂಭ್ರಮ. ಗೆಳೆಯರ ಜತೆಗಿನ ಆಟ ಬಿಟ್ಟು ಆ ಮರಿಗಳ ಜತೆಗೇನೆ ಒಡನಾಡುತ್ತಿದ್ದ. ಅವುಗಳನ್ನು ಹೊತ್ತು ಕುಣಿಯುವುದೇನೂ, ಎದೆಗೊತ್ತಿಕೊಂಡು ಮುದ್ದಿಸುವುದೇನೂ... ಅವುಗಳ ಮುಂದೆ ಅವನಿಗೆ ಇನ್ನೇನು ಬೇಕಿರಲಿಲ್ಲ. ನಿತ್ಯ ಮುಂಜಾನೆ ಹೋಗಿ ಹೂಂಸಲೆಕ್ಕಿ, ತುರಬಿ, ತೊಗರಿ ಹೀಗೆ ಬಗೆ ಬಗೆಯ ತಪ್ಪಲನ್ನು ಕೊಯ್ದು ತರುತ್ತಿದ್ದ. ಆ ಮರಿಗಳಂತೂ ಇವನನ್ನು ವಿಪರೀತ ಹಚ್ಚಿಕೊಂಡು ಬಿಟ್ಟಿದ್ದವು. ಹುಡುಗ ಅಂಗಳ ದಾಟುತ್ತಿದ್ದಂತೆ ಅವನನ್ನು ಹಿಂಬಾಲಿಸುತ್ತಿದ್ದವು. ಆಗ ಅವುಗಳನ್ನು ತಡೆಯುವುದೇ ಅವ್ವನಿಗೆ ಒಂದು ಕೆಲಸ. ಅವನು ಶಾಲೆಗೆ ಹೋಗುವಾಗಲು ಅಷ್ಟೇ. ಇವನ ಬೆನ್ನು ಹತ್ತುತ್ತಿದ್ದವು. ಇವನಿಗೂ ಮೊದಲೇ ಶಾಲೆಯಂದರೆ ಮುಳ್ಳು ಮುರಿದಂತಾಗುತ್ತಿತ್ತು. ಈಗ ಮುದ್ದು ಮರಿಗಳ ಸೆಳೆತ. ಕೋಮಲವಾದ ಆ ಎಳೆಯ ಮರಿಗಳ ಮೈ ಮೇಲೆ ಕೈಯಾಡಿಸಿದರೆ ಕುತನಿ ಅರಿವೆಯನ್ನು ಮುಟ್ಟಿದಂತೆ! ಅದೊಂದು ಹಿತವಾದ ಅನುಭವ. ಆ ಮರಿಗಳೊಂದಿಗೆ ಅವನು ಒಂದು ಬೇರೆಯದೇ ಆದ ಲೋಕದಲ್ಲಿ ಇದ್ದಂತೆ ಕಾಣುತ್ತಿದ್ದನು. 'ಸಾಲಿ' ಎಂದು ಅವ್ವ ಕೇಳಿದರೆ ಹೊತ್ತಾಗೇತಿ ನಾಳೆ ಹೋಗ್ತಿನಿ ಎಂದು ಸಾಗ ಹಾಕುತ್ತಿದ್ದನು.

ತಾಯಿ ಆಡಿಗೆ ಕಾಲುಬೇನೆ ಜೋರಾಗಿದ್ದರಿಂದ ಅದು ತಪ್ಪಲ ತಿನ್ನುವುದೊತ್ತಟ್ಟಿಗಿರಲಿ ಅದನ್ನು ಮೂಸಿಯೂ ನೋಡದೆ ಜೋಲುಮೂತಿ ಕೆಳಗೆ ಹಾಕಿ ಸುಮ್ಮನೆ ನಿಂತಿತ್ತು. ಮರಿಗಳು ತುಸು ಬೆಳೆದು ದೊಡ್ಡವು ಆಗಿದ್ದರೂ ಛಂಗನೆ ಜಿಗಿದಾಡುತ್ತ ಆಗೊಮ್ಮೆ ಈಗೊಮ್ಮೆ ಕೆಚ್ಚಲಿಗೆ ಬಾಯಿಟ್ಟು ಗುದ್ದಿಗುದ್ದಿ ಹಾಲು ಹೀರಲು ಯತ್ನಿಸುವಾಗ ತಾಯಿ ಆಡು ನೋವಿನಿಂದ 'ಬ್ಯಅಅ...' ಅಂತ ನರಳುತ್ತಿತ್ತು. ಆಗ ಹುಡುಗ ಎರಡು ಮರಿಗಳನ್ನು ಹಿಡಿದೆಳೆದುಕೊಂಡು 'ನಿಮ್ಮವ್ವಗ ಕಾಲು ಬ್ಯಾನಿಯಾಗೇತಿ ಪುಟ್ಟಾ...

ಹಂಗss ಗುದ್ದಬಾರದು...' ಎಂದು ಬಾಲಭಾಷೆಯಲ್ಲಿ ಮೆತ್ತಗೆ ಅವುಗಳ ಮೂತಿಗೆ ಮುತ್ತನೊತ್ತಿದಾಗ ಆ ಮರಿಗಳ ಮೈಗಂಧ ಅವನನ್ನು ಅಡರಿದೊಡನೆ ಅವುಗಳ ಮೇಲಿನ ಮುದ್ದುತನ ಹೆಚ್ಚಾಗಿ, ಆ ಗಂಧ ಅವನನ್ನು ತೀವ್ರವಾಗಿ ಸೆಳೆದು ಮತ್ತೆರಡು ಮುತ್ತು ಕೊಡುತ್ತಿದ್ದನು.

ಮುಂಜಾನೆ ಮನೆ ಬಿಟ್ಟು ಹೊರಟರೆ ಅಪ್ಪನು ತಿರುಗಿ ಮನೆಗೆ ಬರುವುದು ಮೂರು ತಾಸು ರಾತ್ರಿಯಾದ ಮೇಲೆಯೇ. ಇದರ ನಡುವೆ ಮನೆಯಲ್ಲಿ ಯಾರು ಸತ್ತರೂ ಅಷ್ಟೇ, ಬದುಕಿದರೂ ಅಷ್ಟೆ. ಅದಕ್ಕೂ ತನಗೂ ಸಂಬಂಧವಿಲ್ಲ ಎನ್ನುವ ದಿವ್ಯ ಉದಾಸೀನ ಅವನದು. ಅವನ ಧ್ಯಾನವೇನಿದ್ದರೂ ಕೆರಿದಂಡಿ ಗುಡಿ ಬಯಲು. ಎಂಟತ್ತು ಮಂದಿ ಸೇರಿ ಐವತ್ತೆರಡು ಎಲೆ ಗೆಬರುವ ಆಟ! ರಾತ್ರಿಗೆ ಬಾಟಲಿಯೊಳಗಿನದನ್ನು ಹೊಟ್ಟೆಗೆ ಹಾಕಿಕೊಂಡು ಬರುವುದು ಅಷ್ಟೇ. ಇಂಥವನಿಗೆ ಆಕೆ ಹೇಳಿ ನೋಡಿದಳು. 'ಆಡು ಕಾಲು ನೆಲಕ್ಕ ಊರಲಾರದ ಹಂಗ ಎತ್ತಿಕೊಂಡು ನಿಂತೈತಿ. ಕಾಲಬ್ಯಾನಿ ಜೋರಾಗೇತಿ ಒಂದಿಷ್ಟು ಹುಳದ ಎಣ್ಣೆಯಾದ್ರೂ ತಂದುಹಾಕು ಅದಕ್ಕ...' ಎಂದಿದ್ದಕ್ಕೆ 'ನಿನ್ನೇನಾದ್ರೂ ಅದನ್ನ... ತಂದು ಮನೆಯಾಗ ಸಾಕ್ಕೊ... ಅಂತ ಹೇಳಿದ್ನೆನು? ನೀನ... ಬೇಕಾದ್ರ ತಂದು ಹಾಕು, ಸಾಕಾದ್ರ ಬಿಡು' ಎಂದು ಕೈ ಜಾಡಿಸಿ ಹೇಳಿ ಹೊರಟು ಹೋಗಿದ್ದನು.

ಮತ್ತೆ ಹುಡುಗನೆ ಊರ ತುದಿಗೆ ಅಗಸೆ ಹತ್ತಿರವಿರುವ ದೊಡ್ಡ ಅಂಗಡಿಗೆ ಹೋಗಿ ಹುಳದೆಣ್ಣೆ ತಂದಾಗ ತಾಯಿ ಮಗ ಸೇರಿ ಆಡನ್ನು ನಿಧಾನಕ್ಕೆ ಕೆಳಗೆ ಮಲಗಿಸಿ ಕಾಲಿಗೆ ಎಣ್ಣೆ ಹಾಕಿದ್ದರು.

*

ಅರೆ ನಿಮಿಷ ಸುಮ್ಮನಿದ್ದರೆ ಹೆಚ್ಚು. ಮತ್ತೆ ನೆನಪಾಗಿ ಅದು 'ಬ್ಯಅ...' 'ಬ್ಯಾ... ಆಆ...' ಮೊರೆಯಿಡುತ್ತಿತ್ತು. ಅದರ ಕೂಗಿನಲ್ಲಿ ನನ್ನ ಬಿಡಿಸಿಕೊಳ್ಳಿರೋ... ಎಂಬ ಧ್ವನಿ ಕೇಳಿಸುತ್ತಿತ್ತು. ಆ ಕೂಗಿನ ಇರಿತ ತಾಳಲಾರದೆ ಹುಡುಗ ಅದನ್ನು ನೋಡಬೇಕೆಂದು ನಾಲ್ಕು ಹೆಜ್ಜೆ ಮೆಲ್ಲಗೆ ಹಾಕಿದನು. ಗಾಳೀ ದುರುಗವ್ವನ ಗುಡಿ ಕಟ್ಟೆ ಮುಂದೆ ಅದನ್ನು ಕಟ್ಟಿಹಾಕಿ ಅದರ ಕೊರಳಿಗೆ ಮಾವಿನ ಎಲೆಯ ಸರ ಹಾಕಿದ್ದರು. ಇವನನ್ನು ಕಂಡ ಮರಿಯಾಡು ತನ್ನ ಆಕ್ರಂದನವನ್ನು ಇನ್ನೂ ಹೆಚ್ಚಿಸಿತು. ಇವನೆಡೆಗೆ ಬರಬೇಕೆಂದು ತೀವ್ರವಾಗಿ ಹಾತೊರೆಯತೊಡಗಿತು. ಕೊರಳಿಗೆ ಕಟ್ಟಿದ ಹಗ್ಗ ಹರಿದುಕೊಂಡು ಬರುವಂತೆ ಅದು ಕೊಸರಾಡತೊಡಗಿತು. ಎಳೆ ಸೌತೆಕಾಯಿಯಂಥ ಜೀವಕ್ಕೆ ಬಲವಾದ ಹಗ್ಗದಿಂದ ಬಿಡಿಸಿಕೊಳ್ಳುವುದು ಸಾಧ್ಯವಾಗುವುದಾದರೂ ಹೇಗೆ?

ಇಂಥ ಎಷ್ಟೊ ಮರಿಯಾಡು, ದೊಡ್ಡಾಡು, ಹೋತ, ಕುರಿ ಮತ್ತು ಟಗರುಗಳನ್ನು ಬಲಿಕೊಟ್ಟು ಮುಗಿಸಿದ್ದ ಅಲ್ಲಿಯ ಮಂದಿಗೆ ಈ ಆಡುಮರಿಯ ಚೀರಾಟ ಕೊಸರಾಟ ಒಂದಿನಿತೂ ಮನಸ್ಸನ್ನು ಕಲಕಿರಲಿಲ್ಲ. ಎಲೆಯಡಿಕೆ ಜಗಿಯುತ್ತ ಯಾರ್‍ಯಾರು ಎಂಥೆಂಥ ಆಡು-ಮರಿಗಳನ್ನು ಬಲಿ ಕೊಡುತ್ತಾರೆ... ಎಂಬ ಚರ್ಚೆಯಲ್ಲಿ ಮುಳುಗಿದ್ದರು, ಹುಡುಗ ಹತ್ತಿರವಾಗುತ್ತಿದ್ದಂತೆ ಬೊಬ್ಬಿರಿಯುವುದನ್ನು ಅದು ಇನ್ನೂ ಜೋರು ಮಾಡಿತು. ಅದರ ಗೋಳು ನೋಡಲಾಗದೆ ಅವನಿಗೆ ಅಳುವೆ ಬಂದು ಬಿಟ್ಟಿತು. ಅದಕ್ಕೊಂದು ಹೂಮುತ್ತನಿಟ್ಟು ಹಿಂದಿರುಗಿ ಬಿರು-ಬಿರು ನಡೆಯತೊಡಗಿದ. ಅದು ಆರ್ತನಾದವಗೈಯುತ್ತಲೆ ಇತ್ತು. ಮನೆಗೆ ಓಡಿ ತಾಯಿಯನ್ನು ಗಟ್ಟಿಯಾಗಿ ತಬ್ಬಿಕೊಂಡು ಆವರೆಗೂ ತಡೆ ಹಿಡಿದಿದ್ದ ದುಃಖವನ್ನು ಆ ಕ್ಷಣದಲ್ಲಿ ಒತ್ತಿಹಿಡಿಯಲಾಗದೆ ಅದು ಉಕ್ಕಿ ಉಕ್ಕಿ ಅಳುವಾಗಿ ಬರತೊಡಗಿತ್ತು. ಸ್ವತಃ ತಾನೇ ಸಮಾಧಾನವಾಗಿರದ ಆಕೆ ಯಾಕಪ್ಪಾ... ಏನಾತು... ಎಂದು ಅವನ ತಲೆ ಸವರುತ್ತಾ ಸಮಾಧಾನಿಸಲು ನೋಡಿದಳು.

'ಮತ್ತ... ಮತ್ತ... ನಮ್ಮ ಮರಿ... ನಮ್ಮ ಮನಿಗೆ ತಂದು ಬಿಡೂಣ ನಡಿ ಮತ್ತೆ' ನಡುನಡುವೆ ದುಃಖಿಸುತ್ತಾ ಹೇಳಿದನು. ಮಗನ ಈ ಮಾತು ತಾಯಿಗೆ ತುಂಬಾ ಸಂಕಟಕ್ಕೀಡುಮಾಡಿತು. ಎರಡು ಅವಳಿ ಮರಿಗಳಲ್ಲಿ ಹೋತ ಮರಿಯನ್ನು ಸುಮ್ಮನೆ ಯಾಕೆ ಸಾಕಿ ಮೇಯಿಸಬೇಕು ಎನ್ನುತ್ತಿದ್ದಾಗ ಮುಂದಿನ ಮನೆಯವರು ಕಡೇ ವಾರದಂದು ದುರುಗಮ್ಮನಿಗೆ ಬಲಿಕೊಡಲು ಅದನ್ನು ಕೇಳಿದ್ದರು. ಕೊಟ್ಟರೆ ಒಂದಿಷ್ಟು ಮನೆಯ ಅಡಚಣೆಯಾದ್ರೂ ತೀರೀತು ಅಂತ ಕೊಟ್ಟು, ಅದೇ ರೊಕ್ಕದಲ್ಲಿ ಜೋಳ-ಅಕ್ಕಿ ತಂದಿದ್ದಳು. ಕೊಡಬಾರದೆ ಕೊಟ್ಟು ಅದರ ಆಕ್ರಂದನ ಕೇಳಿ ತನ್ನೊಡಲ ಕರುಳೇ ಹಿರಿದುಕೊಂಡು ಬಂದಂಥ ನೋವು ಅನುಭವಿಸಿದ್ದಳು.

ಮಗ ಬಾಗಿಲ ಸುಳಕಿ ಹಿಡಿದು ಹಾಗೇ ದುಃಖಿಸುತ್ತಿದ್ದ. ಹೊತ್ತು ಇಳಿಯುತ್ತಿತ್ತು ಅವನ ಅವ್ವನಿಗೆ ಇನ್ನೊಂದು ಚಿಂತೆ ಶುರುವಾಯಿತು. ಹಿಂಡಿನಲ್ಲಿ ಹೋಗಿರುವ ತಾಯಿಯಾಡು, ಹೆಣ್ಣುಮರಿ ಬಂದೊಡನೆ ಈ ಹೋತಮರಿ ಕಾಣದ್ದಕ್ಕೆ ಇನ್ನೂ ಒದರ್‍ಯಾಡತಾವ... ಹೆಂಗ್ ಮಾಡಲೇ ಶಿವನೇ... ಅಂತ ಪೇಚಾಡತೊಡಗಿದಳು.

ಬೆಳಕು ಹರಿದು ಹೊತ್ತು ಏರುತ್ತಾ ಹೊರಟಿದ್ದಂತೆ ಆ ಮನೆಯಲ್ಲಿ ನೀರವತೆ ಹೆಚ್ಚುತ್ತಾ ಹೊರಟಿತ್ತು. ತನ್ನ ಕುಡಿಯೊಂದು ಕಾಣದಿದ್ದುದಕ್ಕೆ ರಾತ್ರಿ ಅದೆಷ್ಟೊತ್ತಿನ ತನಕವೂ ಕೇಳಿದವರ ಎದೆ ಬಿರಿಯುವಂತೆ ತಾಯಿ ಆಡು ಮತ್ತು ಮರಿಗಳು ಕೂಗಿ ಕೂಗಿ ಈಗ ಧ್ವನಿ ಕಳಕೊಂಡಂತೆ ಸಪ್ಪಗಾಗಿದ್ದವು. ಇವತ್ತು ಮಧ್ಯಾಹ್ನ ತನ್ನ ಮುದ್ದಿನ ಮರಿಯನ್ನು ಬಲಿ ಕೊಡುತ್ತಾರೆಂದು ತಿಳಿದ ಮೇಲೆ ನೆಲಕ್ಕೆ ಬಿದ್ದು ಹೊರಳ್ಯಾಡಿ ಅಳತೊಡಗಿದ್ದ ಹುಡುಗ. ತಾಯಿ ಮೇಲೆ ಸಿಟ್ಟಾಗಿ 'ಈಗ ಹೆಂಗಾರ

ಮಾಡಿ ಮರಿಯನ್ನು ಹಿಂದಕ್ಕೆ ತರಲೇಬೇಕೆಂದು' ಜೋರಾಗಿ ಚೀರುತ್ತ ಅತ್ತುಅತ್ತು ಇದೀಗ ನಿಪ್ಪಃಸಿಗಿ ಬಿದ್ದಿದ್ದನು. ಅಳುವು ಈಗ ಶಾಂತವಾಗಿ ಹುಡುಗ ನಿಶ್ಚಲವಾಗಿ ನೆಲದ ಮೇಲೆ ಒರಗಿದ್ದನಾದರೂ ದುಃಖದ ಅಲೆ ಆಗಾಗ ಮುಸುಗುಡುತ್ತ ಅವನ ಒಡಲನ್ನು, ಮುಖವನ್ನು ಕಲಕುತ್ತಿತ್ತು.

ಮಗನ ಸಂಕಟ, ಆಡುಮರಿಯ ಆಕ್ರಂದನ ಎರಡೂ ಈ ತಾಯಿ ಜೀವವನ್ನು ಇರಿಯುತ್ತಿದ್ದವು. 'ಇಲ್ಲದ ರೊಕ್ಕ ಎಲ್ಲಿಂದ ತರ್ಲಿ, ಮಾರಿದ್ದು ಹೆಂಗ್ ಹಿಂದಕ್ಕೆ ಕೇಳ್ಲಿ' ಅನ್ನೋದು ತಿಳಿಯದೆ; ಮಗನ ದೈನೇಸಿ ಮುಖವನ್ನು ನೋಡಲಾಗದೆ ತಾಯಿ ದಿಜ್ಞೂಢಳಾಗಿ ಕುಳಿತಿದ್ದಳು. ಯಥಾರೀತಿ ಮುಂಜಾನೆಯ ತನ್ನ ಹಾದಿ ಹಿಡಿದು ಹೊರಟ ಅಪ್ಪನಿಗೆ ಮುಂದಿನ ಮನೆಯವನು 'ಸಂಜೀಕೆ ಊಟಕ್ಕೆ ಬರಬೇಕಪೋ' ಎಂದನು. ಅದಕ್ಕವನು 'ಬರೇ ಊಟಕ್ಕೆ ಬ್ಯಾಡಾ... ನನಗೊಂದು ಪಾಲು ಕೊಟ್ಟು ಬಿಡಪೋ...' ಎಂದು ಚ್ಯಾಷ್ಟಿ ಮಾಡಿ ನಗುತ್ತಿದ್ದುದನ್ನು ಕೇಳಿ ಹುಡುಗ ಹಲ್ಲು ಕಡಿಯತೊಡಗಿದನು.

ಹಿಂದಿನ ಮನೆಯಿಂದ ರೇಡಿಯೋದಲ್ಲಿ ವಚನ ಸಂಗೀತ ಕೇಳಿಬರತೊಡಗಿತು.

ಕೊಂದವರುಳಿದಿಹರೇ... ಜಗದೊಳಗೆ... ಕೂಡಲ ಸಂಗಮದೇವ
ಕೊಂದವರುಳಿದಿಹರೇ... ಜಗದೊಳಗೆ...

ಬಸವಣ್ಣನವರು ಈ ವಚನದಲ್ಲಿ ಪ್ರಾಣಿಬಲಿಯ ಬಗ್ಗೆ ಹೇಳಿದ್ದು ಕಾಣಿಸುತ್ತಾದರೂ ಅದರ ಜೊತೆಗೆಯೇ ಇನ್ನಷ್ಟು ಆಯಾಮಗಳು ಕೂಡಾ ಇಲ್ಲಿ ಕಾಣಿಸುತ್ತವೆ. ಹಸಿವನ್ನು ಈಡೇರಿಸಿಕೊಳ್ಳುವುದು ಎಲ್ಲ ಜೀವಜಂತುಗಳ ಮುಖ್ಯ ಉದ್ದೇಶ. ಈ ಉದ್ದೇಶಕ್ಕೆ ಮನುಷ್ಯನು ಹೊರತಾಗಿಲ್ಲ. ಮನುಷ್ಯ ಉಳಿದ ಪ್ರಾಣಿಗಳಂತಲ್ಲ. ಅವನು ವಿವೇಕಿ. ಹಾಗಾಗಿ ಬಸವಣ್ಣನವರು ಮನುಷ್ಯನು ತನ್ನ ಹಸಿವನ್ನು ನೀಗಿಸಿಕೊಳ್ಳುವುದರಲ್ಲಿ ಕ್ರೌರ್ಯ ಮೆರೆಯುವುದನ್ನು ಕಂಡು 'ಕೊಂದವರುಳಿದಿಹರೇ...' ಎಂಬ ಪ್ರಶ್ನೆಯನ್ನು ಎತ್ತುತ್ತಾರೆ.

ಬಸವಣ್ಣನವರ ಈ ಪ್ರಶ್ನೆ ಉಚಿತವಾದುದೆ. ಕೊಂದವರು ಉಳಿದಿಹರೇ? ಎಂದರೆ ಉತ್ತರ 'ಇಲ್ಲ' ಎಂದೇ ಬರುತ್ತದೆ. ಇಲ್ಲಿ ಕೊಂದವರು ಎಂದಾಗ 'ಕ್ರೌರ್ಯ' ಎದ್ದು ಕಾಣುತ್ತದೆ. ತಮ್ಮ ಆಹಾರಕ್ಕಾಗಿ ಪ್ರಾಣಿ-ಪಕ್ಷಿಗಳನ್ನು ಕೊಲ್ಲುವವರೇ ಕೊಂದವರಾಗಿ ಕಾಣುತ್ತಾರೆ. ಇದರ ಜೊತೆಗೆ ಇನ್ನೊಂದು ಪ್ರಶ್ನೆಯು ಮೂಡುತ್ತದೆ. ಕೊಂದವರು ಉಳಿದಿಲ್ಲವೆಂದ ಮೇಲೆ ತಿಂದವರಾದರೂ ಉಳಿದಿಹರೇ? ಎಂಬುದು. ಈ 'ತಿಂದವರು' ಎಂದರೆ ಕ್ರೌರ್ಯ, ಹಿಂಸೆಯನ್ನು ತೋರದೇ ಹಸಿವನ್ನು

ನೀಗಿಸಿಕೊಂಡವರು. ಅಂದರೆ ಸಸ್ಯಾಹಾರಿಗಳು ಎಂದು ಭಾವಿಸಬಹುದು. ಇವರಾದರೂ ಉಳಿದಿದ್ದಾರೆಯೇ? ಎಂದರೆ ಇವರು ಕೂಡಾ ಉಳಿದಿಲ್ಲ. ಹಾಗಾದರೆ ಅಂತಿಮವಾಗಿ ಯಾರು ಉಳಿಯುತ್ತಾರೆ? ಯಾವುದು ಉಳಿಯುತ್ತದೆ? ಅಂದರೆ ಕೃತಿಯೊಂದೇ ಉಳಿಯುತ್ತದೆ ಅನಿಸುತ್ತದೆ... ಆಕಾಶವಾಣಿ ಧಾರವಾಡ. ಇದುವರೆಗೆ 'ವಿವೇಕ ಚಿಂತಾಮಣಿ' ಕಾರ್ಯಕ್ರಮದಲ್ಲಿ ಡಾ. ಸಿ.ಕೆ. ಪರುಶುರಾಮಯ್ಯ ಅವರಿಂದ ವಚನ ವಿಶ್ಲೇಷಣೆ ಕೇಳಿದಿರಿ. ಎನ್ನುತ್ತಿದ್ದಂತೆಯೇ ರೇಡಿಯೋ ಆಫ್ ಆಯಿತು.

ಅದೇ ಹೊತ್ತಿಗೆ ನೀಲಿ ಅಂಗಿ ಚೊಣ್ಣ ತೊಟ್ಟ ಹುಡುಗರು ತನ್ನ ಮನೆಯತ್ತ ಬರುವುದು ಗ್ರಹಿಸಿದ ಹುಡುಗ ಕಣ್ಣು ಮುಚ್ಚಿ ಕಣ್ಣು ತೆಗೆಯುವುದರೊಳಗೆ ಮಲಗಿದ್ದ ಜಾಗದಿಂದ ಮಾಯವಾಗಿ ಬಿಟ್ಟನು. ಆ ಹುಡುಗರು ಮನೆಯ ಮುಂದೆ ನಿಂತು ಅವನ ಹೆಸರು ಕೂಗಿದರು. ತಾಯಿ, ಇಲ್ಲೇ ಇದ್ದನಲ್ಲ... ಎಂದು ಅನುಮಾನದಿಂದ ಒಳಗಿನಿಂದ ಬಂದು ಆಚೀಚೆ ಕಣ್ಣಾಡಿಸಿದಳು. ಅವನು ಕಾಣಲಿಲ್ಲ. ಹುಡುಗರು ಅವನಿಗೆ ಸ್ಕಾಲರ್‌ಶಿಪ್ ರೊಕ್ಕ ಬಂದಾವು. ಸರ್ರು ಕರಕೊಂಡು ಬಾ ಅಂದಾರ' ಅಂದವು. 'ರೊಕ್ಕ' ಶಬ್ದ ಕೇಳಿದೊಡನೆ ಏನೋ ಹೊಳೆದು, ಅಂಗಳದಲ್ಲಿ ಕೋಳಿ ಮುಚ್ಚುವ ಬುಟ್ಟಿ ಡಬ್ಬಾಕಿಕೊಂಡು ಅಡಗಿದ್ದ ಹುಡುಗ ಬುಟ್ಟಿ ಎಸೆದು ಅವಸರದಿಂದ ಎದ್ದು 'ಬರ್ಲೇ... ಹೋಗುಣು' ಎಂದದ್ದು ಕೇಳಿ ತಾಯಿಗೆ ಅಂಥ ಹೊತ್ತಿನಲ್ಲೂ ತುಸು ನಗೆಯನ್ನು ತಂದಿತು.

ಹುಡುಗನಿಗೆ ಒಂದು ಕಡೆ ಸ್ಕಾಲರ್‌ಶಿಪ್ ರೊಕ್ಕ, ಇನ್ನೊಂದು ಕಡೆ ತನ್ನ ಮುದ್ದು ಮರಿ ಕಾಣತೊಡಗಿ ಲವಲವಿಕೆಯಿಂದ ತನ್ನ ಸಹಪಾಠಿಗಳೊಡನೆ ಹೆಜ್ಜೆ ಹಾಕಲು ಅನುವಾಗಿದ್ದನು. ಅವ್ವ, 'ಒಂದು ರೊಟ್ಟಿ ತಿಂದು ಹೋಗಬಾರೋ...' ಅಂದಳು. ಅದಕ್ಕವನು 'ಬ್ಯಾಡಾ... ಬ್ಯಾಡಾ...' ಎಂದು ಕೈ ಮಾಡುತ್ತಾ ಕರೆಯಲು ಬಂದ ಹುಡುಗರಿಗಿಂತಲೂ ಮೂರು ಹೆಜ್ಜೆ ಮುಂದೆ ಮುಂದೆ ಹೊಂಟಿದ್ದನು. ತಾಯಿ ಅವನು ಹೋದ ಹಾದಿಯನ್ನೇ ದಿಟ್ಟಿಸತೊಡಗಿದಳು.

'ವಿಜಯ Next'

ಮಹಾಜಿರಂಗದೊಳ್

ಯಾರೋ ಪೋಷಕರು ಶಾಲೆಗೆ ದೇಣಿಗೆಯಾಗಿ ಕೊಟ್ಟಿದ್ದ ಅಗ್ಗದ ಫ್ಯಾನು ಮೇಲೆ ಗಿರ... ಗಿರ... ತಿರುಗುತ್ತಿತ್ತು. ಅದು ಹೊಮ್ಮಿಸುವ ಗಾಳಿಗಿಂತಲೂ ಅದರ ಗಿರ ಗಿರ ಶಬ್ದವೇ ಅಪಾರವಾಗಿ ಕೇಳಿಸುತ್ತಿತ್ತು. ಅಥವಾ ಆ ಬಡಪಾಯಿ ಫ್ಯಾನಿಗೆ ನಿವಾರಿಸಲಾಗದಷ್ಟು ಧಗೆ ಆ ಕೊಠಡಿಯಲ್ಲಿದ್ದುದರಿಂದ ಫ್ಯಾನಿನ ಗಾಳಿ ಮೈಗೆ ತಾಗದೆ ಅದರ ಗಿರ ಗಿರ ಸೌಂಡು ಮಾತ್ರ ಕೇಳಿಸುತ್ತಿರಲೂಬಹುದು. ಆ ಧಗೆ, ಗಿರ್ರೆನ್ನುವ ಆ ಸೌಂಡು ಎರಡನ್ನೂ ಮೈಗೆ, ಕಿವಿಗೆ ಹಚ್ಚಿಕೊಳ್ಳದೆ ತಲೆಯಲ್ಲಿ ಸುಳಿದಿದ್ದ ವಿಷಯದ ಕಡೆಗೆ ಅವನು ಆಲೋಚಿಸುತ್ತಾ ಮೇಜಿನ ಮೇಲೆ ಪುಸ್ತಕವನ್ನಿಟ್ಟುಕೊಂಡು ಕುಳಿತಿದ್ದನು. ಅಂಥ ಮಹತ್ವವಾದ ವಿಷಯವಲ್ಲವಾದರೂ ಅದು ಅವನಿಗೆ ಮಾತ್ರ ತುಸು ಸೂಕ್ಷ್ಮವಾದ ವಿಷಯವೆನ್ನಿಸಿ ಅಳೆದು ಸುರಿದು ಮಾಡುತ್ತಿದ್ದನು. ಎರಡು ವರ್ಷಗಳ ಹಿಂದೆ ಸಣ್ಣದೊಂದು ಬಯಕೆ ಅವನಲ್ಲಿ ಮೊಳೆತಿದ್ದು ಅದನ್ನು ಹೊರಗೆ ತೋರಗೊಡದೆ ಚಡಪಡಿಸುತ್ತಿದ್ದನು. ಅದೊಂದು ಸಣ್ಣ ಬಯಕೆಯಾಗಿದ್ದರೂ ಅದನ್ನು ಕೇಳಿ ಕನ್ನಡ ಮಾಸ್ಟರ್ ಶಂಕರಗೌಡ ತಪ್ಪಾಗಿ ಅರ್ಥೈಸಿಕೊಂಡುಬಿಟ್ಟರೆ? ಎಂಬುದು ಅವನ ಆತಂಕವಾಗಿತ್ತು. ಜೂನ್ ತಿಂಗಳು ಬಂದು ಹೊಸ ಶೈಕ್ಷಣಿಕ ವರ್ಷ ಆರಂಭವಾಗುತ್ತಿದ್ದಂತೆ ಅವನ ಬಯಕೆ ಲಬ್-ಡಬ್, ಲಬ್-ಡಬ್ ಎಂದು ಬಡಿದುಕೊಳ್ಳುತ್ತಿತ್ತು. ಈಗ ಮತ್ತೊಂದು ಜೂನ್ ಬಂದಿದೆ. ಮತ್ತೆ ಆ ಬಯಕೆಯ ಬಡಿತ ಶುರುವಾಗಿದೆ.

ಒಂಬತ್ತನೆ ತರಗತಿಯಲ್ಲಿನ ಆದಿಕವಿ ಪಂಪನ ಪದ್ಯವೊಂದು ಇವನನ್ನು ಗಾಢವಾಗಿ ಸೆಳೆದುಬಿಟ್ಟಿತ್ತು. ಇಡೀ ಪದ್ಯ ಇವನೊಳಗೆ ಆಗಾಗ ಅನುರಣಿಸುತ್ತಲೆ ಇರುತ್ತಿತ್ತು. ಪದ್ಯದಲ್ಲಿ ಕರ್ಣ-ಭೀಷ್ಮರ ನಡುವೆ ವಾಗ್ವಾದ ನಡೆದರೆ, ಇವನೊಳಗೆ ಸಂದರ್ಭಕ್ಕೆ ತಕ್ಕಂತೆ ಕರ್ಣ, ಭೀಷ್ಮರು ಧಾಂಗುಡಿ ಇಟ್ಟು ಇವನೊಂದಿಗೆ ಸಂವಾದ ನಡೆಸುತ್ತಿದ್ದರು. ಒಮ್ಮೊಮ್ಮೆ ಕರ್ಣನ ಕಲಿತನ, ರೊಚ್ಚು ಇವನನ್ನು ಮುನ್ನುಗ್ಗುವಂತೆ ಮಾಡಿದರೆ ಮತ್ತೊಮ್ಮೆ ಭೀಷ್ಮನ ಅನುಭವಜನ್ಯ, ವಿವೇಕಪೂರ್ಣ ಮಾತುಗಳು ಮೈದಡವಿ ಸಂತೈಸುತ್ತಿದ್ದವು.

ಈ ಎರಡು ಪಾತ್ರಗಳನ್ನು ತನ್ನಲ್ಲಿ ಆವಾಹಿಸಿಕೊಂಡು ಮಕ್ಕಳೆದುರು ಒಮ್ಮೆ ಮೈಮರೆತು ಪಾಠ ಮಾಡಬೇಕೆಂಬ ಬಯಕೆಯೇ 'ಎನಗೆ ಪಟ್ಟಂಗಟ್ಟಾ...' ಎಂಬ ಕರ್ಣನ ಆತ್ಮವಿಶ್ವಾಸದೊಲು ರಸಾವೇಶದಿಂದ ಅವನಲ್ಲಿ ಪುಟಿಯುತ್ತಿತ್ತು. ಈ ಬಯಕೆಯನ್ನು ಕೇಳಿ ಶಂಕರಗೌಡ ಮಾಸ್ಟರ್- ಕನ್ನಡ ಭಾಷೆ ಅದರಲ್ಲೂ ಹಳಗನ್ನಡ ಪದ್ಯವೆಲ್ಲಿ? ಪೀಟಿ ಮಾಸ್ಟರ್ ಎಲ್ಲಿ? ಎಂದುಕೊಂಡುಬಿಟ್ಟರೆ... ಅಥವಾ ತಾನೊಂದು ಪದ್ಯದ ಕ್ಲಾಸ್ ಮಾಡುತ್ತೇನೆಂದು ಹೇಳಿದರೆ; 'ಯಾಕಪ್ಪಾ... ತಾನು ಕ್ಲಾಸ್ ಮಾಡುತ್ತಿರುವುದರಲ್ಲಿ ಏನಾದರೂ ಕೊರತೆ ಇದೆಯೇನು?' ಎಂದು ತನ್ನಲ್ಲಿ ಶಂಕರಗೌಡ ಮಾಸ್ಟರ್ ಕೀಳರಿಮೆ ಮೂಡಿಸಿಕೊಂಡರೆ... ಅಯ್ಯೋ ಬೇಡಪ್ಪಾ ಎಂದು ಸುಮ್ಮನಾಗುತ್ತಿದ್ದನು. ಆದರೆ ಮತ್ತೊಂದು ಹೊತ್ತಿನಲ್ಲಿ 'ಸಿಂಗದ ಮುಪ್ಪುಂ ಇಳಿಕೆವಡುಗುಮೆ' ಎಂಬೊಲು ಆ ಬಯಕೆ ಅವನ ದುಂಬಾಲು ಬೀಳುತ್ತಿತ್ತು.

ಈ ಹಳಗನ್ನಡ ಸೆಳೆತ ಪೀಟಿ ಮಾಸ್ಟರ್ ಸಿದ್ದಣ್ಣನಿಗೆ ಒಮ್ಮಿಂದೊಮ್ಮಿಗೆ ಉಂಟಾದುದಲ್ಲ. ಇವನು ಹೈಸ್ಕೂಲ್ ಕಟ್ಟೆ ಅದೇ ತಾನೆ ಹತ್ತಿದ್ದ ಕಾಲದಲ್ಲಿ ಚೌಕಿಮಠ ಮಾಸ್ತರರು ಹಳಗನ್ನಡದ ಕಂದಪದ್ಯ, ಷಟ್ಪದಿಗಳನ್ನು ಒಂದೇ ಉಸಿರಿಗೆ ಅಸ್ಖಲಿತವಾಗಿ ಹೇಳುವುದು ಕಂಡು ಬೆರಗಾಗಿದ್ದನು. ತಾನಾಯಿತು ತನ್ನ ಪುಸ್ತಕವಾಯಿತು ಎಂದು ಯಾವಾಗಲೂ ಚಿಪ್ಪಿನೊಳಗೆ ಅವಿತಿರುತ್ತಿದ್ದ ಹುಡುಗನಿಗೆ

> **'ಅಂದು ಪಾಶುಪಾತಕ್ಕೆ ಬಳುವಳಿ**
> **ಬಂದುದಂಜನ ಬಾಣವನು ದ್ರೋಣೆ**
> **ಯಿಂದ ತೆಗೆದನು ಗಿರಿಜೆಯಂಘ್ರಿಯ ನೆನೆದು ಮಂತ್ರಿಸುತ**
> **ಮಂದರಾಚಲ ನಡುಗೆ ಕಿಡಿಗಳ**
> **ಸಂದಣಿಯ ಬಾಯ್ದಾರೆಯಂಬಿ ನೊ**
> **ಳಂದು ಕರ್ಣನ ಶಿರವ ನೆಚ್ಚನು ವಾಸವನ ಸೂನು'**

ಎಂಬುದನ್ನು ಮಾಸ್ತರರು ತುಂಬಿದ ಕಂಠದಲ್ಲಿ ಹೇಳುವುದನ್ನು ಕೇಳುತ್ತಿದ್ದಂತೆ ಇವನ ಕಿವಿ ನಿಮಿರುತ್ತಿದ್ದವು. ತಾನೂ ಅವರಂತೆಯೇ ಓದಬೇಕೆನಿಸುತ್ತಿತ್ತು. ಮಾಸ್ತರು ಹೇಳಿಕೊಟ್ಟರು. ಇವನೂ ಪ್ರಯತ್ನಿಸಿ ಯಶಸ್ವಿಯಾದನು. ಸರಳಗನ್ನಡ ಓದಲಿಕ್ಕೇ ಒದ್ದಾಡುತ್ತಿದ್ದ 'ಬಿ' ಸೆಕ್ಷನ್ನಿನಲ್ಲಿ ತಾನೊಬ್ಬನೆ ಸಲೀಸಾಗಿ ಹಳಗನ್ನಡ ಓದುವವನೆಂದು ಇವನಲ್ಲಿ ಹೆಮ್ಮೆ ಮೂಡಿತ್ತು. ಆ ಪದ್ಯಗಳಲ್ಲಿ ಬರುತ್ತಿದ್ದ ಕರ್ಣಾರ್ಜುನರು, ಭೀಮ-ದುರ್ಯೋಧನರು ಇವನ ಪುಕ್ಕಲುತನದ ಚಿಪ್ಪನ್ನು ಧ್ವಂಸ ಮಾಡಿಬಿಟ್ಟರು. ಏಯ್ತ್‌ನಲ್ಲಿದ್ದಾಗ ಕುಮಾರವ್ಯಾಸನ 'ಕರ್ಣಶಿರ ಕೆಡೆದುದು ಧರಿತ್ರಿಯಲಿ' ಪದ್ಯವನ್ನು

ಕಂಠಪಾಠ ಮಾಡಿದ್ದನು. ನೈನ್ತ್‌ನಲ್ಲಿ ರಾಘವಾಂಕನ 'ಪುರದ ಪುಣ್ಯಂ ಪುರುಷ ರೂಪಿಂದೆ ಪೋಗುತಿದೆ...' ದಡ ದಡ ಹೇಳಿಬಿಡುತ್ತಿದ್ದ. ಟೆಂಥ್‌ಗೆ ಬಂದಾಗ ಪಂಪನ 'ಚಾಗದ ಭೋಗದಕ್ಕರದ ಗೇಯದ ಗೊಟ್ಟಿಯಲಂಪಿನಿಂಪುಗಳ್ಗಾಗರಮಾದ... ' ನಾಲಿಗೆಯ ತುದಿಯ ಮೇಲಿತ್ತು. ಸಿದ್ದಣ್ಣನ ಹಳಗನ್ನಡದ ಆಸಕ್ತಿಯನ್ನು ಕಂಡ ಚೌಕಿಮಠ ಮಾಸ್ತರು ಅವನನ್ನು ತಮ್ಮ ಮೆಚ್ಚಿನ ಶಿಷ್ಯ ಎಂದು ಕರೆಯುತ್ತಿದ್ದರು.

ಅವನು ಪ್ರಾಥಮಿಕ ಶಾಲೆಯಲ್ಲಿ ಓದುತ್ತಿದ್ದಾಗ ವಾರಿಗೆಯ ಹುಡುಗರು ಗುಂಡಾ (ಗೋಲಿ) ಆಡುವುದಕ್ಕೆ ಕರೆದರೆ ತಾನೆಲ್ಲಿ ಸೋತು ತನ್ನ ಗುಂಡಗಳನ್ನು ಕಳೆದುಕೊಳ್ಳುತ್ತೀನೋ... ಇಲ್ಲ, ಆಟದಲ್ಲಿ ಗಾಜಿನ ಗುಂಡಗಳು ಒಡೆದರೆ... ಎಂಬ ಅಳುಕಿನಿಂದ ಆಟಕೆ ಹೋಗದೆ ಒಬ್ಬನೆ ತಮ್ಮ ಅಂಗಳದಲ್ಲಿ ಸುರಕ್ಷಿತವಾಗಿ ಗುಂಡಗಳಿಗೆ ಗುರಿಯಿಟ್ಟು ಹೊಡೆದಾಡುತ್ತಿದ್ದನು.

ಹೈಸ್ಕೂಲ್‌ಗೆ ಬಂದ ಮೇಲೆ ಅವನೆಲ್ಲ ಅಳುಕುಗಳು ತೊಡೆದುಹೋದವು. ಸಿದ್ದಣ್ಣನ ಈ ಅಳುಕುತನ, ಕೀಳರಿಮೆಯನ್ನು ಹೊಡೆದೊಡಿಸಿದ ಶ್ರೇಯಸ್ಸು ಭೀಮ ದುರ್ಯೋಧನ, ಕರ್ಣಾರ್ಜುನರಿಗೇ ಸೇರಬೇಕು. ವಾರಿಗೆಯವರು ಒಲ್ಲೆನೆಂದರೂ ಬಿಡದೆ ಅವರನ್ನು ಇವನೇ ಆಟಕ್ಕೆಳೆಯುತ್ತಿದ್ದನು. ಮನೆಬಿಟ್ಟು ಹೊರಬರಲಾರದ ಹುಡುಗ, ಹುರುಪು ತುಂಬಿಕೊಂಡು ಗೆಳೆಯರೆನ್ನೆಳೆದುಕೊಂಡು ಶನಿವಾರ, ರವಿವಾರ ದಿನ ಹೊಲ-ಗುಡ್ಡಗಳಲ್ಲಿ ತಿರುಗುತ್ತ ಮಾವಿನಕಾಯಿ, ಹುಣಸೆಹಣ್ಣುಗಳಿಗೆ ಗುರಿಯಿಟ್ಟು 'ಅಂದು ಪಾಶುಪತಕ್ಕೆ ಬಳುವಳಿ ಬಂದುದಂಜನ ಬಾಣವ...' ಎನ್ನುತ್ತ ಕಲ್ಲು ಹೊಡೆಯುತ್ತಿದ್ದನು.

ಹತ್ತನೇ ತರಗತಿಗೆ ಬಂದಿದ್ದರೂ ಸಹಿತ ಗೋಲಿಯಾಡುವ ಹುಚ್ಚು ಮಾತ್ರ ಕಡಿಮೆಯಾಗಿರಲಿಲ್ಲ. ಮೆಚ್ಚಿನ ಶಿಷ್ಯನ ಈ ಚಾಳಿ ಚೌಕಿಮಠ ಮಾಸ್ತರರ ಕಿವಿವರೆಗೂ ಬಂದಿದ್ದರಿಂದ ಒಮ್ಮೆ ಕ್ಲಾಸಿನಲ್ಲಿ 'ಎಲೋ ಮೂಢ ನೀನೀಗ ಎಸ್ಸೆಲ್ಸಿ. ಆದೊಡಂ ಗೋಲಿಯಾಡುವ ಕ್ರೀಡೆಯಲ್ಲಷ್ಟು ರುಚಿಯೆಂ ನಿನಗೆ...' ನಿಲ್ಲಿಸಿ ಕೇಳಿದರು. ಅದಕ್ಕವನು ತುಸು ಧೈರ್ಯ ತಂದುಕೊಂಡು 'ಗುರುವರ್ಯಾ... ಗೋಲಿಗಿರಿವೆ ಎಂದು ಬಗಿದಿರೆ... ಅಲ್ತಲ್ತು ಚಲಕಿರಿವೆ ಛಲಕ್ಕಿರಿವೆಂ' ಎಂದು ಪಂಪನ ಧಾಟಿಯಲ್ಲಿ ಹೇಳಿದ್ದು ಉಳಿದ ವಿದ್ಯಾರ್ಥಿಗಳಿಗೆ ಅರ್ಥವಾಗಿರಲಿಲ್ಲ. ಮಾಸ್ತರಿಗೆ ಅರ್ಥವಾಗಿದ್ದೇ 'ಭಪ್ಪರೆ ಮಗನೆ, ಕೂಡು ಸುಮ್ಮನೆ' ಎಂದಾಗ ಮಾತ್ರ ಕ್ಲಾಸಿನಲ್ಲಿ ಬಹುತೇಕ ಹುಡುಗರು ನಕ್ಕಿದ್ದರು.

ಇವನು ತುಸು ಎತ್ತರವಾಗಿದ್ದುದು ಮತ್ತು ಐದು ಸಾವಿರ ಮೀಟರ್ ಓಟದಲ್ಲಿ ತಾಲೂಕಾಮಟ್ಟದ ಕ್ರೀಡಾಕೂಟದಲ್ಲಿ ಮೊದಲ ಸ್ಥಾನ ಗಳಿಸಿದ್ದೆ ಮುಂದೆ ಬಿ.ಪಿ.ಇಡಿ. ಮಾಡಿಸುವುದಕ್ಕೆ ಅರ್ಹತೆಗಳಾಗಿ ಇವನ ಚಿಕ್ಕಪ್ಪನಿಗೆ ಕಾಣಿಸಿದ್ದವು. ಯಾವಾಗ ಬಸವೇಶ್ವರ ದೈಹಿಕ ಶಿಕ್ಷಣ ಮಹಾವಿದ್ಯಾಲಯಕ್ಕೆ ಸೇರಿದನೊ ಅಲ್ಲಿಂದ ಇವನ

ಬೌದ್ಧಿಕ ಜಗತ್ತಿನ ಹಳಗನ್ನಡ ಪದ್ಯಗಳು ಮರೆತೇ ಹೋಗಿದ್ದವು. ಈ ಶಾಲೆಗೆ ಶಿಕ್ಷಕನಾಗಿ ನೇಮಕವಾದ ಆರಂಭದ ಒಂದೆರಡು ವರ್ಷದ ತನಕ ಸ್ಟಾಫನ್ನು ಅರ್ಥ ಮಾಡಿಕೊಳ್ಳುವುದು, ಏನೇನೂ ಇರದ ಶಾಲೆಯ ಆವರಣದಲ್ಲಿ ಹೊಸದಾಗಿ ಅಂಕಣಗಳನ್ನು ಸಿದ್ಧಮಾಡಿಕೊಳ್ಳುವುದು, ಯೋಗ ತರಬೇತಿ, ಕಂಪ್ಯೂಟರ್ ತರಬೇತಿ ಇವುಗಳಲ್ಲೆ ಮುಳುಗಿ ಹೋಗಿದ್ದವನಿಗೆ ಬೇರೆ ವಿಷಯದ ಕಡೆಗೆ ಗಮನವೇ ಹರಿದಿರಲಿಲ್ಲ. ಇವೆಲ್ಲ ಮುಗಿಸಿ ನಿರಾಳವಾಗಿ ಕೂಡುತ್ತಿದ್ದಾಗ ಕನ್ನಡ ಪಠ್ಯಪುಸ್ತಕಗಳಲ್ಲಿ ಕಣ್ಣಾಡಿಸುತ್ತಿದ್ದನು. ಆಗ ಕಣ್ಣಿಗೆ ಬಿದ್ದದ್ದು ಒಂಬತ್ತನೇ ತರಗತಿಯ 'ಸೂಜಿಪಡೆಯಲಪ್ಪುದು ಕಾಣಾ ಮಹಾಜಿರಂಗದೊಳ್' ಪದ್ಯ. ಪೂರ್ವಾಶ್ರಮದ ವಾಸನೆಗಳು ಸೆಳೆದಂತೆ ಈ ಪದ್ಯ ಅವನನ್ನು ಹೈಸ್ಕೂಲ್ ದಿನಗಳಿಗೆ ಕರೆದೊಯ್ದು, ಆ ಹೊತ್ತಿನ ಹಳಗನ್ನಡ ಪದ್ಯದ ರುಚಿಯನ್ನು ನೆನಪಿಸಿಕೊಟ್ಟಿತು. ಅಲ್ಲದೇ ಸಂಪೂರ್ಣವಾಗಿ ಅದು ಇವನೆದೆಯಾಳದಲ್ಲಿ ಇಳಿದು ಸಂವಾದ ನಡೆಸುತ್ತಿತ್ತು. ಒಮ್ಮೆ ಇವನೇ ಕರ್ಣನಾಗುತ್ತಿದ್ದರೆ, ಇನ್ನೊಮ್ಮೆ ಭೀಷ್ಮನಾಗಿಬಿಡುತ್ತಿದ್ದನು.

ಮಕ್ಕಳ 'ಹುಯ್ಯಿ ಹುಯ್ಯಿ' ಕೂಗು, ಅದರ ಹಿಂದೆಯೇ 'ಯಾವೊನ್ಲೆ ಅಂವ ಬಾಯಿ ಮಾಡೋಣು? ಮುಚ್ಗೊಂಡು ಕ್ಲಾಸಿನ್ಯಾಗ ಕೂಡಕಾಗಂಗಿಲ್ಲೇನು?' ಹೆಡ್‌ಮಾಸ್ಟರ್ ಜೋರಾಗಿ ಅರಚಿದ್ದು ಕೇಳಿ ಸಿದ್ದಣ್ಣ ಮಾಸ್ಟರ್ ಸ್ಟಾಫ್ ರೂಂ ಬಿಟ್ಟು ಹೊರಗೆ ಬಂದನು. ಹೆಡ್‌ಮಾಸ್ಟರ್, ಗಲಾಟೆಯಾಗುತ್ತಿದ್ದ ಎಂಟನೇ ಕ್ಲಾಸಿನ ಮುಂದೆ ನಿಂತು ಇನ್ನಷ್ಟು ಗದರಿಸಿ ಆಫೀಸ್ ಕಡೆ ನಡೆದನು. ಹೆಚ್ಚೆಮ್ ಮರೆಯಾಗುತ್ತಿದ್ದಂತೆ ಮತ್ತೆ ಗುಸುಗುಸು ಸದ್ದು ಕೇಳತೊಡಗಿದ್ದರಿಂದ ಸಿದ್ದಣ್ಣ ಆ ಕ್ಲಾಸಿನೊಳಗೆ ಹೋದನು. ಸದ್ದು ಶಾಂತವಾಯಿತು. ಥಟ್ಟನೆ ಮೂರ್‍ನಾಲ್ಕು ಮಕ್ಕಳು ಈ ಮಾಸ್ಟರ್ ಮುಂದೆ ಬಂದು 'ಸರ್ ಮೈಮೇಲೆ ಹಲ್ಲಿ ಬಿದ್ದಿತ್ತರಿ ಹಸುರಗಿಡ ನೋಡಬೇಕು' ಎಂದು ನಿಂತರು. 'ಪ್ರೌಢ' ಶಾಲೆಗೆ ಆಗಷ್ಟೆ ಪ್ರವೇಶ ಪಡೆದಿದ್ದ ಮಕ್ಕಳ ಮುಖದಲ್ಲಿ ಮುಗ್ಧತೆ ಇನ್ನೂ ಮಾಸಿರಲಿಲ್ಲ. ಮುಟ್ಟಬಾರದ್ದನ್ನು ಮುಟ್ಟಿದ್ದಕ್ಕೆ ಮೆತ್ತಿಕೊಂಡ ಕಳಂಕವನ್ನು ಕಳೆದುಕೊಳ್ಳಬೇಕೆಂಬ ತವಕ ಅವರಲ್ಲಿ ಎದ್ದು ಕಾಣುತ್ತಿತ್ತು. ಹೆಚ್ಚೆಮ್‌ನನ್ನು ಕಂಡರೆ ಹುಲಿ ಕಂಡಂತೆ ಆಡುತ್ತಿದ್ದ ಮಕ್ಕಳು ಇವನೆದುರು ಸಲೀಸಾಗಿ ನಿಂತು ಬೇಡಿಕೆ ಇಟ್ಟು ಅಪ್ಪಣೆಗಾಗಿ ಕಾಯುತ್ತಿದ್ದರು. ಮಕ್ಕಳು ಕಳಂಕವನ್ನು ಕಳೆದುಕೊಳ್ಳುವ ನಂಬಿಕೆಗೆ, ಆ ಕಲ್ಪನೆಗೆ ತಕ್ಷಣಕ್ಕೆ ಏನು ಹೇಳಬೇಕು ತಿಳಿಯದೆ 'ನೋಡಿ ಬರ್ರಿ' ಎಂದನು. ಆ ಮಕ್ಕಳು ಹುರುಪಿನಿಂದ ಹೊರಬಂದರು.

ಮಕ್ಕಳನ್ನು ಅವರ ಇಷ್ಟದಂತೆ ವರ್ತಿಸಲು ಆಗಾಗ ಕೈಬಿಡುತ್ತಿದ್ದ ಪೀಟಿ ಮಾಸ್ಟರ್ ಧೋರಣೆಯ ಕುರಿತು ಹೆಡ್‌ಮಾಸ್ಟರ್‌ಗೆ ತುಂಬಾ ಬೇಸರವಿತ್ತು. 'ಪೀಟಿ ಮಾಸ್ಟರ್ ಅಂದ್ರ ಖಡಕ್ ಇರಬೇಕು. ಶಿಸ್ತಾಗಿ 'ಪೂಜೆ' ಮಾಡಿ ಮಕ್ಕಳನ್ನು ಹತೋಟಿಯಾಗ

ಇಟ್ಕೊಂಡಿರಬೇಕು. ನಮ್ಮ ಪೀಟಿ ಸ್ಟ್ರಾಂಗ್ ಇಲ್ಲ!' ಅಂತ ಆಗಾಗ ಹೆಚ್ಚೆಮ್ ಉಳಿದ ಅಸಿಸ್ಟೆಂಟ್‌ಗಳ ಮುಂದೆ ತಮ್ಮ ಅತೃಪ್ತಿ ತೋರಿಸುತ್ತಿದ್ದನು.

ಕಾರಣವಲ್ಲದ ಕಾರಣಗಳಿಗೆ ಮಕ್ಕಳನ್ನು ಹರಿದುಕೊಂಡು ತಿಂದಂತೆ ಮಾಡುತ್ತಿದ್ದ ಹೆಡ್‌ಮಾಸ್ಟರ್ ಬಗೆಗಂತೂ ಸಿದ್ದಣ್ಣ ಮೈ ಉರಿದುಕೊಳ್ಳುತ್ತಿದ್ದ. 'ಇವನ ಸಡಗರಕ್ಕ ಇಪ್ಪತ್ತು ವರ್ಷ ಸರ್ವಿಸ್ಸು! ಮಕ್ಕಳ ಜೊತಿ ಹೆಂಗ್ ಬಿಹೇವ್ ಮಾಡಬೇಕು ಅನ್ನೊ ಕಾಮನ್‌ಸೆನ್ಸ್ ಇಲ್ಲ ನಾನ್‌ಸೆನ್ಸ್‌ಗೆ' ಅಂತ ಬೈಯ್ದುಕೊಳ್ಳುತ್ತಿದ್ದನು. ಈ ಭಿನ್ನ ನಿಲುವುಗಳಿಂದಾಗಿ ಇಬ್ಬರ ನಡುವೆ ಆಗಾಗ ಮಾತಿನ ಚಕಮಕಿ, ಸಣ್ಣಪುಟ್ಟ ಜಗಳಗಳು ನಡೆಯುತ್ತಲೇ ಇದ್ದವು. ಸುತ್ತಮುತ್ತಲಿನ ಕುಗ್ರಾಮಗಳಿಂದ ಹೊಲ-ಗುಡ್ಡಗಳಲ್ಲಿ ದಾರಿ ಮಾಡಿಕೊಂಡು ಶಾಲೆಗೆ ಬರುತ್ತಿದ್ದ ಮಕ್ಕಳು ತೊಡುತ್ತಿದ್ದ ಬಟ್ಟೆಗಳಿಂದಲೇ ಸಿದ್ದಣ್ಣ ಮಾಸ್ಟರ್ ಅವರ ಸ್ಥಿತಿಗತಿಯನ್ನು ಅರ್ಥ ಮಾಡಿಕೊಂಡಿರುತ್ತಿದ್ದನು. ಬೆಳಿಗ್ಗೆ ಪ್ರೇಯರ್‌ನಲ್ಲಿ ಅವರ ಯುನಿಫಾರಂ ಬಗ್ಗೆ ವಿಚಾರಿಸುತ್ತಿದ್ದರೆ ದೊಡ್ಡದೊಂದು ದರ್ಶನವೇ ಅವನಿಗಾಗುತ್ತಿತ್ತು. ಅಂಗಿಯ ಕಿತ್ತು ಹೋದ ಗುಂಡಿಗಳ ಸ್ಥಾನದಲ್ಲಿ ಕೈಗೆ ಸಿಕ್ಕ ಬಣ್ಣ ಬಣ್ಣದ ಗುಂಡಿಗಳನ್ನು ಹಚ್ಚಿಕೊಂಡಿದ್ದ ಹುಡುಗನಿಗೆ ಗುಂಡಿ ಯಾವುದಾದರೇನು? ಮುಖ್ಯ, ಬಾಯಿ ಕಿಸಿಯುವ ಶರ್ಟಿನ ಬಾಯನ್ನು ಮುಚ್ಚಿಸಬೇಕಿತ್ತಷ್ಟೆ. ಥಾಳಾಗಿ ಕಾಣುತ್ತಿದ್ದ ಆ ಬಣ್ಣದ ಗುಂಡಿಗಳಲ್ಲಿ ಮಾಸ್ಟರ್‌ಗೆ ಏನೋ ಕಂಡಂತಾಗಿ ಮತ್ತೆ ನೋಡಿದರೆ ಕೇಸರಿ, ಬಿಳಿ, ಹಸಿರು ಅರೆ... ಹುಡುಗನೆದೆಯ ಮೇಲೆ ರಾಷ್ಟ್ರಧ್ವಜವೇ ನಿರ್ಮಾಣವಾಗಿದೆ! ಎಂದುಕೊಂಡು ಆ ಹುಡುಗನಿಗೆ ಟೈ ಕಟ್ಟಿಕೊಂಡು ಬರಲೇಬೇಕೆಂದು ಅವನು ಹೇಳಲಿಲ್ಲ.

ಮತ್ತೊಬ್ಬ ಹುಡುಗನು ಕಟ್ಟಿಕೊಂಡಿದ್ದ ಟೈಯನ್ನು ಬಿಚ್ಚಿಸಿದ್ದನು. ಹುಡುಗನ ಬಲಭುಜದ ಬಳಿ ಅಂಗಿ ಹರಿದು ಭುಜವೆಲ್ಲ ಕಾಣಿಸುತ್ತಿದ್ದರಿಂದ ಕತ್ತಿನಲ್ಲಿಯ ಟೈಯಿಯ ಗತ್ತು ಮಾಸ್ಟರ್‌ಗೆ ಚುಚ್ಚಿದಂತಾಗಿತ್ತು. ಸಾಲಿನ ಕೊನೆಯಲ್ಲಿ ಇಬ್ಬರು ಹುಡುಗರಿಗೆ ಇನ್‌ಶರ್ಟ್ ಮಾಡಿಲ್ಲವೇಕೆ? ಎಂದಿದ್ದಕ್ಕೆ ಅವರು 'ಸರ್ ಜಿಪ್ ಹೋಗೇತಿ...' ಎಂದು ಮೆಲ್ಲಗೆ ಹೇಳಿದಾಗ, ತೊ... ಎಂದು ಸುಮ್ಮನಾಗಿ ಬಿಡುತ್ತಿದ್ದನು. ಮುಗಿಲ ಬಣ್ಣದ ಅಂಗಿ, ಗಾಢನೀಲಿಯ ಪ್ಯಾಂಟು ಈ ಸಮವಸ್ತ್ರವನ್ನಲ್ಲದೆ ಬೇರೆ ಬಣ್ಣದ ಬಟ್ಟೆಗಳನ್ನು ತೊಟ್ಟು ಗೊತ್ತೆ ಇರದ ವಿದ್ಯಾರ್ಥಿಗಳಿಗೆ ಶನಿವಾರ ದಿನ ವೈಟ್ ಅಂಡ್ ವೈಟ್ ತೊಟ್ಟು ನೀಟಾಗಿ ಬರಲೇಬೇಕೆಂದು ಆಜ್ಞಾಪಿಸುವುದು ಹೇಗೆ? ಇವೆಲ್ಲ ಅವನಿಂದ ಸಾಧ್ಯವಾಗದ ಮಾತುಗಳಾಗಿದ್ದವು.

ಮಕ್ಕಳಿಗೆ ಕಟ್ಟುನಿಟ್ಟಾಗಿ ಹೇಳದ ಸಿದ್ದಣ್ಣಮಾಸ್ಟರ್ ಹೆಚ್ಚೆಮ್‌ನ ಮುಂದೆ ಮಾತ್ರ ಯಾವುದೆ ಮುಲಾಜು ಇಟ್ಟುಕೊಳ್ಳದೆ ತನಗೆ ಸರಿ ಕಂಡಿದ್ದನ್ನು ನೇರವಾಗಿ ಹೇಳಿಬಿಡುತ್ತಿದ್ದನು. ಕಳೆದ ಸಲದ ಎಸ್ಸೆಸ್ಸೆಲ್ಸಿ ವಿದ್ಯಾರ್ಥಿಗಳು ಸಂಗ್ರಹಿಸಿ ಕೊಟ್ಟಿದ್ದ ದೇಣಿಗೆ

ಹಣದಲ್ಲಿ ಏನು ತರಬೇಕೆಂದು ಎಲ್ಲಾ ಸಹಶಿಕ್ಷಕರನ್ನು ಕೂಡ್ರಿಸಿ ಹೆಚ್ಚೆಮ್ ಕೇಳಿದಾಗ ಎಲ್ಲರೂ ಏನು ಅವಶ್ಯಕತೆಯಿದೆ ಎಂದು ಯೋಚಿಸುತ್ತಿದ್ದರು. ಸಿದ್ದಣ್ಣಮಾಸ್ಟರ್ ಮಾತ್ರ ಒಂದಿಷ್ಟು ತಟ್ಟೆ ತರಬೇಕೆಂದು ಥಟ್ಟನೆ ಹೇಳಿದನು. ಮಧ್ಯಾಹ್ನದ ಬಿಸಿ ಊಟಕ್ಕೆ ಸಣ್ಣ ಸಣ್ಣ ತಟ್ಟೆಗಳನ್ನು ಹಿಡಿದು ಮಕ್ಕಳು ಸರದಿ ಸಾಲಿನಲ್ಲಿ ನಿಲ್ಲುತ್ತಿದ್ದರು. ಅಕ್ಷರದಾಸೋಹದ ಬಿಸಿಯೂಟ ಅಕ್ಷರಶಃ ಬಿಸೀ ಊಟ! ಅಷ್ಟು ಬಿಸಿ ಬಿಸಿಯಾದ ಅನ್ನದ ತಟ್ಟೆಯನ್ನು ಕೈಯಲ್ಲಿ ಹಿಡಿದುಕೊಳ್ಳಲಾಗದೆ ಶರ್ಟಿನ ಚುಂಗನ್ನೊ, ಪೇಪರ್ ತುಣುಕನ್ನೊ ಕೈಲಿ ಹಿಡಿದು ತಟ್ಟೆ ಹಿಡಿಯುತ್ತಿದ್ದರು. ತಟ್ಟೆ ಇರದ ಮಕ್ಕಳು ಇನ್ನೊಬ್ಬನ ತಟ್ಟೆಯಲ್ಲಿ ಊಟ ಹಂಚಿಕೊಳ್ಳುತ್ತಿದ್ದರು. ಇದನ್ನು ನಿತ್ಯ ನೋಡುತ್ತಿದ್ದ ಸಿದ್ದಣ್ಣಮಾಸ್ಟರ್‌ಗೆ ಎಲ್ಲ ವಿದ್ಯಾರ್ಥಿಗಳಿಗೆ ತುಸು ದೊಡ್ಡದಾದ ತಟ್ಟೆಗಳನ್ನು ಒದಗಿಸಿದರೆ 'ಬಿಸಿ' ಊಟ ಹಿತಕರ ಊಟವಾಗಬಹುದೆಂದು ಯೋಚಿಸಿದ್ದನು. ಸಧ್ಯ ಶಾಲೆಗೆ ಏನು ಅಗತ್ಯವೆಂದು ಹೆಚ್ಚೆಮ್ ಕೇಳಿದಾಗ ತಟ್ಟೆಯ ಅಗತ್ಯವನ್ನು ಸಿದ್ದಣ್ಣ ವಿವರಿಸಿದ್ದನು. ಉಳಿದ ಒಂದಿಬ್ಬರು ಶಿಕ್ಷಕರು ಹೌದೌದೆಂದಾಗ ಹೆಚ್ಚೆಮ್ ಸರಿ ನೋಡೋಣವೆಂದಿದ್ದನು.

ತಟ್ಟೆಗಳ ತರುವ ಬದಲಿಗೆ ಮೂವಿಂಗ್-ಕುಷನ್ ಚೇರೊಂದನ್ನು ತಂದುಕೊಂಡು ಹೆಡ್‌ಮಾಸ್ಟರ್ ತನ್ನ ಜಾಗದಲ್ಲಿ ಹಾಕಿಕೊಂಡದ್ದು ಸಿದ್ದಣ್ಣನಿಗಂತೂ ಸಹಿಸಲಾಗಲಿಲ್ಲ. ತಕರಾರು ತೆಗೆದೇಬಿಟ್ಟನು. 'ನಿಮ್ಮಿಷ್ಟ ಬಂದಂಗ ಮಾಡೂ ಹಾಂಗಿದ್ದರ ಸ್ಟಾಫ್‌ನವರ ಅಭಿಪ್ರಾಯ ಯಾಕೆ ಕೇಳತೀರಿ? ಮಕ್ಕಳು ಎಷ್ಟೆಲ್ಲಾ ಕಷ್ಟ ಪಡತಾರ ಅಂಥ ಹೇಳಿದ ಮೇಲೂ ನೀವ್ಹಿಂಗ್ ಮೆತ್ತಗ ಕೂಡ್ರಬೇಕು ಅಂತ ಅನ್ನಿಸ್ತೇನು?' ಅಂದ ಕೂಡಲೆ ಹೆಚ್ಚೆಮ್‌ಗೆ ಕೂತಿದ್ದ ಆ ಹೊಸ ಚೇರ್‌ನಲ್ಲೆ ಅವನಡಿಗೆ ತಣ್ಣೀರು ತಗುಲಿದ ಅನುಭವವಾಯ್ತು. 'ರ್ರೀ...' ಅಂತ ಸಿಟ್ಟಿನಿಂದ ಅರಚಿ 'ಅಲ್ರೀ ಅಷ್ಟು ದುಡ್ಡಿನ್ಯಾಗ ನೂರಿಪ್ಪತ್ತು ತಟ್ಟೆ ತರಾಕ ಆಯ್ತದನು ಹೇಳ್ರಿ' ಸಮರ್ಥಿಸಿಕೊಳ್ಳತೊಡಗಿದನು. 'ಆದಷ್ಟು ತರಬೇಕಿಲ್ಲ ಮತ್ತೇ...' ಅಸಮಾಧಾನದಿಂದಲೆ ಸಿದ್ದಣ್ಣ ಹೇಳಿದ್ದಕ್ಕೆ 'ಮತ್ತೆ ನೋಡಮು ತಗೊರಿ... ಯಾವುದ್ರಾಗನ ತರ್ಸಮು' ಎಂದು ಸಾಗಹಾಕುವ ಉತ್ತರ ನೀಡಿ ಸರ್ರ... ಎಂದು ಅದೇ ಚೇರ್‌ನಲ್ಲೆ ಕೂತುಕೊಂಡು ಚಲಿಸಿ ಗೋಡೆಗಿದ್ದ ಕ್ಯಾಲೆಂಡರ್ ನೋಡುವ ನಾಟಕ ಮಾಡತೊಡಗಿದನು. ಸಿದ್ದಣ್ಣ ಬೇಸರದಿಂದ ಗೊಣಗುತ್ತ ಆಫೀಸ್ ರೂಮಿನಿಂದ ಹೊರಬಂದನು.

ಸ್ಟಾಫ್‌ರೂಮಿನಲ್ಲಿ ಕೂತಿದ್ದ ಸಿದ್ದಣ್ಣ ಮಾಸ್ಟರ್‌ನ ಬಾಜುವಿಗೆ ಕುರ್ಚಿ ಎಳೆದುಕೊಂಡು ಕೂತ ಹಿಂದಿ ಮಾಸ್ಟರ್ ಶರಣಬಸಪ್ಪ 'ಅಲ್ರೀ ಆ ಹೆಡ್‌ಮಾಸ್ಟರ್ ಜೋಡ ಯಾಕ ಹಾಕ್ಯಾಡ್ತಿರಿ ಸುಮ್ನೆ... ಆತ ಲೋಕಲ್ ಆನ. ಏನರೆ ಮಾಡುವಲ್ಲ. ನಮಗ್ಯಾಕಬೇಕು? ಎಮ್ಮೆಲ್ಲೆ ಬ್ಯಾರೆ ಅವುರ ಕಾಸ್ಟ್‌ನವುನೆ ಆನ. ಫುಲ್ಲ ಸಪೋರ್ಟ ಅದ ಆತಗ. ನಾವು-ನೀವು ಎಲ್ಲಾ ಜಿಲ್ಲಾ ಬಿಟ್ಟು ಜಿಲ್ಲಾಕ ಬಂದವರು ಇದ್ದೀವಿ. ನಮಗ್ಯಾಕ

ಇದೆಲ್ಲ? ಹೌದುಲ್ಲ ಮತ್ತ...' ಎಂದು ತಿಳಿಸಿ ಹೇಳಲು ನೋಡಿದನು. 'ಕಾಸ್ಟ್' ಎಂಬ ಶಬ್ದ ಕೇಳಿ ಸಿದ್ದಣ್ಣನೊಳಗೆ ಕಲಿ ಕರ್ಣ ಪ್ರವೇಶಗೊಂಡು 'ಮಾರ್ಮಲವೆನನಟ್ಟಿ ತಿಂಬುವೆ ಕುಲಂ' ಎಂದು ಅವನೊಳಗೆ ಆರ್ಭಟಿಸಿದೊಡನೆ ಅವನ ಜಿಗುಟುತನ ಇನ್ನೂ ಗಟ್ಟಿಯಾಗಿ ಹಿಂದಿ ಮಾಸ್ಟರ್‌ಗೆ 'ಏನು ಕಿಸಿತಾನ ಕಿಸಿಲಿ ಬಿಡ್ರಿ ಸರ್... ನೋಡ್ತಿನಿ' ಎಂದನು.

ಶಂಕರಗೌಡ ಮಾಸ್ಟರ್ ಟೆಸ್ಟ್ ಪೇಪರ್ ಚೆಕ್ ಮಾಡುತ್ತ ಕೂತಿದ್ದರು. ಸಿದ್ದಣ್ಣ ಅದೇ ಪದ್ಯ ಮುಂದಿಟ್ಟುಕೊಂಡು ದೀರ್ಘವಾಗಿ ಯೋಚಿಸುತ್ತಿದ್ದನು. ಶಂಕರಗೌಡ ಏನಾದರೂ ತಿಳಿದುಕೊಳ್ಳಲಿ, ತನ್ನೊಳಗಿನ ತಾಕಲಾಟವಾದರೂ ಸ್ವಚ್ಛವಾಗುತ್ತದೆ ಎಂದುಕೊಂಡು ಸಿದ್ದಣ್ಣ ತನ್ನ ಬಯಕೆಯನ್ನು ತುಸು ಅಳುಕುತ್ತಲೆ ನಿವೇದಿಸಿದನು. ಶಂಕರಗೌಡ ಆರಂಭದಲ್ಲಿ ಆಶ್ಚರ್ಯಗೊಂಡನು! ಆಮೇಲೆ ಅದನ್ನು ಸ್ವಾಗತಿಸಿದನು. 'ಯಾವತ್ತೂ ನನ್ನಿಂದಲೆ ಕನ್ನಡ ಪಾಠ ಕೇಳುತ್ತಿದ್ದವರಿಗೆ ನೀವು ಹೇಳಿದರೆ ಅದೊಂದು ಥರಾ ಚೇಂಜ್ ಅನಿಸುತ್ತ, ಎಫೆಕ್ಟಿವ್ ಆಗಿರುತ್ತ ಮಾಡ್ರಿ ಸರ್' ಪ್ರೋತ್ಸಾಹಪೂರ್ವಕವಾಗಿಯೆ ಅಂದನು. ಅಷ್ಟೆ ಅಲ್ಲದೆ ಆ ಪದ್ಯಕ್ಕೆ ಪೂರಕವಿರುವ 'ವಿಕ್ರಮಾರ್ಜುನವಿಜಯ' ಕೃತಿಗೆ ಸಂಬಂಧಿಸಿದ ಒಂದೆರಡು ಪುಸ್ತಕಗಳನ್ನು ಲೈಬ್ರರಿಯಿಂದ ತೆಗೆದುಕೊಟ್ಟು ಮುಂದಿನವಾರ ಯಾವಾಗಾದ್ರೂ ಮಾಡ್ರಿ ಎಂದಿದ್ದರು. ಸಿದ್ದಣ್ಣನಿಗೆ ಫುಲ್ ಖುಷಿಯಾಗಿ ಆ ವಾರವಿಡಿ ಆ ಪದ್ಯದ್ದೇ ಗುಂಗು ತುಂಬಿಕೊಂಡಿತ್ತು. ಪ್ರಶಿಕ್ಷಣಾರ್ಥಿಯೊಬ್ಬ ತನ್ನ ಫೈನಲ್ ಲೆಸನ್‌ಗೆ ತಯಾರಾಗುವಂತೆ ತಯಾರಾಗತೊಡಗಿದ್ದನು.

ಸೈನ್ಸ್ ಟೀಚರ್ ಸುಧಾ ಅದು ಹೇಗೆ ತಿಳಿದುಕೊಂಡಿದ್ದಳೋ! ಕಳೆದ ಸಾಲಿನಲ್ಲಿ ಇಕೋ ಕ್ಲಬ್‌ಗೆಂದು ಬಂದ ಅನುದಾನದ ಹಣವನ್ನು ಹೆಚ್ಚೆಮ್ ಗುಳುಂ ಅನ್ನಿಸಿದ್ದಾನೆ ಅನ್ನೋದು. ಈ ವಿಷಯವನ್ನು ಸಿದ್ದಣ್ಣನಿಗೆ ತಿಳಿಸುತ್ತಾ 'ನಾನು ಹೇಳಿದ್ದು ಅಂತ ಹೇಳಬೇಡಿ ಸರ್ ಮತ್ತೆ...' ಅಂದಳು. ಹೆಡ್‌ಮಾಸ್ಟರ್‌ನ ಕಮಾಯಿ ಕೇಳಿ ಸಿದ್ದಣ್ಣನಿಗೆ ಮೈಯೆಲ್ಲ ಉರಿಯತೊಡಗಿತು. ಮೇಡಂನ ಮಾತಿಗೆ ಬಾಯ್ತೆರೆದು ಹೇಳಲಾಗದೆ ಗೋಣಾಡಿಸಿ ಸುಮ್ಮನಾದನು. ಹೆಚ್ಚೆಮ್‌ನ ವಕ್ರನಡೆಗಳನ್ನೆಲ್ಲ ಕಂಡಿದ್ದ ಸಿದ್ದಣ್ಣನಿಗೆ ತೀರಾ ಕೆಡುಕೆನಿಸಿ 'ಅಲ್ರೀ ಯಾವುದೂ ಸಾಲದಾಗೆತಲ್ಲ ಇವನಿಗೆ ತಿನ್ನಾಕ...' ಎಂದಿದ್ದಕ್ಕೆ 'ನೋಡ್ರಿ ಹೆಂಗಿದೆ ಕತೆ... ' ಎಂಬ ಹತಾಶೆಯ ದನಿ ಬೆರೆಸಿದಳು ಮೇಡಂ.

ಪಕ್ಕದಲ್ಲಿದ್ದ ಹಿಂದಿ ಮಾಸ್ಟರ್ 'ಇಲ್ರೀ ಪೂರ್ತಿ ಹೆಡ್‌ಮಾಸ್ಟರ್‌ಂದು ತಪ್ಪಿಲ್ಲ. ಇಲ್ಲೆ... ಏನಾತದ ಅಂದ್ರ... ಲಾಸ್ಟ ಮೂಮೆಂಟ್‌ದಾಗ ದುಡ್ಡು ಸ್ಯಾಂಕ್ಷನ್ ಮಾಡ್ತಾರು ಹಂಗೆ ಬಳಕೆ ಪ್ರಮಾಣಪತ್ರ ಕೊಡಂತ ಬೆನ್ನಬೀಳತಾರ. ಇವುರರೆ ಏನ್ ಮಾಡ್ತಾರು... ಏನೊ ಒಂದು ತೋರಿಸಿಬಿಡ್ತಾರು. ಮತ್ತ ಮ್ಯಾಲೆ ಆಫಿಸ್‌ದಾಗ

ಕೈ ಚಾಚುವರೇ, ಅವರಿಗೆಲ್ಲ ಸಮಾಧಾನ ಮಾಡಬೇಕಾತದ. ಹಿಂಗಾಗಿ ಜರಾ ಕೈ ಸಡಿಲ ಬಿಡಬೇಕಾತದ... ಸರ್' ಇವರ ಮಾತಿನ ನಡುವೆ ಪ್ರವೇಶಿಸಿ ಹೆಚ್ಚೆಮ್‌ನ ವಕ್ತಾರನಂತೆಯೂ, ವ್ಯವಸ್ಥೆಯ ದೋಷವನ್ನು ಎತ್ತಿ ತೋರಿಸುವಂತೆಯೂ ಹೇಳಿದರು. ಅವರ ಮಾತನ್ನು ಖಡಾಖಂಡಿತವಾಗಿ ನಿರಾಕರಿಸುತ್ತಾ ಸಿದ್ದಣ್ಣ 'ಹಿಂಗನ್ನಬ್ಯಾಡ್ರಿ ಸರ್ ನೀವು. ನಮ್ಮ ಕೈ ಯಪರಾ-ತಪರಾ ಆಗಿದ್ದಾಗ ಮಾತ್ರ ನಮ್ಮ ಮುಂದ ಇನ್ನೊಬ್ಬರು ಕೈ ಚಾಚತಾರ. ಇಲ್ಲಾಂದ್ರ ಇಲ್ಲ! ನಾವ್ ಕರೆಕ್ಟ ಇದ್ದರ... ದೇವರಿಗೂ ಹೆದರಬೇಕಿಲ್ಲ! ಕುರ್ಚಿ ಮ್ಯಾಗ ಕುಂತು ಕೈ ಶುದ್ಧ ಉಳಿಸಿಕೊಂಡವರನ್ನ ಕಾಣೋದು ಕಷ್ಟ ಆಗೇತಿ. ಸರ್ಕಾರ ಎಷ್ಟೆಲ್ಲಾ ಅನುಕೂಲ ಮಾಡುತ್ತ, ಆದರ... ಮಾಡಿದವುರ ಅಡುಗೇನ ನೀಡಿದವುರು ಕೆಡಿಸಿದ್ರಂತ... ಹಂಗಾಗಿ ಬಿಟ್ಟೈತಿ' ಎಂದನು. ಅವನ ಮಾತನ್ನು ಸಾರಿ ಹೇಳುವಂತೆಂಬಂತೆ ಢಣ ಢಣ ಬೆಲ್ ಬಾರಿಸಿತು. ಅದು ವಿಶ್ರಾಂತಿಯ ಬೆಲ್.

ಅವನಿಗೆ ಸಿಟ್ಟು ಉಕ್ಕತೊಡಗಿತ್ತು. ಈಗಲೆ ಹೋಗಿ ಕೇಳಬೇಕು ಎಂದುಕೊಂಡನು. ಮಕ್ಕಳೆಲ್ಲ ವಿಶ್ರಾಂತಿಗೆ ಹೊರಬರುತ್ತಿದ್ದರಿಂದ ಅವರೆದುರು ರಾದ್ಧಾಂತ ಬೇಡವೆಂದು ಸುಮ್ಮನಾದನು. 'ಹೌದೂ... ಉಳಿದ ಶಿಕ್ಷಕರ್‍ಯಾರೂ ಹೆಡ್‌ಮಾಸ್ಟರನ್ನ ಏನೂ ಕೇಳುತ್ತಿಲ್ಲವಲ್ಲ... ನಾನೂ ಸುಮ್ಮನಿರಲೆ...' ಒಂದು ಕ್ಷಣ ಯೋಚಿಸುತ್ತಿದ್ದಂತೆ 'ಚಲಂ ಕುಲಂ, ಗುಣಂ ಕುಲಂ, ಅಭಿಮಾನವೊಂದೆ ಕುಲಂಣ್ಮು ಕುಲಂ' ಕರ್ಣನ ಧೀರೋದಾತ್ತ ಮಾತುಗಳು ಮಾರ್ದನಿಸಿ ಆವೇಶ ತುಂಬಿದವು. ಉಳಿದವರು ಕೇಳಲಿ, ಬಿಡಲಿ; ತಾನಂತೂ ಇಕೋ ಕ್ಲಬ್‌ನ ಸಹಸಂಚಾಲಕ ಕೇಳಲೇಬೇಕು ಎನ್ನುತ್ತಿದ್ದಂತೆಯೆ ವಿಶ್ರಾಂತಿ ಮುಗಿದ ಬೆಲ್ ಬಾರಿಸಿತು. ಅದು ಅವನಿಗೆ ರಣಕಹಳೆಯೂದಿದಂತಾಯ್ತು.

ಸಿದ್ದಣ್ಣ ಮಾಸ್ಟರ್ ಕೇಳಿದ್ದಕ್ಕೆ ಬಂದೆ ಇರ್ರಿ ಎನ್ನುವಂತೆ ಕೈ ಸನ್ನೆ ಮಾಡಿ ಹೆಚ್ಚೆಮ್, ಕುರ್ಚಿಯಿಂದೆದ್ದು ಬಾಯಲ್ಲಿಯ ತಾಂಬೂಲವನ್ನು ಹೊರಬಂದು ಉಗುಳಿ, ಒಂದು ಗ್ಲಾಸ್ ನೀರನ್ನು ತಗೊಂಡು ಬಾಯಿ ಮುಕ್ಕಳಿಸಿ, ತಮ್ಮ ಸೀಟಿಗೆ ಬಂದರು. 'ಸರ್... ದುಡ್ಡು ಬಂದಿದ್ದು ಖರೆ, ನಾ ಏನ್ ಇಲ್ಲ ಅನ್ನಂಗಿಲ್ಲ. ಅದನ್ನು ಶಾಲೆಗೇ ಬಳಕೆ ಮಾಡೀನಿ. ಪೇಪರ್ರು, ಚಾಕ್‌ಪೀಸು ಏನೇನೊ ಸ್ಟೇಶನರಿಗಂತ ಹಕ್ಕೆಂಡಿನಿ.' ಹೆಚ್ಚೆಮ್‌ನ ಉತ್ತರದ ಧಾಟಿ ಸಿದ್ದಣ್ಣನಿಗೆ ಸಮಾಧಾನವೆನಿಸಲಿಲ್ಲ. ಸ್ಟೇಶನರಿಗೆಂತ ಪ್ರತ್ಯೇಕ ಅನುದಾನವಿದ್ದುದು, ಅದು ಬಂದಿದ್ದು ಗೊತ್ತಿತ್ತು. ಹಾಗಾಗಿಯೇ ಹೆಚ್ಚೆಮ್‌ನದು ನಂಬುವಂತಹ ಮಾತೆನಿಸಲಿಲ್ಲ. 'ಸರ್...ಯಾವ ಅನುದಾನ ಯಾವುದಕ್ಕ ಬಂದಿರುತ್ತ ನೀವು ಅದಕ್ಕ ಬಳಸ್ರೀ. ಸುಮ್ಮನೆ ಹಿಂಗ್ ಕೈಯೀದು ಒಯ್ದು ಕಾಲಿಗೆ, ಕಾಲಿನದು ಒಯ್ದು ಕೈಗೆ ಹೇಳಬ್ಯಾಡ್ರಿ' ಎಂದಿದ್ದು ಕೇಳಿ ಹೆಚ್ಚೆಮ್ಮು 'ರ‍್ರೀ... ನಾಯೇನು ಆ ರೊಕ್ಕ ಮನಿಗೆ ಹಕ್ಕೆಂಡಿಲ್ಲ. ಯಾವುದನ್ನು ಯಾವುದಕ್ಕ ಬಳಸಬೇಕಂಬುದು ನನಗೂ ಗೊತ್ತತೆ. ನನ್ದು ಇಪ್ಪತ್ತು ವರ್ಷ ಸರ್ವಿಸ್ ಆಗೇತಿ! ನಿನ್ನೆ ಮೊನ್ನೆ ಬಂದವರ ಕಡಿಂದ

ನಾಯೇನು ಹೇಳ್ಸಿಕೆಬೇಕಾಗಿಲ್ಲ.' ತುಸು ಸ್ಟ್ರಾಂಗ್ ಆಗಿಯೇ ಆವಾಜ್ ಮಾಡಿದನು.

ಸಿದ್ದಣ್ಣನೂ ಅಷ್ಟೇ ಸ್ಟ್ರಾಂಗ್ ಆಗಿ, ಎದುರಿಗಿದ್ದ ಸಿಬ್ಬಂದಿ ಮಾಹಿತಿ ಫಲಕದ ಕಡೆ ಕೈತೋರಿ 'ನಿಮ್ಮ ಸರ್ವೀಸ್ ಎಷ್ಟು ಅನ್ನೋದು ಆ ಬೋರ್ಡು ಹೇಳುತ್ತ. ಅದನ್ನ ನನಗೆ ಹೇಳಬ್ಯಾಡ್ರಿ! ಅದರ್ಹಂಗ ಅನುದಾನ ಬಳಕೆ ಮಾಡಿದ್ದರ ಬಗ್ಗೆ ನೀವು ಮಾಡಿರೊ ಕೆಲ್ಸಗಳು ಹೇಳಬೇಕು ನೀವಲ್ಲ?' ಎಂದೊಡನೆ ಹೆಚ್ಚೆಮ್ ಸಾಹೇಬರು ಫುಲ್ ಬೀಪಿ ರೈಸ್ ಮಾಡಿಕೊಂಡು ಕೆಟ್ಟಗಣ್ಣಿನಿಂದ ಸಿದ್ದಣ್ಣನನ್ನು ದಿಟ್ಟಿಸುತ್ತ 'ಅಂದ್ರೆ... ನಾನು ಅಪ್ರಾಮಾಣಿಕ, ಅಯೋಗ್ಯ ಅಂಬದ ನೀ ಹೇಳು ಮಾತು' ಅಂದರು. ಸಿದ್ದಣ್ಣಮಾಸ್ಟರ್ ತುಂಬಾ ಕೂಲಾಗೇ ಇದ್ದ ಅನ್ನುವಂತಿರಲಿಲ್ಲ. ಯಾಕೆಂದರೆ ಅವನ ಮೈಯಲ್ಲಿಯೂ ಕಲಿ ಕರ್ಣ ಸೇರಿಕೊಂಡಿದ್ದನಲ್ಲ! ಆದರೂ ಹೆಚ್ಚೆಮ್‌ನಷ್ಟು ಟೆನ್ಷನ್ ಮಾಡಿಕೊಂಡಿರಲಿಲ್ಲ. 'ಛೆ... ಛೆ... ಛೆ ಹಂಗಂತ ನಾ ಯಾಕ ಹೇಳಲಿ? ನೀವು ಏನು, ಎಂಥವರು ಅನ್ನುದನ್ನ ನೀವು ಮಾಡಿದ ಕೆಲ್ಸಗಳ ಹೇಳ್ತವು!'

ಹೆಚ್ಚೆಮ್ ಒಂದು ತೀರ್ಮಾನಕ್ಕೆ ಬಂದಿದ್ದನೆಂದು ಕಾಣಿಸುತ್ತದೆ. 'ಆಯ್ತು ನಾ ಏನು ಅಂಬದು ನಿನಗ ಬರಬ್ಬರಿ ತೋರಿಸ್ತಿನೇಳು' ಸವಾಲು ಹಾಕಿದಂತೆ ಹೇಳಿಬಿಟ್ಟನು. ಅದನ್ನು ತೊಡೆ ತಟ್ಟಿ ಸ್ವೀಕರಿಸುವಂತೆ ಸಿದ್ದಣ್ಣ 'ತೋರ್ಸು, ನಾನೂ ನೋಡ್ತಿನಿ' ನಿರುಸಾಗಿಯೇ ಅಂದನು. ಮುಂದಿನ ಒಂದೆರಡು ನಿಮಿಷಗಳ ಕಾಲ ಆಫೀಸಿನ ತುಂಬ ನೀರವ ಮೌನ ತುಂಬಿತ್ತು. ಸಿದ್ದಣ್ಣ ಮಾಸ್ಟರ್ ಅಲ್ಲಿಂದ ಹೊರಗೆ ಬಂದನು.

ಮಗ್ಗುಲ ಮುಳ್ಳಾಗಿ ಪರಿಣಮಿಸಿರುವ ಈ ಪೀಟಿಗೆ ತಾನು ಯಾರು ಎಂಬುದನ್ನು ತೋರಿಸಲೇಬೇಕೆಂದು ಹೆಚ್ಚೆಮ್ ಜಿದ್ದಿಗೆ ಬಿದ್ದಿದ್ದನು. ಆರ್‌ಎಮ್‌ಎಸ್‌ಎ ಯೋಜನೆಯಡಿಯಲ್ಲಿ ದೊಡ್ಡ ಮೊತ್ತದ ಅನುದಾನ ಬೇರೆ ಬರುವದಿತ್ತು. ಇವನನ್ನು ಹೀಗೇ ಬಿಟ್ಟರೆ ಹೆಜ್ಜೆ ಹೆಜ್ಜೆಗೂ ಕಾಡುತ್ತಾನೆ ಅನ್ನಿಸತೊಡಗಿತ್ತು. ಎಮ್ಮೆಲ್ಲೆ ಕಡೆಗೆ, ಬಿಇಓ ಆಫೀಸ್‌ಗೆ ಎಡತಾಕಿ ಆರ್ಡರ್ ಒಂದನ್ನು ಮಾಡಿಸಿಕೊಂಡೇ ಬಂದಿದ್ದನು.

ಎರಡು ವರ್ಷಗಳಿಂದ ಎದೆಯಾಳದಲ್ಲಿ ಕುಳಿತು ತಿವಿಯುತ್ತಿದ್ದ ಬಯಕೆ ಇನ್ನೊಂದು ಅರ್ಧ ಗಂಟೆಯಲ್ಲಿ ನೆರವೇರುವ ಕ್ಷಣಕ್ಕಾಗಿ ಸಿದ್ದಣ್ಣ ಕಾತರಿಸುತ್ತಿದ್ದನು. ಒಂಬತ್ತನೇ ವರ್ಗಕ್ಕೆ ಎರಡನೆ ಪಿರಿಯಡ್ ಕನ್ನಡವಿದ್ದುದರಿಂದ ಫಸ್ಟ್ ಪಿರಿಯಡ್ ಮುಗಿಯುವುದನ್ನೇ ಕಾಯುತ್ತಿದ್ದ. ಇಡೀ ಪದ್ಯ ಕಂಠಪಾಠವಾಗಿ ಹೋಗಿತ್ತು. ಸ್ಟಾಫ್ ರೂಮಿನಲ್ಲಿ ಯಾರೂ ಇರಲಿಲ್ಲ. ದಶಪಥ, ಶತಪಥ ಹಾಕುತ್ತ ಭಾವಾಭಿನಯ, ಆಂಗಿಕಾಭಿನಯ ಮಾಡುತ್ತ ಪದ್ಯ ಹೇಳುತ್ತಿರುವಾಗಲೆ ಪಿವನ್ ಒಂದು ಲೆಟರ್ ಕೊಟ್ಟು ಹೋದನು.

ಆ ರಿಲೀವ್ ಲೆಟರ್ ನೋಡಿ ಸಿದ್ದಣ್ಣನಲ್ಲಿ ಒಂದು ಕಿರುನಗೆ ಮೂಡಿತು.

ಇದಕ್ಕಿಂತ ಹೆಚ್ಚೇನು ತಾನೆ ಮಾಡಲು ಸಾಧ್ಯ ಎಂಬ ತಾತ್ಸಾರ ಆ ನಗೆಯಲ್ಲಿತ್ತು. ತನ್ನ ಅಂತರಂಗದಲ್ಲಿ ನೆಲೆಗೊಂಡಿದ್ದ ಕರ್ಣ-ಭೀಷ್ಮರನ್ನು ವಿದ್ಯಾರ್ಥಿಗಳೆದುರು ತೆರೆದು ತೋರಿಸುವ ಕ್ಷಣ ತಪ್ಪಿದ್ದಕ್ಕಾಗಿ ಮಾತ್ರ ಆ ನಗುವಿನ ನಡುವೆಯೂ ಒಂದಿಷ್ಟು ನಿರಾಶೆ, ವಿಷಾದ ಇದ್ದುದು ಕಾಣಿಸುತ್ತಿತ್ತು. ಈ ಸಂದರ್ಭದಲ್ಲಿ ಸಿದ್ದಣ್ಣನೊಳಗಿನ ಕರ್ಣ ಸಿಡಿದು ನಿಲ್ಲುವ ಮೊದಲೆ ಭೀಷ್ಮ ತಾಳ್ಮೆಯ ಬೋಧ ನೀಡತೊಡಗಿದ. 'ನಿಜೇಶನ ನಚ್ಚು ತೋಳ್ವಲದ ಪೊಡರ್ಪು ಅವನಿಗುಳ್ಳನಿತು ನಿನಗುಂಟೆ... ಸೂಜ್ಬಿಡೆಯಲಪ್ಪುದು ಕಾಣಾ ಮಹಾಜಿರಂಗದೊಳ್' ಎನ್ನುವ ನುಡಿಗಳು ಸಮಾಧಾನ ಮೂಡಿಸಿದವು. ಹೌದು. ನನಗೆ ಯಾವ ನಿಜೇಶನ ನಚ್ಚು ಇಲ್ಲ! ಆದರೆ... ಈ ಮಹಾಯುದ್ಧರಂಗದಲ್ಲಿ ಪ್ರತಿಯೊಬ್ಬರ ಸರದಿಯನ್ನು ಪಡೆದೇ ತೀರಲಾಗುತ್ತದೆ. ಹೆಡ್‌ಮಾಸ್ಟರ್... ನಿನಗೂ ಒಂದು ಸರದಿ ಬರುವುದನ್ನು ನಾನು ನೋಡಿಯೇ ನೋಡ್ತೀನಿ ಎಂದುಕೊಳ್ಳುತ್ತ ಸಿದ್ದಣ್ಣ ಕುರ್ಚಿಗೆ ಕೂತನು.

ಪಿರಿಯಡ್ ಮುಗಿದ ಬೆಲ್ ಬಾರಿಸಿತು. ಕ್ಲಾಸ್ ಮುಗಿಸಿಕೊಂಡು ಒಬ್ಬೊಬ್ಬರಾಗಿ ಸ್ಟಾಫ್‌ರೂಮಿಗೆ ಬಂದರು. ತಾಲೂಕಿನ ತುದಿಯಲ್ಲಿರುವ, ಕನ್ವಿನೆಂಟ್ ಅಲ್ಲದ ಸ್ಕೂಲಿಗೆ ಸಿದ್ದಣ್ಣನನ್ನು ಡೆಪ್ಯೂಟ್ ಮಾಡಲಾಗಿದೆ ಎಂಬುದು ಅವರೆಲ್ಲರಿಗು ಬೆಳಿಗ್ಗೆ ಬಂದಾಕ್ಷಣವೇ ಗೊತ್ತಾಗಿತ್ತು. ಸಿದ್ದಣ್ಣ ಏನೂ ಆಗೇ ಇಲ್ಲವೆಂಬಂತೆ ಹೊರಡಲನುವಾಗಿದ್ದ. ಉಳಿದವರೆ ತುಸು ಬೇಸರಗೊಂಡಂತೆ ಕಾಣುತ್ತಿದ್ದರು. 'ಸರ್, ನಾವೂ ನಿಮ್ಮ ಕೂಡ ಸ್ವಲ್ಪ ದನಿ ಸೇರಿಸಿದ್ದರ... ಹಿಂಗಾಯ್ತಿರಲಿಲ್ಲ' ಶಂಕರಗೌಡ ಮುಜುಗರದಿಂದ ಹೇಳಿದರು. ಅದೇ ಭಾವ ಸುತ್ತ ನಿಂತಿದ್ದ ಸುಧಾ ಮೇಡಂ, ಶರಣಬಸಪ್ಪ ಅವರಲ್ಲಿಯೂ ಕಾಣುತ್ತಿತ್ತು. ಅವನೆಂದ ಮಾತಿಗೆ ಸಿದ್ದಣ್ಣ ನಗುತ್ತ ಎಲ್ಲರ ಕೈ ಕುಲುಕಿದನು.

ಸ್ಟಾಫ್ ರೂಮ್ ದಾಟುತ್ತಿದ್ದ ಅವನ ಹಿಂದೆಯೇ ಅವರೆಲ್ಲರೂ ನಡೆದಿದ್ದರು. ಅವನು ಕಾರಿಡಾರ್‌ನಲ್ಲಿ ನಿಂತು ವರಿ ಮಾಡ್ಕೊ ಬ್ಯಾಡ್ರಿ. ಇದೇನು ವರ್ಗಾವಣೇನು ಅಲ್ಲ, ಸಸ್ಪೆಂಡೂ ಅಲ್ಲ. ಜಸ್ಟ್ ಡೆಪ್ಯೂಟೇಶನ್. ಒಂದು ತಾತ್ಕಾಲಿಕ ಕದನ ವಿರಾಮ ಅಷ್ಟೆ! ನಾನು ಬರ್ತೀನಿ' ಎಂದು ಆಫೀಸಿನಲ್ಲಿದ್ದ ಹೆಚ್ಚೆಮ್‌ಗೂ ಕೇಳಿಸುವಂತೆ ಆತ್ಮಬಲದಿಂದ ಹೇಳಿ ಎಲ್ಲರತ್ತ ಕೈ ಮಾಡಿ ನಡೆದನು. ಸಿದ್ದಣ್ಣ ಹೊರಟ ಹಾದಿಯನ್ನೆ ಉಳಿದವರು ತದೇಕವಾಗಿ ನೋಡುತ್ತಿದ್ದರು.

'ತರಂಗ' ಯುಗಾದಿ ವಿಶೇಷಾಂಕ-2014

ಮಠದ ದಾರಿ

ಅವನು ಸಿರಿಪುರದಲ್ಲಿ ಬಸ್ಸು ಇಳಿದೊಡನೆ ಬೃಹತ್ ಕಾಂಕ್ರೀಟ್ ಕಂಬಗಳ ಮಹಾದ್ವಾರದ ಕೆಳಗೆ ನೇರವಾಗಿ ಹರಡಿಕೊಂಡಿದ್ದ ಡಾಂಬರ್ ರಸ್ತೆ ಕಂಡಿತು. ಆ ರಸ್ತೆಯ ಎರಡೂ ಬದಿಗೆ ಹಲವು ಅಂಗಡಿಗಳು ಎದ್ದು ನಿಂತಿದ್ದವು. ಅವುಗಳಲ್ಲಿ ಇವನಿಗೆ ಮಾಹಿತಿ ಸಿಗಬಹುದು ಎನಿಸಿದ್ದು ಫೋಟೊ ಫ್ರೇಮ್ ಅಂಗಡಿಯಲ್ಲಿ. ಆ ಅಂಗಡಿಯ ಬಾಗಿಲ ಬಳಿ ಅನೇಕ ದೇವರುಗಳ ಮತ್ತು ಅವುಗಳಿಗಿಂತಲೂ ಹೆಚ್ಚಿನ ಸಂಖ್ಯೆಯಲ್ಲಿ ಸ್ವಾಮಿಗಳ ಚಿತ್ರವಿದ್ದ ಫೋಟೊಗಳನ್ನು ತೂಗು ಹಾಕಿದ್ದರಿಂದ ಇವರಲ್ಲಿ ಮಠದ ದಾರಿಯನ್ನು ಕೇಳಿ ಖಚಿತಪಡಿಸಿಕೊಳ್ಳಬಹುದೆಂದು ಸೀದ ಅಲ್ಲಿಗೆ ನಡೆದನು. ಆದರೆ ಅವನಿಗೆ ಗೊತ್ತಿರಲಿಲ್ಲ, ಸಿರಿಪುರದಲ್ಲಿ ಸಿದ್ದಪ್ಪಯ್ಯನ ಮಠ ಎಲ್ಲಿ? ಅಂತ ಕೇಳಿದರೆ ಹುಟ್ಟಿದ ಕೂಸು ಸಹಿತ ಮೊದಲಮಾಡಿ ಹೇಳಬಹುದು ಎಂದು.

ಫೋಟೊ ಅಂಗಡಿಯ ಮಾಂತೇಶ ಹಳೆಯ ಫ್ರೇಮ್ ಒಂದನ್ನ ಬಿಚ್ಚಿ ಅದರೊಳಗೆ ಸಾಲಾಗಿ ಜೋಡಿಸಿದ್ದ ಮೂವರು ಸ್ವಾಮಿಗಳ ಚಿತ್ರದಲ್ಲಿ ಕೊನೆಯ ಸ್ವಾಮಿಯ ಚಿತ್ರವನ್ನು ಕಿತ್ತುಹಾಕಿ ಅಲ್ಲಿ ಯಾವ ಫೋಟೊ ಕೂಡಿಸಬೇಕೆಂಬ ವಿಚಾರಕ್ಕೆ ಬಿದ್ದಿದ್ದನು. ಒಮ್ಮೆ ಶಿವನ, ಇನ್ನೊಮ್ಮೆ ಈಶ್ವರಲಿಂಗದ ಮತ್ತೊಮ್ಮೆ ಹಾನಗಲ್ಲ ಕುಮಾರಸ್ವಾಮಿಗಳ ಚಿತ್ರವು ಹೊಂದುತ್ತದೆಯೋ ಎಂದು ನೋಡುತ್ತಿದ್ದನು. ಆಗ 'ಸಿದ್ದಪ್ಪಯ್ಯನ ಮಠದ ದಾರಿ ಯಾವುದ್ರೀ...' ಇವನೆಂದನು. ತನ್ನ ಗಮನವೆಲ್ಲ ಫೋಟೊ ಜೋಡಿಸುವುದರಲ್ಲೇ

ಇಟ್ಟಿದ್ದ ಮಾಂತೇಶನೆದುರು ಧ್ವನಿಯೊಂದು ತೇಲಿ ಬಂದಿದ್ದರಿಂದ ಅವನ ಗಮನ ಕದಲಿದಂಗಾಗಿ ಧ್ವನಿ ಹೊರಡಿಸಿದ ವ್ಯಕ್ತಿಯನ್ನು ಒಂದಿಷ್ಟು ತದೇಕಿಸಿದನು. ಮುಖದ ಮೇಲೆ ಎದ್ದು ಕಾಣುವ ಚಾಳೀಸು, ಕೈಯಲ್ಲೊಂದು ಚೀಲ ಹಿಡಿದಿರುವ ಎಪ್ಪತ್ತರ ಆಸುಪಾಸಿನ ವ್ಯಕ್ತಿ. ಅಪರಿಚಿತನೆನಿಸಿದ್ದರಿಂದ 'ಯಾವೂರವುರ್ರೀ...' ಎಂದನು ತುಸು ನಗುತ್ತ ಮಾಂತೇಶ. ಆ ನಗುವಿನಲ್ಲಿ ತಮಾಷೆ ಬೆರೆತಿತ್ತೋ... ಸೌಜನ್ಯವಿತ್ತೋ... ಇವನಿಗೆ ತಿಳಿಯಲಿಲ್ಲವಾಗಿ ಅಮಾಯಕತೆಯಿಂದ 'ಧಾರವಾಡ ಕಡೆಯವರು' ಅಂದನು. ಮಾಂತೇಶ ತನ್ನ ಅಂಗಡಿಯಿಂದ ಕೈಯನ್ನು, ಕತ್ತನ್ನೂ ರಸ್ತೆಯೆಡೆಗೆ ಚಾಚಿ 'ಈ ರಸ್ತಾ ಹಿಡಿದು ಸೀದ ಹೋಗರಿ. ಮುಂದಲ್ಲೆ ಹಳ್ಳ ಬರುತ್ತ, ಅಲ್ಲಿಗೆ ಎಡಕ್ಕ ಹೊರಳಿ ಸೀದ ಹೋಗರಿ... ಮುಂದ ಕೆರಿದಂಡಿ ಹಿಡಿದು ಸೀದ ಹೋದ್ರೆಂದರ ಮಠಕ್ಕ... ಮುಟ್ಟತೀರಿ' ಅಂತ ಖಾತ್ರೀಲೆ ಹೇಳಿದನು. ಇವನು ಒಳ್ಳೆಯದು ಎಂದು ಕೈಜೋಡಿಸಿ ಆ ದಾರಿ ಹಿಡಿದನು. ಮಾಂತೇಶನು ಪ್ರತಿಯಾಗಿ ಕೈಜೋಡಿಸಿ ತನ್ನ ಕೆಲಸದಲ್ಲಿ ನಿರತನಾದನು.

ಫೋಟೊ ಅಂಗಡಿ ಮಾಂತೇಶ ಹೇಳಿದಂತೆ ಕೆರಿದಂಡಿ ಹತ್ತಿರ ಬಂದಾಗಲೇ ಇವನಿಗೆ ಹಳೆಯದೆಲ್ಲ ನೆನಪಿಗೆ ಬರತೊಡಗಿತು. ಅಪ್ಪ ಯಾವ ಕಾರಣಕ್ಕೆ ಈ ಊರಿಗೆ ಬಂದಿದ್ದನೋ ತಿಳಿಯದು. ತಾನಾಗ ಮೂರೋ-ನಾಲ್ಕೋ ಇಯತ್ತೆ ಇರಬೇಕು, ಅಪ್ಪನ ಕೈ ಹಿಡಿದು ಇದೇ ದಂಡೆಯ ಮೇಲೆ ನಡೆದದ್ದು, ಗುಡ್ಡದ ತುದಿಯಲ್ಲಿರುವ ಮಠದ ಕಡೆ ಕೈ ಮಾಡಿ ಅಲ್ಲೀಗೆ... ಹೋಗುಣು! ಎಂದು ಮಹತ್ವದ್ದನ್ನು ನೋಡಲು ಹೊರಟವರಂತೆ ಹೇಳಿದರೂ ಇವನಿಗೆ ಇಷ್ಟವಿರಲಿಲ್ಲ. ಕಾಲಿಗೆ ಹಳ್ಳು ಚುಚ್ಚುತಾವು... ಅಂತ ನಡೆಯದೆ ನಿಂತುಬಿಟ್ಟಾಗ ಅಪ್ಪ ಇವನನ್ನು ತನ್ನ ಹೆಗಲೇರಿಸಿಕೊಂಡಿದ್ದನು. ಆಗ ಇವನಿಗೆ ಮಠದ ಕಳಸ, ಗೋಪುರ ಒಂದೊಂದಾಗಿ ಕಂಡಮೇಲೆ ಮಠವನ್ನ ಕಾಣಬೇಕೆಂದು ನಿಜಕ್ಕೂ ಆಸೆ ಮೂಡಿತ್ತು. ಕೆರಿದಂಡಿಯ ಈ ರಸ್ತೆ ಆಗ ಗರಸು ಮಣ್ಣಿನಿಂದ ಕೂಡಿತ್ತು. ಈಗ ಡಾಂಬರೀಕರಣವಾಗಿದೆ. ಎರಡೂ ಬದಿಗೆ ನೆಟ್ಟ ಗಿಡಗಳು ಸಾಕಷ್ಟು ಬೆಳೆದಿವೆ. ಸಣ್ಣಕೆರಿ ಮತ್ತು ದೊಡ್ಡಕೆರಿಯ ನಡುವಿರುವ ಒಂಡಿಯೇ ಮಠಕ್ಕೆ ದಾರಿಯಾಗಿತ್ತು. ಅಂದು ಈ ದಾರಿಯಲ್ಲಿ ನಡೆಯುತ್ತಿದ್ದಾಗ ಎರಡೂ ಕೆರಿ ತುಂಬಿ ತುಳುಕುತ್ತಿದ್ದವು. ಸಣ್ಣಕೆರಿಯ ನೀರು ಕೆಂಪುಮುಡಿ, ದೊಡ್ಡಕೆರಿಯ ನೀರು ಹಸಿರುಮುಡಿ ಇದ್ದಿದ್ದರಿಂದ ಒಂದು ಸಕ್ಕರಿ ಚಾ, ಇನ್ನೊಂದು ಬೆಲ್ಲದ ಚಾ ಅಂತ ಅಪ್ಪನ ಹೆಗಲಮೇಲೆ ಕೂತು ಲೆಕ್ಕ ಹಾಕಿದ್ದಿತ್ತು. ಪಶ್ಚಿಮ ದಿಕ್ಕಿನಿಂದ ಸಾಗಿ ಬರುತ್ತಿದ್ದ ಗಾಳಿಯಂತೆಯೇ ನಿಧಾನವಾಗಿ ಒಂದೊಂದಾಗಿ ತೇಲಿಬರುತ್ತಿದ್ದ ಅಲೆಗಳು ಸಣ್ಣಕೆರಿಯಲ್ಲಿ ಮಾತ್ರ ಚೆಂದಾಗಿ ಕಂಡಿದ್ದವು. ಆ ಎಲ್ಲ ಚಿತ್ರ ಇಂದಿಗೂ ಕಣ್ಣಲ್ಲೇ ಕೂತಂತಿದೆ.

ಕೆರೆಯ ದಂಡೆಯಲ್ಲಿ ನಡೆಯುತ್ತಿದ್ದಂತೆ ಎರಡೂ ಕೆರೆಗಳು ಬಹುತೇಕ ಖಾಲಿಯಾಗಿದ್ದು ಕಂಡಿತು. ಆ ಖಾಲಿ ಬಯಲನ್ನು ಎಲ್ಲೆಂದರಲ್ಲಿ ಆಳವಾಗಿ ಅಗೆದಿದ್ದರಿಂದ ಕಂದಕಗಳುಂಟಾಗಿ ರಣರಣ ಎಂದು ಹಾಳು ಸುರಿಯುವ ಬರಗಾಲದ ವಾತಾವರಣ ನಿರ್ಮಾಣವಾಗಿತ್ತು. ಇಂಥದರಲ್ಲಿ ಅಲ್ಲಲ್ಲಿ ಸಣ್ಣಕೆರೆಯಲ್ಲಿ ಕೆಸರಿನ ನೀರು, ದೊಡ್ಡಕೆರೆಯಲ್ಲಿ ಪಾಚಿಗಟ್ಟಿದ ನೀರು ಉಳಿದುಕೊಂಡು ಕೆರೆಯ ಕುರುಹಿಗೆ ಪುರಾವೆಯಾಗಿತ್ತು. ಅದರಲ್ಲಿ ಒಂದಿಷ್ಟು ಎಮ್ಮೆಗಳು ಹೊರಳಾಡುತ್ತಾ ನಿರಾಳವಾಗಿದ್ದವು. ಅಲ್ಲೇ ಕೆಲವು ಕೊಕ್ಕರೆಗಳು ತಮ್ಮ ಆಹಾರದ ಅಗುಳಿಗೆ ದೃಷ್ಟಿ ನೆಟ್ಟು ಕಾಯುತ್ತಿದ್ದವು. ಇವನ ದಾರಿಯು ಹಾಗೇ ಸಾಗಿತ್ತು.

ದಂಡೆಯ ಒಂದು ಅಂಚಿನಲ್ಲಿ ಉದುರಿ ಬೀಳುವ ಸ್ಥಿತಿಯಲ್ಲಿದ್ದ ಬಸೊಣ್ಣನ ಗುಡಿ ಈಗ ಜೀರ್ಣೋದ್ಧಾರಗೊಂಡಿತ್ತು. ಇಲ್ಲಿಂದ ದಂಡೆಯ ಎರಡೂ ಕಡೆ ದಟ್ಟವಾಗಿ ಬೆಳೆದಿರುವ ಬೇವು, ಅರಳಿ, ಬಸರಿಗಿಡಗಳು ಮತ್ತು ಹೊಂಗೆಗಿಡಗಳ ಎದುರು ಬದಿರಿನ ಟೊಂಗೆಗಳು ಒಂದರೊಳಗೊಂದು ಸೇರಿಕೊಂಡು ದಾರಿಯುದ್ದಕ್ಕೂ ಹಸಿರಿನ ಕಮಾನು ಕಟ್ಟಿದಂತಾಗಿತ್ತು. ಬಸರಿಗಿಡದ ಚಿಗುರೆಲೆಗಳು ಗಾಳಿ ತೀಡಿದಂತೆಲ್ಲ ಕೆಲವು ಟಪಟಪ ಸದ್ದು ಮಾಡಿದರೆ, ಕೆಲವು ಲಕಲಕ ಹೊಳೆಯುತ್ತಿದ್ದವು. ಟೊಂಗೆಯ ತುದಿಯಲ್ಲಿದ್ದ ಕೆಲವು ಕೆಂಬಣ್ಣದ, ಕೆಲವು ತಿಳಿಹಸಿರು ಬಣ್ಣದ, ಇನ್ನೂ ಕೆಲವು ಇವೆರಡು ವರ್ಣದ ಮಿಶ್ರಣವಿದ್ದಂತೆ ತೋರುವ ಚೆಂದದ ಎಲೆಗಳು ಆ ಬಸರಿಗಿಡಕ್ಕೆ ಹೂವನ್ನು ಅರಳಿಸುವ ಭಾಗ್ಯವಿಲ್ಲವೆನ್ನುವ ಕೊರಗನ್ನು ನಿವಾರಿಸಲಿಕ್ಕೆ ನಿಂತಂತೆ ಕಾಣುತ್ತಿದ್ದವು. ಕೆರೆದಂಡೆಯ ಹಾದಿ ಕೊನೆಯಾಗುತ್ತಾ ಬಂದು ತುಸು ಇಳಿಯುತ್ತಾ ಎಡಕ್ಕೆ ತಿರುಗಿಕೊಂಡು ಗುಡ್ಡದ ಕೆಳತುದಿಗೆ ಹೊಂದಿಕೊಂಡಿದೆ. ಆ ತಿರುವಿನಲ್ಲಿ ತಿರುಗಿದಾಗ ಮಠದ ಕಟ್ಟಡ ನೇರವಾಗಿ ಕಾಣಿಸತೊಡಗಿತು. ಈಗವನಿಗೆ ಕೈಯಲ್ಲಿರುವ ಚೀಲ ಭಾರವೆನಿಸತೊಡಗಿತ್ತು. ನಾಲ್ಕೈದು ತಾಸಿನ ಬಸ್ ಪ್ರಯಾಣದ ಬಳಲಿಕೆ ಮತ್ತು ಬಸ್‌ಸ್ಟ್ಯಾಂಡಿನಿಂದ ಇಲ್ಲೀತನ ನಡೆದುಕೊಂಡು ಬಂದ ಸುಸ್ತು ಸೇರಿ ಅಷ್ಟೇನೂ ಭಾರವಲ್ಲದ ಕೈಚೀಲ ಈಗ ಭಾರ ಎನಿಸಿತ್ತು. ಎರಡು ಜತೆ ಅವನ ಬಟ್ಟೆ ಮತ್ತು ಮುಡಿಪು ಹಾಕಿರುವ ಒಂದು ಸ್ಟೀಲಿನ ಡಬ್ಬಿಯಷ್ಟೇ ಆ ಚೀಲದಲ್ಲಿರುವಂಥವು.

ಕಳೆದ ಏಳೆಂಟು ತಿಂಗಳಿಂದ ಬದುಕನ್ನು ದೂಡುವುದು ಸಹ ಅವನಿಗೆ ಭಾರವೆನಿಸಿತ್ತು. ಕೈಹಿಡಿದವಳು ಕೈಲಾಸವಾಸಿಯಾದ ಬಳಿಕ; ಮನೆತುಂಬ ಇದ್ದ ಮಕ್ಕಳು, ಸೊಸೆಯಂದಿರು, ಮೊಮ್ಮಕ್ಕಳು ಯಾರೂ ಇವನನ್ನು ಗಮನಿಸುತ್ತಿಲ್ಲವೆನಿಸಿ ತಾನೊಂದು ನಗಣ್ಯ ವಸ್ತುವಾಗಿದ್ದೇನೆ ಅನಿಸಿತ್ತು. ತನ್ನ ನೌಕರಿಯ ಜೀವನದಲ್ಲಿ ಅನೇಕಾನೇಕ ಊರುಗಳಿಗೆ ಹಾಗೇ ಎತ್ತಂಗಡಿಯಾಗುತ್ತಲಿದ್ದರೂ ಅದಕ್ಕನುಗುಣವಾಗಿ ಅವನೇನೂ ಕುಟುಂಬವನ್ನು ಸ್ಥಳಾಂತರಿಸುತ್ತಿರಲಿಲ್ಲ. ಹಾಗೆ ಬದಲಿಸಿದರೆ ಮಕ್ಕಳ

ಓದಿಗೆ ಅಡಚಣೆಯಾಗುತ್ತದೆಂದು ತಾನೇ ಊರಿಂದೂರಿಗೆ ಅಡ್ಡಾಡುತ್ತಿದ್ದನು. ತಿಂಗಳಲ್ಲಿ ಎರಡು–ಮೂರು ಸಲ, ವಾರದಲ್ಲಿ ಒಂದೆರಡು ಸಲ, ಪ್ರತಿದಿನ ಹೀಗೆ ವಾಸದ ಊರು ಮತ್ತು ನೌಕರಿಯ ಸ್ಥಳದ ಅಂತರದ ಮೇಲೆ ಅವನ ತಿರುಗಾಟ ನಡೆಯುತ್ತಿತ್ತು. ಅವನ ತಿರುಗಾಟದ ಪಯಣ ಕೊನೆಗಾಣುವ ಹೊತ್ತಿಗೆ ಮೂವರು ಮಕ್ಕಳು ಒಂದು ನೆಲೆಗೆ ನಿಂತಿದ್ದರು. ಇವನು ರಿಟೈರ್ ಆಗಿದ್ದನು. ಆಗಲೇ ಇವನಿಗೆ ನಿಜವಾದ ಸವಾಲು ಶುರುವಾಗಿತ್ತು. ಇಷ್ಟು ವರ್ಷ ತಿರುಗಾಟದಲ್ಲೇ ಕಳೆದುಹೋದವನಿಗೆ ಈಗ ಮನೆಯಲ್ಲಿರುವಾಗ ಹೆಂಡತಿಯನ್ನು ಬಿಟ್ಟು ತನ್ನನ್ನು ಯಾರೂ ಮಾತನಾಡಿಸುತ್ತಿಲ್ಲ, ಏನೂ ಕೇಳುತ್ತಿಲ್ಲವೆಂದು ಒಂದೇ ಸವನೇ ಹಲುಬುತ್ತಿದ್ದನು. ತಮ್ಮ ವ್ಯವಹಾರದಲ್ಲಿ ಮುಳುಗಿರುತ್ತಿದ್ದ ಮಕ್ಕಳಿಗೆ ತಂದೆಯು ಕೊರಗುವುದರಲ್ಲಿ ಅರ್ಥವಿದೆ ಎಂದಾಗಲಿ, ಅಪ್ಪನ ಕಡೆ ಒಂದಿಷ್ಟು ಗಮನ ಕೊಡಬೇಕು ಎಂದಾಗಲಿ ಅನ್ನಿಸಿರಲಿಲ್ಲ. ಇದರ ಅರಿವಿದ್ದ ಅವನ ಮನೆಯಾಕೆ ಮಾತ್ರ ಅವನನ್ನು ಸಮಾಧಾನಿಸುತ್ತಿದ್ದಳು. 'ಇದು ನಿಮ್ಮ ಕಾಲ ಅಲ್ಲ, ಮಕ್ಕಳ ಕಾಲ. ನೀವೇನು ಮಾಡಬೇಕಿತ್ತೋ ಅದನ್ನ ಮಾಡೀರಿ. ಯಾಕ ಸುಮ್ಮನ ಹಲಬುತೀರಿ? ನಮ್ಮದೇನಿದ್ದರೂ ಹನ್ನೊಂದು ತಾಸ್ ಆಗೇತಿ, ಇನ್ನೊಂದು ತಾಸಿಗಿ ಯಾಕ್ ಚಿಂತಿ ಮಾಡೋದು? ಸುಮ್ಮನ... ಕಾಲಹರಣ ಹಾಕೊದ್ ಅಷ್ಟ...' ಅಂತ ಧೈರ್ಯ ತುಂಬುತ್ತಿದ್ದವಳು ಕೂಡಾ ಈಗ ಎಂಟು ತಿಂಗಳ ಹಿಂದೆ ಹೋದ ಮೇಲೆ ಬದುಕು ಭಯಂಕರ ಭಾರವೆನಿಸಿತ್ತು.

ತೀರಾ ಅಧೀರನಾಗಿ ಈ ಭಾರದ ದಿನಗಳನ್ನು ತಳ್ಳುತ್ತಿದ್ದಾಗಲೇ ನೆನಪಾಗಿದ್ದು ಸಿರಿಪುರದ ಸಿದ್ದಪ್ಪಯ್ಯನ ಮಠ. ತಂದೆಯೊಡನೆ ಒಮ್ಮೆ ಬಂದದ್ದು ಬಿಟ್ಟರೆ ಮತ್ತೆ ಯಾವಾಗಲೂ ಇತ್ತ ಸುಳಿದಿರಲಿಲ್ಲವಾದರೂ ಅಂದು ಸ್ವಾಮೀಜಿಯನ್ನು ಕಂಡ ಕ್ಷಣಗಳ ಆ ನೆನಪು ಇವನಲ್ಲಿ ಅಷ್ಟೊಂದು ಗಾಢವಾದ ಅಚ್ಚೊತ್ತಿತ್ತು. ಆಗವರು ಮೌನವ್ರತದಲ್ಲಿದ್ದರು. ದರ್ಶನಕ್ಕೆಂದು ಬರುವ; ಕಷ್ಟ–ಸುಖ ಹಂಚಿಕೊಳ್ಳುವ ಭಕ್ತರಿಗೆ ತಮ್ಮ ಅನಿಸಿಕೆ, ಆಶೀರ್ವಾದವನ್ನು ಪಾಟಿಯ ಮೇಲೆ ಬರೆದು ತೋರಿಸುತ್ತಿದ್ದದ್ದನ್ನು ಕಂಡು 'ಅಪ್ಪಾ ಅಜ್ಜಾವರು ಕ ಕಾ... ಬಳ್ಳಿ ತಿಡಾಕ್ಹತ್ತ್ಯಾರೇನು?' ಅಂತ ತಂದೆಯ ಕಿವಿಯಲ್ಲಿ ಮೆಲ್ಲಗೆ ಉಸುರಿದ್ದ. 'ಶ್...' ಎಂದ ತಂದೆ ಅಲ್ಲಿಯ ಮೌನಕ್ಕೆ ಧಕ್ಕೆಯಾದೀತೆಂದು ಸುಮ್ಮನಿರಿಸಿದನು.

ಜೋರಾಗಿ, ಹೆಚ್ಚಾಗಿ ಮಾತನಾಡಿದರೆ ಪೂಜ್ಯರ ಮೌನಕ್ಕೇ ಅವಮಾನ ಎಂದು ಭಾವಿಸಿದಂತಿದ್ದ ಭಕ್ತರು ತಿಳಿಯಾದ ಧ್ವನಿಯಲ್ಲಿ, ಅಳೆದೂ ಅಳೆದು ಮಾತನಾಡುತ್ತಿದ್ದರು. ನಡುನಡುವೆ ಒಂದಿಷ್ಟು ದೀರ್ಘ... ನಿಶ್ಶಬ್ದ, ಒಂದಿಷ್ಟು ಪ್ರಶಾಂತ ಕ್ಷಣಗಳು. ಆ ಪ್ರಶಾಂತಿ ಇವನಿಗೂ ಇಷ್ಟವಾಗಿದ್ದಲ್ಲದೆ ಆಗಾಗ ಸಾಲಿಯಲ್ಲಿ ಮಾಸ್ತರು ಶಾಂತಿ... ಶಾಂತಿ ಅಂತ ಕೂಗಿ ತಮ್ಮನ್ನೆಲ್ಲ 'ದೇವರಂಗ ಕೂಡ್ರೆಪಾ' ಅಂತಿದ್ದು ಇದಕ್ಕೇ

ಇರಬೇಕೆನಿಸಿತ್ತು.

ಸುಡಗಾಡ ನೌಕರಿ, ತಿರುಗಾಟ, ಮಕ್ಕಳ ಓದು ಅದಾದ ಮೇಲೆ ಅವರಿಗೊಂದು ನೆಲೆ ಒದಗಿಸುವುದು ಇಷ್ಟೇ ಪ್ರಪಂಚವಾಗಿದ್ದವನಿಗೆ ಬೇರೆ ಯಾವುದರ ಕಡೆಯೂ ಲಕ್ಷ್ಯ ಹರಿಯುತ್ತಿರಲಿಲ್ಲ. ತಾನು ಮುಳುಗಿದ್ದ ಪ್ರಪಂಚವು ಇವನ ಅವಶ್ಯಕತೆ ತೀರಿದ ಮೇಲೆ use and throw ನಿಯಮಾವಳಿಯಂತೆ ಇವನು use ಆಗಿದ್ದನು. ಇನ್ನೇನಿದ್ದರೂ throw ಮಾಡಬೇಕೆಂದು ನಿರ್ಲಕ್ಷಿಸತೊಡಗಿದಾಗ ಇವನಿಗೆ ಉಳಿದುದರ ಕಡೆಗೆ ಲಕ್ಷ್ಯ ಹರಿಯತೊಡಗಿತು. ಅಂದು ಮಠದಲ್ಲಿ ಕಂಡುಕೊಂಡಿದ್ದ ಶಾಂತಿಯನ್ನು ಪುನಃ ಪಡೆದುಕೊಳ್ಳಬೇಕೆಂದು ಬಲು ಆಶೆಯಿಂದ ಇತ್ತ ಬಂದಿದ್ದನು. ಇನ್ನೊಂದು ಕಾರಣವೆಂದರೆ– ತಂದೆಯ ಕಾಲದಿಂದಲೂ ಈ ಸ್ವಾಮಿಯ ಹೆಸರಿನಲ್ಲಿ ಹಾಕುತ್ತಿದ್ದ ಮುಡಿಪನ್ನು ಮಠಕ್ಕೆ ಸಲ್ಲಿಸಿ ನಿರಾಳವಾಗಿಬಿಡುವುದು ಆಗಿತ್ತು.

ಈ ಮಠದ ಅಜ್ಜನವರ ಬಗ್ಗೆ ತಂದೆಗೆ ತುಂಬಾ ಶ್ರದ್ಧೆಯಿತ್ತು. ಯಾವಾಗಲೂ ಇಲ್ಲಿಗೆ ಭಕ್ತಿಯಿಂದ ನಡೆದುಕೊಳ್ಳುತ್ತಿದ್ದರು. ಅಜ್ಜಾವ್ರ ಹನ್ನೆರಡು ವರ್ಷದ ಮೌನಾನುಷ್ಠಾನ ಮುಕ್ತಾಯ ಸಮಾರಂಭಕ್ಕೂ ಅಪ್ಪ ಹೋಗಿ ಬಂದಿದ್ದರು. ಶಿಕ್ಷಣವೆಲ್ಲ ಮುಗಿದ ಮೇಲೆ ಇವನು ಬಹುಕಾಲ ನಿರುದ್ಯೋಗಿಯಾಗಿ ಉಳಿದಿದ್ದು ತಂದೆಗೆ ಆತಂಕವನ್ನುಂಟು ಮಾಡಿತ್ತು. ಮುಂದಿನ ದಾರಿಗಾಣದೇ ತನ್ನ ಆತಂಕವನ್ನು ಅಜ್ಜಾವ್ರ ಬಳಿ ತೋಡಿಕೊಂಡಾಗ 'ಎಲ್ಲಾದಕ್ಕೂ ಕಾಲ ಕೂಡಿ ಬರಬೇಕಪ್ಪಾ... ಆ ಕಾಲ ಅಗ್ಗದಿ ಸನೇ ಬಂದೈತಿ. ಆದಷ್ಟು ಲಗೂನ ಕೆಲಸ ಆಗುತ್ತ ಇನ್ನ... ಚಿಂತಿ ಮಾಡಬ್ಯಾಡ' ಅಂತ ಧೈರ್ಯ ತುಂಬಿ ಕಳಿಸಿದ್ದರು. ಇದಾದ ಮೂರು ತಿಂಗಳಲ್ಲಿ ತನ್ನ ನೌಕರಿಯ ಆರ್ಡರ್ ಬಂದಿತ್ತು. ಅಪ್ಪ ಕುಣಿದಾಡಿಬಿಟ್ಟಿದ್ದರು. ಇವನ ಬೆನ್ನುತಟ್ಟಿ, ಹಣೆಗೆ ವಿಭೂತಿ ಹಚ್ಚಿ ಎಲ್ಲ ಸಿದ್ದಪ್ಪಯ್ಯನ ಆಶೀರ್ವಾದ ಅಂತ ಬಾಯ್ತುಂಬ ಹೇಳಿದ್ದರು. ಅಂದಿನಿಂದಲೇ ಸ್ವಾಮೀಜಿಯ ಹೆಸರಿನಲ್ಲಿ ಮುಡಿಪು ತೆಗೆದಿರಿಸುವುದಕ್ಕೆ ಶುರುವಾಯಿತು. ಆಮೇಲೆ ಸ್ವಾಮೀಜಿಯವರ ಆರೋಗ್ಯ ಹದಗೆಟ್ಟಿದೆ ಅಂತ ಹುಬ್ಬಳ್ಳಿ ಆಸ್ಪತ್ರೆಯಲ್ಲಿ ಹಾಕಿದ್ದಾರೆಂದು ಮುಖ ಸಣ್ಣದು ಮಾಡಿ ಅಡ್ಡಾಡಿದ್ರು. ಅವರು ಲಿಂಗದೊಳಗ ಐಕ್ಯವಾದ ಸುದ್ದಿ ಕೇಳಿಯಂತೂ ಬೋರ್ಯಾಡಿ ಅಳುತ್ತ ಅವರ ಅಂತಿಮ ದರ್ಶನ ಪಡೆದುಕೊಳ್ಳಲು ಓಡೋಡಿ ಹೋಗಿದ್ದರು. ತನಗೂ ಅವರ ಅಂತಿಮ ದರ್ಶನ ಪಡೆಯಬೇಕೆನಿಸಿತ್ತು. ಆದರೆ ಆಗ ತಾನಿದ್ದಿದ್ದು ಬೀದರ್ ಜಿಲ್ಲೆಯ ಭಾಲ್ಕಿ ತಾಲೂಕಿನ ಕುಗ್ರಾಮದಲ್ಲಿ.

ದೇವರ ಜಗುಲಿಯ ಮೇಲೆ ಸ್ವಾಮೀಜಿಯ ಫೋಟೋ ಪ್ರತಿಷ್ಠಾಪನೆಯಾಗಿತ್ತು. ಫೋಟೋದಲ್ಲಿ ಕಲಾವಿದನ ಕಲ್ಪನೆಯ ಸಿಂಹಾಸನದಲ್ಲಿ ಅಜ್ಜಾವ್ರು ಬೆಳ್ಳಿಬೆತ್ತ ಹಿಡಕೊಂಡು ವಿರಾಜಮಾನರಾಗಿದ್ದರು. ತೇವಗೊಂಡ ಕಣ್ಣುಗಳಿಂದ ಕೈಮುಗಿದು

ಫೋಟೊದ ಮುಂದಿರುವ ಡಬ್ಬಿಗೆ ಮುಡಿಪು ಹಾಕಿದ್ದನು. ಅಂಗೈಗಾತ್ರದ ಮೊದಲ ಮುಡಿಪಿನ ಡಬ್ಬಿ ದಿನಗಳೆದಂತೆ ತುಂಬಿದಾಗ ಅದಕ್ಕೆ ಬದಲಾಗಿ ಗೇಣುದ್ದದನ್ನು, ಅದೂ ತುಂಬಿದಾಗ ಅದಕ್ಕೂ ದೊಡ್ಡದು ಹೀಗೆ ಸುಮಾರು ನಾಲ್ಕು ದಶಕದಲ್ಲಿ ನಾಲ್ಕಾರು ಡಬ್ಬಿಗಳು ಬದಲಾಗಿ, ಚಲಾವಣೆಯಾಗದ ನಾಣ್ಯಕ್ಕೆ ಬದಲಾಗಿ ನೋಟುಗಳನ್ನು ಹಾಕಿ ಲೆಕ್ಕಕ್ಕೆ ಸರಿ ಮಾಡಲಾಗಿತ್ತು.

ಎಲ್ಲರು ಇದ್ದೂ, ಇಲ್ಲದಂತಾಗಿ ಒಂಟಿತನದಿಂದ ಬೇಸತ್ತಿರುವ ಅವನಿಗೆ ಮುಡಿಪು ಸಲ್ಲಿಸುವ ಕಾರಣಕ್ಕಾಗಿಯಾದರೂ ಸ್ವಾಮಿಯ ಕ್ಷೇತ್ರಕ್ಕೆ ಹೋಗಿ ತುಸುವಾದರೂ ಭಾರ ಇಳಿಸಿಕೊಳ್ಳಬೇಕೆನಿಸಿತ್ತು. ಜಿಲ್ಲಾಕೇಂದ್ರ ಕ್ವಾಟಿಗೆ ಬಂದು ಸಿರಿಪುರಕ್ಕೆ ಹೋಗುವ ಬಸ್ಸಿನ ಬಗ್ಗೆ ನಿಲ್ದಾಣದಲ್ಲಿ ವಿಚಾರಿಸುತ್ತಿದ್ದನು. ಕಲ್ಲಾಪುರಕ್ಕೆ ಹೋಗುವ ಎಲ್ಲಾ ಬಸ್ಸುಗಳು ಸಿರಿಪುರದ ಮೇಲೆಯೇ ಹೋಗುತ್ತವೆಂದು ತಿಳಿದುಕೊಂಡು ಅಲ್ಲೇ ಸಿಮೆಂಟ್ ಬೆಂಚಿನ ಮೇಲೆ ಕೂತನು. ಅಸಂಖ್ಯ ಬಸ್ಸುಗಳು ಬರುತ್ತಿದ್ದವು, ಕ್ಷಣಹೊತ್ತು ನಿಂತು ಮತ್ತೆ ತಮ್ಮ ದಾರಿಯನ್ನು ಹಿಡಿಯುತ್ತಿದ್ದವು. ನಿಲ್ದಾಣದ ತುಂಬ ಅಲ್ಲಲ್ಲಿ ನಿಂತಿದ್ದ ಕೂತಿದ್ದ ಪ್ರಯಾಣಿಕರಲ್ಲಿ ಕೆಲವರು ತಮ್ಮ ರೂಟಿನ ಬಸ್ಸು ಬಾರದಿರುವುದಕ್ಕೆ ಚಡಪಡಿಸುತ್ತಿದ್ದರು. ಇನ್ನೂ ಕೆಲವರು ತಮ್ಮನ್ನು ತಮ್ಮ ಊರಿಗೆ ಸಾಗಿಸುವ ಬಸ್ಸು ಬಂದೇ ಬರುತ್ತದೆನ್ನುವ ಖಾತ್ರಿಯಿಂದ ನಿರಾಳವಾಗಿದ್ದರು. ಕೆಲವು ನಿರಕ್ಷರಿ ಪ್ರಯಾಣಿಕರು ಮಾತ್ರ ಯಾವುದೇ ಬಸ್ಸು ಬಂದು ಪ್ಲಾಟ್‌ಫಾರಂಗೆ ನಿಲ್ಲುತ್ತಿದ್ದಂತೆ ಅವಸರದ ಧ್ವನಿಯಲ್ಲಿ 'ಎಲ್ಲಿಗೆ ಹೋಗತ್ತರಿ...' ಅಂತ ಓಡುತ್ತಿದ್ದರು. ಅವನೂ ಸರಿ ಸುಮಾರು ಮುವ್ವತ್ತು ವರ್ಷಗಳ ಕಾಲ ಪ್ರಯಾಣದ ಇಂಥ ಆತಂಕಗಳನ್ನು ಅನುಭವಿಸಿ ಮುಗಿಸಿದ್ದನು. ತಾನು ಬಸ್ಸಿಗಾಗಿ ಚಡಪಡಿಸುತ್ತಿದ್ದ ದಿನಗಳಲ್ಲಿ ಯಾರನ್ನೂ ಮಾತನಾಡಿಸುವ ಗೋಜಿಗೆ ಹೋಗುತ್ತಿರಲಿಲ್ಲ. ನೌಕರಿಯ ಹುಚ್ಚು ಪೊರೆ ಅವನನ್ನು ಆವರಿಸಿತ್ತು. ಯಾವಾಗ ಅದು ಕಳಚಿ ಹೋಯಿತೋ... ಅಲ್ಲಿಂದ ಯಾವುದೇ ಮನುಷ್ಯರೊಂದಿಗೆ ಮಾತನಾಡಲು ಸಿಗುತ್ತಿದ್ದ ಅವಕಾಶವನ್ನು ಮಾತ್ರ ಕಳೆದುಕೊಳ್ಳುತ್ತಿರಲಿಲ್ಲ.

ಮಗ್ಗುಲಲ್ಲಿ ಕುಳಿತಿದ್ದ ತನ್ನದೇ ವಯಸ್ಸಿನ ಮುದುಕ, ತಲೆಗೆ ಬಿಳಿಪಟಗಾ ಸುತ್ತಿದ್ದ ಅವನು ಚುಟ್ಟಾ ಹಚ್ಚಿದ್ದನು. ಇವನಿಗೆ ಹೊಗೆ ಬಡಿಯಬಾರದೆಂದು ಅತ್ತ ತಿರುಗಿ ಚುಟ್ಟಾ ಎಳೆಯುತ್ತಿದ್ದನು. ಇವನು 'ಯಾವೂರು ಯಜಮಾನ...' ಅಂದಿದ್ದಕ್ಕೆ ಬಾಯಿಯಲ್ಲಿ ಎಳೆದಿದ್ದ ಹೊಗೆಯನ್ನು ಅವಸರದಿಂದ ಹೊರಹಾಕಿ, ಕೈಯಾಗಿನ ಚುಟ್ಟಾ ನೆಲಕ್ಕೆ ಒತ್ತಿ ಆರಿಸಿ, ಯಾರೋ ದೊಡ್ಮನುಷ್ಯ ಮಾತನಾಡಿಸಿದನೆಂದು 'ನಮ್ದು ಐಹೊಳ್ಳಿರಿ...' ಅನುನಯದಿಂದ ಹೇಳಿ 'ತಾವು ಯಾವ ಕಡೆ ಹೋಗ್ಬೇಕು' ಅಂದನು. ಮುಂಜಾರಿದ್ದ ಮುಖದ ಮೇಲಿನ ಚಾಳೀಸನ್ನು ಹಿಂದಕ್ಕೆ ಸರಿಸುತ್ತ 'ನಾನು ಸಿರಿಪುರಕ್ಕೆ ಹೊಂಟಿನಿ' ಎಂದ.

'ಅಲ್ಲೀ... ಯಾರ ಮನಿಗ್ರೀ?' ಮುದುಕ ಅನುಮಾನದಿಂದ ಕೇಳಲೋ ಬೇಡವೋ ಎಂಬಂತೆ ಕೇಳಿದನು. ಅವನು 'ಮನಿ ಅಲ್ಲರಿ... ಅಲ್ಲೇ ಸಿದ್ದಪ್ಪಯ್ಯನವರ ಮಠಕ್ಕ ಹೊಂಟಿನಿ' ಅಂದನು. ಸಿದ್ದಪ್ಪಯ್ಯ ಸ್ವಾಮೀಜಿ ಹೆಸರು ಎತ್ತತ್ತಿದ್ದಂತೆ ಮುದುಕ 'ಓ... ಭಾಳ ಸತ್ಯುಳ್ಳ ಸ್ವಾಮೇರು ಅವರು. ಅವರ ಪುಣ್ಯೆದಿಂದ ಅಲ್ಲೆ ಮಳಿ-ಬೆಳಿ ಏನೂ ಕೊರತಿಲ್ಲ ನೋಡ್ರಿ. ಮೊದ್ಲ ಆ ಊರಿಗೆ ಭಯಂಕರ ನೀರಿನ ಅರಬು ಇತ್ತು, ಆ ಸ್ವಾಮಿ ಪಾದಾ ಹಾಕಿದ ಮೇಲೆ ಎಲ್ಲಾ ಕಳದು ಹೋತು ನೋಡ್ರಿ' ಅಂತ ಉದ್ಗಾರದಿಂದಲೇ ಉಸುರಿದನು. ಅಪರಿಚಿತರೆಂಬ ಕಾರಣಕ್ಕೆ ಅಳುಕಿನಿಂದ ಮಾತಿಗಿಳಿದಿದ್ದ ಮುದುಕನಿಗೆ ಊರು-ಮಾರು ತಿಳಿದೊಡನೆ ಸಲುಗೆಯಿಂದ ಮಾತಿಗೆ ತೊಡಗಿದ್ದನು.

'ಇವತ್ತು ಆ ಊರಾಗ... ಸೊಲ್ಪು ಹೆಚ್ಚು ಕಮ್ಮಿ ಮನೀಗೆ ಒಬ್ಬರಾದರೂ ನೋಕರಿದಾರ್ರು ಅದಾರ... ಎಲ್ಲ ಆ ಮಾತ್ಮನ ದಯಾ. ಅವನ ಸ್ವತಾ ಮುಂದ ನಿಂತು ಸಾಲಿ ಕಟ್ಟಿಸಿದ, ಎಲ್ಲಾರು ಅಕ್ಷರ ಬಲ್ಲವರು ಆದ್ರು. ಊರು ಉದ್ಧಾರ ಆತು ನೋಡ್ರಿ' ಎಲ್ಲವಲ್ಲದಿದ್ದರೂ ಸ್ವಲ್ಪವಾದರೂ ಸ್ವಾಮಿಗಳ ಬಗ್ಗೆ ಅರಿವಿದ್ದ ಇವನು 'ಹೌದು ಯಜಮಾನ ನೀ ಅನ್ನೂದು ಖರೇವೈತಿ' ಎಂದು ತಲೆದೂಗಿದನು. 'ಕಲ್ಲಾಪುರ... ಕಲ್ಲಾಪುರ' ಬಸ್ಸಿಂದಿಳಿದ ಕಂಡಕ್ಟರ್ ಜೋರಾಗಿ ಕೂಗಿದನು. ಅದನ್ನು ಕೇಳಿಸಿಕೊಂಡ ಇವನು 'ಈ ಬಸ್ಸು ಸಿರಿಪುರ ಮ್ಯಾಲೇ ಹೋಗುತ್ತಂತ...' ತಾನು ಹೊರಡಲು ಮುದುಕನಿಂದ ಅಪ್ಪಣೆ ಕೇಳುವಂತೆ ಹೇಳಿದನು. ಮುದುಕನು 'ಹೌದೌದು ನಡ್ರೀ...' ಎಂದು ಕೈಮಾಡಿ ಬೀಳ್ಕೊಟ್ಟನು.

ಅವನು ಯೋಚಿಸುತ್ತ ಯೋಚಿಸುತ್ತ ಮಠದ ಹತ್ತಿರವೇ ಬಂದುಬಿಟ್ಟಿದ್ದನು. ಈಗವನು ಎಲ್ಲ ಯೋಚನೆಗಳನ್ನು ಕೈಬಿಟ್ಟು ತನ್ನ ಜೀವನಕ್ಕೆ ಆಧಾರವನ್ನು ಕೊಟ್ಟ ಪವಾಡಪುರುಷನ ಪುಣ್ಯಕ್ಷೇತ್ರವನ್ನು ತನ್ನೊಳಗ ಮಾಡಿಕೊಳ್ಳಲು ಮೈಯೆಲ್ಲ ಕಣ್ಣಾದನು. ಇಲ್ಲಿಯೂ ಒಂದು ಮಹಾದ್ವಾರ, ಅದನ್ನು ದಾಟಿಕೊಂಡು ಒಳಹೋದರೆ ದೊಡ್ಡದೊಡ್ಡ ವೃಕ್ಷಗಳು. ಅವುಗಳ ಹಿಂದೆ ತುಸು ಎತ್ತರದಲ್ಲಿ ಒಂದು ಉದ್ದನೆಯ ಕಟ್ಟಡ, ಅದರ ಮೇಲೆ 'ಶ್ರೀ ಸಿದ್ದಪ್ಪಯ್ಯ ಪೂರ್ವ ಪ್ರಾಥಮಿಕ ಶಾಲೆ' ಅನ್ನುವ ನಾಮಫಲಕ ಕಂಡಿತು. ಇವನಿಗೆ ದಿಗಿಲಾಯಿತು! ಇನ್ನೊಮ್ಮೆ ತದೇಕವಾಗಿ ಸುತ್ತಲೂ ಕಣ್ಣು ಹಾಯಿಸಿದನು. ಆಗಲೂ ಅಷ್ಟೆ. ಗೋಪುರ, ಮಂಟಪ, ಗಂಟೆ ಹೀಗೆ ಮಠದ ಯಾವ ಕುರುಹುಗಳೂ ಕಾಣಿಸಲಿಲ್ಲ. ತಾನು ಎಲ್ಲಿಯಾದರೂ ದಾರಿ ತಪ್ಪಿಬಿಟ್ಟೆನೆ! ಎಂದು ಗಲಿಬಿಲಿಗೆ ಬಿದ್ದನು. ತುಸು ಅನುಮಾನಿಸುತ್ತ ಎತ್ತರದ ಕಟ್ಟೆಯ ಮೇಲಿದ್ದ ಕಟ್ಟಡದ ಕಡೆ ಹೆಜ್ಜೆ ಹಾಕಿದ. 'ತಂದೆ ನೀನು ತಾಯಿ ನೀನು ಬಂಧು ನೀನು...' ಟೀಚರ್ ಹೇಳುತ್ತಿದ್ದುದನ್ನು ಮಕ್ಕಳ ಗುಂಪಿನ ಧ್ವನಿ ಅನುಕರಿಸುತ್ತಿರುವುದು ಕೇಳಿಬಂತು. ಅದನ್ನು ಆಲಿಸುತ್ತಾ ಸಾವಕಾಶವಾಗಿ ಮುನ್ನಡೆದನು.

ಆ ಉದ್ದನೆಯ ಕಟ್ಟಡದ ಬದಿಯಲ್ಲೇ ಇದ್ದ ಸಣ್ಣ ಕೋಣೆಯೊಂದರ ಹತ್ತಿರ ಬಂದು ನಿಂತನು. ಚಿಕ್ಕಬಾಗಿಲಿನ ಆ ಕೋಣೆಯಲ್ಲಿ ಇಣುಕಿದರೆ ಕತ್ತಲ ನಡುವೆ ಮಂದವಾದ ಬೆಳಕು ಬೆಳಗುತ್ತಿತ್ತು. ಇವನು ಒಳಗೆ ಹೋಗುತ್ತಿದ್ದಂತೆ ಸ್ವಲ್ಪ ಸ್ವಲ್ಪವೇ ನೆನಪಿಗೆ ಬರತೊಡಗಿತು. ಅಪ್ಪನ ಜೊತೆ ಅಂದು ಸ್ವಾಮಿಗಳ ದರ್ಶನ ಪಡೆದದ್ದು ಇಲ್ಲಿಯೇ. ಅವರು ಕೂತಿದ್ದ ಪೀಠದ ಕಡೆ ನೋಡಿದರೆ ಆಳೆತ್ತರದ ಭವ್ಯ ಚಿತ್ರಕಲಾಕೃತಿ! ಕೈಯಾಗಿನ ಬ್ಯಾಗನ್ನು ಅಲ್ಲಿಯೇ ಕೆಳಗಿಟ್ಟು ತೀರ ಹತ್ತಿರ ಅದರೆದಿರು ಹೋಗಿ ನಿಂತನು. ಆಕೃತಿಯನ್ನಷ್ಟೇ ಕಟ್‌ಔಟ್ ಮಾಡಿತೆಗೆದು ಅದನ್ನು ಕಪ್ಪು ಹಿನ್ನೆಲೆಯಲ್ಲಿ ತುಸು ಗ್ಯಾಪ್‌ನಲ್ಲಿ ಜೋಡಿಸಿದ್ದರಿಂದ ಸಾಕ್ಷಾತ್ ಅಜ್ಜಾವರೆ ಕುಳಿತಂತೆ ಭಾಸವಾಗುತ್ತಿತ್ತು! ಅಷ್ಟೊಂದು ನೈಜವಾಗಿ ಕಲಾವಿದ ಅದನ್ನು ಚಿತ್ರಿಸಿಯೂ ಚಿತ್ರಿಸಿದ್ದನು. ಗಾಢಬಣ್ಣದ ಸಿಂಹಾಸನದ ಮೇಲೆ ಶುಭ್ರವಾದ ಕಾವಿಯನುಟ್ಟ ಸ್ವಾಮೀಜಿಯೇ ಚಿತ್ರವಾಗಿ ಕೂತಿದ್ದಾರೇನೋ ಅನ್ನುವಂತಿತ್ತು. ಇವನು ಸ್ವಾಮೀಜಿ ಮುಖದಲ್ಲಿ ದೃಷ್ಟಿ ನೆಟ್ಟನು. ಇವನನ್ನೇ ನಿರುಕಿಸುವಂಥ ಆ ನೋಟದಲ್ಲಿ ಒಂದಿಷ್ಟು ಹೌದೋ ಅಲ್ಲೋ ಅನ್ನುವಂಥ ಮಂದಹಾಸ, ಬಹಳಷ್ಟು ಗಂಭೀರತೆ ಇತ್ತು. ಆ ಕಣ್ಣುಗಳು ಇವನನ್ನು ಕೌನ್ಸೆಲಿಂಗ್‌ಗೆ ಒಳಪಡಿಸಿದವು. ತನ್ನೊಳಗಿನ ಅಳಲನ್ನು ಮೌನವಾಗಿ ಅವನು ತೋಡಿಕೊಳ್ಳುತ್ತ ಎರಡು ಕೈಗಳನ್ನು ಎದೆಯ ಹತ್ತಿರ ತಂದು ಒಳಗಿನದೆಲ್ಲವನ್ನು ಹೊರಹಾಕುವಂತೆ ಕೈ ಮಾಡುತ್ತ ನಿಂತನು. ಆಮೇಲೆ ಬಾಗಿ ಪೀಠಕ್ಕೆ ಹಣೆಹಚ್ಚಿ ಮತ್ತೇನನ್ನೊ ನಿವೇದಿಸಿಕೊಂಡನು. ಅವನ ದಣಿವು ಈಗ ಕರಗಿದಂತಾಗಿ ಪೂರ್ತಿ ರಿಲ್ಯಾಕ್ಸ್ ಆದನು.

ಇದ್ದಕ್ಕಿದ್ದಂತೆ ಜಾಗಟೆ ಬಾರಿಸಿದ ಸದ್ದಾಯ್ತು. ಅದನ್ನು ಕೇಳಿ ಇವನು ದಿಗಿಲಿನಿಂದ ಹೊರಬಂದು ನೋಡತೊಡಗಿದರೆ ಗಿಡಕ್ಕೆ ಕಟ್ಟಿದ್ದ ಹಿತ್ತಾಳೆಯ ಜಾಗಟೆಯನ್ನು ಹೆಂಗಸೋರ್ವಳು ಬಾರಿಸುತ್ತಿದ್ದಳು. ಅವನಿಗೆ ಮಠದ ಒಂದು ಕುರುಹು ಕಂಡಂತಾಯ್ತು. ಆದರೆ ಎಲ್ಲಿಯೂ ಪೂಜೆ ನಡೆಯುತ್ತಿದೆ ಅಂಥ ಅನ್ನಿಸಲಿಲ್ಲ. ಬದಲಾಗಿ ಆ ಶಬ್ದಕ್ಕೆ ಒಳಗಿದ್ದ ಪುಟಾಣಿ ಮಕ್ಕಳು ಹೊರಬರತೊಡಗಿದರು. ಅವಕ್ಕೆ ರೆಕ್ಕೆಗಳಿದ್ದು ಈ ತನಕ ಅವನ್ನು ಕಟ್ಟಿಹಾಕಿದ್ದರೇನೋ ಎಂಬಂತೆ ಅವು ಪುರ್ರಪುರ್ರನೆ ಹೊರಗೆ ಹಾರತೊಡಗಿದವು. ಕಟ್ಟೆಯ ಮುಂದಿನ ಹುಲ್ಲು ಹಾಸಿನ ಮುಂದೆ ಎದ್ದು ನಿಂತಿದ್ದ ಬಣ್ಣಬಣ್ಣದ ಜಾರುಬಂಡೆ, ತೂಗುಯ್ಯಾಲೆ, ಧಡಮ್-ದುಡಕಿಗಳ ಕಡೆಗೆ ಕೆಲವು ಮಕ್ಕಳು ಓಡಿದವು.

*

ಅವನಿಗೆ ಪೂರ್ತಿ ಮನವರಿಕೆಯಾಗಿಬಿಟ್ಟಿತು. ಮಠವಂತೂ ಪುಟಾಣಿ ಮಕ್ಕಳ ಶಾಲೆಯಾಗಿ ಮಾರ್ಪಟ್ಟಿದ್ದು ಇಲ್ಲಿ ಯಾವ ಪೂಜೆ ಪುನಸ್ಕಾರಗಳು ನಡೆಯುತ್ತಿರುವ ಲಕ್ಷಣಗಳು ಕಂಡು ಬರುತ್ತಿಲ್ಲ. ಕಾಣಿಕೆ ಸಲ್ಲಿಸುವ ಹುಂಡಿಯಂಥದ್ದು ಏನೂ ಕಾಣಿಸಲಿಲ್ಲವಾಗಿ ಮುಡಿಪನ್ನು ಏನು ಮಾಡುವುದು ಎಂದು ಯೋಚಿಸುತ್ತ ಅವನು ಕಟ್ಟೆಯ ತುದಿಗೆ ಬಂದು ಮಗ್ಗುಲಿಗೆ ಕೈಚೀಲವನ್ನಿರಿಸಿಕೊಂಡು ಕುಂತನು.

'ಲಗೂನ ಲಿಸ್ಟ್ ಮಾಡಿಕೊಂಡು ಹೋಗ್ಬೇಕಾ... ಹೊಳ್ಳಿ?'

'ನಿನಗಿಂತ ಅವಸರ ನನಗೈತೋ ಮಾರಾಯಾ'

'ನಾಳೆ ಆ ಲಿಸ್ಟ್ ಬಿಇಓ ಆಫೀಸಿಗೆ ಕೊಡ್ಬೇಕು, ಈ ತಿಂಗಳು ಟೀಚರ್ಸ್ ಪೇಮೆಂಟ್ ಅಡ್ಜೆಸ್ಟ್ ಮಾಡಬೇಕು'

ಮೋಟರ್‌ಸೈಕಲ್‌ನಿಂದ ಇಳಿದು ಅವರಿಬ್ಬರು ಮಾತಾಡಿಕೊಳ್ಳುತ್ತ ಮೆಟ್ಟಿಲೇರಿದರು. ಸ್ವಾಮೀಜಿಯ ಚಿತ್ರವಿದ್ದ ಕೋಣೆಗೆ ಹೊಂದಿಕೊಂಡಿದ್ದ ಇನ್ನೊಂದು ಕೋಣೆಯ ಬಾಗಿಲು ತೆರೆದು ಅವರು ಒಳಹೋದರು. ಇವನು ಕೇಳಿಯೇ ಬಿಡಬೇಕೆಂದು ಆ ಬಾಗಿಲ ಬಳಿಬಂದು 'ನಮಸ್ಕಾರ್ರಿ...' ಅಂದನು. ಅವರಿಬ್ಬರು ಎದಿರುಬದಿರು ಖುರ್ಚಿಯಲ್ಲಿ ಕುಳಿತು, ನಡುವಿನ ಟೇಬಲ್ ಮೇಲೆ ಯಾವದೋ ರಜಿಸ್ಟರ್ ತೆಗೆದು ಕಣ್ಣಾಡಿಸುತ್ತಿದ್ದರು. ಬಾಗಿಲ ಹತ್ತಿರ ನಿಂತಿದ್ದವನನ್ನು ಅವರಿಬ್ಬರು ಒಳಕರೆದರು. ಅವನು ಬಂದು ಸ್ವಾಮಿಗಳ ಬಗ್ಗೆ ಕೇಳಬೇಕೋ, ಮಠದ ಬಗ್ಗೆ ಕೇಳಬೇಕೋ... ಏನು? ಯಾವುದು? ಅವನಿಗೆ ಲೆಕ್ಕ ಹರಿಲಿಲ್ಲ. ಮಠದ ಸದ್ಯದ ವಿದ್ಯಮಾನ ತಿಳಿಯದೇ ದೂರದೂರಿನ ಕೆಲ ಭಕ್ತರು ಹೀಗೆ ಆಕಸ್ಮಿಕ ಭೇಟಿ ನೀಡಿ ದಿಗಿಲಾಗುತ್ತಿದ್ದದ್ದನ್ನು ಕಂಡಿದ್ದ ಅವರಲ್ಲೊಬ್ಬ ' ಯಾವೂರಿಂದ ಬಂದೀರಿ ಸರ್' ಅಂದನು. 'ನಾನು ಧಾರವಾಡದ ಕಡೇಂದ ಬಂದೀನ್ರಿ'. ಅಜ್ಜನ ಭಕ್ತರು ಈ ಮಠಕ್ಕೆ ಭಕ್ತಿಯಿಂದ ನಡೆದುಕೊಳ್ಳುವವರು ನಾಡಿನ ಮೂಲೆ ಮೂಲೆಯಲ್ಲೂ ಇದ್ದದ್ದು ತಿಳಿದುದೇ ಆಗಿತ್ತು. ಅಂಥವರ ನಂಬಿಕೆಗೆ ಈಗ ಚ್ಯುತಿಯಾಗುತ್ತಲ್ಲ ಅನ್ನುವ ಅಳುಕಿನಿಂದ ಆಗಲೇ ಮಾತಾಡಿದವನು ಹೇಳತೊಡಗಿದ– 'ನಿಮಗ ಗೊತ್ತಿದಿಯೋ ಇಲ್ಲೋ... ಈಗ ಮಠದೊಳಗ ಯಾವ ಸ್ವಾಮೇರು ಇಲ್ಲ'.

ಇದರ ವಾಸನೆ ಆಗಲೇ ಇವನಿಗೆ ಬಡಿದಿತ್ತಾದರೂ ಅದು ಪೂರ್ಣ ಖಚಿತಗೊಂಡ ಮೇಲೆ ಇನ್ನಷ್ಟು ದಿಗಿಲಿನಿಂದ 'ಯಾಕ್ರೀ ಏನಾತು?' ಅಂದ.

ಮೊದಲಿನವನಷ್ಟು ತಾಳ್ಮೆ ಎರಡನೆಯವನಿಗೆ ಇರಲಿಲ್ಲ. ಅದಕ್ಕವನು 'ಇಲ್ಲಿತನ ಇದ್ದ ಸ್ವಾಮಿಗೆ ಮಠ ನೋಡ್ಕಂಡಿದ್ದು ಸಾಕಂತರೀ, ಅದಕ್ಕ ಇನ್ನಮ್ಯಾಲೆ ತನ್ನ ಘಟ ನೋಡ್ಕೊಬೇಕು ಅಂತ ಹೋಗ್ಯಾನ ನೋಡ್ರಿ' ಎಂದಿದ್ದಕ್ಕೆ ಮೊದಲಿನವನು ತುಸು ಸಿಟ್ಟಾಗಿ 'ಯೇ ಗೌಡಾ ಏನ್ ಮಾತಾಡ್ತಿಯೋ' ಎನ್ನುತ್ತ ತೆರೆದಿದ್ದ ರಜಿಸ್ಟರ್ ಮುಚ್ಚಿ

ಅವನು ಚರ್ಚೆಗೆ ಮುಂದಾದನು.

'ಅಲ್ಲೋ... ಶೆಟ್ಟಿ, ಮಠಾ ಬಿಟ್ಟು ಹೋಗಿದ್ದು ಖರೆವೋ... ಸುಳ್ಳೋ?'

'ಖರೆ ಬಿಡು'

'ಮತ್ತ್ಯಾಕಪಾ ಮುಚ್ಚಿಕಚ್ಚಿ ಇಡೂದು?'

ಈ ಪರಸ್ಥಳದವನಿಗೆ ಏನೋ ಗೊಂದಲವೆನಿಸಿ 'ಯಾರು ಬಿಟ್ಟು ಹೋದರ್ರಿ...' ಅಂದನು. ಪ್ರತಿಯೊಂದಕ್ಕೂ ಅವನು ದಿಗಿಲಾಗುತ್ತಿದ್ದರಿಂದ ಈ ಆಸಾಮಿಗೆ ಏನೂ ತಿಳಿದಿಲ್ಲವೆನಿಸಿ ಗೌಡ ಅವನನ್ನೊಮ್ಮೆ ಲಕ್ಷ್ಯದಿಂದ ನೋಡಿದನು. ಮೈಮ್ಯಾಲಿನ ಕೂದಲೆಲ್ಲ ಹೆಚ್ಚುಕಮ್ಮಿ ಬೆಳ್ಳಗಾಗಿದ್ದವು. ಮುಖದ ಮೇಲೆ ನಿರಾಶಾದಾಯಕ ಕಳೆ ತುಂಬಿತ್ತು. ಈ ಪುಣ್ಯಾತ್ಮ ಸನೇದ್ರಾಗ ಮಠದ ಕಡೆ ಬಂದಿರಲಿಕ್ಕಿಲ್ಲವೆನಿಸಿ 'ಸರ್, ನೀವು ಲಾಸ್ಟ್ ಟೈಂ ಇಲ್ಲಿಗೆ ಯಾವಾಗ ಬಂದಿದ್ರಿ?' ಎಂದನು ಗೌಡ. ಇವನು ಯೋಚಿಸಿ 'ಅಂದಾಜು... ಒಂದ್ ಅರವತ್ತು ವರ್ಷದ ಮ್ಯಾಲೆ ಆಗಿರಬೇಕು ನೋಡ್ರಿ...' ಎಂದಿದ್ದು ಕೇಳಿ ಇವರಿಬ್ಬರಿಗೂ ತುಸು ದಿಗಿಲಾಯಿತು!

'ಆಯಿತು ಬಿಡ್ರಿ ನಾವು ಹುಟ್ಟುದಕ್ಕಿಂತ ಮೊದಲ ನಮ್ಮೂರಿಗೆ ಕಾಲಿಟ್ಟವರು, ತಿರುಗಿ ಈಗ... ನಮ್ಮೂವು ಸೈತ ಬೆಳ್ಳಗಾಗಲಿಕ್ಕೆ ಹತ್ತ್ಯಾವು ಈಗ ತಿರುಗಿ ಇಟ್ಟೀರಿ' ಗೌಡ ಅಂದಿದ್ದಕ್ಕೆ ಅವನು ತುಸು ಮುಜುಗರದಿಂದ ತಲೆಯಾಡಿಸುತ್ತ ಸುಮ್ಮನಾದನು.

'ನೋಡ್ರಿ... ನಮಗೂ ಸ್ವಲ್ಪ ಸ್ವಲ್ಪ ತಿಳುವಳಿಕ ಇತ್ತು. ಆ ಟೈಮಿನ್ಯಾಗ ದೊಡ್ಡ ಅಜ್ಜೋರು ಲಿಂಗದೊಳಗ ಆದರು. ಆನಂತರ ಸಿದ್ಧವೀರಯ್ಯ ಸ್ವಾಮಿಗಳು ಪೀಠಕ್ಕ ಬಂದರು. ಅವರ ನಂತರ...' ಎಂದು ಮುಂದಿನ ಹೆಸರು ಶೆಟ್ಟಿ ಹೇಳುವ ಮುಂಚೆಯೇ ಗೌಡನು 'ನಡೆದಾಡುವ ದೇವರು, ಭಕ್ತರ ಪಾಲಿನ ಕಾಮಧೇನು ಶ್ರೀ ಶ್ರೀ ರುದ್ರಲಿಂಗ ಮಹಾಸ್ವಾಮಿಗಳು ಬಂದ್ರು. ಅನೇಕ ಪವಾಡಗಳನ್ನು ಮಾಡಿದ್ರು. ಮಾಡಿ ಒಮ್ಮಿಂದೊಮ್ಮಿಗೆ ಏಕಾಏಕಿ ತಮ್ಮ ಪಾಡಿಗೆ ತಾವೇ ಅಂದರೆ ಯಾರಿಗೂ... ಹೇಳದೆ ಕೇಳದೇ ಹೊಂಟುಹೋಗಿ ಬಿಟ್ಟರು?' ಅಂತ ವ್ಯಂಗ್ಯದಿಂದ ನಾಟಕದಲ್ಲಿ ವಿಲನ್ ಡೈಲಾಗ್ ಹೇಳುವಂತೆ ಹೇಳಿದನು.

ಈ ಗೌಡನಿಗೆ ರುದ್ರಲಿಂಗ ಸ್ವಾಮಿಯ ಧೋರಣೆಗಳ ಬಗೆ ಭಯಂಕರ ಅಸಮಾಧಾನವಿತ್ತು. ದೊಡ್ಡ ಅಜ್ಜೋರು ಬಂಡಿಯೊಳಗ ಭಕ್ತರ ಹೊಲ–ಮನಿಗೆ ಅಡ್ಡಾಡತ್ತಿದ್ದರು. ಎರಡನೆದೋರು ಒಂದು ಅಂಬಾಸ್ಸಡಾರ ಕಾರಿನೊಳಗ ಅಡ್ಡಾಡಿದರು. ಈ ಮೂರನೇ ಸ್ವಾಮಿ ಮಾತ್ರ ಕಾರುಲೋಲ! ವರ್ಷ ಆಗುವುದರೊಳಗೆ ಅದನ್ನು ಬಿಟ್ಟು ಮತ್ತೊಂದು ಭರ್ಜರಿ ಕಾರು ಏರುತ್ತಿದ್ದ. ಭಕ್ತರ ಮನಿಗೆ ಪಾದಾ ಹಾಕಿದರೆ ಕಾಣಿಕೆ ಕೊಟ್ಟಮ್ಯಾಲೆ 'ಇದು ನನ್ನ ಕಾಣಿಕೆ ಆಯ್ತಪಾ, ಕಾರಿಂದಿಷ್ಟು ಚಾರ್ಜ ಕೊಡು, ಅದಕ್ಕೇನು ನೀರು ಹಾಕಿ ಓಡಿಸಲೇನು?' ಅನ್ನುತ್ತಿದ್ದ. ಕರೆಸಿದ ಭಕ್ತರು ಇಕ್ಕಟ್ಟಿಗೆ

ಸಿಲುಕಿ ಅನ್ನಲಿಕ್ಕೂ ಆಗದೇ ಆಡಲಿಕ್ಕೂ ಆಗದೇ ಒದ್ದಾಡುತ್ತಿದ್ದರು.

ಎರಡು ವರ್ಷದ ಹಿಂದೆ ಮಠದ ವತಿಯಿಂದ ಆರಂಭಿಸಲಾಗಿದ್ದ ಪೂರ್ವ ಪ್ರಾಥಮಿಕ ಶಾಲೆಯ ಪುಟ್ಟ ಮಕ್ಕಳನ್ನು ತಗಡಿನ ಶೆಡ್‌ನಲ್ಲಿ ಹಾಕಿ LKG, UKG ನಡೆಸುತ್ತಿದ್ದುದಂತೂ ಎಲ್ಲ ಪೋಷಕರಿಗೂ ಬೇಸರ ತರಿಸಿತ್ತು. ಸಿಕ್ಕಾಪಟ್ಟೆ ಡೊನೇಶನ್, ಫೀ ಎಲ್ಲ ತಗೊಂಡು ಕೊಟ್ಟಿಗೆಯಂಥ ಶೆಡ್‌ನಲ್ಲಿ ತಮ್ಮ ಮಕ್ಕಳನ್ನು ಕೂಡಿ ಹಾಕುತ್ತಿರುವುದಕ್ಕೆ ಕೆಲವರು 'ಮನಿಮೈಂಡೆಡ್ ಮಹಾಸ್ವಾಮಿ' ಅಂದರು. ಇನ್ನು ಕೆಲವರು ಕೇಳಿಯೇ ಬಿಡುತ್ತೇವೆಂದು ಮಠದ ತನಕ ಹೋಗಿ ಬಂದರು. ಇಂಥ ಹಲವು ಕಾರಣಗಳ ಜೊತೆಗೆ ಗೌಡ ಮತ್ತು ಸ್ವಾಮಿಯ ನಡುವೆ ನಡೆದ ನೇರ ವಾಗ್ವಾದವು ಗೌಡನಿಗೆ ಸ್ವಾಮಿಯ ಮೇಲಿನ ಕೋಪಕ್ಕೆ ಇನ್ನಷ್ಟು ಕಾರಣವಾಯಿತು.

ಸಿದ್ದಪ್ಪಯ್ಯ ಸ್ವಾಮೀಜಿಯ 40ನೇ ಪುಣ್ಯತಿಥಿ ಕಾರ್ಯಕ್ರಮವನ್ನು ಈ ಸಲ ವಿಜೃಂಭಣೆಯಿಂದ ಆಚರಿಸಬೇಕೆಂದು ಯುವಕರೆಲ್ಲ ಊರಲ್ಲಿ ಪಟ್ಟೀ ಎತ್ತಿ ಕೂಡಿಸಿದ್ದ ಹಣವನ್ನು ಈ ರುದ್ರಲಿಂಗಸ್ವಾಮಿ, ದೊಡ್ಡ ಅಜ್ಜೋರದು ಮೂರ್ತಿ ಮಾಡಿಸೋಣು ಅಂತ ಪಡೆದುಕೊಂಡಿದ್ದರು. ಇದು ಒಳ್ಳೆಯ ವಿಚಾರ ಅಂತ ಇವರು ಕೊಟ್ಟು ಬಂದಿದ್ದರು. ಇದಾಗಿ ನಾಲ್ಕು ವರ್ಷವಾದರೂ ಮೂರ್ತಿಯ ಬಗ್ಗೆ ಸ್ವಾಮಿಗಳು ಮಾತೇ ಎತ್ತದಿದ್ದಾಗ ಕೇಳಿಯೇ ಬಿಡಬೇಕೆಂದು ಕೆಲ ಯುವಮಿತ್ರರು ಮಠಕ್ಕೆ ಹೋದರು. 'ಮೂರ್ತಿ ಎಲ್ಲಿ ಮಾಡಾಕ ಹಾಕೀರಿ? ಅದಕ್ಕ ಎಷ್ಟು ದುಡ್ಡು ಮುಟ್ಟೈತಿ? ಅದು ತಯಾರಾಗಾಕ ಇನ್ನ ಎಷ್ಟ ದಿನ ಬೇಕು?' ಅಂತ ಒಂದೊಂದ ಪ್ರಶ್ನೆ ಕೇಳುತ್ತಿದ್ದಾಗ ಅನಂತಶಯನನಂತೆ ಕಾಟ್ ಮೇಲೆ ಅಡ್ಡಾಗಿದ್ದ ಸ್ವಾಮಿಗಳು ಧುತ್ತೆಂದು ಎದ್ದು 'ಲೇ ಬಸನಗೌಡ... ನನ್ನ ಚೌಕಾಸಿ ಮಾಡ್ತಿಯೆನ್ಲೆ... ಮಗನ ನನ್ನ ಕಾಲಿಗೆ ಹಾಯುವ ಮಕ್ಕಳಿಗೆಲ್ಲ ನಾನು ಲೆಕ್ಕಾ ಹೇಳಬೇಕಾ?' ಅಂತ ತಾವು ತೊಟ್ಟಿದ್ದ ಕಫನಿಯನ್ನು ಪರ್ರನೇ ಸೀಳಿ ಒಳಹೋಗಿಬಿಟ್ಟರು. 'ಯಲಾ... ಸ್ವಾಮಿ...' ಅಂತ ಗೌಡ ಮತ್ತು ಇನ್ನಿತರರು ಹಲ್ಲುಕಚ್ಚಿಕೊಂಡು ವಾಪಸ್ಸಾಗಿದ್ದರು.

ಈ ನಿಂಗಣ್ಣಶೆಟ್ಟಿಯಲ್ಲೇನು ರುದ್ರಲಿಂಗ ಸ್ವಾಮಿಯ ಬಗ್ಗೆ ಪಾದತೊಳಕೊಂಡು ನೀರು ಕುಡಿಯುವಂಥ ಭಕ್ತಿ ಇರಲಿಲ್ಲ. ಸ್ವಾಮಿಗಳ ಡಿಸೇಲ್ ಚಾರ್ಜ್ ಮತ್ತು ಭಕ್ತರ ಭಕ್ತಿ ಇವುಗಳ ಬಗ್ಗೆ ಶೆಟ್ಟಿ ಆಗಾಗ ಯೋಚಿಸುವುದಿತ್ತು. ಭಕ್ತಿಗೆ ಚಾರ್ಜ್ ಹೇರಿದರೆ ಅಲ್ಲಿ ಉಳಿಯುವುದೇನು? ಅನ್ನೋ ಪ್ರಶ್ನೆ ಇವನನ್ನು ಕಾಡುತ್ತಿತ್ತು. ಇಂಥ ತಾರ್ಕಿಕತೆಯಿಂದಲೇ ಶೆಟ್ಟಿಯು ಸ್ವಾಮೀಜಿ ಮಠ ಬಿಟ್ಟು ಹೋದ ಮಾರನೆ ದಿನ ಶಾಲಾ ಮೈದಾನದಲ್ಲಿ ಊರಿನ ಸಭಾ ಕೂಡಿದಾಗ 'ಶಿವಯೋಗ ಮಂದಿರದಿಂದ ಬೇರೆ ಮರಿ ತಂದು ಇಡೂನು' ಅನ್ನೋ ಮಾತು ಬಂದಾಗ 'ನಮಗ ಯಾವ ಮರಿನೂ ಬ್ಯಾಡ, ಕುರೀನೂ ಬ್ಯಾಡ. ಅವರೂ ಮುಂದ... ಹಿಂಗ್... ಆಗೂದಿಲ್ಲ

ಅನ್ನೂದಕ್ಕ ಏನು ಗ್ಯಾರಂಟಿ?' ಎನ್ನುವ ಪ್ರಶ್ನೆ ಮುಂದಿಟ್ಟಿದ್ದನು.

ಆದರೂ ಕಾವಿ ತೊಟ್ಟವರನ್ನು ನಿಂದಿಸಬಾರದೆನ್ನುವ ಕಾರಣಕ್ಕೆ ನಿಂಗಣ್ಣ ಶೆಟ್ಟಿ ಆಗಾಗ ಬಸನಗೌಡನನ್ನು ತಡೆಯುತ್ತಿದ್ದನು. ಈಗಲೂ ಅದೇ ಕಾರಣಕ್ಕೆ 'ಯೇ... ಮಾಡಿದವುರ ಪಾಪ ಆಡಿದವುರ ಬಾಯಾಗ ಅಂತಾರ ಹೋಗಲಿ ಬಿಡೋ...' ಅಂದನು. 'ಏಯ್ ಮಳ್ಳ... ಅವನ ಪಾಪ ಆಡದಿದ್ದರೂ ಸುತ್ತಗೊಳ್ಳುತ್ತ, ಆಡಿದರೂ ಸುತ್ತಗೊಳ್ಳುತ್ತ... ಯಾಕ ಹೇಳು? ಸನ್ಯಾಂಶಿ ಪಾಪ ಸರ್ವರಿಗೆ... ಅಂತಾರ. ಹೌದಿಲ್ಲ?' ಬಸನಗೌಡ ನಗುತ್ತ ಹೇಳಿದನು. ನಿಂಗಣ್ಣಶೆಟ್ಟಿ ನಿರ್ವಾಹವಿಲ್ಲದೆ ಸುಮ್ಮನಾದನು.

ಗೌಡ ಮತ್ತು ಶೆಟ್ಟಿ ಇಬ್ಬರೂ ಜಗಳಾಡುತ್ತಿದ್ದಾರೋ ಏನು, ಚ್ಯಾಷ್ಟಿ ಮಾಡುತ್ತಿದ್ದಾರೋ ಎಂಬುದು ಸ್ಪಷ್ಟವಾಗದೆ ಪರಸ್ಥಳದವನು ಗೊಂದಲದಲ್ಲಿದ್ದನು. ಸಣ್ಣಸ್ವಾಮಿಗಳು ಯಾಕ ಮಠ ಬಿಟ್ಟು ಹೋದರು... ಎಂಬುದು ಈತನಕ ಅವನಿಗೆ ಅರ್ಥವಾಗಿರಲಿಲ್ಲ. ಅದನ್ನು ಕೇಳಿಯೂ ಬಿಟ್ಟನು. ಅದಕ್ಕೆ ನಿಂಗಣ್ಣಶೆಟ್ಟಿಯೂ ಮುಗಿಲಕಡೆ ಕೈಯನ್ನೂ, ಮಾರಿಯನ್ನೂ ಮಾಡಿ 'ಅದು ದೇವರಿಗೆ ಹತ್ತಿದ ಮಾತರಿ' ಅಂದನು. ಇದನ್ನು ಕೇಳಿದ ಬಸನಗೌಡ ಸಿಟ್ಟಿನಿಂದ 'ಯೇ ಶೆಟ್ಟಿ, ಅಡ್ಡಗೋಡಿ ಮ್ಯಾಗ ದೀಪಾ ಇಟ್ಟಾಂಗ ಮಾತಾಡಬ್ಯಾಡ. ಖರೇ ಹಕೀಕತ್ ಹೇಳು' ಎಂದೊಡನೆ ಇವನು ತುಸು ಬಿರುಸಾಗಿ ಮತ್ತು ತಮ್ಮಿಬ್ಬರ ನಡುವಿದ್ದ ನಿಕಟಸ್ನೇಹ ಸಂಬಂಧದ ಬಲದಿಂದ 'ಏಯ್... ಪ್ಯಾಲೀ... ಖರೇ ಹಕೀಕತ್ತು ಅಂದರ... ನಾನು ಆ ಸ್ವಾಮಿಯ ಮನಸ್ಸಿನ್ಯಾಗ ಹೊಕ್ಕು ಅಲ್ಲೇನಿತ್ತು ಅಂತ ಹೇಳ್ಳಿಕ್ಕೆ ಆಗತ್ತೇನು? ಅಂವ ಹೋದ ಅಷ್ಟ; ಅದರ ಖರೆ ಕಾರಣ ನಿನಗೂ ಗೊತ್ತಿಲ್ಲ, ನನಗೂ ಗೊತ್ತಿಲ್ಲ'

'ನನಗ ಗೊತ್ತೈತೋ... ಶ್ಯಾಣ್ಯಾ... ಆ ಸ್ವಾಮೀ ಬೆಂಗ್ಳೂರಾಗೊಂದು ಅಪಾರ್ಟ್‌ಮೆಂಟ್ ಕಟ್ಟಸಾಕ ಹತ್ತ್ಯಾನ. ಅದಕ್ಕ ರೊಕ್ಕ ಕಡಿಮಿ ಆಗೀ ನಮ್ಮ ಮಠ, ಮಠದ ಆಸ್ತಿ ಎಲ್ಲಾ ಖ್ಯಾರ ಇಡಬೇಕಂತ ಮಾಡಿದ್ದ. ನಾವು ಚುಲೋ ಟೈಮಕ್ಕ ಎಚ್ಚರಾದಿವಿ. ಎಲ್ಲಾ ಉಳಕೊಂಡವು... ಇರದಿದ್ರ ಯಾವುದೋ ಲಫಂಗಗ ಮಠ ಮಾರಿ ಅಂವ ಹೊಂಟಿದ್ದ! ಎಲ್ಲಾ ಗೊತ್ತಿದ್ದೂ ನೀನು ಆ ಜಂಗಮನ್ನ ಬಿಟ್ಟು ಕೊಡುವಲ್ಲಿ; ಹಗೂರ ಇಲ್ಲ ನೀ, ಭಾರೀ ಜಾಬಾದಿ ಅದೀ...'

ಬಸನಗೌಡನ ಈ ಮಾತಿಗೆ ನಿಂಗಣ್ಣಶೆಟ್ಟಿ ಸುಮ್ಮನೆ ನಕ್ಕು 'ಇಲ್ಲೋ ಗೌಡಾ... ಅವೆಲ್ಲ ಹಾರಿಕೆ ಸುದ್ದಿ. ಅದರಾಗ ಖರೇವು ಯಾವುದೂ, ಸುಳ್ಳು ಯಾವುದೂ... ಯಾಂವ ಬಲ್ಲ?' ಅಂತ ಅನುನಯದಿಂದ ಹೇಳಿದರೂ ಈ ರುದ್ರಲಿಂಗಸ್ವಾಮಿ ಯಾವುದೇ ಹಿರಿಯರಿಗೆ, ಭಕ್ತರಿಗೆ ಹೇಳದೆ-ಕೇಳದೆ ಹೋಗಿಬಿಟ್ಟಿದ್ದು ಸಾಕಷ್ಟು ಬೇಸರ ತರಿಸಿತ್ತು. ಇದೇ ಸ್ವಾಮೀಜಿ ಮೊದಲ ಸಲ ಪೀಠಾಧಿಕಾರ ವಹಿಸಿಕೊಂಡು ಊರಿಗೆ ಬಂದಾಗ ಪಲ್ಲಕ್ಕಿಯಲ್ಲಿ ಮೆರವಣಿಗೆ ಮಾಡಿದ್ದು, ಆ ಪಲ್ಲಕ್ಕಿಗೆ ತಾನೂ

ಹೆಗಲು ಕೊಟ್ಟಿದ್ದು, ಜೈಕಾರ ಕೂಗಿದ್ದು ಇತ್ತು. ಮಠದ ಜೊತೆ ತೀರಾ ಹತ್ತಿರದ ಸಂಬಂಧವಿಟ್ಟುಕೊಂಡವರಿಗೂ ತಿಳಿಸದಿದ್ದುದಕ್ಕೆ ನಿಂಗಣ್ಣಶೆಟ್ಟಿಯೂ ತುಂಬ ನೊಂದುಕೊಂಡಿದ್ದನು.

ಗೆಳೆಯರಿಬ್ಬರ ಕಾವೇರಿದ್ದ ಮಾತುಕತೆ ಈಗ ತುಸು ಇಳಿದು ತಣ್ಣಗಾಗಿ ಒಮ್ಮೆಲೆ ಸ್ತಬ್ಧವಾಯಿತು. ಆಮೇಲೆ ಗೌಡನು ತಿಳಿವಿನ ಧಾಟಿಯಲ್ಲಿ ಪರಸ್ಥಳದವನನ್ನುದ್ದೇಶಿಸಿ 'ಅಲ್ರೀ, ತನಗ ಮಠ ಬ್ಯಾಡನ್ನಿಸಿದ್ದರ... ನಾನು ಬಿಟ್ಟು ಹೋಗ್ತಿನೆಪಾ... ಮತ್ತೆ ಯಾರನ್ನಾದರೂ ನೋಡಿಕೊಳ್ರೀ ಅಂದಿದ್ದರ ಯಾರೂ ಬ್ಯಾಡಾ ಅಂತಿರಲಿಲ್ಲ. ಆದರ ಹಿಂಗ್ ಒಳಂಗಿಂದೊಳಗ ಗಪ್‌ಚುಪ್ ಹೋಗಿದ್ದಕ್ಕ ಎಲ್ಲ... ರಗಳಿ ಎದ್ದಿತು. ಈಗ ಒಂದು ಹಂತಕ್ಕ ಬಂದೈತಿ...' ಎಂದು ಸಮಾಧಾನದ ಉಸಿರಿನೊಂದಿಗೆ ಸುಮ್ಮನಾದನು. ಅದರ ಮುಂದುವರಿಕೆಯೆಂಬಂತೆ ಶೆಟ್ಟಿ ಹೇಳತೊಡಗಿದನು– 'ಸ್ವಾಮೀಜಿ ಬರೂದಿಲ್ಲ ಅಂತ ಗೊತ್ತಾದ ಮ್ಯಾಲ ಊರದೈವ ಎಲ್ಲ ಕೂಡಿದ ಟೈಮಿನ್ಯಾಗ ಬ್ಯಾರೆ ಸ್ವಾಮೀನ ತರೂಣ, ಮರಿಸ್ವಾಮೀನ ಬಿಡೂಣ ಅಂತ ನಾನಾ ನಮೂನೆ ವಿಚಾರ ಬಂದುವು. ಕೊನಿಗೆ ಈ ಸ್ವಾಮಿಗಳ ಸಹವಾಸವೇ ಬ್ಯಾಡಂತ ಓಣಿಗೆ ಇಬ್ಬಿಬ್ಬರಂತೆ ಸದಸ್ಯರನ್ನ ಆಯ್ಕೆ ಮಾಡಿ ಒಂದು ಕಮಿಟಿ ಮಾಡಿದ್ರು. ಈಗ ಕಮಿಟಿ ಏನೇ ಮಾಡಿದ್ರೂ ದೊಡ್ಡ ಅಜ್ಜನ ಹೆಸರ ಹೇಳಿ ಎಲ್ಲಾ ಅವನ ಮೇಲೆ ಭಾರ ಹಾಕಿ ನಡೆಸಿಕೊಂಡು ಹೊಂಟೈತಿ. ಆ ಕಮೀಟಿಯೊಳಗ ನಮ್ಮನ್ನು ಆರಿಸಿದ್ದಕ್ಕ ಇಲ್ಲಿ ಬಂದು ಕುಂತಿವಿ ನೋಡ್ರಿ...' ಎಂದು ಶೆಟ್ಟಿ ಮುಗಿಸುತ್ತಿದ್ದಂತೆ ಮತ್ತೆ ಗೌಡನು ಹೇಳಲು ಮುಂದಾದ. ನಮ್ಮ ಕಮಿಟಿ ಮಾಡಿದ ಮೊದಲ ಕೆಲಸ ಅಂದರ... ಆ ತಗಡಿನ ಶೆಡ್ಡಿನಾಗ ಇದ್ದ ಪೂರ್ವ ಪ್ರಾಥಮಿಕ ಶಾಲೆಯನ್ನು ಶಿಫ್ಟ್ ಮಾಡಿದ್ದು ನೋಡ್ರಿ...' ಎಂದು ಹೆಚ್ಚಿನ ಹೆಮ್ಮೆಯಿಂದ ಹೇಳಿಕೊಂಡಿದ್ದಕ್ಕೆ ಕಾರಣವೆಂದರೆ ಈ ಪ್ರಸ್ತಾಪವನ್ನು ಅವನೇ ಮಾಡಿದ್ದಾಗಿತ್ತು. ಆದ ಹಕೀಕತ್‌ನ್ನೆಲ್ಲ ಇಬ್ಬರೂ ಹಂಚಿಕೊಂಡಂತೆ ನಿರೂಪಿಸಿ ಸುಮ್ಮನಾದರು.

ಈಗ ಗೌಡನು ಕುಳಿತ ಕುರ್ಚಿಯನ್ನು ಗೋಡೆಯೆಡೆಗೆ ತಳ್ಳುತ್ತಾ ಸುಖಾಸೀನನಾಗುತ್ತಿದ್ದರೆ, ಶೆಟ್ಟಿಯೂ ರಜಿಸ್ಟರ್‌ನಲ್ಲಿ ಏನೋ ತಾಳೆ ಹಾಕತೊಡಗಿದನು. ಪರಸ್ಥಳದ ವ್ಯಕ್ತಿಗೆ ಮಾತ್ರ ತಳಮಳ ಶುರುವಾಯಿತು. ತಾನು ಹುಡುಕಿಕೊಂಡು ಬಂದಿದ್ದು ಒಂದು, ಇಲ್ಲಿ ಆಗಿರೋದು ಇನ್ನೊಂದು ಅನ್ನಿಸಿ ಮುಂದಿನ ಬಗೆ ತಿಳಿಯಲಿಲ್ಲ. ಬೆವರು ಬಸಿಯತೊಡಗಿದ್ದರಿಂದ ಅವನು ಕೈವಸ್ತ್ರದಿಂದ ಮುಖದ ಮೇಲೆ ಆಡಿಸಿಕೊಂಡನು. ಅವನನ್ನು ಮತ್ತೊಂದು ರೀತಿಯ ಭ್ರಾಂತಿಯು ಆವರಿಸಿತು. ಪಕ್ಕದಲ್ಲಿದ್ದ ತನ್ನ ಬ್ಯಾಗಿನಿಂದ ಆ ಮುಡಿಪಿನ ಡಬ್ಬಿಯನ್ನು ತೆಗೆದು ಟೇಬಲ್ ಮೇಲಿಟ್ಟು 'ಇದನ್ನು ಎಲ್ಲಿಗೆ ಮುಟ್ಟಸಲಿ ಹೇಳ್ರೀ...' ಎಂದು ಒಂದು ರೀತಿಯ ಹತಾಶೆಯಿಂದ ಕೇಳಿದನು. ಅದೇ ಹೊತ್ತಿಗೆ ಶಾಲೆಯು ಬಿಟ್ಟಿದ್ದರಿಂದ ಬಿಡುಗಡೆಯ ಭಾಗ್ಯ ದೊರೆತವರಂತೆ ಗೆಲುವಿನ

ಹೆಜ್ಜೆ ಹಾಕುತ್ತ ಮಕ್ಕಳು ಗುಂಪು ಗುಂಪಾಗಿ ಶಾಲೆಯ ವ್ಯಾನಿನತ್ತ ಹೊರಟಿದ್ದವು. ಆಗ ಬಸನಗೌಡನು ಕಿಟಕಿಯಿಂದ ನೋಡುತ್ತಲೇ 'ಯೇ ಸಿದ್ದು...' ಅಂತ ಕೂಗಿದನು. ಏಳೆಂಟು ಮಕ್ಕಳು ತಿರುಗಿ ನೋಡಿದವು. ಬರ್ರಿ... ಅಂತ ಕೈಸನ್ನೆ ಮಾಡಿ ಕರೆದೊಡನೆ ಇತ್ತ ಓಡಿ ಬರತೊಡಗಿದವು. ಆ ಓಟಕ್ಕೆ ಬೆನ್ನಿಗೆ ತಗುಲು ಹಾಕ್ಕೊಂಡಿದ್ದ ಬ್ಯಾಗು, ಕೊರಳಲ್ಲಿ ನೇತಾಡುತ್ತಿದ್ದ ವಾಟರ್‌ಬಾಟಲ್ಲು, ಕೈಯಾಗಿನ ಖಾಲಿ ಟಿಫಿನ್‌ಬಾಕ್ಸ್ ಎಲ್ಲ ತಾಳ ಹಾಕುತ್ತಿದ್ದವು. ಮಕ್ಕಳ ಗುಂಪು ಬಾಗಿಲ ಬಳಿ ಬಂದು ನಿಂತೊಡನೆ ಪರಸ್ಥಳದ ವ್ಯಕ್ತಿ ಅವುಗಳನ್ನು ತದೇಕಿಸತೊಡಗಿದನು. ಎಲ್ಲವೂ ಹಿಡಿದು ಮುದ್ದಾಡುವಷ್ಟು ಲಕ್ಷಣವಾಗಿದ್ದವು. ಗುಂಪಿನಲ್ಲಿ ಮುಂದೆ ನಿಂತಿದ್ದವು, ಹೊಸಬನನ್ನು ಪಿಳಿಪಿಳಿ ನೋಡುತ್ತಿದ್ದವು. ಹಿಂದಿದ್ದವು ತಮಗೇನೂ ಕಾಣಿಸುತ್ತಿಲ್ಲವೆಂದು ಕಿಚಾಯಿಸುತ್ತಿದ್ದವು. ಅವನು ಕುರ್ಚಿಯಿಂದೆದ್ದು ಮಕ್ಕಳ ಬಳಿ ಬಂದು ಅವುಗಳಲ್ಲೊಂದರ ಗಲ್ಲವನ್ನು ಸೋಕಿ 'ನಿನ್ನ ಹೆಸರೇನು ಮರಿ' ಅಂದನು. ಅದು 'ಸಿದ್ಧರಾಜ್' ಎಂದಿತು. ಇನ್ನೊಂದು 'ಸಿದ್ಧೇಶ್ವರಿ' ಮತ್ತೆ 'ಸಿದ್ಧಾರ್ಥ', 'ಸಿದ್ದಮ್ಮ', 'ಸಿದ್ಧಯೋಗಿ' ಎಲ್ಲವೂ ಸಿದ್ದಪ್ಪಯ್ಯ ಮಹಾಸ್ವಾಮಿಯನ್ನು ನೆನಪಿಸುವಂತಾಗಿ ಅವನಿಗೆ ಆಶ್ಚರ್ಯವಾಯಿತು. ಇದನ್ನು ಗಮನಿಸಿದ ಗೌಡನು ಕುಳಿತಲ್ಲಿಂದಲೇ ನಗತೊಡಗಿದನು. ಆ ಪರಸ್ಥಳದವನಿಗೆ ಸ್ವಲ್ಪ ಹೊತ್ತಿನ ಮುಂಚೆ ಶುರುವಾಗಿದ್ದ ಗೊಂದಲವೆಲ್ಲ ಈಗ ಪರಿಹಾರವಾದಂತೆನಿಸಿ ಅವಸರದಿಂದ ಬಂದು ಟೇಬಲ್ ಮೇಲಿದ್ದ ಮುಡಿಪಿನ ಡಬ್ಬಿಯನ್ನು ತೆರೆದು ಕೈಗೆ ಸಿಕ್ಕ ದೊಡ್ಡ ನೋಟೊಂದನ್ನು ತಗೊಂಡು ಮಕ್ಕಳ ಹಿಂದೆ ನಿಂತಿದ್ದ ಆಯಾಳ ಕೈಗೆ ಅದನ್ನು ಕೊಡುತ್ತಾ 'ಇವರೆಲ್ಲರಿಗೂ ಚಾಕಲೇಟ್ ಕೊಡಸ್ರೀ...' ಎಂದು ಹಿಗ್ಗಿನಿಂದ ಹೇಳಿದನು. ಆ ಮುಡಿಪಿನ ಡಬ್ಬಿಯನ್ನು ಅಲ್ಲೇ ಇದ್ದ ದೊಡ್ಡ ಅಜ್ಜಾವರ ಫೋಟೊದ ಮುಂದಿಟ್ಟು ನಮಸ್ಕರಿಸಿದನು.

ಸೆಲ್ಫ್ ಡಾಟ್ ಕಾಮ!

ಮಹೇಶ ಅದೇ ತಾನೆ ಕಾಲೇಜು ಮುಗಿಸಿಕೊಂಡು ಊರಿಗೆ ಬಂದು ಕೂತಿದ್ದನು. ಅವನ ಬರುವಿಕೆಯನ್ನೇ ಕಾಯುತ್ತಿದ್ದ ಪಕ್ಕದ ಮನೆಯ ಮುದುಕಪ್ಪ ಐದು ನಿಮಿಷ ಬಿಟ್ಟು ಸರ್‌ಅ... ಅಂತ ಕೂಗುತ್ತಾ ಒಳಬರತೊಡಗಿದನು. ಅವನ ದನಿ ಕೇಳಿ ಕುಡಿಯುತ್ತಿದ್ದ ಚಹದ ಬಟ್ಟಲನ್ನು ಒಳಗಿಟ್ಟು ಬಂದು ಕುರ್ಚಿಗೆ ಕೂತ ಮಹೇಶ. ಸಂತಿ ಮಾಡಾಕ ಐವತ್ತು ರುಪಾಯಿ ಬೇಡಿದ ಮುದುಕಪ್ಪ. 'ನಂದು ಈ ತಿಂಗಳ ಪಗಾರ ಆಗಿಲ್ಲೋ ಯೆಣ್ಣಾ...' ಕಿವಿಯ ಬಳಿ ತುರಿಸಿಕೊಳ್ಳುತ್ತ ಮಹೇಶ ಹೇಳಿದ. 'ಇಲ್ಲರೀ ನನ್ನೂ ಆರ ಆಳಿನ ಪಗಾರ ಕೊಡಬೇಕು ಸಾವಕಾರ ಯಂಕಣ್ಣ. ಅಂವ ಮನಿಯಾಗ ಇದ್ದಿಲ್ಲ, ಈಗ ಹೋಗಿ ಬಂದ್ಯಾ. ಅಂವ ಬಂದ ಗಳಿಗ್ಗೇನ ಇಸಿದುಕೊಡ್ತೀನಿ ನೋಡ್ರಿ...' ಎಂದರೂ ಕಿಸೆಯನ್ನು ಸುಮ್ಮನೆ ನೋಡಿಕೊಂಡಂತೆ ಮಾಡಿ ಇಲ್ಲಿಲ್ಲ... ಅಂದು ಅವನನ್ನು ಸಾಗಹಾಕಿ ಮಹೇಶ ತಾನೂ ಸಂತೆಗೆಂದು ಕೈಚೀಲ ತಗೊಂಡು ಪ್ಯಾಂಟಿನಲ್ಲಿದ್ದ ನೂರರ ಹತ್ತು ನೋಟುಗಳನ್ನು ಬೀರುವಿನ ಡ್ರಾಯರ್‌ನಲ್ಲಿಟ್ಟು ಐವತ್ತರ ನಾಲ್ಕು ನೋಟುಗಳನ್ನು ಕಿಸೆಯಲ್ಲಿಟ್ಟುಕೊಂಡು ಸಂತೆಗೆ ನಡೆದನು.

ಆ ಎಲ್ಲ ಗದ್ದಲದ ನಡುವೆ 'ಸಸ್ತಾ... ಸಸ್ತಾ... 10 ರುಪಾಯಿದಾಗ ಜವಾರಿ, 10 ರುಪಾಯಿದಾಗ ಜವಾರಿ... ಆಂ ಬರ್ರಿ ಬರ್ರಿ...' ಅಂತ ಆ ಭಾಗವಾನ ಕೂಗುತ್ತಿದ್ದುದು

ನಿಚ್ಚಳವಾಗಿ ಕೇಳಿಸುತ್ತಿತ್ತು. ಇನ್ನೆಲ್ಲೋ ಮುಳುಗಾಯಿ... ಬರೆ 15, ಬರೆ 15... ಅಂತ ಕೇಳುತ್ತಿತ್ತು. ವಾರದ ಸಂತೆ ಶುರುವಾಗಿ ಎರಡು ತಾಸು ಕಳೆದಿರಬಹುದು. ತರಕಾರಿ ಮಾರಾಟಗಾರರು ತಮ್ತಮ್ಮ ಸ್ವಸ್ಥಾನದಲ್ಲಿ ಕುಳಿತುಕೊಂಡು ತಮ್ತಮ್ಮ ಐಟಂಗಳನ್ನು ಗುಂಪಿ ಗುಂಪಿ ಇಟ್ಟುಕೊಂಡು ವ್ಯಾಪಾರದಲ್ಲಿ ಬಿಜಿಯಾಗಿದ್ದರು. ಕೊಳ್ಳುವವರು ಸಂತೆಯ ತುಂಬ... ಒಂದೊಂದು ರೌಂಡು ಹಾಕುತ್ತ ತಾಜಾಮಾಲು ಎಲ್ಲೆಲ್ಲಿದೆ ಅಂತ ಕಣ್ಣಾಡಿಸುತ್ತಿದ್ದರು. ಆ ಸಂತೆಬಯಲು ಪಟ್ಟಣಗಳ ಮಾರುಕಟ್ಟೆ ಪ್ರಾಂಗಣದಂತೆ ಅಚ್ಚುಕಟ್ಟಾಗಿರಲಿಲ್ಲ. ಮಾರಾಟಗಾರರು ತಮಗೆ ಸಮ್ಮತವಾದ ಜಾಗೆಯನ್ನು ಆಯ್ದುಕೊಂಡು ಎಲ್ಲೆಂದರಲ್ಲಿ ಕೂತಿರುತ್ತಿದ್ದರು. ಆ ಒಟ್ಟು ಪ್ರದೇಶದ ನೋಟವು ನಮ್ಮದಲ್ಲದ ನಾಡಿನ, ದೇಶದ ನಕಾಶೆಯನ್ನು ನೋಡಿದಾಗ ಅನ್ನಿಸುವ ಅಸಂಬದ್ಧ ಆಕಾರದಂತೆ ಅನ್ನಿಸುತ್ತಿತ್ತು. ಇಂಥದರ ನಡುವೆಯೇ ಊರಿನ ಕೊಚ್ಚೆನೀರು ಅಲ್ಲಲ್ಲಿ ಹರಿದು ಸಾಗಿತ್ತು. ಅದನ್ನು ದಾಟಿಕೊಂಡು ನಡೆಯುವುದೆಂದರೆ ಅಲ್ಲೊಂದು ಸಣ್ಣ ಸರ್ಕಸ್‌ನ್ನೇ ಮಾಡಬೇಕಿತ್ತು. ಸಂತೆ ಸುತ್ತಿ, ಚೌಕಾಸಿ ಮಾಡಿದ ಗಿರಾಕಿಗಳಿಗೆ ಎಲ್ಲಾಕಡೆ ಒಂದೇ ಧಾರಣಿ ಎನಿಸಿತು. ಅದರೊಳಗೆ ತಾಜಾಯಿರುವ ತರಕಾರಿಯತ್ತ ಜಾಸ್ತಿ ಜನ ಮುಗಿಬಿದ್ದಿದ್ದರು. ಅವರ ಹಿಂದಿನ ಸಾಲಿನಲ್ಲಿ ಜಾಸ್ತಿ ಜನ ಕೊಳ್ಳುವವರಿಲ್ಲದ್ದರಿಂದಲೋ ಅಥವಾ ಮುಂದಿನವರಲ್ಲಿ ಗಿರಾಕಿ ಮುಗಿಬಿದ್ದುದರ ಅಸಹನೆಯಿಂದಲೋ ಏನೋ ಆ ವ್ಯಾಪಾರಿ ತರಕಾರಿ ಆಯುವ ಕಬ್ಬಿಣದ ಬುಟ್ಟಿಗಳನ್ನು ಒಂದರೊಳಗೊಂದು ಜೋರಾಗಿ ಎಸೆಯುತ್ತಾ 'ಸಸ್ತಾ... ಸಸ್ತಾ...' ಅಂತ ಕೂಗುತ್ತಿದ್ದನು.

ಅಲ್ಲಿ ಕೊಚ್ಚೆನೀರು ಹರಿದಿರುವಲ್ಲಿ ಮಹೇಶ ಬರುತ್ತಿದ್ದಂತೆ ಎದುರಿಗೆ ಮೂವರು ಹೆಂಗಸರು ಬಗಲಲ್ಲಿ ಚೀಲ ಹಿಡಿದುಕೊಂಡು ಬರತೊಡಗಿದರು. ಇವನು ಅವರೆದುರು ಹಾಗೇ ಹೋಗಿದ್ದರೆ ಯಾರಾದರೂ ಕೊಚ್ಚೆಯಲ್ಲಿಯೇ ಕಾಲಿಡಬೇಕಾಗುತ್ತಿತ್ತು. ಅಷ್ಟರಮಟ್ಟಿಗೆ ಅಲ್ಲಿ ದಾರಿ ಇಕ್ಕಟ್ಟಾಗಿದ್ದರಿಂದ ಹೆಂಗಸರು ಹೋಗಲಿ ಎಂದು ಇವನು ಇತ್ತ ಕಡೆಯ ತುದಿಯಲ್ಲಿ ನಿಂತುಬಿಟ್ಟನು. ಆ ಹೆಂಗಸರು ದಾರಿ ಮಧ್ಯಕ್ಕೆ ಬರುವಷ್ಟರಲ್ಲಿಯೇ ಇವನ ಹಿಂದಿನಿಂದ ಬಂದವನೊಬ್ಬ ಇವನನ್ನು ಜೋರಾಗಿ ತಾಕಿಕೊಂಡು ಆ ಹೆಂಗಸರಿಗೂ ತಗುಲಿಕೊಂಡು ಅತ್ತ ಹೋಗಿಬಿಟ್ಟನು. ಆ ಹೆಂಗಸರಿಗೆ ಸಂತೆಯಲ್ಲಿ ಇದೆಲ್ಲ ಸಾಮಾನ್ಯವೆನಿಸಿದರೂ ತಮ್ಮನ್ನು ಬಲವಾಗಿ ತಗುಲಿಕೊಳ್ಳುತ್ತ ಹೋದವನನ್ನು ಶಪಿಸುತ್ತ ಇತ್ತ ನಿಂತಿದ್ದ ಮಹೇಶನನ್ನು ದಾಟಿ ಮುಂದೆ ಹೋದರು. ಆತುರದಿಂದ ಹೆಂಗಸರನ್ನು ವರೆಸಿಕೊಂಡು ಹೋದವನನ್ನು ಮಹೇಶ ಮಿಕಿಮಿಕಿ ನೋಡುತ್ತ 'ಹೆಣ್ಣುಮಕ್ಕಳ ಖಬರಿಲ್ಲದ ನುಗ್ಗತಾನಲ್ಲಪಾ ಮಾನಗೇಡಿ' ಎಂದಂದುಕೊಳ್ಳುತ್ತಾ ಆ ಕೊಚ್ಚೆ ದಾರಿಯನ್ನು ದಾಟಿದನು.

ಅಲ್ಲಿ ತಿರುಗಿ ಎರಡ್ಹೆಜ್ಜೆ ನಡೆದಾಗ ಹಸಿಮೆಣಸಿನಕಾಯಿ ವ್ಯಾಪಾರ ಜೋರು

ನಡೆದಿತ್ತು. ದಟ್ಟ ಹಸುರಿನ ಗಿಡ್ಡಕಾಯಿಯ ಜೊತೆಗೆ ಸೌತೆಕಾಯಿ, ಬದನೆಕಾಯಿ ಮತ್ತು ಮೂಲಂಗಿ ಸೊಪ್ಪನ್ನು ಇಟ್ಟು ಹೆಂಗಸೋರ್ವಳು ಮಾರಾಟಕ್ಕೆ ಕೂತಿದ್ದಳು. ಆಕೆ ತುಂಬ ಲವಲವಿಕೆಯಿಂದ ತನ್ನ ತರಕಾರಿಯನ್ನು ತಕ್ಕಡಿಗೆ ಹಚ್ಚಿ ತೂಗಿ ಕೊಡುತ್ತಿದ್ದಳು. ಮೆಣಸಿನಕಾಯಿ ಗುಪ್ಪಿಯ ಒಂದು ಪಕ್ಕದಲ್ಲಿ ಬದನೆಕಾಯಿ, ಇನ್ನೊಂದು ಪಕ್ಕದಲ್ಲಿ ಸೌತಿಕಾಯಿ ಗುಪ್ಪಿಯು ಇತ್ತು. ಮೆಣಸಿನಕಾಯಿ ಕೊಳ್ಳಲು ಇಬ್ಬರು ಮುದುಕಿಯರು ಕೂತಿದ್ದರು. ಜೊತೆಗೆ ಒಬ್ಬ ಯುವಕ, ಇನ್ನೊಬ್ಬನು ಬದನೆಕಾಯಿಗಳನ್ನು ಆರಿಸುತ್ತಿದ್ದರು. ಸೌತೆಕಾಯಿಯ ಗುಪ್ಪೆ ಮುಂದೆ ಕೂತ ಇನ್ನೊಬ್ಬನಿಗೆ ಏನೂ ಅವಸರವೇ ಇಲ್ಲವೆಂಬಂತೆ ಕೂತು ನಿಧಾನಕ್ಕೆ ಒಂದೊಂದೆ ಪರೀಕ್ಷಿಸಿ ಆಯ್ದುಕೊಳ್ಳುತ್ತಿದ್ದನು. ಇವರ ಹಿಂದೆ ಇನ್ನೂ ಇಬ್ಬರು-ಮೂವರು ಮೆಣಸಿನಕಾಯಿ ಹಾಕಿಸಿಕೊಳ್ಳಲು ತಮ್ಮ ಕೈಚೀಲಗಳ ಬಾಯಿ ತೆರೆದು ನಿಂತಿದ್ದರು. ಮಹೇಶನು ಬಂದು, ನಿಂತವರ ಜೊತೆಗೆ ನಿಂತನು. ಮೆಣಸಿನಕಾಯಿಯ ನಂತರ ಅವಳ ಮೇಲೆ ಇವನ ದೃಷ್ಟಿ ಹರಿಯಿತು. ಎದೆಯ ಮೇಲಿನ ಅವಳ ಸೀರೆ ಪಕ್ಕಕ್ಕೆ ಸರಿದು ಅಲ್ಲಿಯ ಗೋಲಗಳು ಕಾಣಿಸುತ್ತಿದ್ದವು. ಆಕೆಯು ಅದರ ಪರಿವೆಯೇ ಇಲ್ಲವೆಂಬಂತೆ ಗಿರಾಕಿಗಳು ದೊಡ್ಡ ನೋಟನ್ನು ಕೊಟ್ಟಾಗ ಚಿಲ್ಲರೆಗಾಗಿ ಜಂಪರ್‌ನೊಳಗಿದ್ದ ಸಣ್ಣ ಪಾಕೀಟನ್ನು ಯಾವ ಮುಜುಗರವಿಲ್ಲದೆ ಕೈಹಾಕಿ ತೆಗೆಯುತ್ತಿದ್ದಳು ಮತ್ತೆ ಸೇರಿಸುತ್ತಿದ್ದಳು. ಇವನು ಅವಳ ಬಳಿ ಮೆಣಸಿನಕಾಯಿ, ಬದನೆಕಾಯಿ, ಮೂಲಂಗಿಸೊಪ್ಪು ಕೊಂಡುಕೊಂಡು ಮುಂದೆ ಬಂದರೂ ಮೊದಲಿನವರು ಇನ್ನೂ ಅಲ್ಲೇ ತಮ್ಮ ಝುಂಡಾ ಊರಿದ್ದರು.

'ಸರ್, ನಮಸ್ಕಾರ. ಆಯ್ತನು ಸಂತಿ' ಎದುರು ಕಂಡವನೊಬ್ಬ ಮಹೇಶನನ್ನು ಮಾತಾಡಿಸಿದ. ಹಾಗೇ ಮುಂದೆ ಬಂದರೆ ಇನ್ನಿಬ್ಬರು ಇವನನ್ನು ಮಾತಾಡಿಸಿದರು. ಮಹೇಶನ ವೈಚಾರಿಕ ಲೇಖನಗಳು ಆಗಾಗ ಪತ್ರಿಕೆಯಲ್ಲಿ ಪ್ರಕಟಗೊಳ್ಳುತ್ತಿದ್ದವು. ಅವನ ಹೆಸರಿನ ಜೊತೆಗೆ ಊರಿನ ಹೆಸರು ಪತ್ರಿಕೆಯಲ್ಲಿ ಬರುತ್ತಿತ್ತಲ್ಲ... ಇದನ್ನು ಅನೇಕರು ಹೆಮ್ಮೆಯಿಂದ ಓದುತ್ತಿದ್ದರು. ಮಹೇಶನಿಂದಾಗಿ ತಮ್ಮ ಊರಿನ ಹೆಸರು ಪತ್ರಿಕೆಯಲ್ಲಿ ಬರುತ್ತಿದೆ ಎಂದು ಅವನನ್ನು ಬಹುಜನರು ಹೆಮ್ಮೆಯಿಂದ ಮಾತನಾಡಿಸುತ್ತಿದ್ದರು. ಅಲ್ಲಿ 'ಏನ್ ಸೆಪ್ವಿ ಸೆಪ್ವಿ... ಧಾರವಾಡ ಪೇಡೆ ಬರೇ ಹತ್ತು ರುಪಾಯಿದಾಗ' ವೃದ್ಧೆಯೊಬ್ಬಳು ಕೂಗುತ್ತಿದ್ದಳು. ಆಕೆಯ ಹತ್ತಿರ ಬಂದರೆ ಗಜ್ಜರಿಯ ರಾಶಿಯನ್ನು ಹಾಕಿಕೊಂಡಿದ್ದಳು. ತಿಳಿಗೆಂಪು ಬಣ್ಣದಿಂದ ಕಣ್ಣು ಕುಕ್ಕುತ್ತಿದ್ದ ಆ ಗಜ್ಜರಿಯನ್ನು ನೋಡಿದೊಡನೆ ಕೊಳ್ಳಬೇಕೆನಿಸಿತು. 'ಏನಮ್ಮಾ 10ರುಪಾಯಿದಾಗ ಕೇಜಿಯೇನು?' ಇವನೆಂದನು. 'ಯಪ್ಪಾ 10ರುಪಾಯಿಗೆ ಪಾವಕಿಲೋ... ತಿಂದುನೋಡಿ ತುಗೋ, ಒಂದ್... ಸೌಳ ಇದ್ದರ ರೊಕ್ಕ ಕೊಡಬ್ಯಾಡ' ಅಂದಿತು ಮುದುಕಿ ವಿಶ್ವಾಸದಿಂದ.

ಅವನು ಸಂತೆ ಮುಗಿಸಿಕೊಂಡು ಮನೆಕಡೆ ಮುಖ ಮಾಡಿದ್ದನು. ಅಲ್ಲಿ ಕೊನೆಯ

ತುದಿಯಲ್ಲಿ ಒಂದಿಬ್ಬರು ವ್ಯಾಪಾರಿಗಳು ಕುಳಿತಿದ್ದರು. ಅವರ ಬಳಿ ಸಣ್ಣಸಣ್ಣ ತರಕಾರಿ ಗುಪ್ಪೆಗಳಿದ್ದವು. ಅವುಗಳಲ್ಲಿ ಒಂದಿಷ್ಟೂ ತಾಜಾ ತರಕಾರಿ ಇರಲಿಲ್ಲ. ಎಲ್ಲವೂ ಬಿಟ್ಟ... ಬೀಕಲಗಳು, ಕೊಳೆಯುವ ಸ್ಥಿತಿಗೆ ಬಂದಿದ್ದ ಟೊಮ್ಯಾಟೊ, ಹಳದಿ-ಕೆಂಪು ಬಣ್ಣಕ್ಕೆ ತಿರುಗುತ್ತಿದ್ದ ಮೆಣಸಿನಕಾಯಿ, ಬತ್ತಿದಂತಿದ್ದ ಸೌತೆಕಾಯಿಗಳು ಅಲ್ಲಿದ್ದವು. ಸಂತೆ ಶುರುವಾಗುತ್ತಿದ್ದಂತೆ ಬಗೆಬಗೆಯ ಬಾಸ್ಕೆಟ್ ಹಿಡಿದು ಬರುವವರ್‍ಯಾರೂ ನಮ್ಮ ಮಾಲನ್ನು ಖರೀದಿ ಮಾಡುವುದಿಲ್ಲವೆಂದು ಆ ಬಡಪಾಯಿ ವ್ಯಾಪಾರಿಗಳಿಗೂ ಗೊತ್ತಿತ್ತು. ಇವುಗಳನ್ನು ಕೊಳ್ಳಲು ಬರುವ ಮಂದಿಗೆ ಇನ್ನೂ ಕತ್ತಲಾಗಬೇಕು, ಸಂತೆ ತೀರುವ ಹೊತ್ತಾಗಬೇಕು. ಅಂದಾಗ ಅವರು ಬರುತ್ತಾರೆ. ಸೀರೆಯ ಉಡಿಯಲ್ಲೋ... ದೋತರದ ತುದಿಯಲ್ಲೋ... ಕಟ್ಟಿಕೊಂಡು ಹೋಗಿಬಿಡುತ್ತಾರೆ. ಅಂಥವರ ಬರುವಿಕೆಗಾಗಿ ಅವರು ಕಾಯುತ್ತಿದ್ದರು. ಮಹೇಶ ಈ ಕೊನೆಯ ತುದಿಯಿಂದ ಸಂತೆಯ ಜಾಗೆಯನ್ನೊಮ್ಮೆ ತಿರುಗಿ ನೋಡಿದನು. ಈ ಏಳೆಂಟು ವರ್ಷದಲ್ಲಿ ಅದು ತುಂಬಾ ಬೆಳೆದಿದೆ ಅನ್ನಿಸಿತು. ಈ ಮೊದಲು ಅಗಸಿಬಾಗಿಲ ತುದಿ, ಬಸೊಣ್ಣಗುಡಿಯ ಬೆನ್ನಿಗೆ ನಾಲ್ಕಾರು ಜನ ಭಾಗವಾನರು ಕಮತಗಿ, ಗುಳೇದಗುಡ್ಡದಿಂದ ಸೋಮವಾರ ಸಂಜೆ ಐದರ ಸುಮಾರಿಗೆ ಬಂದು ಕೂಡುತ್ತಿದ್ದರು. ಈಗ ಬಸೊಣ್ಣಗುಡಿ ದಾಟಿ ಇತ್ತ ದುರುಗವ್ವನ ಗುಡಿಬಯಲು; ಅತ್ತ ಭಗವತಿ ಡಾಕ್ಟರ್ ಕ್ಲಿನಿಕ್‌ವರೆಗೂ ಸಂತೆಜಾಗ ವಿಸ್ತರಿಸಿದೆ. ಅದರ ಅವಧಿಯೂ ಹಿಗ್ಗಿದೆ. ಮಧ್ಯಾಹ್ನ ಎರಡು ಗಂಟೆಯ ಸುಮಾರಿಗೆ ಶುರುವಾಗಿ ರಾತ್ರಿ ಎಂಟರತನಕವೂ ನಡೆದಿರುತ್ತದೆ. ಈ ವಿಸ್ತರಣೆಗೆ ಕಾರಣವೆಂದರೆ ಊರಲ್ಲಿ ಜನಗಳ ಸಂಖ್ಯೆ ವೃದ್ಧಿಯಾಗಿರುವುದು ಮತ್ತು ಒಕ್ಕಲಿಗರು ಸಹ ಈಗ ತಿನ್ನೂ ಕಾಳುಕಡಿ ಬೆಳೆಯೂದ ಬಿಟ್ಟು ಮಾರುವ ಕಾಳು-ಕಬ್ಬುಗಳನ್ನು ಬೆಳೆಯುತ್ತ ಅವರೂ ಕಾಯಿಪಲ್ಲೆ ಸಂತೆಗೆ ತೊಡಗಿದ್ದೆನಿಸಿತು.

ಸಂತೆಜಾಗ ವಿಸ್ತರಣೆಯಾಗಲು ಮಹೇಶ ಕಂಡುಕೊಂಡಿದ್ದ ಮೊದಲನೆಯ ಕಾರಣಕ್ಕೆ ಅವನು ಸಂತೆಯಲ್ಲಿ ಕಾಣುತ್ತಿದ್ದ ಹೊಸ ಮುಖಗಳೇ ಆಗಿದ್ದವು. ಎಂಟು ವರ್ಷದಿಂದ ದೂರದೂರಿನಲ್ಲಿ ನೌಕರಿ ಮಾಡುತ್ತಿದ್ದ ಅವನು ಈಗಷ್ಟೇ ತನ್ನ ಊರಿನ ಸಮೀಪದ ಊರಿಗೆ ವರ್ಗವಾಗಿ ಬಂದಿದ್ದನು. ಈ ಅಂತರದಲ್ಲಿ ಹೊಸ ತಲೆಮಾರು ಸಾಕಷ್ಟು ಬೆಳೆದಿತ್ತು, ಅನೇಕ ಯುವತಿಯರು ಇಲ್ಲಿನ ಯುವಕರನ್ನು ಮದುವೆಯಾಗಿ, ಒಂದು ಮನೆಯ ಸೊಸೆಯರಾಗಿ ಅವರು ಸಂತೆಗೆ ಬರುತ್ತಿದ್ದರಿಂದ ಮಹೇಶನಿಗೆ ಕಾಣುವ ಬಹುತೇಕ ಮುಖಗಳು ಅಪರಿಚಿತ ಎನಿಸುತ್ತಿದ್ದವು. ಈಗ ಅವನು ತುಸು ದೂರದಲ್ಲಿ ಹೊಸ ಮುಖಗಳಂತೆ ತೋರುತ್ತಿದ್ದ ಮೂವರು ಹೆಂಗಸರು ಜತೆಯಾಗಿ ಬ್ಯಾಗು, ಬಾಸ್ಕೆಟ್ಟು ಹಿಡಿದು ಸಂತೆಗೆ ಬರುತ್ತಿದ್ದುದು ಕಾಣಿಸಿತು. ಶುಭ್ರವಾದ ಕಲರ್‌ಫುಲ್ಲಾದ ಸೀರೆಯಲ್ಲಿ ಕಾಣುತ್ತಿದ್ದ ಅವರ ಆಳ್ತನ, ಡಿಸೈನ್‌ಫುಲ್ಲಾದ

ಬ್ಲೌಜ್‌ನಿಂದಾಗಿ ಸೆಳೆಯುತ್ತಿದ್ದ ಆ ಮೈವಳಿಕೆ ಎಲ್ಲವನ್ನು ಅವರು ಇವನನ್ನು ದಾಟಿ ಮುಂದೆ ಹೋಗುವುದರೊಳಗಾಗಿ ಮಹೇಶ ತನ್ನ ಕಣ್ಣೊಳಗೆ ಬಸಿದುಕೊಳ್ಳುತ್ತಿದ್ದ. 'ಹುಚ್ಚುಖೋಡಿ ಮನಸು ಅದು ಹದಿನಾರರ ವಯಸು...' ಅಂತ ಕವಿ ಹೇಳಿದ್ದಾನೆ. ಹದಿನಾರರ ಮೂರುಪಟ್ಟು ವಯಸ್ಸಾಗುತ್ತ ಬಂದಿರುವ ತನಗೇ ಹೀಗಾಗುತ್ತಿರುವಾಗ ಇನ್ನೂ ಆ ವಯಸ್ಸಿನ ಹುಡುಗರು ತಿರುಗಾಮುರುಗಾ ಸಂತೆಯಲ್ಲಿ ಸುಳಿದಾಡುವುದಕ್ಕೆ ಬಲವಾದ ಕಾರಣವೇ ಇದೆ ಅಂದುಕೊಂಡನು.

ಮಹೇಶ ತನ್ನ ಹರೆಯದ ದಿನಗಳಲ್ಲಿಯೂ ಸಂತೆಗೆ ಬರುತ್ತಿದ್ದನು. ಆಗೆಲ್ಲಾ ಸಂತೆ ಹಚ್ಚುವವರೆಂದರೆ ಪಂಚಯ್ಯನಪ್ಯಾಟಿಯ ಗಂಡ ಸತ್ತ ಇಮಾಂಬವ್ವ, ಕಮತಗಿಯ ಹಲ್ಲುಬಿದ್ದ ಹೆಂಗಸು ರಂಗವ್ವ, ಗುಳೇದಗುಡ್ಡದಿಂದ ಬಂದು ಬಸೊಣ್ಣ ಗುಡಿಯಲ್ಲಿ ಕುಳಿತು ಕೆಂಪುಬಣ್ಣದ ದೊಡ್ಡಂಚಿನ ಖಣಗಳನ್ನು ಮಾರುತ್ತಿದ್ದ ಮಾರವಾಡಿಯ ಕಾರಕೂನರು; ಇಂಥದೇ ಖಣವನ್ನು ತೊಟ್ಟಿರುತ್ತಿದ್ದ ಬೆಳ್ಳಗಾದ ತಲೆಯ ಇನ್ನೊಂದಿಷ್ಟು ಮುದುಕಿಯರು ಕಾಯಿಪಲ್ಲೆ ಇಟ್ಟುಕೊಂಡು ಕೂತಿರುತ್ತಿದ್ದರು. ಇವರುಗಳ ಹಿಂದೆ ಮೆಣಸಗಿ ಪರಪ್ಪ ಮುದುಕ ಹೆಡಗಿಯಂಥ ರೇಶಿಮೆಪಟಗಾ ಸುತ್ತಿಕೊಂಡು ಒಂದಿಷ್ಟು ಜೋಳ, ಅಕ್ಕಡಿಕಾಳು ಹಚ್ಚಿಕೊಂಡು ಕೂತಿರುತ್ತಿದ್ದನು. ಇನ್ನೂ ಕೊಳ್ಳಲಿಕ್ಕೆ ಬರುವವರು ಸಂಜೆತನ ಭೂಮ್ಯಾಗ ಕೆಲಸ ಮಾಡುತ್ತ ತಮ್ಮ ಮೈಯನ್ನು ಬಿಸಿಲಿಗೆ ಒಡ್ಡಿ, ಬೆವರಿನಲ್ಲಿ ಅದ್ದಿ ತೆಗೆದಿರುತ್ತಿದ್ದ ಮಣ್ಣಿನ ಬಣ್ಣದ ಮೈಯವರು ಗಾಡೀದಡಿ, ಗೋಮಿದಡಿಯ ಮಾಸಿದ ಸೀರೆಯನುಟ್ಟು ಕೈಯೊಳಗೆ ಕೆಬ್ಬಣಬುಟ್ಟಿ, ಬಿದಿರುಬುಟ್ಟಿ ಹಿಡಿದುಕೊಂಡಿರುತ್ತಿದ್ದರು.

ಮಹೇಶನಿಗೆ ಹಳೆಯ ಚಿತ್ರಣದ ನೆನಪು ಮುಗಿದು ಈಗಿನ ವಾಸ್ತವಕ್ಕೆ ಬರುತ್ತಿದ್ದಂತೆ ಆ ಮೂವರು ಹೆಂಗಸರು ತಳ್ಳುಗಾಡಿಯಲ್ಲಿ ಹೂವು ಮಾರುತ್ತಿದ್ದ ಹುಡುಗನ ಎದಿರು ನಿಂತಿದ್ದರು. ಇನ್ನಿಬ್ಬರು ಹುಡುಗರು ಅವನ ಬಳಿ ನಿಂತಿದ್ದರು. ಅವರಿಗಾಗಿ ಹೂಗಾರವನು ಕಡುಗೆಂಪಿನ ಗುಲಾಬಿ ಹೂವನ್ನು ಗುಚ್ಛದಿಂದ ಆರಿಸುತ್ತಿದ್ದನು. ಹೆಂಗಸರು ಮಲ್ಲಿಗೆ ಮಾಲೆ, ಕನಕಾಂಬರ ಮಾಲೆಯನ್ನು ತಮಗೆ ಲಗೂ ಲಗೂ ಕೊಡಬೇಕೆಂದು ಹೂಗಾರನನ್ನು ಪೀಡಿಸುತ್ತಿದ್ದರು.

ಹೂವು ಕೊಳ್ಳುವುದನ್ನು ಕಾಣುತ್ತಿದ್ದಂತೆಯೇ ಮಹೇಶನಿಗೆ ಸೌಂದರ್ಯಾನುಭೂತಿಯ ಕುರಿತಾದ ವಿಚಾರಗಳು ಸುಳಿಯತೊಡಗಿದವವು. ಗುಲಾಬಿ ಹೂವು ಇಷ್ಟವಾದಂತೆ ಗುಲ್‌ಮೊಹರ್ ಹೂ ಏಕೆ ಇಷ್ಟವಾಗುವುದಿಲ್ಲ? ಮಲ್ಲಿಗೆ ಹೂ ಸೆಳೆದಂತೆ ದಾಸ್ವಾಳ ಹೂ ಮನಸ್ಸನ್ನೇಕೆ ಸೆಳೆಯುವುದಿಲ್ಲ? ನೀಟಾಗಿರುವ ಮೈಮಾಟಗಳನ್ನು ನೋಡುವ ಬಯಕೆ ತೀವ್ರವಾದಷ್ಟು ಕೃಶಕಾಯದ, ಸುಕ್ಕು ಬಿದ್ದ ದೇಹಗಳ ಮೇಲೆ ನೋಟವೇಕೆ ಹರಿಯುವದಿಲ್ಲ? ಇದು ಕಾಣಿಸುವ

ಕಣ್ಣಿನ ತಪ್ಪೇ? ಅಥವಾ ಆಸೆ ಹುಟ್ಟಿಸುವ ಮನಸ್ಸಿನ ತಪ್ಪೇ? 'ಕಂಗಳ ಕರುಳ ಕೊಯ್ದುವರ/ ಮನದ ತಿರುಳ ಹುರಿದವರ... / ಎನಗೊಮ್ಮೆ ತೋರಾ ಗುಹೇಶ್ವರ' ಅಂತ ಅಲ್ಲಮ ಅನ್ನುತ್ತಾನಲ್ಲ... ಹಾಗಿದ್ದರೆ ಇದಕ್ಕೆ ಯಾರೂ ಹೊರತಲ್ಲವೇನು? ರೂಪವನು ಮೆಲ್ಲುವುದು ಒಂದು ಬಗೆಯಲ್ಲಿ ಅನಂಗ ಸಂಗದಂತಲ್ಲವೇ... ಈ ಸಂಗ ಅನೈತಿಕವೇ... ಆಸ್ವಾದನಾಶೀಲತೆಯೇ? ಅವನಲ್ಲಿ ಪ್ರಶ್ನೆಗಳು ಹಾಗೇ ಉಳಿದವು. ಕಾಲೇಜಿನಲ್ಲಿ ವಿದ್ಯಾರ್ಥಿಗಳ ಚೇಷ್ಟೆಗೆ ಕಾರಣ ಕಂಡುಕೊಳ್ಳುವಂತೆ ಈ ಪ್ರಲೋಭನೆಯ ಮೂಲ ಕಂಡುಕೊಳ್ಳಲು ನಿಕಷಕ್ಕೆ ಒಡ್ಡತೊಡಗಿದನು. ನಾಲ್ಕು ಹೆಜ್ಜೆ ಮುಂದೆ ಸಾಗಿದ ಬಳಿಕ 'ಕರಣಂಗಳ ಚೇಷ್ಟೆಗೆ ಮನವೇ ಬೀಜ' ಅಕ್ಕ ಹೇಳಿದ್ದು ನೆನಪಾಯಿತು. ಅವನ ವಿಚಾರಗತಿ ನಿಧಾನಕ್ಕೆ ಒಂದು ಹದಕ್ಕೆ ಬರತೊಡಗಿತ್ತು. 'ಕಣ್ಣು ಹೋದಲ್ಲಿ ಮನಸ್ಸು ಹೋಗಬಾರದು, ಮನಸ್ಸು ಹೋದಲ್ಲಿ ಮನುಷ್ಯ ಹೋಗಬಾರದು' ಎಂಬುದೊಂದು ಸುಭಾಷಿತ ನೆನಪಾಗಿ ಅಬ್ಬಾ! ಎಷ್ಟೊಂದು ಸತ್ಯವಾದ ಮಾತಿದು, ಕಣ್ಣು ಮನಸ್ಸು ಹರಿದೆಡೆಗೆ ಈ ವಿಷಯದಲ್ಲಿ ಮನುಷ್ಯನು ಹೋಗಿಬಿಟ್ಟರೆ ಎಷ್ಟೊಂದು ಅಪಾಯಕಾರಿ ಎಂದಂದುಕೊಂಡನು.

ಗಂಡನು ತಂದಿಟ್ಟಿದ್ದ ಸಂತೆಯ ಕೈಚೀಲದಲ್ಲಿಯ ಕೊತ್ತಂಬರಿ, ಮೆಂತ್ಯೆಸೊಪ್ಪು ತೆಗೆದು ಉಳಿದವನ್ನು ನಿಧಾನವಾಗಿಯೇ ನೆಲಕ್ಕೆ ಸುರುವಿದಳಾದರೂ ಅದರಲ್ಲಿಯ ಟೊಮೆಟೊ ಅಲ್ಲಲ್ಲಿ ಚದುರಿ, ಉಳ್ಳಾಗಡ್ಡಿ ಉರುಳುರಳಿ ಎಲ್ಲೆಲ್ಲೊ ಹೋದವು. ಹರವಿ ಬಿದ್ದಿದ್ದ ಹಸಿಮೆಣಸಿನ ಕಾಯಿಯನ್ನು ಗುಪ್ಪೆಮಾಡಿ ಕೂಡಿಸಿದಾಗ ಕಡಿಮೆ ಕಂಡವು. ಅನುಮಾನದಿಂದ ಕೇಳಿದಳು 'ರೀ... ಮೆಣಸಿನಕಾಯಿ ಎಷ್ಟು ತಂದೀರಿ?' ರೂಮೊಳಗೆ ಸೇರಿಕೊಂಡು ಧೂಮಪಾನಗೈಯುತ್ತ ಯೋಚನಾಮುಖನಾಗಿದ್ದ ಮಹೇಶ ಹೆಂಡತಿಯ ಕೂಗಿಗೆ 'ಅರ್ಧ ಕಿಲೊ' ಅಂದನು. 'ಭಾಳ ಕಮ್ಮಿ ಅದಾವು ಇವು' ಅಂದಳು ಜೋರಾಗಿ. 'ಇಲ್ಲಿಲ್ಲ ಪಾವು ಕಿಲೋ' ಅಂದನು. ಅವಳು 'ಶ್ಶೇ' ಎಂದು ಸುಮ್ಮನಾದಳು.

ಅವನಿಗೆ ನಿಜವಾಗಿಯೂ ಮೆಣಸಿನಕಾಯಿ ಎಷ್ಟು ತಗೊಂಡಿದ್ದು ಅಂತ ನೆನಪಿರಲಿಲ್ಲ. ಹೆಂಡತಿ ರಗಳೆ ಹಚ್ಚುತ್ತಾಳೆಂದು ಕಡಿಮೆ ಪ್ರಮಾಣ ಹೇಳಿ ಸುಮ್ಮನಾಗಿಸಿದ. ಮೆಣಸಿನಕಾಯಿ ಮಾರಲು ಕೂತಿದ್ದವಳ ತುಂಬಿದೆದೆ ಮತ್ತೆ ಕಣ್ಮುಂದೆ ಬಂತು. ತಕ್ಕಡಿಯಲ್ಲಿ ತರಕಾರಿ ತೂಗಿ ಗಿರಾಕಿಗಳ ಚೀಲಕ್ಕೆ ಬಾಗಿ ಹಾಕುವ ಭರದಲ್ಲಿ ಅವಳಿಗೆ ಸೆರಗು ಸರಿದಿದ್ದರ ಪರಿವೆ ನಿಜಕ್ಕೂ ಇರಲಿಲ್ಲವೇ... ಅಥವಾ ಉದ್ದೇಶಪೂರ್ವಕವಾದ ಮರೆವಿತ್ತೋ... ಹಿಂದೆ ತಾನಿದ್ದ ಊರಿನಲ್ಲಿ ಕ್ಯಾಂಟೀನಿನ ಮಾಲೀಕ ಕ್ಯಾಶ್‌ಕೌಂಟರ್‌ನಲ್ಲಿ ಚೆಂದದ ಹುಡುಗಿಯೊಬ್ಬಳನ್ನು ತಂದು ಕೂಡ್ರಿಸಿದ ನಂತರ ಪೆಟ್ಟಿಗೆ ಅಂಗಡಿಯಲ್ಲಿ ಪಟ್ಟಾಂಗ ಹೊಡೆಯುತ್ತ ಚಹ ಕುಡಿಯುತ್ತಿದ್ದವರೆಲ್ಲರೂ

ಮೆಲ್ಲಗೆ ಕ್ಯಾಂಟೀನಿನತ್ತ ಕಾಲಿಕ್ಕತೊಡಗಿದರು. ಆಮೇಲಾಮೇಲೆ ಪೆಟ್ಟಿಗೆಯಂಗಡಿಗಳು ಖಾಯಮ್ಮಾಗಿ ಸ್ಥಳಾಂತರಗೊಂಡವು. ಆ ಕ್ಯಾಂಟೀನ್ ಮಾಲೀಕನ ಉದ್ದೇಶದಂತೆ ಈ ತರಕಾರಿಯವಳದೂ ಆಗಿತ್ತೊ ಏನೋ...

ಅವರ ಉದ್ದೇಶ ಏನಾದರೂ ಆಗಿರಲಿ, ಸಾರ್ವಜನಿಕ ಸನ್ನಿವೇಶಗಳಲ್ಲಿ ಎದುರಾಗುವ ಹೆಂಗಸರ ಮೇಲೆ ಅಪ್ರಚೋದಿತವಾಗಿ ಕಳ್ಳನೋಟ ಹರಿಯುತ್ತದಲ್ಲ ಆಗ 'ಹೆಣ್ಣಿನಾ ರೂಪವನು ಹಣ್ಣಿನಾ ಫಲಗಳನು/ ಕಣ್ಣಿನಲಿ ಕಂಡು ಮನದಲಿ ಬಯಸದಿಹ/ ಅಣ್ಣಗಳು ಯಾರು ಸರ್ವಜ್ಞ... ಸಟಕ್ಕನೇ ನೆನಪಾಗಿ ಬಿಡುತ್ತದೆ. ಇದು ತನ್ನ ಕ್ಷುದ್ರ ಚಾಳಿಯ ಸಮರ್ಥನೆಯೋ... ಇಲ್ಲಾ ಗಂಡು ಜಾತಿಯ ಸ್ವಾಭಾವಿಕ ಪ್ರತಿಕ್ರಿಯೆಯೋ... ಬೇರೆಯವರು ಬೇಕಿದ್ದರೆ Neighbour's wife is always beautiful ಅಂತ ಕರುಬಬಹುದು. ಆದರೆ ತಾನು ತಕ್ಕಮಟ್ಟಿಗೆ ಓದಿ ಒಂದಿಷ್ಟು ತಿಳಿದುಕೊಂಡಿರುವವ. ದೂರದಲ್ಲಿರುವುದು, ಕೈಗೆಟುಕದಿರುವುದು ಹೆಚ್ಚು ಆಕರ್ಷಿಸುತ್ತದೆ. ಅದರ ಗುಣಗಳು ಅತಿಯಾಗಿ ಕಾಡುತ್ತವೆ. ಹತ್ತಿರದಲ್ಲಿರುವ, ನಮ್ಮ ಜತಗೆ ನಮ್ಮದೇ ಆಗಿರುವುದರಲ್ಲಿ ಗುಣಗಳು ಕಾಣುವುದಕ್ಕಿಂತ ಕೊರತೆಗಳು ಎದ್ದು ಕಾಣುತ್ತವೆ. ಸೌಂದರ್ಯ ಅನ್ನೋದು, ತೃಪ್ತಿ ಅನ್ನೋದು ವಸ್ತುವಿನಲ್ಲಿ ಇಲ್ಲ, ಅದು ನಮ್ಮ ಭಾವನೆಯಲ್ಲಿದೆ. ನಮ್ಮ ಮನೋಭಾವನೆಗಳಿಗೆ ತಕ್ಕಂತೆ ಬಾಹ್ಯ ವಸ್ತುಗಳು ಕಾಣತೊಡಗುತ್ತವೆ ಎಂಬಂತಹ ಮನೋವಿಜ್ಞಾನದ ಅಂಶಗಳನ್ನು ತಿಳಿದುಕೊಂಡಿದ್ದರೂ ಈ ಭ್ರಾಂತಿಯನ್ನು ಮೀರಲಾಗುತ್ತಿಲ್ಲವಲ್ಲ... ಯಾಕೆ ಏನಿದರ ಮರ್ಮ? ಮಹೇಶ ಬಿಡುತ್ತಿದ್ದ ಸಿಗರೇಟಿನ ಹೊಗೆಯು ಸ್ವಲ್ಪಹೊತ್ತು ಕಾಣಿಸಿಕೊಂಡು ನಂತರ ಗಾಳಿಯಲ್ಲಿ ಲೀನವಾಗಿ ಬಿಡುತ್ತಿತ್ತು. ಆದರೆ ಅವನ ತಲೆಯಲ್ಲಿ ಎದ್ದು ದಿಗಿದಿಗಿ ಓಡಾಡುತ್ತಿದ್ದ ವಿಚಾರಗಳು ಮಾತ್ರ ಸುಲಭವಾಗಿ ಮಾಯವಾಗಲಿಲ್ಲ. ಒಂದರ ಹಿಂದೆ ಮತ್ತೊಂದು ಎದ್ದು ತಳಕು ಬೀಳುತ್ತಿದ್ದವು.

ಮಹೇಶನ ಕೋಣೆಯ ಗೋಡೆಗೆ ಹೊಂದಿಕೊಂಡಿರುವ ಹೊರಗಿನ ರಸ್ತೆ ಕಟ್ಟೆಯ ಮೇಲೆ 3–4 ಜನ ಕುಳಿತು ಮಾತನಾಡುತ್ತಿರುವುದು ಕೇಳಿಸತೊಡಗಿತು. ಕಿಟಕಿಯ ಕರ್ಟನ್ ಸರಿಸಿ ನೋಡಿದ. ಯಾರೆಂದು ಕಾಣಿಸಲಿಲ್ಲ. ಆದರೆ ಧ್ವನಿಯ ಮೂಲಕ ಅಲ್ಲಿರುವವರು ಅಂಗಡಿ ಪರಪ್ಪ, ಗೌಡರ ಧರ್ಮಣ್ಣ, ಗ್ರಾಮ ಪಂಚಾಯತಿ ಸದಸ್ಯ ರಾಮಣ್ಣ ಎಂದು ತಿಳಿಯಿತು. ತಕ್ಷಣ ಕೈಯಲ್ಲಿನ ಸಿಗರೇಟನ್ನು ಆರಿಸಿಬಿಟ್ಟ. ತನ್ನ ರೂಮಿನಲ್ಲಿಯ ಸಿಗರೇಟಿನ ವಾಸನೆ ಹೊರಗಿನವರಿಗೆ ತಾಗಿ ಕಾಲೇಜ್ ಮಾಸ್ತರ ಮಹೇಶ ಸಿಗರೇಟ್ ಸೇದುತ್ತಾನೆಂದು ಪಬ್ಲಿಕ್ ಆಗಬಾರದೆಂದು ಅವನು ಈ ವಿಷಯದಲ್ಲಿ ಮುಂಚಿನಿಂದಲೂ ಗೌಪ್ಯತೆ ಕಾಪಾಡಿಕೊಂಡು ಬಂದಿದ್ದನು.

ಮತ್ತೆ ಕುರ್ಚಿಗೆ ಬಂದು ಕೂತನು. ಎದುರಿನ ಗೋಡೆಯ ಶೆಲ್ಫ್‌ನಲ್ಲಿ ಮತ್ತು

ಇನ್ನೊಂದು ರ್‍ಯಾಕ್‌ನ ತುಂಬ ಒಟ್ಟಿದ್ದ ಪುಸ್ತಕಗಳ ಮೇಲೆ ಕಣ್ಣಾಡಿಸತೊಡಗಿದನು. ಹಾರ್ಮೋನಿಯಂನ ಕರಿಬಿಳಿ ಪಟ್ಟಿಗಳನ್ನು ಒತ್ತುವಂತೆ ಬಲಗೈಯ ಮುಷ್ಟಿಗೆ ಎಡಗೈ ಬೆರಳುಗಳಿಂದ ಲಯಬದ್ಧವಾಗಿ ಬಡಿದುಕೊಳ್ಳತೊಡಗಿದ. ಪುಸ್ತಕಗಳನ್ನು ನೋಡುತ್ತ ಅವನಿಗೆ ಎಂದೋ ಓದಿದ್ದ 'ಜಾತ್ರೆ' ಕಥೆಯ ಕೆಲ ಸಾಲುಗಳು ನೆನಪಾಗಿ ಏನನ್ನೋ ಹೊಳೆಯಿಸಿದವು. ಥಟ್ಟನೆ ಮೇಲೆದ್ದು ಪುಸ್ತಕಗಳಲ್ಲಿಂದ ಬಾಳಾಸಾಹೇಬ ಲೋಕಾಪುರರ 'ಕಂಗಳು ತುಂಬಿದ ಬಳಿಕ' ಸಂಕಲನವನ್ನು ಹಿರಿದುಕೊಂಡು ಆ ಸಾಲುಗಳಿಗಾಗಿ ತಡಕಾಡಿದನು. ಯೆಸ್! ಇದೇ ಸಾಲುಗಳು– "ಮನುಷ್ಯನ ಮೈ ಸುಖಕ್ಕೆ ಹಸಿದವರಂತೆ ಜಾತ್ರೆಯ ಮಂದಿ ಹೆಣ್ಣು ಗಂಡು, ಮಕ್ಕಳು, ಮುದುಕರು ಅನ್ನದೆ ಬೆನ್ನಿಗೆ ಒತ್ತಿಕೊಂಡೆ ನೂಕುತ್ತ ಜಾತ್ರೆಯ ಆ ರಸ್ತೆಯಲ್ಲಿ ನಡೆಯುತ್ತಿದ್ದರು. ಅಲ್ಲಿ ಯಾವ ಸ್ಪರ್ಶಕ್ಕೂ ಹೊಸ ಅರ್ಥವಿರಲಿಲ್ಲ. ಸಾಗುವ ಕ್ರಿಯೆಯಲ್ಲಿ ಪರಸ್ಪರ ಮುಟ್ಟಿದ ನೆನಪು ಒಂದು ಹೆಜ್ಜೆ ಮುಂದೆ ಹೋದರೆ ಮರೆತು ಬಿಡುತ್ತಿತ್ತು" ಓಹ್! ಎಂಥ ಮಾತುಗಳು ಎನ್ನುತ್ತಾ ಮಹೇಶ ಅವುಗಳ ಆಳದಲ್ಲಿಯೇ ಹೂತು ಹೋದನು.

ಕಾಲೇಜು, ಪಿರಿಯಡ್ಡು, ಸಹದ್ಯೋಗಿಗಳ ಜೊತೆ ಉಳಿದವರ ಟೀಕೆ–ಟಿಪ್ಪಣಿಯಲ್ಲಿ ಅಂದಿನ ದಿನವನ್ನು ಕಳೆದು ತಿಂಗಳ ಲೆಕ್ಕಕ್ಕೆ ಸೇರಿಸಿ ಚುಕ್ತಾ ಮಾಡುವ ಹಂತದಲ್ಲಿದ್ದ ಮಹೇಶನು ಊರಿಗೆ ಮರಳಲು ಬಸ್‌ನಲ್ಲಿ ಕೂತಿದ್ದನು. ಬದಿಯ ಸೀಟಿನಲ್ಲಿ ತಿಳಿನೀಲಿ ಬಣ್ಣದ ಕಪ್ಪಂಚಿನ ಸೀರೆಯುಟ್ಟಿದ್ದ ಹೆಂಗಸಿನ ತೋಳು, ಕಿಬ್ಬೊಟ್ಟೆಯು ಕಾಣಿಸತೊಡಗಿತು. ಅದು ಅರಿಶಿಣ ಹಳದಿಗೆ ಒಂದಷ್ಟು ಬಿಳಿಬಣ್ಣ ಸೇರಿಸಿದರೆ ಉಂಟಾಗುವಂಥ ಕಾಂತಿಯುತ ಮೈಬಣ್ಣವಾಗಿತ್ತು. ಅವನಿಗೆ ಯಾಕೋ ಥಟ್ಟನೆ 'ನೋಡಬಾರದು ಚೀಲದೊಳಗನು.../ ವ್ಯಾನಿಟಿ ಬ್ಯಾಗಿನಲ್ಲಿ ಕೈಹಾಕಿ ನೋಡುವುದು/ ಎಂದಿಗೂ ಉಚಿತವಲ್ಲ ಪುರುಷರೆ/ ಬೆಪ್ಪು ಕಾಪುರುಷರೇ...' ವೈದೇಹಿಯವರ ಕವಿತೆ ನೆನಪಾಗಿ ಅವನನ್ನು ಚಿವುಟಿದಂತಾಯ್ತು. ದೃಷ್ಟಿ ಬದಲಿಸಿ ತೆಪ್ಪಗೆ ಕುಳಿತನು.

ಅವನು ತನ್ನ ಮನೆಯ ಹತ್ತಿರ ಬರುತ್ತಿದ್ದಂತೆ ಎದಿರು ಮನೆಯ ಉಮ್ಮಕ್ಕ ಯಾರದೋ ಹೊಲಕ್ಕೆ ಕೂಲಿ ಕೆಲಸಕ್ಕೆ ಹೋಗಿ ಈಗ ಮುಗಿಸಿಬಂದು ತನ್ನ ಮನೆಯ ಬಾಗಿಲು ತೆರೆಯುತ್ತಿದ್ದಳು. ಮೊದಲೇ ಒಂಟೆಲುಬಿನ ಮೈಯವಳು. ಈಗ ಇನ್ನಷ್ಟು ಒಣಗಿ ಕಡ್ಡಿಯಾಗಿದ್ದಾಳೆನಿಸಿತು. ಮಹೇಶ ಒಳಗೆ ಬಂದು ಇಣುಕಿದರೂ ಗಮನಿಸದೆ ತನ್ನದೇ ಕೆಲಸದಲ್ಲಿ ಅಡುಗೆಮನೆಯಲ್ಲಿ ಮೈಮರೆತಿದ್ದ ಹೆಂಡತಿಯನ್ನು ಕೂಗಿ ಅಡ್ಡಿಪಡಿಸದೇ ನಡುಮನೆಯ ಕುರ್ಚಿಯಲ್ಲಿ ಕುಳಿತನು. ಉಮ್ಮಕ್ಕಳನ್ನು ನೋಡಿದ ಮೇಲೆ ಮಹೇಶನಿಗೆ ಆಕೆಯ ಗಂಡ ಶೇಕಣ್ಣನ ನೆನಪಾಗಿ ಕಳ್ಳಸೂಳೆಮಗ ಎಲ್ಲಾ ಹಾಳು ಮಾಡಿಕೊಂಡುಬಿಟ್ಟ ಅಂತ ಬೈಯತೊಡಗಿದನು. ಎದೆಯುದ್ದ ಬೆಳೆದಿರೋ ಇಬ್ಬರು ಮಕ್ಕಳು ಇರುವ ಹೊತ್ತಿನಲ್ಲಿ ಶೇಕಣ್ಣ ಇನ್ನೊಂದು ಹೆಂಗಸಿನೊಂದಿಗೆ ಸಂಬಂಧ

ಬೆಳೆಸಿದ್ದು ಮಹೇಶನಿಗಷ್ಟೆ ಅಲ್ಲ ಓಣಿಯವರಿಗೆಲ್ಲ ಸಿಟ್ಟು ತರಿಸಿತ್ತು. ಅದು ತುಡುಗ-ಬಡುಗ ಆಗಿದ್ದರೆ ಹಾಳಾಗಿ ಹೋಗಲಿ ಅಂತ ಮಂದಿ ಸುಮ್ಮನಿರುತ್ತಿದ್ದರೇನೋ... ಆದರೆ ಉಮ್ಮಕ್ಕನನ್ನು, ಮಕ್ಕಳನ್ನು ಪೂರ್ತಿ ಕೈಬಿಟ್ಟು ತಾಲೂಕಾ ಕೇಂದ್ರದಲ್ಲಿ ಮನೆಮಾಡಿ ಆ ಮಾನಗೇಡಿ ಹೆಂಗಸು ಚಾಂದಬೀಯೊಂದಿಗೆ ಇದ್ದುಬಿಟ್ಟಿದ್ದಾನೆ.

ಶೇಕಣ್ಣ ಸುಮಾರು ವರ್ಷಗಳಿಂದ ಟ್ರಾನ್ಸಪೋರ್ಟ್ ಕಂಪನಿಯೊಂದರಲ್ಲಿ ಕೆಲಸ ಮಾಡುತ್ತಿದ್ದವನು. ತಾಲೂಕಾ ಕೇಂದ್ರದಲ್ಲಿಯ ಅನೇಕ ಸಣ್ಣಪುಟ್ಟ ಕಂಪನಿಯವರು, ವ್ಯಾಪಾರಸ್ತರು ಅವನಿಗೆ ಚೆನ್ನಾಗಿ ಪರಿಚಯವಿದ್ದರು. ಇದರ ಬಲದಿಂದ ಊರಿನ ಅನೇಕ ಹುಡುಗರಿಗೆ ಅಂಗಡಿ-ಕಂಪನಿಗಳಲ್ಲಿ ಕೆಲಸ ಕೊಡಿಸಿ ಅವರ ಪಾಲಿನ ಪುಣ್ಯಾತ್ಮನಾಗಿದ್ದನು. ರೊಕ್ಕದ ಅಡಚಣೆ ಇದ್ದವರಿಗೆ ಫೈನಾನ್ಸ್‌ಗಳಲ್ಲಿ, ಬ್ಯಾಂಕುಗಳಲ್ಲಿ ಸಾಲ ಕೊಡಿಸುತ್ತಿದ್ದುದಲ್ಲದೆ ಸಣ್ಣ ಅಮೌಂಟ್ ಆಗಿದ್ದರೆ ತಾನೇ ಕೈಗಡ ಕೊಟ್ಟು ಅವರು ತಾವಾಗಿ ತಿರುಗಿ ಕೊಡುವವರೆಗೂ ಕೇಳುತ್ತಿರಲಿಲ್ಲ. ಅಷ್ಟೊಂದು ಧಾರಾಳಿಯಾಗಿದ್ದನು. ಮಹೇಶನಿಗೆ ಆಗೆಲ್ಲ ಶೇಕಣ್ಣನ ಪರೋಪಕಾರ ಗುಣ ಕಂಡು ಆಶ್ಚರ್ಯವಾಗುತ್ತಿತ್ತು. ಎಂಥ ಸಹಾನುಭೂತಿಯಪ್ಪಾ ಇವನದು ಅಂದುಕೊಳ್ಳುತ್ತಿದ್ದ. ಆದರೀಗ ಶೇಕಣ್ಣನ ಒಳ್ಳೆಯತನವೆಲ್ಲ ತನ್ನ ಕಳ್ಳಸಂಬಂಧವನ್ನು ಬಚ್ಚಿಟ್ಟುಕೊಳ್ಳಲು ಮಾಡುತ್ತಿದ್ದ ಒಂದು ತಂತ್ರದಂತೆ ಕಾಣಿಸತೊಡಗಿತ್ತು.

ಮಹೇಶ ಮತ್ತು ಶೇಕಣ್ಣ ಹೆಚ್ಚುಕಮ್ಮೀ ಒಂದೆ ವಾರಿಗೆಯವರು. ಸುಮಾರು ಇಪ್ಪತ್ತು-ಇಪ್ಪತ್ತೆರಡು ವರ್ಷದ ಹಿಂದೆ ಶೇಕಣ್ಣನ ಮದುವೆ ಅವನ ಸೋದರತ್ತೆಯ ಊರಿನಲ್ಲಿ ನಡೆದಿತ್ತು. ತನ್ನ ತಂಗಿಯ ಮಗಳು ಎನ್ನುವುದಕ್ಕಿಂತಲೂ ಹೆಚ್ಚಾಗಿ ಉಮ್ಮಕ್ಕ ತಂದೆತಾಯಿಗೆ ಒಬ್ಬಳೆ ಮಗಳು ಎನ್ನುವ ಕಾರಣಕ್ಕೆ ಶೇಕಣ್ಣನ ಅಪ್ಪ ಈ ಮದುವೆಗೆ ಮುಂದಾಗಿದ್ದ. ಇದು ಎಳ್ಳಷ್ಟೂ ಇಷ್ಟವಿರದ ಶೇಕಣ್ಣನ ಅವ್ವ ಗಂಗವ್ವನಿಗೆ ತನ್ನ ತಮ್ಮನ ಮಗಳನ್ನು ತಂದುಕೊಳ್ಳಬೇಕೆಂಬ ಬಯಕೆ ಭಯಂಕರವಾಗಿತ್ತು. ಇದೇ ಕಾರಣಕ್ಕೋ ಏನೊ ತುಸು ತೆಳ್ಳಗೂ ಅಷ್ಟೇನೂ ಚೆಂದದ ಮಾಟವಲ್ಲದ ಹುಡುಗಿಯಾಗಿದ್ದ ಉಮ್ಮಕ್ಕನನ್ನು ಕುರಿತು 'ಆ ಹೆಣ್ಣಿಗೆ ಚೆಂದಾಗಿ ಎದಿಮ್ಯಾಲ ಮಲಿ ಇಲ್ಲ. ಅಂಥಾಕಿನ್ನ ತಂದು ನಿಮ್ಮಪ್ಪ ನಿನಗ ಗಂಟು ಹಾಕ್ಹಾಕ ಹತ್ಯಾನ' ಅಂತ ಶೇಕಣ್ಣನೆದುರು ಹಂಗಿಸುತ್ತಿದ್ದಳು. ಹೆಂಡತಿಯ ಹಂಬಲ, ಮಗನ ಇಷ್ಟ ಇದ್ಯಾವುದರ ಬಗ್ಗೆ ತಲೆ ಕೆಡಿಸಿಕೊಳ್ಳದ ಶೇಕಣ್ಣನಪ್ಪ ಮದುವೆ ಮಾಡಿ ಮುಗಿಸಿದ್ದನು.

ಅದೆಲ್ಲ ಆಗಿ ಅವನಪ್ಪ ತೀರಿ ಶೇಕಣ್ಣನಿಗೆ ಇಬ್ಬರು ಮಕ್ಕಳು ಹುಟ್ಟಿದ ಮೇಲೂ ಸೊಸೆಯ ಕುರಿತು ಗಂಗವ್ವನ ಅಸಹನೆಯ ಸೊಲ್ಲು ಅಡಗಿರಲಿಲ್ಲ. ಆರುಘೂಟು ಎತ್ತರದ, ಆ ಎತ್ತರಕ್ಕೆ ತಕ್ಕ ಮೈಕಟ್ಟು ಹೊಂದಿದ್ದ ಮಗನಿಗೆ ಈಕೆ ಯಾತಕ್ಕೂ ತಕ್ಕವಳೇ ಅಲ್ಲವೆಂದು ಬಗೆದಿದ್ದ ಆಕೆಯು ಮಗನೆದುರು ತನ್ನ ಅಸಹನೆಯನ್ನು

ಕಕ್ಕಿಕೊಳ್ಳುತ್ತಿದ್ದಳು. ಇದಕ್ಕೆಲ್ಲ ತುಟಿ ಪಿಟಕ್ಕೆನ್ನದೆ ಇರುತ್ತಿದ್ದ ಶೇಕಣ್ಣನ ಮೌನದುತ್ತರ 'ನನಗೆ ತಕ್ಕವಳನ್ನು ನಾನು ಹೊರಗೆ ನೋಡಿಕೊಂಡಿದ್ದೇನೆ' ಎಂಬರ್ಥದಲ್ಲಿ ಇರುತ್ತಿತ್ತೇನೊ ಎಂದು ಈಗ ಅನಿಸುತ್ತಿದೆ.

ಶೇಕಣ್ಣ ಚಾಂದಬೀಯನ್ನು ಕೂಡುವ ಮುಂಚೆಯೇ ಅನೇಕರ ಸಂಪರ್ಕದಲ್ಲಿದ್ದನೆಂದು ಚಿನ್ನಪ್ಪನ ಕಟ್ಟೆಗೆ ಕೂಡ್ರುವ ಹುಡುಗರು ಸಂಜೆ ಹೊತ್ತು ಕುಚುಕುಚು ಮಾತಾಡಿಕೊಳ್ಳುತ್ತಿದ್ದರು. ದುಬೈಯಲ್ಲಿದ್ದ ಚಾಂದಬೀಯ ಗಂಡ ಒಮ್ಮಿಂದೊಮ್ಮೆಗೆ ಹೆಣವಾಗಿ ಬಂದು ದಫನ್ ಆದಾಗ ಇವಳಿಗಿನ್ನೂ ಸಾಕಷ್ಟು ವಯಸ್ಸಿತ್ತು, ಮೈಯಲ್ಲಿ ಬಿಸುಪಿತ್ತು. ಅದು ಸಮರ್ಥ ಸಂಗಾತಿಗೆ ಹಾತೊರೆಯುತ್ತಿತ್ತು. ಇದು ಶೇಕಣ್ಣನನ್ನು ಸೆಳೆಯಿತೋ ಅಥವಾ ಅವಳೆ ಇವನನ್ನು ತನ್ನ ಬಲೆಯಲ್ಲಿ ಕೆಡವಿಕೊಂಡಳೋ ತಿಳಿಯದು. 'ತನ್ನ ಮಗನಿಗೆ ಡ್ರೈವಿಂಗ್ ಲೈಸೆನ್ಸ್ ಮಾಡಿಸಿಕೊಡ್ರಿ ಅಂತ ಹಡಬಿಟ್ಟಿಸೂಳಿ ಚಾಂದಿ ಮನೆಗೆ ಬರತೊಡಗಿದಳು. ಅದಾದ ಮೇಲೆ ಗಾಡಿ ತಗೊಳ್ಳಿಕ್ಕೆ ಲೋನ್ ಕೊಡಿಸ್ರಿ ಅಂತ ಶುರು ಮಾಡಿದ್ಲು... ಆವಾಗಿಂದ ಚಾಲೂವಾತು ನೋಡ ಚಿಗವ್ವ ಈ ಹೊಲಗೇರಿ...' ಹೀಗೆ ಮಗ್ಗುಲ ಮನೆಯ ಮುದುಕಿಯ ಬಳಿ ಉಮ್ಮಕ್ಕ ಮೊನ್ನೆ ತೋಡಿಕೊಳ್ಳುತ್ತಿದ್ದಳು.

ಊರಿಗೆ ಊರೇ ಅವನೌನ ಶೇಕ್ಯಾ... ಲಜ್ಜಿಗೇಡಿ, ಮಾನಾ, ಮರ್ಯಾದಿ ಇಲ್ಲದಂವ ಅಂತೆಲ್ಲ ಅಂದು ಶೇಕಣ್ಣನ ಹೆಸರಿನ ಮ್ಯಾಲೆ ಕಸ ಚೆಲ್ಲಿ ಮರೆತಿರುವಾಗ ಮಹೇಶನಿಗೆ ಮಾತ್ರ ಅವನ ನೆನಪು ಮರೆಯಾಗದೆ ಕಾಡುತ್ತಿತ್ತು. ಮಂದಿಯೆಲ್ಲ ಅವನೊಬ್ಬ ಅತ್ಯಾಚಾರಿ ಎಂಬಂತೆ ಬಗೆದುಬಿಟ್ಟಿದೆ. ಶೇಕಣ್ಣ ಬೇರೆ ಹೆಂಗಸರ ಸಹವಾಸ ಮಾಡಿರಬಹುದು. ಆದರೆ ಅದು ಆ ಹೆಂಗಸರ ಇಚ್ಛೆಗೆ ವಿರುದ್ಧವೇನಲ್ಲ. ಆದರೂ ಅದೆಲ್ಲ ಅಕ್ರಮ ಸಂಬಂಧವಾದರೆ... ತಾನು ಲೆಕ್ಕವೇ ಇರದಷ್ಟು, ಹೆಜ್ಜೆಹೆಜ್ಜೆಗೂ ಎದುರಾಗುವ ಹೆಂಗಸರಾಕೃತಿಗಳನ್ನು ಕಂಡು ಮನಸಲ್ಲೇ ಅವುಗಳ ಮೇಲೆರಗಿ ಮುಗಿಬೀಳುತ್ತಿದ್ದುದು ಸಕ್ರಮವೇನು?? ಮಹೇಶನೊಳಗಿನ ವಿಮರ್ಶಕ ಎದ್ದು ಕುಳಿತು ಅವನನ್ನು, ಶೇಕಣ್ಣನನ್ನು ತೂಕಕ್ಕೆ ಇಡತೊಡಗಿದನು. ಅವನು ತನ್ನ ಸ್ವಾರ್ಥ ಸಾಧನೆಗಾದರೂ ಸರಿ, ಎಷ್ಟೋ ಜನರ ಕಷ್ಟಗಳನ್ನು ನೀಗಿಸಿದ್ದಾನೆ. ತಾನು... ತನ್ನಷ್ಟಕ್ಕೇ ಆದರ್ಶ, ನಿಯತ್ತು ಎಂದು ಕಟ್ಟಳೆಗಳನ್ನು ಹಾಕಿಕೊಂಡು ಒಬ್ಬರಿಗೂ ಒಂದು ಉಪ್ಪಿನ ಹರಳು ಹಿಡಿ ಅನ್ನದೇ, ತಾ ಅನ್ನದೇ ಇನ್ನೊಬ್ಬರನ್ನು ಸಮೀಪಕ್ಕೂ ಸುಳಿಯಗೊಡದೇ ಮಂದಿ ಹೊಂದಲಗೇಡಿಯಂತೆ ಬದುಕುತ್ತಿದ್ದೇನಲ್ಲ? ಉಮ್ಮಕ್ಕನ ದೃಷ್ಟಿಕೋನದಿಂದ ನೋಡಿದಾಗ ಶೇಕಣ್ಣನ ನಡೆ ತಪ್ಪಿರಬಹುದು. ಅದೇ ಚಾಂದಬೀಯ ನಿಟ್ಟಿನಿಂದ ಯೋಚಿಸಿದಾಗ... ತಾನು ದೈಹಿಕವಾಗಿ ಪಕ್ಕಾ ಏಕಪತ್ನಿ ವ್ರತಸ್ಥ. ಅದೇ ಮಾನಸಿಕವಾಗಿ? ಮಹೇಶನಿಗೆ ಗಾಬರಿಯಾಯಿತು! ಯಾರು ಸರಿ? ಹೇಗೆ ಸರಿ?

ಎಷ್ಟು ಸರಿ? ತೂಕಕ್ಕೆ ಹಿಡಿದ ತಕ್ಕಡಿ ಒಂದೇ ಸವನೇ ಹೊಯ್ದಾಡುತ್ತಿತ್ತು. ಆ ಹೊಯ್ದಾಟ ದಢಲ್ ಬಢಲ್ ಅಂತ ತೀವ್ರವಾಗಿ ಸದ್ದು ಮಾಡುತ್ತ ಮಹೇಶನನ್ನು ತಿವಿಯತೊಡಗಿತು. ಅವನ ಇಡೀ ಮೈಯಂಥ ಮೈ ಸಣ್ಣಗೆ ನಡುಗತೊಡಗಿತು. ಆಮೇಲೆ ಮೈಯೆಲ್ಲ ಬೆವರಿ, ಕಣ್ಣಿಗೆ ಕತ್ತಲಾವರಿಸಿತು.

ಅವನು ತಿರುಗಿ ಕಣ್ಣು ಬಿಟ್ಟಾಗ ಹೆಂಡತಿ ಗಾಬರಿಯಿಂದ ತನ್ನ ಸೆರಗಿನಿಂದ ಗಾಳಿ ಹಾಕುತ್ತಿದ್ದಳು. ತಾನೆಲ್ಲಿದ್ದೇನೆಂದು ಅರಿವು ಮೂಡಲು ಮಹೇಶನಿಗೆ ತುಸು ಹೊತ್ತೇ ಹಿಡಿಯಿತು.

'ಅಗ್ನಿ' ಪತ್ರಿಕೆ ಏಪ್ರಿಲ್ 6, 2017

ಅವಳು

ಅದು ನಾಲ್ಕು ಮಗ್ಗದ ನೇಯ್ಗೆಮನೆ. ಮಗ್ಗಗಳನ್ನು ಆವತ್ತು ಹೂಡಿರಲಿಲ್ಲ. ಎಲ್ಲವುಗಳನ್ನು ಸುತ್ತಿ ಹಾಕಲಾಗಿತ್ತು. ಅಡದಂಡಿಗೆ ಮುಂದೆ ಹಾಸಿನ ಎಳೆಗಳ ನಡುವೆ ಸೇರಿದ್ದ ಎರಡು ಶೆಳ್ಳು, ಒಂದು ಕಂಬಿಯು ತಮ್ಮ ಮೈತುಂಬ... ಚಾಚಿಕೊಂಡಿದ್ದ ಎಳೆಗಳನ್ನು ಈಗ ಉಯ್ಯಾಲೆ ಮಾಡಿಕೊಂಡು ಮಲಗಿದ್ದವು. ಮುಂದೆ ಜೋತು ಬಿದ್ದಿದ್ದ ಶೆಳ್ಳು, ಕಂಬಿಗಳ ಭಾರವನ್ನು ನಿಭಾಯಿಸುತ್ತ ಚುಂಗೀಕೋಲು ಸಹಿತ ಅಡದಂಡಿಗೆ ಹಿಂದೆ; ಬೆಜಗಳ ನಡುವಿನಿಂದ, ಅದರ ಹಿಂದೆ ತಟ್ಟಿನ ಮನಿಗಳ ನಡುವಿನಿಂದ ಹಾಯ್ದು ಬಂದಿದ್ದ ಲಕ್ಷೋಪಲಕ್ಷ ಎಳೆಗಳನ್ನು ಚಂದದ ಹಾಸಿಗೆ ಮಾಡಿಕೊಂಡು ಸುಮ್ಮನೆ ಮಲಗಿತ್ತು ಅದರಂತೆ ಎಲ್ಲವೂ ಕೂಡಾ.

ಮಗ್ಗದ ಕುಣಿ, ಅದರ ಎರಡು ಬದಿಗೆ ಮೇಲಕ್ಕೆ ಎದ್ದು ನಿಂತಿರುವ ಘೋಡಾ, ಘೋಡಾದ ಗದ್ದದ ಮೇಲೆ ಹೇರಿರುವ ಹಲಗೆ ಚೌಕಟ್ಟು, ಚೌಕಟ್ಟಿಗೆ ಕಟ್ಟಿರುವ ಲಾಳಿ ಎಳೆಯುವ ಜೋಟಾ, ಟೋಕಳಾದಾಗಿರುವ ಲಾಳಿ, ಕುಣಿಯಲ್ಲಿರುವ ಕಾಲ್ಪಡಿ, ಕಾಲ್ಪಡಿಯಿಂದ ಟಾಣುಕೋಲಿಗೆ ಕಟ್ಟಿರುವ ದಾರ, ಬದ್ನೀಶೆಳ್ಳು, ಅಲ್ಲಿಂದ ಮೇಲೆ ಗಾಡದ ದಾರ, ಅದು ಚಕ್ರಕ್ಕೆ ಸಂಬಂಧ ಕಲ್ಪಿಸಿರುವ ರೀತಿ... ಇದೆಲ್ಲ ನೋಡಿದಾಗ ಮೊದಲಿಗೆ ಇದು ಎಷ್ಟೊಂದು ಸಂಕೀರ್ಣ ಅನಿಸುತ್ತದೆ! ಎಲ್ಲಾ ಸಲೀಸಾದಾಗ ಆಹಾ ಎಷ್ಟು ಸರಳ ಅನ್ನಿಸೊದಿಲ್ಲ ಖರೆ, ಆದರೆ ಇವುಗಳ ಸಂಬಂಧ ಒಂದಕ್ಕೊಂದು

ಕ್ರಮಬದ್ಧವಾಗಿ ಮತ್ತು ಕರಾರುವಾಕ್ಕಾಗಿ ಹೊಂದಿಕೊಂಡಿದೆಯಲ್ಲ ಅನಿಸುತ್ತದೆ. ಬಲಗಾಲಿನಿಂದ ಕಾಲ್ಪಡಿ ತುಳಿದಾಗ ಹಾಸಿನ ಎಳೆಗಳ ಅಣಿ ತೆರೆದುಕೊಳ್ಳುತ್ತದೆ. ಹೊಕ್ಕಿನ ಎಳೆ ಲಾಳಿಯ ಮುಖಾಂತರ ಒಂದು ಕಡೆಯಿಂದ ಇನ್ನೊಂದು ಕಡೆ ಚಲಿಸುತ್ತದೆ; ಎಡಗಾಲಿನಿಂದ ಮತ್ತೊಮ್ಮೆ ಕಾಲ್ಪಡಿ ತುಳಿದಾಗ ಒಮ್ಮೆ ಅಣಿ ಮುಚ್ಚಿ ಮತ್ತೆ ತೆರೆದುಕೊಳ್ಳುತ್ತದೆ. ಎಡಕ್ಕಿದ್ದ ಲಾಳಿ ಬಲಕ್ಕೆ ಬರುತ್ತದೆ. ಹಾಸು-ಹೊಕ್ಕು ಒಂದಕ್ಕೊಂದು ಸೇರುತ್ತ ಬರೀ ಎಳೆಗಳಾಗಿ ಇದ್ದಂಥವು ಬಟ್ಟೆಯಾಗಿ ರೂಪಾಂತರ ಹೊಂದತೊಡಗುತ್ತವೆ. ಈ ಪರಿ ನಿಜಕ್ಕೂ ಸೋಜಿಗ ಅನಿಸುತ್ತದೆ.

ಮಗ್ಗದ ಈ ಪರಿಕರಗಳು ನೆಲಮಟ್ಟದಿಂದ ಕೆಳಗೆ, ಕುಣಿಯೊಳಗಿನ ಕಾಲ್ಪಡಿಯಿಂದ ಹಿಡಿದು ನೇಯುವವನ ನೆತ್ತಿಯ ಮೇಲೆ, ಜಂತಿಯನ್ನು ತಾಕುವಂತಿರುವ ಚಕ್ರ, ಅದರೊಳಗಿನ ಕುತ್ತಾ ಇವೆಲ್ಲವೂ ಚಲನವಲನದಿಂದಿರಬೇಕೆಂದರೆ ಈ ಮಗ್ಗದೊಳಗೆ ನೇಕಾರ ಇರಲೇಬೇಕಾಗುತ್ತದೆ. ಅಂದಾಗ ಮಾತ್ರ 'ಚಟಕ್ ಪಟಕ್... ಚಟಕ್ ಪಟಕ್...' ಅಂತ ಸೌಂಡು ಮಾಡುತ್ತ ಮಗ್ಗ ತನ್ನ ಜೀವಂತಿಕೆಯನ್ನು ತೋರಿಸುತ್ತಿರುತ್ತದೆ. ನೇಯುವವ ಇಲ್ಲದಿದ್ದರೆ ಜೀವ ಹೋದ ದೇಹದಂತೆ ಇದೆಲ್ಲ ಕಾಣಿಸುತ್ತದೆ. ಈಗ ನಾಲ್ಕೂ ಮಗ್ಗಗಳೂ ಥೇಟ್... ಜೀವ ತೆಗೆದ ದೇಹದಂತೆ ಇದ್ದವು.

ಈ ನೇಯ್ಗೆ ಮನೆಯ ವಿಸ್ತಾರವೆಷ್ಟಿತ್ತೆಂದರೆ- ನೇಯ್ಗೆ ನಿಗುಚಿದಾಗ ಮಗ್ಗದ ಒಡಲಿನಿಂದ ಆರಂಭವಾದ ಎಳೆಗಳು ಚುಂಗೀಕೋಲಿನ ಮುಖಾಂತರ ರಾಮಲಿಂಗನ ಗೂಟದ ತನಕ ನಿಮಿರಿಕೊಳ್ಳುವ ಆ ಅಂಕಣವಿದೆಯಲ್ಲ... ಅದು ನಾಲ್ಕು ಕಂಬಗಳ ಒಂದು ಅಂಕಣ. ಅಂಥದೊಂದು ಅಂಕಣದಲ್ಲಿ ಎದಿರುಬದಿರು ಎರಡು ಮಗ್ಗಗಳಿದ್ದವು. ಇಂಥ ಮಗ್ಗದ ಎರಡು ಅಂಕಣ, ಇನ್ನೊಂದು ಹುಸಿಯಂಕಣದಿಂದ ಕೂಡಿತ್ತು. ಈ ಮೂರು ಅಂಕಣಗಳ ತುಂಬ ಈಗ ಜನ ಜಮಾಯಿಸಿದ್ದರು. ಅವರಲ್ಲಿ ಬಹುತೇಕ ಬಿಳಿ ಗಾಂಧಿಟೊಪ್ಪಿಗೆಗಳು, ಬಿಳಿಯಂಗಿ, ಧೋತರ ಇಲ್ಲವೆ ಬಿಳಿ ಪೈಜಾಮ... ಒಟ್ಟೂ ಅಲ್ಲಿದ್ದವರೆಲ್ಲ ಬಿಳಿ ಅರಿವೆಗಳನ್ನು ತೊಟ್ಟಿದ್ದರು. ಬಿಳಿಬಟ್ಟೆ ಅಂದರೆ ಅದೇನು ಗರಿಗರಿಯಾದ ಬಟ್ಟೆಯೇನೂ ಅಲ್ಲ! ಸದಾ ಮಗ್ಗದಲ್ಲಿ ಕೂತು ಪಿಂಜಾಳೆದ್ದು ಹೋಗಿದ್ದ ಧೋತರಗಳು, ನೀಲಿ ಬಣ್ಣದಲ್ಲಿ ಅದ್ದಿ ತೆಗೆದಿದ್ದರೂ ಮಸುಕಾದ ಗುಂಜೆಳೆ ಬಿಟ್ಟ ಪೈಜಾಮಗಳು, ಬಳಿಬಳಿ ಬಿಟ್ಟು ಅವಸಾನಕ್ಕೆ ಬಂದಿದ್ದ ಅಂಗಿಗಳು ಅಲ್ಲಿ ಕಾಣುತ್ತಿದ್ದವು. ಇಂಥ ಅಂಗಿ, ಧೋತರ, ಪೈಜಾಮಗಳನ್ನು ತೊಟ್ಟು ಕೂತಿದ್ದ ಆ ಮಂದಿಯಲ್ಲಿ ಇದ್ದೂರಿನ ಹಿರಿಯರು ಮತ್ತು ಹರಗಿನಾಳದ ಹಿರಿಯರು ಸೇರಿದ್ದರು. ಇದ್ದೂರಿನ ಹಿರಿಯರಲ್ಲಿ ಮುಖ್ಯಸ್ಥರೆಂದರೆ ನೇಕಾರಗೌಡ್ರು, ಅವರ ಜೊತೆ ಹಿರಿತನ ಮಾಡುವವರೆಲ್ಲ ಬಂದು ಕೂತಿದ್ದರು. ಹಲಾಳ ಶಂಕ್ರಪ್ಪ ಒಬ್ಬ ಮಾತ್ರ ಬರಬೇಕಾಗಿತ್ತು. ಅವನ ಬರುವಿಕೆಗೆ ಎಲ್ಲರೂ ಕಾಯುತ್ತಿದ್ದರು.

ನೇಯ್ಗೆಮನೆಯ ನಡುವಿನ ಭಾಗದಲ್ಲಿ ನೇಕಾರಗೌಡ್ರು, ಅವರ ಆಜುಬಾಜೂ ಇದ್ದೂರಿನ ಹಿರಿಯರಾದ ಸಿರಸಾಲ ಚಂದ್ರಪ್ಪ, ವಡನ್ನವರ ರಾಮಣ್ಣ, ವಂದಾಲ ಶೇಖರಪ್ಪ, ಪಂಚಾಂಗ ಪಾಂಡಪ್ಪ ಕುಂತಿದ್ದರು. ಅವರ ಎದುರಿಗೆ ಹರಗಿನಾಳದ ಎಲ್ಲಾ ಹಿರಿಯರು ಮತ್ತು ಇವತ್ತು ಸಮಸ್ಯೆ ಉಂಟಾಗಿದ್ದ ಅರಳಿಕಟ್ಟಿ ಕುಟುಂಬದವರು ಕುಂತಿದ್ದರು. ಗೌಡ್ರ ತೀರಾ ಹತ್ತಿರದಲ್ಲಿದ್ದವರೆಲ್ಲ ಮತ್ತು ಮುಖ್ಯವಾಗಿ ಸಮಸ್ಯೆ ಎದುರಿಸುತ್ತಿದ್ದ ಎರಡು ಕುಟುಂಬದ ಮಂದೀ ತುಂಬಾ ಗಂಭೀರಚಿತ್ತರಾಗಿ, ಮುಂದೇನಾಗುವುದೋ ಅನ್ನುವ ಆತಂಕದಿಂದ ಕುಳಿತಿದ್ದರು. ಸಮಸ್ಯೆ ತಮ್ಮದಲ್ಲವಾಗಿದ್ದರಿಂದ ಅದರ ಬಿಸಿ ಎಳ್ಳಷ್ಟು ತಾಕಲು ಸಾಧ್ಯವೇ ಇಲ್ಲದುದರಿಂದ ಸಭೆಯ ತುದಿಗೆ ಕುಳಿತಿದ್ದ ಒಂದಷ್ಟು ತರುಣ ಹಿರಿಯರು ಮೆಲ್ಲಗೆ ಉಪದ್ವ್ಯಾಪ ಮಾತಾಡುತ್ತಿದ್ದರು. 'ಈ ಮಗಾ ಡೊಳ್ಯಾ. ಇನ್ನ... ಬರವಲ್ಲಾ' ಅಂತ ಹಲಾಳ ಶಂಕ್ರಪ್ಪನ ಕುರಿತಾಗಿ ಆಡಿಕೊಳ್ಳುತ್ತಿದ್ದರು.

ಈ ನೇಕಾರ ಮಂದಿಗೆಲ್ಲಾ ಹ್ವೊಟ್ಟಿ ಅವರವರ ಎದಿಗೂಡಿನಿಂದ ಮುಂಚಾಚಿಕೊಂಡಿರುವುದೇ ಇಲ್ಲ. ಎಲ್ಲರದು ಎದಿಗೂಡಿನಿಂದ ಹಿಂದಕ್ಕೇನೆ, ತುಸು ಬೆನ್ನಿಗೆ ತಗಲುವಂತೆ ಇರುತ್ತಿತ್ತು. ಹಲಾಳ ಶಂಕ್ರಪ್ಪನದು ಮಾತ್ರ ದುಂಡಗೆ ಮುಂದೆ ಬಂದು ಈ ರಾಜಕಾರಣಿಗಳ ಹೊಟ್ಟೆಯಂತೆ ಕಾಣುತ್ತಿತ್ತು. ಹೊಟ್ಟೆಪಾಡಿಗೆ ನೇಕಾರಿಕೆ ಮಾಡಿಕೊಂಡಿದ್ದ ಈ ಮಂದಿಯೆಲ್ಲ ತಮ್ಮ ಹ್ವೊಟ್ಟಿಯೂ ಶಂಕ್ರಪ್ಪನಂತೆ ಮುಂದೆ ಬರಬೇಕೆಂದು ಆಸೆಪಟ್ಟವರಲ್ಲ. ಆದರೆ ಕನಿಷ್ಠಪಕ್ಷ ತಮ್ಮೆಲ್ಲರ ಹ್ವೊಟ್ಟೆಗಳು ತಮ್ತಮ್ಮ ಎದೆಗೂಡಿನ ಸಮಕ್ಕಾದರೂ ಇರಬೇಕೆಂದು ಅವರೆಲ್ಲ ತವಕಿಸುತ್ತಿದ್ದರು. ಅವರದು ತವಕ ಮಾತ್ರ ಇರುತ್ತಿತ್ತೇ ವಿನಾ ಅದಕ್ಕೆ ತಕ್ಕಂತೆ ಯಾವುದೂ ಘಟಿಸುತ್ತಿರಲಿಲ್ಲ. ಇನ್ನೂ ಅದಕ್ಕೆ ವಿರುದ್ಧವಾದವು ಈ ನೇಕಾರರ ಬದುಕಿನಲ್ಲಿ ಘಟಿಸುತ್ತಿದ್ದವು; ಕೆಲವನ್ನು ತಮ್ಮ ಕೈಯಾರೆ ತಾವೇ ಘಟಿಸುವಂತೆ ಮಾಡಿಕೊಳ್ಳುವ ನೇಕಾರರೂ ಇದ್ದರು. ಅವರೆಂದರೆ ಧಣಿಯರ ಹತ್ತಿರ ಮಾಡಿದ ಸಾಲಕ್ಕಾಗಿ ಬಡಬಡಿದುಕೊಂಡು, ಹಗಲು ರಾತ್ರಿ ಏಕ್ ಮಾಡಿಕೊಂಡು, ದೀಪಾ-ದೀಗಿ ಇಟ್ಟು ನೇಯುವವರು. ಇಂಥವರ ಹ್ವೊಟ್ಟಿ ಎದಿಗೂಡಿನ ಸಮಕ್ಕೆ ಯಾವಾಗ ಬರಬೇಕು? ಇನ್ನು ಕೆಲವರಿದ್ದರು. ಇವರೆಲ್ಲ ಹೊತ್ತು ಮುಳುಗುವುದನ್ನೇ ಹುಬ್ಬಿಗೆ ಕೈಹಚ್ಚಿ ನೋಡುವವರು. ಹೊತ್ತು ಮುಳುಗಿತೋ... ಮುಗೀತು. ಎಡಕಿದ್ದ ಲಾಳಿ ಎಡಕಿನ ಟೊಕಳಾದಲ್ಲೇ ಬಿಟ್ಟು ಸೀದಾ ಚಿಗಲ್ಯಾರ ಗುಡಿಸಲಕ್ಕೆ ಹೋಗಿ ಕಂಠಮಟ್ಟ ಕುಡಿದು, ಉಣಲಾರದೇ ಉಪಾಸ ಬೀಳುವವರು. ಇದೇ ಗುಂಪಿಗೆ ಸೇರುವ ಇನ್ನೊಂದು ಪೈಕಿ ಇದ್ದರು. ಇವರು ತೂಫಾನ್ ಮೇಲ್‌ದ ಚಾರ್ಟ್ ಹಿಡಿದುಕೊಂಡು ಪಾಯಿಂಟ್ ಹುಡುಕುತ್ತ ಅಂಕಿಯ ಬೆನ್ನು ಬಿದ್ದು, 'ಓಪನ್-ಕ್ಲೋಸ್'ಗಾಗಿ ನಿದ್ದೆಗೆಟ್ಟು ಹಪಹಪಿಸುವವರು. ಇವರಿಗೆಲ್ಲ

ಹೊಟ್ಟಿ... ಮುಂದಕ್ಕೆ ಬರಲು ಹೇಗೆ ಸಾಧ್ಯ?

ಇಂಥ ಮಂದಿಗೆಲ್ಲ ಹಲಾಳ ಶಂಕ್ರಪ್ಪನ ಹೊಟ್ಟೆಯೇನೂ ಕರುಬುವಂತೆ ಮಾಡಿರಲಿಲ್ಲ. ಬದಲಿಗೆ ಹೆಮ್ಮೆ ಪಡುವಂತೆ ಮಾಡಿತ್ತು. ನಮ್ಮಂದೀಗೆ ಯಾರಿಗೂ ಇರಲಾರದ ದುಂಡುಹೊಟ್ಟೀ! ಅವನಿಗಾದರೂ ಇದೆಯಲ್ಲ... ಅಂತ ಸಮಾಧಾನವನ್ನೂ ಅವರೆಲ್ಲ ಪಡುತ್ತಿದ್ದರು. ಈ ನೇಕಾರ ಮಂದಿಯಲ್ಲಿ ಯಾರಿಗೋ ಒಮ್ಮೆ ಶಂಕ್ರಪ್ಪನ ದುಂಡನೇ ಹೊಟ್ಟೆ, ಕುಣಿಮಿಂಚಿ ದ್ಯಾಮವ್ವನ ಜಾತ್ರೆಯಲ್ಲಿ ಕುರುಬರು ತಮ್ಮ ಹೊಟ್ಟೆಯ ಮುಂದೆ ಹಾಕ್ಕೊಂಡು ಬಾರಿಸುತ್ತಾರಲ್ಲ ಡೊಳ್ಳು! ಅದೇ ಗಾತ್ರದ್ದೆನಿಸಿ 'ಡೊಳ್ಳುಹೊಟ್ಟೀ ಶಂಕ್ರಪ್ಪ... ಡೊಳ್ಳ್ಯಾ...' ಅಂದುಬಿಟ್ಟನು. ಅಲ್ಲಿಂದ ಡೊಳ್ಳ್ಯಾ ಅನ್ನುವ ಹೆಸರಿನಿಂದ ಬಹುತೇಕರು ಅವನಿಲ್ಲದಾಗ ಶಂಕ್ರಪ್ಪಗ ಕರೆಯುತ್ತಿದ್ದರು.

ನೇಕಾರಗೌಡ್ರು 'ಯೇ ತಮ್ಮಾ... ಇನ್ನೊಮ್ಮೆ ನೋಡಿ ಬಾ, ಶಂಕ್ರಪ್ಪನ್ನ...' ಅಂತ ಆ ಮನಿಯ ಹುಡುಗ ರಮೇಶನಿಗೆ ಹೇಳುತ್ತಿದ್ದಂತೆ ಶಂಕ್ರಪ್ಪ ಹೊರಗಿನ ತಲಬಾಗಿಲ ದಾಟಿ ಒಳಬಂದನು. ಹುಡುಗ ಎದ್ದು ಹೊರಡುತ್ತಿದ್ದಂತೆ ಶಂಕ್ರಪ್ಪ ನೇಗೀ ಮನೆಗೆ ಕಾಲಿಟ್ಟು ಎಲ್ಲರಿಗೂ ನಮಸ್ಕಾರ ಹೇಳತೊಡಗಿದನು. 'ಯಾಕೋಪಾ ಎಷ್ಟೊತ್ತು...' ಅಂದರು ಗೌಡ್ರು. 'ಇಲ್ಲರೀ... ಪಂಚ್ಯಾತಿಗೆ ಹೋಗಿದ್ದ್ಯಾ... ಆ ಮೆಂಬರ್‌ನ್ನ ಭೆಟ್ಟಿಯಾಗೂದಿತ್ತು...' ಅಂತ ತನ್ನ ಟೊಪ್ಪಿಗೆಯನ್ನ ತೆಗೆದು ಕೈವಸ್ತ್ರದಿಂದ ಮುಖಮಾರಿಯೆಲ್ಲ... ಒರೆಸಿಕೊಳ್ಳುತ್ತ ಸುದ್ದಿ ಬಿಚ್ಚತೊಡಗಿದನು. ಅಲ್ಲಿದ್ದವರಲ್ಲಿ ಬಹುತೇಕರು ಟೊಪ್ಪಿಗೆ ಧರಿಸಿದ್ದರು; ಆದರೆ ಅವು ಯಾವೂ ಶಂಕ್ರಪ್ಪನ ಟೊಪ್ಪಿಗೆಯಷ್ಟು ಶುಭ್ರವಾಗಿರಲಿಲ್ಲ. ಶಂಕ್ರಪ್ಪ ಈಗ ಗ್ರಾಮ ಪಂಚಾಯತಿ, ತಾಲೂಕ ಪಂಚಾಯತಿ ಅಂತೆಲ್ಲ ಓಡಾಡುತ್ತಿದ್ದರಿಂದ ಅವನ ಬಿಳಿ ನೇರುಶರ್ಟ, ಪೈಜಾಮ ಎಲ್ಲಾನು ಹೊಳಪುಳ್ಳವು ಆಗಿರುತ್ತಿದ್ದವು.

ಶಂಕ್ರಪ್ಪನೊಬ್ಬನ ಸಲುವಾಗಿಯೇ ಎಲ್ಲರೂ ಕಾಯುತ್ತಿದ್ದರಿಂದ ಅವನು ಬಂದು ಕುಳಿತೊಡನೆಯೇ ಗೌಡರು ವಾಡಿಕೆಯಂತೆ ದೈವವನ್ನು ಕೂಡಿಸಿದ್ದ ಆ ಮನೆಯ ಹಿರಿಯನಾದ ಅರಳಿಕಟ್ಟಿ ಸಂಗಪ್ಪನನ್ನು 'ಏನು ಸಂಗಪ್ಪ... ದೈವಾ ಯಾಕ ಕೂಡಿಸಿದ್ದೀ?' ಅಂದರು.

ವಿಷಯ ಎಲ್ಲರಿಗೂ ಗೊತ್ತಿದ್ದದ್ದೇ ಇತ್ತು. ಸಂಗಪ್ಪನ ಮಗಳು ಸರಸೋತಿಯನ್ನು ಹರಗಿನಾಳ ಗ್ರಾಮದ ದೇವಪ್ಪನ ಮಗ ಪ್ರಕಾಶನಿಗೆ ಮದುವೆ ಮಾಡಿಕೊಟ್ಟಿತ್ತು. ಮದುವೆಯಾಗಿ ಮೂರು ವರ್ಷವೇ ಆಗಿದ್ದರೂ ಆಕೆ ಗಂಡನ ಮನೆಯಲ್ಲಿ ನಡೆ-ನುಡಿದ ದಿನಗಳನ್ನು ಸರಿಯಾಗಿ ಲೆಕ್ಕ ಹಾಕಿದರೆ ಮೂರ್ನಾಲ್ಕು ತಿಂಗಳನ್ನೂ ದಾಟುತ್ತಿದ್ದಿಲ್ಲ. ವಾರ ಹದಿನೈದು ದಿನ ಇರೋದು... ಏನಾದರೂ ನೆವ ತಕ್ಕೊಂಡು ತವರುಮನಿಗೆ ಬಂದು ತಿಂಗಳುಗಟ್ಟಲೇ ತಳ ಊರಿ ಬಿಡೋದು ಮಾಡುತ್ತಿದ್ದಳು. ಇದರಿಂದ ಸಾಕಾಗಿ ಹೋಗಿದ್ದ ಹರಗಿನಾಳದ ದೇವಪ್ಪ ಇವತ್ತು ಎರಡರಲ್ಲಿ ಒಂದು

ಗಟ್ಟಿ ಮಾಡಿಕೊಂಡು ಹೋಗಬೇಕೆಂದು ತನ್ನ ನಾಲ್ಕು ಮಂದಿ ಅಣ್ಣತಮ್ಮರು, ಊರಿನ ಗುರುಹಿರಿಯರನ್ನು ಸಿರಿಪುರಕ್ಕೆ ಕರೆದುಕೊಂಡು ಬಂದಿದ್ದನು.

ಸಂಗಪ್ಪ ಯಾವತ್ತೂ ಸಭಾದಾಗ ಕುಂತು ಮಾತಾಡಿದ ಮನುಷ್ಯಾ ಆಗಿದ್ದಿಲ್ಲ. ಒಮ್ಮೀಗೆ ಮನೀ ಹಿಡಿಸಲಾರದಷ್ಟು ಮಂದಿ ಕೂಡಿದ್ದರಿಂದ ಅವನಿಗೆ ಮಾತಾಡೂದು ಕಷ್ಟವಾಗತೊಡಗಿತ್ತು. ಮತ್ತೂ ಅವನು ಹೇಳಬೇಕಾದ ಮಾತೂ ಹೆಮ್ಮೆಯಿಂದ ಹೇಳಬೇಕಾದದ್ದು ಆಗಿರಲಿಲ್ಲ. ಮಗಳ ಅನಿಸಿಕೆಯನ್ನು ದೈವದ ಮುಂದೆ ಇಡಬೇಕಾದರೆ ಸಂಗಪ್ಪನಿಗೆ ಏಳೂ ಹನ್ನೊಂದಾಯ್ತು! ಗೌಡರು ಕೇಳಿದ ಮಾತಿಗೆ ಸಂಗಪ್ಪ 'ಮಗಳು... ಗಂಡನ ಮನಿಯಾಗ ನೆಡಿಯಾಕ ಒಲ್ಲ್ಯಾ ಅಂತಾಳ್ರಿ...' ಒಂದೊಂದೆ ಅಕ್ಷರ ಎಣಿಸಿ, ಪೋಣಿಸಿ ಹೇಳಿದನು.

ಸರಸೋತಿಯನ್ನು ಚಂದಾಗಿ ಗಂಡನ ಮನೆಯಲ್ಲಿ ನಡೆ-ನುಡಿವಂತೆ ಮಾಡಲು ಹಲವಾರು ರಾಜಿ ಸಂಧಾನಗಳು ಆಗಿದ್ದವು. ಗೆಳತಿಯರ ಕೂಡ ಹೇಳಿಸಿದ್ದರು, ಸ್ವತಃ ಅಪ್ಪ ಅವ್ವ ಕೂಡಿ 'ನೀನು ಗಂಡನ ಮನಿಗೆ ಹೋಗಲಾರದ ತವರು ಮನಿಯೊಳಗ ಉಳಿದು ಬಿಟ್ಟರ... ಮುಂದ ನಿನ್ನ ತಂಗೀ ಮದುವಿ ಆಗೂದು ಕಷ್ಟ ಆಗುತ್ತ ನೋಡವಾ...' ದೈನ್ಯದಿಂದ ಅನ್ನುತ್ತಿದ್ದರು. ಆಕೆ ಯಾವತ್ತಿನ ನಿರಾಕರಣೆಯ ದನಿಯಲ್ಲಿ 'ಯಾವ ಸುಖಾ ಸುರಕೊಳ್ಳಾಕ ನಾನು ಗಂಡನ ಮನಿಗೆ ಹೋಗಬೇಕು...' ಅನ್ನುತ್ತಿದ್ದಳು.

ಯಾವ ಸುಖ ಸುರಿದುಕೊಳ್ಳಲಿಕ್ಕೆ ಗಂಡನ ಮನಿಗೆ ಹೋಗಲಿ... ಸರಸೋತಿ ಅನ್ನುತ್ತಿದ್ದ ಈ ಮಾತು ಓಣ್ಯಾಗಿನ ಹೆಣ್ಣುಮಕ್ಕಳಿಗೆ ಭಯಂಕರ ಸೋಜಿಗ ಅನ್ನಿಸಿತ್ತು. 'ಅಯ್ಯ... ಇದರ ಸುಟ್ಟ ಬರಲಿ! ಇದಕ್ಕೇನು ಧಾಡಿ ಆಗಿದ್ದೀತು. ಕಮ್ಮಗ ಗಂಡನ ಮನ್ಯಾಗ ಇರೂದು ಬಿಟ್ಟು' ಅನ್ನುತ್ತಿದ್ದರು. ನೋಡಿದ ಮಂದಿಗೆ ಹೀಗೆ ಅನ್ನಿಸುವಂತೆ ಅವಳ ಗಂಡ ಪ್ರಕಾಶ ಇದ್ದನು ಮತ್ತು ಅವನ ಮನೆತನದ ಸ್ಥಿತಿಗತಿಯೂ ಹಾಗೇ ಇತ್ತು. ಪ್ರಕಾಶ ಸುಮ್ಮನ ನಿಂತ ಗಿಡಾ ಮಾತಾಡಿಸುವಂಥ ಮಾತುಗಾರ. ಬರೀ ಮಾತುಗಾರನಷ್ಟೇ ಆಗಿರಲಿಲ್ಲ, ಚಲೋ ಮನಸ್ಸು ಅವನಿಗಿತ್ತು. ದಿನಕ್ಕೊಂದು ಸಾವಾರಿ ಸೀರಿ(ಒಂಬತ್ತು ಮೊಳದ್ದು) ನೇಯ್ದು ಮುಗಿಸುವ ಹರಿತ ನೇಕಾರನೂ ಅವನಾಗಿದ್ದ. ನೇಕಾರರ ಆಸ್ತಿ ಅಂದರೆ ಒಂದು ಮನಿ, ಒಂದೆರಡು ಮಗ್ಗ. ಇವುಗಳನ್ನು ಬಿಟ್ಟು ಮತ್ತೊಂದು ಆಸ್ತಿ ಅಂದರೇನೆ ಗೊತ್ತಿರದ ಜನಾಂಗದಲ್ಲಿ ಅಪರೂಪಕ್ಕೆ ಅಪರೂಪವೆಂಬಂತೆ ಪ್ರಕಾಶನ ಮನೆತನಕ್ಕೆ ಎರಡೆಕರೆ ಹೊಲವಿತ್ತು. ಸಿರಿಪುರದ ನೇಕಾರ ಮಂದಿಯೆಲ್ಲ... ಇವರ ಮದಿವೆಯಾಗೋ ಹೊತ್ತಿನಲ್ಲಿ 'ನಮ್ಮ ಮಂದ್ಯಾಗೂ ಜಮೀನು!' ಅಂತ ಬಾಯಿ ಮೇಲೆ ಬೆರಳಿಟ್ಟಿದ್ದರು.

ಪ್ರಕಾಶ ಒಬ್ಬನೇ ಮಗಾ. ಯಾವ ಚಟವೂ ಇರಲಿಲ್ಲ. ಅವನ ತಾಯಿ, ಸರಸೋತಿಯ

ಅತ್ತಿ ಸಂಗವ್ವ, ಆಕೆಯೂ ಬೆರಕಿ ಅಲ್ಲ ಹರಿಕಿ ಅಲ್ಲ. ಇಂಥ ಮನಿಯಾಗ ಬಾಳ್ವೆ ಮಾಡಲಾರದಕೀ ಇನ್ನೆಂಥ ಮನೆಯಾಗ ಇಕೀ ಬಾಳೆ ಮಾಡತಿದ್ದಾಳು ಬುಬ್ಬಣಿ... ಹಳೇಬುಬ್ಬಣಿ ಅಂತ ಎಲ್ಲರೂ ಸರಸೋತಿಯನ್ನ ಬೈಯುವವರೆ. ಯಾರೊಬ್ಬರೂ ಯಾಕ, ಏನು ಕಾರಣ ಅಂತ ಕೇಳುವವರಿದ್ದಿಲ್ಲ. ಸರಸೋತಿಗೆ ಇದೆಲ್ಲ ಕುಂತರ ಕುತಿಗಿ ಮಟ್ಟ, ನಿಂತರ ಎದಿ ಮಟ್ಟ... ಏನು ಮಾಡಲಿ ಶಿವನೇ ಅನ್ನುತ್ತಿದ್ದಳು.

ಸರಸೋತಿಯ ತಾಯಿ ಪಾರವ್ವ ಮತ್ತದೇ ಮಾತು ತೆಗೆಯಲು ಒಂದು ಚಂದದ ಹೊತ್ತಿಗೆ ಕಾಯುತ್ತಿದ್ದಳು. ಆವತ್ತು ಹುಣ್ಣಿವೆಯಾದ್ದರಿಂದ ನೇಯ್ಗೆ ಹೂಡಿರಲಿಲ್ಲ. ಗಂಡಸರೆಲ್ಲ ಮಧ್ಯಾಹ್ನ ಊಟ ಮುಗಿಸಿ ಹೊರಹೋಗಿದ್ದರು. ಇಬ್ಬರು ಗಂಡುಮಕ್ಕಳು ಹಿಂದಿನ ದಿನ ಸಂಜೆ ಬಾದಾಮಿಗೆ ಕಾಲ್ನಡಿಗೆಯಲ್ಲಿ ಹೋಗಿ ಅವತ್ತು ಹುಣ್ಣಿಮೆ ದಿನ ಬನಶಂಕರಿ ದೇವಿಗೆ ತೆಂಗಿನಕಾಯಿ ಒಡಿಸಿಕೊಂಡು ಬಂದಿದ್ದರು. ಪ್ರತಿ ಹುಣ್ಣಿಮಿಗೂ ರಮೇಶ–ಸುರೇಶ ಇಬ್ಬರು ಅಣ್ಣತಮ್ಮರು ಓಣಿಯ ಕೆಲ ವಾರಿಗೆಯ ಹುಡುಗರೊಂದಿಗೆ ಬನಶಂಕರಿಗೆ ಹೋಗಿ ಬರುತ್ತಿದ್ದರು. ಅವರು ಹೋಗಿ ಬರುವಾಗೆಲ್ಲ ದೇವಸ್ಥಾನದ ಹತ್ತಿರ ಸಿಗುತ್ತಿದ್ದ ಚೊಳಚಗುಡ್ಡದ ಒಳ್ಳೇ ವೀಳ್ಯದೆಲೆ ತರುತಿದ್ದರು. ಸಿರಿಪುರದಲ್ಲಿ ಹತ್ತು ಪೈಸೆಗೆ ನಾಲ್ಕೋ, ಐದೋ ಎಲೆ ಕೊಡುತ್ತಿದ್ದರು. ಸಂಗಪ್ಪ, ಪಾರವ್ವ ಇಬ್ಬರೂ ಗಂಡ ಹೆಂಡತಿಗೆ ಎಲೆಯಡಕಿ ತಿನ್ನುವ ರೂಢಿ ಇತ್ತು. ದಿನಕ್ಕೆ ಅವರು ಐದಾರು ಬಾರಿ ಎಲೆಯಡಕಿ ತಿನ್ನುತ್ತಿದ್ದರು. ಹುಣ್ಣಿವೆ ದಿನ ಮಾತ್ರ ಮಧ್ಯಾಹ್ನ ಊಟವಾದ ಬಳಿಕ ಮನೆಯವರೆಲ್ಲರೂ ಬನಶಂಕರಿಯಲ್ಲಿ ಎಂಟಾಣೆಗೆ ಒಂದು ಹಿಡಿಗಟ್ಟಲೆ ಎಲೆ ಕೊಡುತ್ತಿದ್ದರಿಂದ ಹುಣ್ಣಿಮೆಗೊಮ್ಮೆ ಹೋಳಿಗೆಯನ್ನೋ, ಕರಿಗಡಬನ್ನೋ ಮಾಡುತ್ತಿದ್ದರಿಂದ ಅಂಥ ಸಿಹಿ ಊಟವಾದ ಮೇಲೆ ಅವರೆಲ್ಲರೂ ಎರಡೆರಡು ಎಲೆ ಹಚ್ಚಿಕೊಂಡು ತಿನ್ನುತ್ತಿದ್ದರು. ಈಗ ಅದೇ ತಾನೆ ಎರಡೆಲೆ, ಅದಕ್ಕೆ ಸುಣ್ಣ ಸವರಿಕೊಂಡು, ಮೇಲೆ ಅಡಿಕೆಹೋಳು, ಬಡೇಸೋಪು, ಚೂರು ಕಾಚು, ಒಂದಿಷ್ಟು ಕೊಬ್ಬರಿ ಚೂರು ಎಲ್ಲಾ ಸೇರಿಸಿ ಮಡಚಿಟ್ಟುಕೊಂಡು ಬಾಯಿಗೆ ಹಾಕಿದ್ದಳು ಸರಸೋತಿ. ಎಲೆ, ಬಡೆಸೋಪು, ಕಾಚು, ಕೊಬ್ಬರಿ ಎಲ್ಲ... ಹದವಾಗಿ ಬೆರೆತಿದ್ದರಿಂದ ಬಾಯೊಳಗೆ ಒಂದು ಹಿತವಾದ ವಾತಾವರಣ ನಿರ್ಮಾಣವಾಗತೊಡಗಿತ್ತು. ತತ್ಪರಿಣಾಮವಾಗಿ ಸರಸೋತಿಯ ಮುಖದಲ್ಲಿ ಒಂದು ಬಗೆಯ ಲವಲವಿಕೆ, ಕಳೆ ಎದ್ದು ಕಾಣತೊಡಗಿತು. ಪಾರವ್ವ ಇದೇ ಸುಸಮಯವೆಂದು ಮಾತು ತೆಗೆದಳು.

'ಅಲ್ಲ... ತಂಗೀ ಪ್ರಕಾಶನ ಮ್ಯಾಲೆ ನೀನು ಯಾಕ ಅಷ್ಟ ಮನಸ್ಸು ಕಲ್ಲು ಮಾಡಿಕೊಂಡೀ?' ಅಂದಳು. ಇದನ್ನು ಕೇಳುತ್ತಿದ್ದಂತೆ ಸವಿಯಾದ ತಾಂಬೂಲ ಮೆಲ್ಲುತ್ತಿದ್ದ ಸರಸೋತಿಗೆ ಯಿಷದ ಸೌತೆಕಾಯಿ ಕಟ್ಟನೇ ಕಡಿದಂತಾಯ್ತು! ಮೆಲ್ಲುವುದನ್ನು ನಿಲ್ಲಿಸಿ ಬಾಯಲ್ಲಿದ್ದದನ್ನು ಗಳಗಳ ಎಲ್ಲ ನುಂಗಿಬಿಟ್ಟಳು. ಥಟ್ಟನೇ ಅವಳ ಮುಖದ

ಮೇಲಿನ ಕಳೆಯೂ ಕರಗಿ ಹೋಗಿಬಿಟ್ಟಿತು! ಆಕೆಯೂ ಇಂಥದೊಂದು ಏಕಾಂತದ ಹೊತ್ತಿಗಾಗಿ ಕಾಯುತ್ತಿದ್ದಳೆಂದು ಕಾಣುತ್ತದೆ. 'ಬ್ಬೇ...' ಎಂದೊಮ್ಮೆ ಚೀರಿದಳು. ಎಂಟು ಕಂಬದ ನೇಯ್ಗೆ ಮನೆಯಲ್ಲಿ ಮಗ್ಗದ ಸಪ್ಪಳವಿಲ್ಲದೇ ಮೊದಲೇ ಮೌನವಾಗಿತ್ತು. ಈ ಅಬ್ಬರಕ್ಕೆ ಬೆಚ್ಚಿದ ಮೌನ ಮತ್ತಷ್ಟು ಮೌನವಾಗಿ ಹೋಯ್ತು. ಕಂಬಕ್ಕೊರಗಿದ್ದ ಪಾರವ್ವ ಕೂಡಾ ಮಗಳ ಬಾಯಿಂದ ಮೊದಲ ಬಾರಿ ಇಂಥದೊಂದು ಅಬ್ಬರ ಕೇಳಿ ಅವಳೂ ಕೂಡಾ ಇನ್ನೊಂದು ಕಂಬದಂತೆ ಗಪ್ಪನೇ ಕುಳಿತುಬಿಟ್ಟಳು.

'ಅಲ್ಲಬೇ... ಗಂಡನ ಮನೆಗೆ ಹೋದ್ರ... ರಾತ್ರಿಯಾಗನ ಅಂವ ಮೈಮ್ಯಾಗ ಬಿದ್ದು ಜೀಂವಾ ತಿಂತಾನ. ಇಲ್ಲಿದ್ರ... ನೀವು ಒಂದೇ ಸವನೇ ಜೀವಾ ತಿಂತೀರಿ, ಹಿಂಗಾದ್ರ ನಾ ಎಲ್ಲಿ ಹೋಗಿ ಉರುಲು ಹಾಕ್ಕೊಳ್ಳಲಿ... ನೀನ ಹೇಳು? ಗೊತ್ತಾಗುದಿಲ್ಲಾ? ನೀನೂ ಹೊಟ್ಟಿ ತೆರದು ನಾಲ್ಕು ಮಕ್ಕಳನ್ನ ಹಡೆದೀದಿ! ಮೈ ನೆರೆಯಲಾರದವಳನ್ನ ಗಂಡನ ಮನಿಗೆ ಕಳ್ಸಿ ಬಾಳೇ ಮಾಡೂ ಅಂದ್ರ... ನಾ ಏನ್ ಬಾಳೇ ಮಾಡಲಿ? ಗಂಡಗ ಏನ್ ಸುಖಾ ಕೊಡಲಿ, ನಾ ಏನ್ ಸುಖಾ ಉಣ್ಣಲಿ?'

ಪಾರವ್ವ ತಲೆಗೆ ಕೈಹಚ್ಚಿ ಕೂತಳು. ಒಂದಾದ ತುಟಿಗಳನ್ನು ಎರಡು ಮಾಡದೇ ಸುಮ್ಮನೇ ಇದ್ದಳು; ಅವಳ ಕಣ್ಣುಗಳು ನೀರು ಹರಿಸಲು ತಯಾರಾಗಿದ್ದವು. ಸರಸೋತಿಯ ಸಿಟ್ಟು ಇನ್ನೂ ತಮಣಿಯಾಗಿರಲಿಲ್ಲ ಮತ್ತೆ ಮುಂದುವರೆಸಿದಳು. 'ಮಂದೀ ಹೊಯ್ಕೊಳ್ತಾರ ಅಂದ್ರ ಸರೀ... ನೀವು ಮನೆಯೊಳಗಿದ್ದವರೂ... ಉಳಿದವರನ್ನು ಬಿಡು, ಹಡೆದ ತಾಯಿ ನಿನಗಾದ್ರೂ ತಿಳೀಬಾರ್ದು ಅಂದರ ನಾ ಯಾರ ಹತ್ರ ಹೇಳಲಿ ನೀನ ಹೇಳು?'

ಪಾರವ್ವನ ಹತ್ತಿರ ಯಾವ ಉತ್ತರವೂ ಇರಲಿಲ್ಲ. ಕಣ್ಣೀರೊಂದೆ ದಳದಳ ಉದುರುತ್ತಿದ್ದವು. ಮಗಳ ಮಾತಿನಿಂದ ಅವಳಿಗೆ ದುಃಖವಾಗಿರಲಿಲ್ಲ. ಅವಳ ಪಡಿಪಾಟಲಿನಿಂದ ದುಃಖ ಆಗತೊಡಗಿತ್ತು. ದೇವರು ತನ್ನ ಮಗಳಿಗೆ ಹಿಂಗ್ಯಾಕ ಮಾಡಿದ... ಅಂತ ಅವನ ಮೇಲೆ ಸಿಟ್ಟಾಗಿ ಬೈಯ್ಯತೊಡಗಿದಳು. ತನ್ನ ದೇಹಪ್ರಕೃತಿಯ ಬಗ್ಗೆ ಸರಸೋತಿಗೂ ಕೆಡುಕೆನಿಸಿ ತಾಯ ಹತ್ತಿರ ಬಂದು ಮೊಣಕಾಲುಗಳ ಮೇಲೆ ತನ್ನ ತಲೆಯಿಟ್ಟು ಆಕೆಯೂ ಅಳತೊಡಗಿದಳು. ನಿತ್ಯವೂ ಮೂರು ಮಗ್ಗಗಳ ವಾಟದ ಶಬ್ದ ಕೇಳುತ್ತಿದ್ದ ಆ ನೇಯ್ಗೆಮನೆ ಈಗ ತಾಯಿಮಗಳಿಬ್ಬರ ಅಸಹಾಯಕ ಅಳುವನ್ನು ಕೇಳತೊಡಗಿತ್ತು.

ಪಾರವ್ವನಿಗೆ ಹಳೇಮಾತು ನೆನಪಾಯ್ತು. ಸರಸೋತಿಗೆ ಹದಿನೈದು ತುಂಬಿ ಹದಿನಾರು ವರ್ಷವಾದರೂ ಋತುಮತಿಯಾಗಲಿಲ್ಲ. ಏಳನೇ ಇಯತ್ತೆ ಸಾಲಿ ಮುಗಿಸಿ ಕೈಬಿಟ್ಟಿದ್ದಳು. ಮಂದೀ ಕೇಳುತ್ತಿದ್ದರು 'ಸರಸೋತಿ ದೊಡ್ಡಾಕಿ ಆಗ್ಯಾಳೆನು' ಅಂತ. ಪಾರವ್ವ 'ಇಲ್ಲ' ಅಂದರೆ 'ಏಳನೆತ್ತೇ ಮುಗಿಸಿ ನಾಲ್ಕು ವರ್ಷ ಆಧಂಗಾತು,

ಇನ್ನ... ಆಗಿಲ್ಲಾ!' ಅನ್ನುತ್ತಿದ್ದರು. ಪಾರವ್ವನ ಜೀವ ಟುಕುಟುಕು ಅನತಿತ್ತು. ಅದೇ ಹೊತ್ತಿಗೆ ಅವಳ ಆತಂಕವನ್ನು ಇನ್ನಷ್ಟು ಹೆಚ್ಚುಗೊಳಿಸಲಿಕ್ಕೆ ಎರಡನೇ ಮಗಳು ರುಕ್ಮಿಣಿ ಮೈನೆರದುಬಿಟ್ಟಳು! ಗಂಡ ಹೆಂಡತಿ ಇಬ್ಬರು ಕೂಡಿ ಚಿಂತಿಸತೊಡಗಿದರು. ಏನು ಅನಾಹುತ ಆತಿದು... ದೊಡ್ಡಾಕಿ ಬಿಟ್ಟು ಸಣ್ಣಾಕಿ ಮೈ ನೆರೆಯೂದು ಅಂದ್ರ ಹೆಂಗ್? ಹೆಣ್ಣಹುಡುಗೂರು, ಕೊಡು-ತಗೊಳ್ಳು ಮಾತು, ಏನು ಮಾಡಬೇಕನ್ನೂದು ತಿಳಿಯಲಾರದ್ಧಂಗಾಗಿ ಸಂಗಪ್ಪ ಕೂಡಲೇ ತನ್ನ ಹಿರೇ ಅಣ್ಣನಾದ ಮಾನಪ್ಪನ ಹತ್ತಿರ ಹೋಗಿ ವಿಷಯ ತಿಳಿಸಿದನು. ಅವನು ಒಂದಿಷ್ಟು ಯೋಚನೆ ಮಾಡಿ 'ತಮ್ಮಾ ಈಗ ದೊಡ್ಡಾಕಿ ಆಗಿದ್ದು ರುಕ್ಮಿಣಿ ಅಲ್ಲ, ಸರಸೋತಿ ಅಂತ ತಿಳಿದು ಸೋಬಾನ ಮಾಡಿಬಿಡು ಹೋಗಲಿ, ಮುಂದಿನ ಮಾತು ಮುಂದ...' ಅಂತ ಹುಂಬ ಧೈರ್ಯ ತುಂಬಿಬಿಟ್ಟನು. ದೊಡ್ಡಮಗಳು ಹಿರೇಮನಷ್ಯಾಳು ಆಗ್ಯಾಳು ಅಂತ ಮನ್ಯಾಗ ಮಂಟಪ ಕಟ್ಟಿ, ಸಂಜಿಹೊತ್ತು ಸರಸೋತಿಗೆ ಅಲಂಕಾರ ಮಾಡಿ, ದಂಡಿ ಮುಡಿಸಿ ಮೂರು ದಿವಸ ಕೂಡ್ರಿಸಿ ಆರತಿ ಬೆಳಗಿ ಸೋಬಾನ ಕಾರ್ಯ ಮಾಡಿದರು.

ಮುಂದ ವರ್ಷೊಪ್ಪತ್ತಿನಾಗ ಹರಗಿನಾಳ ಊರಿನ ಪ್ರಕಾಶಗ ಕನ್ಯೆ ನೋಡುತ್ತಿದ್ದಾಗ ಸರಸೋತಿ ಅವನ ಮನಸ್ಸಿಗೆ ಬಂದಳು. ಮದವಿ ಮಾಡಿಕೊಟ್ಟರು. ಗಂಡನ ಕೂಡ ಬಾಳೇ ಮಾಡಿದರ ಸುದ್ದ ಆಗಬಹುದು ಅನ್ನೋ ನಂಬಿಕೆಯಿಂದ, ಅಣ್ಣತಮ್ಮರ ಬೆಂಬಲದ ಮಾತುಗಳಿಂದ ಸಂಗಪ್ಪ ಮಗಳನ್ನು ಗಂಡನ ಮನೆಗೆ ಹೊಸಮಲಗಿತ್ತಿಯಾಗಿ ನಡೆಯಲು ಕಳಿಸಿಬಿಟ್ಟನು.

ಗೂಡುಗಾಲು ಇಟ್ಟುಕೊಂಡು ಕೂತಿದ್ದ ಪಾರವ್ವ ಈಗ ಎರಡು ಕಾಲುಗಳನ್ನು ಉದ್ದಗೆ ಚಾಚಿಕೊಂಡು ಕೂತಿದ್ದಳು. ಅವಳ ಮೊಣಕಾಲ ಮೇಲಿದ್ದ ಸರಸೋತಿಯ ತಲೆಯು ಈಗ ತಾಯ ಮಡಿಲನ್ನು ಸೇರಿತ್ತು. ತನ್ನ ಕಣ್ಣೊರೆಸಿಕೊಂಡ ಪಾರವ್ವ ಮಗಳ ಕಣ್ಣೀರನ್ನೂ ಒರೆಸುತ್ತಾ 'ಯವ್ವಾ ಅಳಬ್ಯಾಡ ಇನ್ನ... ಚಿಂತಿ ಮಾಡಬ್ಯಾಡ, ನನಗಿನ್ನ ಎರಡ ಗಂಡಮಕ್ಕಳಲ್ಲ; ಮೂರು ಅಂತ ತಿಳಿತೇನಿ. ಗಟ್ಟಿಯಾಗ ಮಗಳ... ಗಟ್ಟಿಯಾಗು' ಎಂದು ಅವಳ ಬೆನ್ನ ಸವರಿದಳು.

*

'ಮಗಳು ಗಂಡನ ಮನಿಯಾಗ ನೆಡಿಯಾಕ ಒಲ್ಲ್ಯಾ... ಅಂತಾಳ್ರಿ' ಅಂದ ಮರು ಗಳಿಗೆಯಲ್ಲೇ ಕೂಡಿದ ದೈವ ಗಪ್ಪಗಾರ... ಆಯಿತು! ಮುಂದಿನ ಮಾತು ಯಾವುದು, ಏನು ಒಂದೂ ತಿಳಿಯದಾಗಿ ಅವರೆಲ್ಲರೂ ಸುಮ್ಮನೆ ಕಾಯತೊಡಗಿದರು. ಕೂತ ಮಂದಿಯ ಕೈ ಕಾಲುಗಳು ಅತ್ತಿತ್ತ ಚಲಿಸಿದರೆ ಕೈ ಕಾಲೊಳಗಿನ ಕೀಲುಗಳು

ಚಟಚಟ ಅಂದ ಸದ್ದು, ಅವರುಗಳು ಉಟ್ಟಿದ್ದ ಶರಟು, ಪೈಜಾಮಗಳು ಕೈಕಾಲು ಆಡಿಸಿದಾಗ ಒಂದಕ್ಕೊಂದು ತಗುಲಿ ಉಂಟಾಗುತ್ತಿದ್ದ ಒರಟಾದ ಟೆರ್ರಿಕಾಟ್ ಬಟ್ಟೆಯ 'ಚರ್ರಕ್' ಅನ್ನುವ ಸಣ್ಣ ಸೌಂಡೂ ಸಹ ಕೇಳುವಷ್ಟು ಮೌನ ಅಲ್ಲಿ ಜಮಾ ಆಗಿತ್ತು. ನೇಯ್ಗೆಮನೆಯ ಗೋಡೆಯ ನಡುಮಧ್ಯದಲ್ಲಿ ಅಡುಗೆ ಮನೆಯ ಬಾಗಿಲಿತ್ತು. ಅದರ ಸುಳಿಕಿಗೆ ಹತ್ತಿಕೊಂಡು ಪಾರವ್ವ, ಮಗಳು ಸರಸೋತಿ ಇಬ್ಬರೂ ನೆಲವನ್ನು ನಿಟ್ಟಿಸುತ್ತ ಕುಂತಿದ್ದರು. ಸಣ್ಣಮಗಳು ರುಕ್ಮಿಣಿ ನೇಯ್ಗೆಮನೆ ತುಂಬ ಕುಂತ ಹಿರಿಯರ ಮುಖಗಳೆಲ್ಲವನ್ನೂ ಒಂದೊಂದಾಗಿ ಗಮನಿಸುತ್ತಿದ್ದಳು.

ಯಾರಿಂದಲೂ ಮಾತು ಬಾರದೇ ಇದ್ದುದನ್ನು ನೋಡಿ ಹಲಾಳ ಶಂಕ್ರಪ್ಪನು ಬಾಯಿ ತೆರೆಯದೇ ಹೂಂಕರಿಸಿ ತಾನು ಮಾತಾಡುತ್ತೇನೆ ಎನ್ನುವ ಸೂಚನೆ ಸಭಾಕ್ಕೆ ನೀಡಿ, ಎಡಗೈಯಿಯ ಶರ್ಟಿನ ಮುಂದೋಳನ್ನು ಸ್ವಲ್ಪ ಹಿಂದಕ್ಕೆ ಸರಿಸುತ್ತಾ ಮಣಿಕಟ್ಟಿನಲ್ಲಿದ್ದ ವಾಚನ್ನೊಮ್ಮೆ ತಿರುಗಿಸಿ ಟೈಮನ್ನು ಸುಮ್ಮನೆ ನೋಡಿ 'ಏನವ್ವಾ ತಂಗಿ ಸರಸೋತಿ, ನಿಮ್ಮಪ್ಪ ಹಿಂಗ್ ಅಂತಾನ. ಇದು ನಿನ್ನ ಮಾತು ಹೌದಾ? ಏನ್ ನಿಮ್ಮಪ್ಪಾ ಅವ್ವನ ಮಾತ ಹೇಳು...' ಅಂದನು. ಮುಗುಮ್ಮಾಗಿ ಕುಂತ ಮಂದಿ ಈಗ ಒಂದಿಷ್ಟು ನೆಟ್ಟಗೆ ಕೂತು ಎಲ್ಲೆಲ್ಲಿಯೋ ಹೋಗಿದ್ದ ತಮ್ಮ ಲಕ್ಷ್ಯವನ್ನು ತಾವು ಕುಂತ ಸಭಾಕ್ಕೆ ಎಳೆತಂದರು. ಸರಸೋತಿ ನೆಲದಲ್ಲಿ ನೆಟ್ಟ ದಿಟ್ಟಿಯನ್ನು ಕದಲಿಸದೆ 'ಹೌದ್ರಿ... ಇದು ನನ್ನ ಮಾತು. ನನ್ನ ಕಡೀಂದ ನೆಡಿಯಾಕ ಆಗುದಿಲ್ಲರೀ' ಕೂಡಿದ ಇಡೀ ದೈವಕ್ಕೇನೇ ತನ್ನ ಮಾತು ಎಂಬಂತೆ ಅವಳು ಹೇಳಿದಳು. ಹೆಣ್ಣು-ಗಂಡುಗಳ ಸಂಬಂಧವನ್ನು ಕೂಡಿಸುವ ಎಷ್ಟೋ ನಿಶ್ಚಯಕಾರಣ, ಲಗ್ನಕಾರ್ಯಗಳ ಹಿರೇತನ ಮಾಡಿ ಅನುಭವವಿದ್ದ ನೇಕಾರಗೌಡ್ರು, ಹಿರಿಯರು ಅಂದರೆ- ಸಂಬಂಧಗಳನ್ನು ಕೂಡಿಸುವ ಕೆಲಸ ಮಾಡುವವರು; ಅವರು ಸಂಬಂಧಗಳನ್ನು ಹರಿಯುವ ಕೆಲಸ ಮಾಡುವವರಲ್ಲ ಅನ್ನೋ ಮಾತನ್ನು ಬಹುವಾಗಿ ನಂಬುತ್ತಿದ್ದರು. ಈ ನಂಬಿಕೆ ಕೇವಲ ನೇಕಾರ ಗೌಡ್ರದ್ದು ಮಾತ್ರವಾಗಿರಲಿಲ್ಲ, ಸಮಾಜದ ಎಲ್ಲ ಹಿರಿಯರದ್ದೂ ಆಗಿತ್ತು. ಸಿರಸಾಲ ಚಂದ್ರಪ್ಪ, ವಡಣ್ಣವರ ರಾಮಣ್ಣ, ಪಂಚಾಂಗ ಪಾಂಡಪ್ಪ, ವಂದಾಲ ಶೇಖರಪ್ಪ, ಗೊಳಸಂಗಿ ಸೋಮಣ್ಣ ಇವರೆಲ್ಲರೂ ಹಿರೇತನ ಮಾಡಲಿಕ್ಕೆ ತೊಡಗಿ ತಮ್ಮ ಮೈ ಕೈ ಮೇಲಿನ ಕೂದಲನ್ನೆಲ್ಲಾ ಬೆಳ್ಳಗ ಮಾಡಿಕೊಂಡಿದ್ದರು. ಇವರಿಗೆ ತಮ್ಮ ಹಿರೇತನದಲ್ಲಿ ಸಂಬಂಧವನ್ನು ಅಗಲಿಸುವ ಮಾತು ಕೇಳಿ ಬಂದಿದ್ದು ಇದೇ ಮೊದಲಾಗಿತ್ತು. ಇವರೆಲ್ಲರಿಗಿಂತ ತುಸು ಹೊಸ ತಲೆಮಾರಿನವನಾಗಿದ್ದ ಹಲಾಳ ಶಂಕ್ರಪ್ಪನದು ಒಂದಿಷ್ಟು ಭಿನ್ನವಾದ ಆಲೋಚನೆಯಾಗಿರುತ್ತಿತ್ತು. ಕೂಡಿ ಬಾಳೇ ಮಾಡಾಕ ಆಗೂದಿಲ್ಲ ಅಂದಮ್ಯಾಲೆ ಗುದ್ದಾಡಿಕೋತ ಹೋಗುವುದರಲ್ಲಿ ಅರ್ಥವಿಲ್ಲ; ಅನಿವಾರ್ಯವಾಗಿ ಬೇರೆ ಮಾಡಬೇಕಾಗುತ್ತ... ಅನ್ನುವ ಧೋರಣೆ ಇವನದಾಗಿತ್ತು.

ಶಂಕ್ರಪ್ಪನನ್ನುಳಿದು ಎಲ್ಲರೂ ಶಕ್ಯವಿದ್ದಷ್ಟು ಬುದ್ಧಿಮಾತು ಹೇಳಿ ಜೋಡಿಸುವ ಕೆಲಸ ಮಾಡುತ್ತಿದ್ದರು. ನೇಕಾರ ಮನೆಗಳಲ್ಲಿ ಆಗಾಗ ನಡೆಯುತ್ತಿದ್ದ ಅತ್ತೆ-ಸೊಸೆಯರ ಜಗಳ, ಅಣ್ಣತಮ್ಮರ ಜಗಳ, ಗಂಡಹೆಂಡಿರ ನ್ಯಾಯ-ನಿಬಾದಿಗಳು ಈ ಹಿರಿಯರ ಬೋಧದಿಂದಲೂ, ಕಾಲದ ಚಲನೆಯಿಂದಲೂ ಒಬ್ಬರಿಗೊಬ್ಬರು ಅನುಸರಿಸಿಕೊಳ್ಳುವ, ತಾಳಿಕೊಳ್ಳುವ ತಿಳಿವಳಿಕೆ ಮೂಡಿ ಓಣಿಯಲ್ಲಿದ್ದ ಎಂಬತ್ತು ನೇಕಾರರ ಮನೆಗಳಲ್ಲಿ ಎಂಬತ್ತಕ್ಕೆ ಎಂಬತ್ತೂ ಮನೆಗಳು ಒಂದಿಷ್ಟು ಏಕತೆಯಿಂದ ಜೀವನ ನಡೆಸಿಕೊಂಡು ಸಾಗಿದ್ದವು. ಉಳಿದವರು ಕೂಡಾ ಶಂಕ್ರಪ್ಪನ ಧಾಟಿಯಲ್ಲಿ ಯೋಚಿಸಿದ್ದರೆ... ಒಂದೇ ಮನೆಯಲ್ಲಿ ಮೂರ್‍ನಾಲ್ಕು ಬಾಗಿಲು ಮೂಡಿ ಸಿರಿಪುರದಲ್ಲಿ ನೇಕಾರರ ಮನೆಗಳು ದೀಡ್‌ಸೇನೋ... ದೋನ್‌ಸೇನೋ... ಆಗಿರುತ್ತಿದ್ದವು.

ಸಂಬಂಧಗಳನ್ನು ಜೋಡಿಸುವುದಕ್ಕೇನೆ ಯಾವಾಗಲೂ ಹೆಣಗುವ ನೇಕಾರಗೌಡರಿಗೆ ಈ ಸಂಬಂಧ ಜೋಡಣೆಯಾಗುವಂಥದ್ದಲ್ಲ... ಅನ್ನೋ ಸಣ್ಣ ಸುಳಿವು ಸಿಕ್ಕಿತ್ತು. ನೇಕಾರಗೌಡ್ರು ಮತ್ತು ಎಲ್ಲ ಹಿರಿಯರು ಇದೇ ಮೊದಲ ಸಲ ಅನಿವಾರ್ಯವಾಗಿ ಸಂಬಂಧವನ್ನು ಮುರುಗಡೆ ಮಾಡುವ ಹಿರೇತನ ಮಾಡಬೇಕಾಗಿತ್ತು.

'ನೋಡ ತಂಗೀ... ಇನ್ನಟ್ಟ... ಯಿಚಾರ ಮಾಡಿ ಹೇಳು' ಅನ್ನುತ್ತಿದ್ದಂತೆಯೇ ಸರಸೋತಿಯ ಮಾವ ಹರಗಿನಾಳದ ದೇವಪ್ಪ 'ಇಲ್ಲ ಗೌಡ್ರ... ನಮಗೂ ಬ್ಯಾಡ. ಸಾಕಾಗೇತಿ, ನಮಗ ಮುಂದಿನ ದಾರಿ ಕೊಡ್ರಿ' ಅಂತ ಕೈ ಮುಗಿದು ಕೇಳಿದ. ಈ ಸಂಬಂಧ ಜೋಡಿಸುವುದು ಕಷ್ಟ, ಜೋಡಿಸದೇ ಇದ್ದರೆ ಹುಡುಗಿ ಸರಸೋತಿಗೆ ಮುಂದ... ಜೀವನಕ್ಕೆ ಕಷ್ಟವಾಗುತ್ತ ಎನ್ನುವ ಮುಂದಾಲೋಚನೆ ಮಾಡುತ್ತಿದ್ದ ಗೌಡರಿಗೆ ದೇವಪ್ಪ ತಾನೇ ಮುಂದಾಗಿ 'ಮುಂದಿನ ದಾರಿ ಮಾಡಿಕೊಡ್ರಿ...' ಅಂದಿದ್ದು ಗೌಡರ ಕೈಗೆ ಚುಲೋ ದಾಳ ಉರುಳಿಸಲು ಅವನೇ ಕಾಯಿ ಕೊಟ್ಟಂತಾಗಿತ್ತು. 'ಆಯ್ತು, ಹುಡುಗೀ ಮುಂದೀನ ಜೀವನಕ್ಕ... ನೀವು ಒಂದೀಟು ಅನುಕೂಲ ಮಾಡಿಕೊಡ್ರಿ. ನಾವು-ನೀವು ಸೇರಿ ಏನೈತಿ ಒಂದು ಸರಳ ದಾರಿ ಮಾಡೂಣು' ಅಂತ ಗೌಡರಾದಿಯಾಗಿ ಸಿರಿಪುರದ ಎಲ್ಲ ಹಿರಿಯರು ಅಂದರು. ಹರಗಿನಾಳದ ದೇವಪ್ಪ ಮತ್ತು ಆ ಹಿರಿಯರು ಎಲ್ಲಾ ಸಜ್ಜು ಮಾಡಿಕೊಂಡು ಬಂದಿದ್ದರು. ಸರಸೋತಿಯ ಜೀವನಾಂಶಕ್ಕೆ ಹತ್ತುಸಾವಿರ ರುಪಾಯಿ ಕೊಟ್ಟರು. ಪ್ರಕಾಶ ಇನ್ನೊಂದು ಮದುವೆ ಮಾಡಿಕೊಳ್ಳಲಿಕ್ಕೆ ತಮ್ಮದು ಯಾವ ತಕರಾರು ಇಲ್ಲಾ ಎಂದು ಬಾಂಡ್ ಪೇಪರ್ ಮೇಲೆ ಬರೆದ ಕಾಗದಕ್ಕೆ ಸರಸೋತಿ, ಅವರಪ್ಪ, ಸಿರಿಪುರದ ಗುರುಹಿರಿಯರು ಸಹಿ ಮಾಡಿದರು.

*

ಸರಸೋತಿಯ ಸಂಬಂಧ ಮುರುಗಡೆಯಾಗಿ ವರ್ಷೊಪ್ಪತ್ತು ಆಗುತ್ತ ಬಂದಿತ್ತು. ಹಿರೇಮಗಳದ್ದಂತೂ ಹಿಂಗಾಯ್ತು ಸಣ್ಣಮಗಳು ರುಕ್ಮಿಣಿಯದ್ದಾದರೂ ಬಾಳೇ ಸುದ್ದ ಆಗಲಿ, ಒಂದು ಮೆಟ್ಟು ಆಗಲೆಂತ ಸಂಗಪ್ಪ ಪಾರವ್ವ ಎಣಿಕೆ ಹಾಕುತ್ತಿದ್ದರು. ಸರಸೋತಿದು ಮುರುಗಡೆ ಆಗುವ ಮುಂಚೆ 'ಅಕ್ಕನ... ಚಂದಾಗಿ ಗಂಡನ ಮನಿಯಾಗ ನಡೆಯವಲ್ಲಳು, ತಂಗೀನೂ ಹಂಗ ಆದರ ಏನು ಗತಿ? ಹಿರೇ ಅಕ್ಕನ ಚಾಳಿ ಮನಿಮಂದೆಲ್ಲಾ ಕಲತಿದ್ದರಂತ...' ಎಂದು ಗಂಡುಹುಡುಗರ ತಾಯಿತಂದೆಗಳು ರುಕ್ಮಿಣಿಯನ್ನು ನೋಡಲು ಹಿಂದೇಟು ಹಾಕುತ್ತಿದ್ದರು. ಮುರುಗಡೆ ಆಗಿ ಸರಸೋತೀದು ಹಿಂಗ ಅಂತ ಗೊತ್ತಾಗುತ್ತಿದ್ದಂತೆ 'ಅಯ್ಯೋ ಮಾರಾಯಾ... ಹಿರೇ ಅಕ್ಕನ ಮೊದಲ ಬಡ್ಡ ಅಯಿತಿ, ತಂಗೀನು ಹಂಗ ಇಲ್ಲ ಅನ್ನೂದಕ್ಕ ಏನು ಗ್ಯಾರಂಟಿ?' ಅಂತ ಕನ್ಯೆ ನೋಡಲು ಬರುವವರು ಸಂದೇಹ, ತಕರಾರು ತೆಗೆಯುತ್ತಿದ್ದರು.

ಅಕ್ಕ ಸರಸೋತಿಯ ದೆಸೆಯಿಂದಾಗಿ ತಂಗಿ ರುಕ್ಮಿಣಿ ಒಮ್ಮೆಯೂ ಕನ್ಯೆ ನೋಡುವ ಶಾಸ್ತ್ರಕ್ಕೆ ಒಳಗಾಗಲಿಲ್ಲ. ನಾಲ್ಕಾರು ಮಂದಿಯ ಎದುರಲ್ಲಿ ಒಂದು ಹೊಸ ಸೀರೆಯುಟ್ಟು ಮನೆಯ ನಡು ಅಂಕಣದಲ್ಲಿ ಹಾಕಿದ ಮಣೆಯ ಮೇಲೆ ತಾನು ಕೂಡ್ರುವುದು, ಹೀಗೆ ಕೂತಾಗ ತನ್ನ ನೋಡಲಿಕ್ಕೆ ಬಂದವರ ಪೈಕಿ ಒಬ್ಬ ಹೆಂಗಸು ಬಂದು ಹಣ್ಣುಕಾಯಿ ಉಡಿ ತುಂಬುವುದು, ತಲೆಗೆ ಹೂ ಮುಡಿಸುವುದು ಎಲ್ಲ ಮಾಡಿದ ಮೇಲೆ ಆ ಪರ ಊರಿನ ತಲೆ ಮಾಸಿದ ಹಿರಿಯನೊಬ್ಬ 'ತಂಗೀ ನಿನ್ನ ಹೆಸರೇನು... ತಂದಿ-ತಾಯಿ ಹೆಸರೇನು... ಅಣ್ಣತಮ್ಮರು ಎಷ್ಟು ಜನ... ಎಳೀ ಉದ್ಯೋಗ ಏನೇನು ಬರುತ್ತ? ಸಾಲಿ ಎಷ್ಟನೆತ್ತಾ ಕಲಿತೀ? ಅಂತ ಮುಂತಾಗಿ ಕೇಳುವ ಪ್ರಶ್ನೆಗಳಿಗೆ ರುಕ್ಮಿಣಿ ಯಾವಾಗಲೂ ಸಿದ್ಧಳಾಗಿಯೇ ಇರುತ್ತಿದ್ದಳು. ಸಿರಿಪುರದ ಸುತ್ತಮುತ್ತ ಇರುವ ಕಮತಪುರ, ಕಲ್ಲಾಪುರ, ಹಮ್ಮೀನಗಡ, ಸುಳಿವಿನಭಾವಿ ಈ ಎಲ್ಲಾ ಊರುಗಳಲ್ಲಿಯ ನೇಕಾರ ಮಂದಿಗೆ ಸಂಗಪ್ಪನ ಮಗಳು ಸರಸೋತಿಯ ಸಂಗತಿ ತಿಳಿದಿದ್ದರಿಂದ ಈ ಊರುಗಳ ತಂದಿತಾಯಿಗಳ್ಯಾರು ತಮ್ಮ ಗಂಡುಮಕ್ಕಳಿಗೆ 'ಸಿರಿಪುರದ ಅರಳಿಕಟ್ಟಿ ಸಂಗಪ್ಪನ ಮಗಳು ರುಕ್ಮಿಣಿ' ಎಂಬ ಕನ್ಯೆಯ ವಿಚಾರ ತೆಗೆದರೆ ಅವರ ದಿಕ್ಕಿಗೆ ಶರಣು ಅನ್ನುತ್ತಿದ್ದರು.

ಸಂಗಪ್ಪನ ಹಿರೇಸೊಸಿ ಸಾವಿತ್ರಿ ಸುಳಸಂಗಿ ಊರಿನವಳು. ಅವಳ ತಮ್ಮ ನಾರಾಣಿಗೆ ವರ್ಷದ ಹಿಂದೆ ರುಕ್ಮಿಣಿಯನ್ನು ತಂದುಕೊಳ್ಳಬೇಕೆಂದು ಸಾವಿತ್ರಿಯ ಅಪ್ಪ-ಅವ್ವ ಕೇಳಿದ್ದರು. ಆಗ ಸಂಗಪ್ಪ 'ಬ್ಯಾಡ್ರಿ ಬೀಗರ... ಯಿದರ ಹೆಣ್ಣು ಬೀಗಸ್ತನ

ನಮ್ಮ ಮನೆತನಕ್ಕ ಆಗಿ ಬರೂದಿಲ್ಲ. ನಮ್ಮ ತಂದಿಯವರು ಒಂದು ಮಾಡಿದ್ದರು. ಅದು ಓಂ ಬಂದಿಲ್ಲ... ಅದಕ್ಕ ಬ್ಯಾಡ' ಅಂತ ನಯವಾಗಿಯಾದರೂ ಕಡ್ಡಿ ಮುರಿದಂತೆ ಹೇಳಿದ್ದನು. ಈಗ ಆ ನಾರಾಣಿಗೂ ಇನ್ನೂ ಎಲ್ಲಿಯೂ ಕನ್ಯೆ ಮೇಳು ಆಗಿರಲಿಲ್ಲ. ಈ ವರ್ಷೋಪ್ಪತ್ತಿನಲ್ಲಿ ತನ್ನ ಹೆಣ್ಣುಮಕ್ಕಳ ವಿಷಯದಲ್ಲಿ ಸಂಗಪ್ಪನಿಗೆ ತೊಬೊತೊಬೊ ಅನ್ನಿಸಿಬಿಟ್ಟಿತ್ತು. ಬಹುಶಃ ಈಗ ಬಾಯಿ ಹಾಕಿದರೆ ಮಾವ ರುಕ್ಮಿಣಿಯನ್ನು ತನ್ನ ತಮ್ಮನಿಗೆ ಕೊಡಲು ಸುಮ್ಮನೆ ಹೂಂ ಅಂದು ಬಿಡುತ್ತಾನೆಂದು ಸಾವಿತ್ರಿ ಲೆಕ್ಕ ಹಾಕಿದಳು.

ಅವತ್ತು ರಾತ್ರಿ ಒಂಬತ್ತರ ಹೊತ್ತಾಗಿತ್ತು. ಊಟ ಮಾಡಬೇಕೆಂದುಕೊಂಡು ಬಂದ ಸಂಗಪ್ಪ ಕೈಕಾಲು ಮೂತಿ ತೊಳೆದುಕೊಂಡು ಕೂಡ್ರುವವನಿದ್ದ ಥಟ್ಟನೆ ಕರೆಂಟು ಹೋಗಿ ಮನೆಯೆಲ್ಲ ಕತ್ತಲಾಯಿತು. 'ಥೂ ಇವನೌನ' ಅಂದ ಸಂಗಪ್ಪ. ಸಾವಿತ್ರಿ ಕತ್ತಲಲ್ಲೇ ಅಡಗಿಮನೆಗೆ ಹೋಗಿ ಕಡ್ಡಿ ಗೀರಿ ಚಿಮಣಿ ಹಚ್ಚಿದಳು. ಅತ್ತೆ ಪಾರವ್ವ, ನಾದಿನಿ ಸರಸೋತಿ ಹಣಗಿ ಕೆಚ್ಚಲು ಕುಳಿತಿದ್ದರು. ಅವರಿಬ್ಬರಿಗೂ ಒಂದೊಂದು ಚಿಮಣಿ ಹಚ್ಚಿಕೊಟ್ಟಳು ಸಾವಿತ್ರಿ. ಚಿಮಣಿ ಮಗ್ಗದ ಮೇಲಿಟ್ಟು, ತಾಯಿಮಗಳಿಬ್ಬರು ಮತ್ತೆ ಮುಗಿದುಹೋದ ಎಳೆಯ ತುದಿಯನ್ನ ಹಿರಿದುಕೊಂಡು ಅದಕ್ಕೆ ಹೊಸ ಎಳೆಯ ತುದಿಯನ್ನು ಹೊಸೆಯುವ ಕೆಲಸವಾದ ಕೆಚ್ಚುವ ಕೆಲಸದಲ್ಲಿ ಮುಂದುವರೆಯತೊಡಗಿದರು. ನೇಯ್ಗೆಮನೆಗೆ ಬೆಳಕಾಗಲಿ ಅಂತ ಸಾವಿತ್ರಿ ಇನ್ನೊಂದು ಚಿಮಣಿ ತಂದು ಅದನ್ನು ಕಾಲುದೀಪದ ಮೇಲಿಟ್ಟಳು. ಆತನಕ ಟಾಣು ಹಾಕುತ್ತಿದ್ದ ರುಕ್ಮಿಣಿ ಕರೆಂಟ್ ಹೋದೊಡನೆ ನಿಲ್ಲಿಸಿಬಿಟ್ಟಿದ್ದಳು. ಎಡಗೈಯಲ್ಲಿದ್ದ ಉಂಕಿಯ ಅಣಿಯನ್ನು ಟಾಣಹ್ಚರಿಯ ಗೂಟಕ್ಕೆ ಹಾಕಿ ಸುಮ್ಮನೆ ಕುಂತಿದ್ದಳು. ಗೋಡೆಗಾನಿಸಿಕೊಂಡು ಕೂತ ಸಂಗಪ್ಪ ಯಾವುದೋ ಲಹರಿಯಲ್ಲಿ ಇದ್ದಂತೆ ಕಾಣುತಿದ್ದ. ತನಗೆ ತಿಳಿದೊಂದು ಹಾಡನ್ನು ಗುನುಗುನಿಸುತ್ತಾ ಕೈಗಳನ್ನು ಭಜನೆ ತಟ್ಟುವಂತೆ ನಿಧಾನಕ್ಕೆ ತಾಳ ಹಾಕುತಿದ್ದನು.

'ಮಾವಾ... ರುಕ್ಮಿಣೀನ್ನ ನಮ್ಮ ತಮ್ಮಗ ತುಗೊಳ್ಳುವುದರ ಬಗ್ಗೆ ಇನ್ನೊಮ್ಮೆ ನಿಮಗ ಕೇಳಿ ನೋಡು ಅಂದಿದ್ದ ಅಪ್ಪ...' ಅಂತ ಮೆಲ್ಲಗೆ ಪೀಠಿಗೆ ಹಾಕಿದಳು ಸಾವಿತ್ರಿ, ಕಂಬದ ಬಳಿ ನಿಂತುಕೊಂಡು. ಇದನ್ನು ಕೇಳಿದೊಡನೆ ಕೈತಾಳ ಹಾಕುವುದನ್ನು ಥಟ್ಟನೆ ನಿಲ್ಲಿಸಿ, ಸೊಸೆಯನ್ನೊಮ್ಮೆ ನೋಡಿ 'ಆಗಲೆವ್ವ... ಹಂಗ್ ಆಗಲಿ. ಬಂದು ನೋಡಿಕೊಂಡು ಹೋಗು ಅಂತ್ಹೇಳು' ಅಂದ. ಸಂಗಪ್ಪ ಹಿಂದೆ ಅಂದಿದ್ದ ಮಾತಿಗೆ ಈಗ ಅವನಿಗೇ ತುಸು ಅವಮಾನವೆನಿಸಿದಂತಾಗಿ ಅದನ್ನೀಗ ಸಮರ್ಥಿಸಲೆತ್ನಿಸಿದನು. 'ಏನೋವ್ವಾ... ಆವಾಗ ಹಂಗ ಅನಿಸಿತ್ತು, ಹಂಗ್ ಹೇಳಿದ್ದ್ಯಾ. ಎಲ್ಲಾನೂ ಕೆಡುಕೇ ಆಗುತ್ತಂತ ಯಾಕ ಯಿಚಾರ ಮಾಡ್ಬೇಕು ಹೌದಲ್ಲ' ಅಂತ ಆಕೆಗೇನೆ ತಿರುಗಿ ಕೇಳಿದನು. ಸಾವಿತ್ರಿ

ಹೌದು ಮಾವಾ ಅನ್ನುವುದಕ್ಕೂ, ಹೋಗಿದ್ದ ಕರೆಂಟು ಮತ್ತೆ ಬಂದು ಮನೆಯೊಳಗಿನ ಬಲ್ಬುಗಳು ಫಕ್ಕನೆ ಹೊತ್ತಿಕೊಳ್ಳುವುದಕ್ಕೂ ಸಮವಾಯಿತು.

ಕರೆಂಟು ಹೋಗಿ ಮನೆ ಕತ್ತಲಾಗಿದ್ದಾಗಲೇ ತನ್ನ ಮತ್ತು ನಾರಾಣಿ ಮಾವನ ಸಂಬಂಧದ ಬಗ್ಗೆ ಅಪ್ಪ ಅತ್ತಿಗೆಯ ನಡುವೆ ಮಾತು ನಡೆದದ್ದು, ಅಪ್ಪ ಅದಕ್ಕೆ ಒಪ್ಪಿಯೂ ಬಿಟ್ಟಿದ್ದು ಕೇಳಿ ರುಕ್ಮಿಣಿ ಒಳಗೊಳಗೆ ಪುಳಕ, ಹೊರಗೆ ತುಸು ನಾಚಿಕೆಪಟ್ಟಿದ್ದು ಯಾರಿಗೂ ಕಾಣಿಸಲಿಲ್ಲ. ಈಗ ಮನೆಯಲ್ಲಿ ತುಂಬಾ ಬೆಳಕಾಗಿದ್ದರಿಂದ ರುಕ್ಮಿಣಿಯೂ ಕರೆಂಟು ಬಂದಷ್ಟೇ ಅವಸರದಲ್ಲಿ ಮೇಲೆದ್ದು ಪಡಸಾಲೆಗೆ ಹೋಗಿ ಸೌಂಡು ಮಾಡದೇ ನಗತೊಡಗಿದಳು.

ಊರಮಂದಿ ಸರಸೋತಿಗೆ ಬಡ್ಡ, ಗೊಡ್ಡು ಅನ್ನುವುದನ್ನು ಸಾವಿತ್ರಿಯೂ ಒಪ್ಪಿಕೊಂಡಿದ್ದರೂ ಮನೆತನದ ಮಾನಕ್ಕಾಗಿ ಅದನ್ನು ಯಾರ ಮುಂದೆಯೂ ಬಾಯಿ ಬಿಟ್ಟಿರಲಿಲ್ಲ. ಅದೇ ಹೆಸರನ್ನು ಜನ ರುಕ್ಮಿಣಿಗೆ ಹಚ್ಚುತಿದ್ದುದಕ್ಕೆ ಸಾವಿತ್ರಿಗೆ ಬೇಸರವಾಗುತ್ತಿತ್ತು. ರುಕ್ಮಿಣಿಯ ಹೆಣ್ತನವನ್ನು ಆಕೆ ದಿನಂಪ್ರತಿ ಕಣ್ಣಾರೆ ನೋಡುತ್ತಿದ್ದಳು. ರುಕ್ಮಿಣಿ ತಿಂಗಳಿಗೊಮ್ಮೆ ಮುಟ್ಟಾದಾಗ ಸಾವಿತ್ರಿಯೇ ಬಿಸಿನೀರು ಕಾಯಿಸಿ ಹನಿಸುತ್ತಿದ್ದಳು, ಬೆನ್ನುಜ್ಜುತ್ತಿದ್ದಳು. ಅಟಗಾಳಿಯನ್ನು ಕಲೆಸಿ ಹಚ್ಚಿ ತಲೆ ತೊಳೆಯುತ್ತಿದ್ದಳು. ರುಕ್ಮಿಣಿಯು ಮೈಕೈ ತಿಕ್ಕಿಕೊಳ್ಳುತ್ತಾ ಕುಳಿತಾಗ ಅವಳ ಮೈಕಟ್ಟನ್ನು ನೋಡೆ ನೋಡುತ್ತಿದ್ದಳು. ಅದು ವಯಸ್ಸಿಗೆ ತಕ್ಕಂತೆ ಬೆಳೆದಿತ್ತು. ಎದೆಯ ಗಾತ್ರ, ಬೆನ್ನ ವಿಸ್ತಾರ, ತೋಳು-ತೊಡೆ ಎಲ್ಲವನ್ನು ಇಂಚಿಂಚು ನೋಡಿದ್ದಳಲ್ಲದೇ ಈಕೆ ಮೈನೆರೆತಿದ್ದನ್ನು ಮುಚ್ಚಿಟ್ಟು ಅಕ್ಕ ಸರಸೋತಿ ದೊಡ್ಡವಳಾದಳೆಂದು ಸುದ್ದಿ ಮಾಡಿದರಲ್ಲ... ಅಲ್ಲಿಂದಲೂ ರುಕ್ಮಿಣಿ ತಪ್ಪದೇ ತಿಂಗಳಿಗೊಮ್ಮೆ ಹೊರಗಾಗುತ್ತಿದ್ದಳು. ಇದೆಲ್ಲಾ ಸಂಪೂರ್ಣ ಗೊತ್ತಿದ್ದ ಸಾವಿತ್ರಿಗೆ ರುಕ್ಮಿಣಿಯೂ ಬಡ್ಡ ಇರಬೇಕೆಂದು ಸಂದೇಹಿಸಿ ನಿರಾಕರಿಸುವವರಿಗೆ, ಆಡಿಕೊಳ್ಳುವ ಮಂದಿಗೆ ರುಕ್ಮಿಣಿಯ ಹೆಣ್ತನವನ್ನು ಹೇಗೆ ತಿಳಿಸಿಕೊಡಬೇಕೆಂಬುದು ತಿಳಿಯದ ಮಾತಾಗಿತ್ತು.

ಅಕ್ಕ ಸರಸೋತಿ ದೊಡ್ಡವಳಾದಳೆಂದು ತೋರಿಸುವುದಕ್ಕೆ ಮೂರುದಿನ ಮಂಟಪದಲ್ಲಿ ಕೂಡ್ರಿಸಿ ಆರತಿ ಎತ್ತಿದ್ದಷ್ಟೇ ಬಂತು. ಆಕೆ ಮೈ ನೆರೆಯಲೇ ಇಲ್ಲವೆಂದ ಮೇಲೆ ತಿಂಗಳ ಹೊರಗಾಗುವುದು ಎಲ್ಲಿಂದ ಬರಬೇಕು! ಆದರೆ ಈ ಹುಡುಗೀಗೆ ದೋಷವಾದರೂ ಯಾವುದಿರಬೇಕೆಂದು ಸರಸೋತಿ ಜಳಕಕ್ಕೆ ಕೂತಾಗ ಸಾವಿತ್ರಿ ಆಕೆಯನ್ನು ಗಮನಿಸುತ್ತಿದ್ದಳು. ಅಡುಗೆಮನೆ ಮೂಲೆಯಲ್ಲಿ ಬಚ್ಚಲು. ಅದರ ಎದಿರು ಒಂದು ಕಂಬ. ಆ ಕಂಬಕ್ಕೆ ಎದಿರು ಇನ್ನೊಂದು ಕಂಬವಿತ್ತು. ಅದಕ್ಕೆ ಹತ್ತಿಕೊಂಡು ಕೂತು ಸಾವಿತ್ರಿ ರೊಟ್ಟಿ ಬಡಿಯುತಿದ್ದರೆ ಜಳಕಾ ಮಾಡುತ್ತಿದ್ದ ಸರಸೋತಿಯನ್ನ ಪಸಂಧ ನೋಡಬಹುದಿತ್ತು. ಸರಸೋತಿದು ತಾಯಂತೆ ಬೆಳ್ಳಗ ಬಣ್ಣ. ದುಂಡಗ

ಬಟ್ಟಲದಂತಹ ಮಾರೀ. ಬಹುಶಃ ಇವೆರಡನ್ನೇ ನೋಡಿ ಹರಗಿನಾಳದ ಹುಡುಗ ಪ್ರಕಾಶಗ ಸರಸೋತಿ ಮನಸ್ಸಿಗೆ ಬಂದಾಳು ಅಂತ ಹೇಳಲಿಕ್ಕೇ ಕಾರಣವಾಗಿರಬೇಕು. ಅವೆರಡನ್ನು ಬಿಟ್ಟು ಆಕೆಯನ್ನು ಹೀಂಗ ಬತ್ತಲ ಮೈ ನೋಡಿದರೇನೆ ಸರಸೋತಿ ಹೆಣ್ಣು ಹೌದೋ... ಅಲ್ಲೋ... ಅನ್ನೋ ಅನುಮಾನ ಬಂದೇ ಬರುತ್ತದೆ. ಮುಖದಲ್ಲೇನೊ ಹೆಣ್ಣಿನ ಲಕ್ಷಣ ಕಾಣುತ್ತಿತ್ತು. ತಲೆಗೂದಲು ಕೊಯ್ಗರಿಯಂತೆ ಚೋಟುದ್ದ ಇದ್ದವು. ಅದೇನು ಅಷ್ಟು ದೊಡ್ಡ ಮಾತಲ್ಲ. ದೃಷ್ಟಿಯನ್ನು ಮುಖದಿಂದ ಕೆಳಗೆ ಎದೆಯ ಮೇಲೆ ಹರಿಸಿದಾಗ ಈಕೆ ಖರೆ ಗೊಡ್ಡು ಇರಬೇಕು ಅನಿಸುತ್ತಿತ್ತು! ಎದೆ ಉಬ್ಬಿರಲಿಲ್ಲ, ಪೂರ್ಣ ಸಪಾಟಾಗಿತ್ತು. ಕೈಕಾಲುಗಳು ಅಷ್ಟೇ ಒಣ ದಂಟಿನಂತೆ ಬಡಕಲಾಗಿದ್ದವು. ಅವಳ ಬದ್ದೀ ಹೆಣ್ಣಿಗಿರುವಂತೆಯೇ ಕಾಣುತ್ತಿತ್ತು. ಇದನ್ನು ನೋಡಿಯೇ ಅಲ್ಲವೇ ಹುಟ್ಟಿದ ಕೂಡಲೇ ಹೆಣ್ಣೋ, ಗಂಡೋ ಅಂತ ನಿರ್ಧರಿಸುವುದು. ಕೂಸುಗಳಿದ್ದಾಗ ಹೆಣ್ಣು, ಗಂಡು ಅನ್ನೋ ವ್ಯತ್ಯಾಸ ಬದ್ದಿಯನ್ನು ಬಿಟ್ಟರೆ ಮತ್ತೆಲ್ಲಿಯೂ ಕಾಣಿಸುವುದಿಲ್ಲ. ಈ ಲಿಂಗತ್ವ ಮನುಷ್ಯರಲ್ಲಿ ವ್ಯಕ್ತಿ ಬೆಳೆಯುತ್ತ ಬಂದಂತೆ ಬೆಳೆಯುವುದೋ ಅಥವಾ ಲಿಂಗಭೇದವನ್ನು ಬೆಳೆಸುತ್ತ ಬಂದ ಕಾರಣಕ್ಕೆ ವ್ಯಕ್ತಿಯ ಒಳಗಿಳಿಯುವುದೋ... ಎಂಬುದು ಸಾವಿತ್ರಿಗೆ ತಿಳಿಯದ ಮಾತಾಗಿತ್ತು. ಉಳಿದವರೆಲ್ಲ ಸರಸೋತಿಯನ್ನು ಅದೊಂದು ಗೊಡ್ಡು ಅನ್ನುವ ನಿರ್ಣಯಕ್ಕೆ ಬಂದು ಕೈಬಿಟ್ಟಿದ್ದರೆ ಸಾವಿತ್ರಿಗೆ ಅವಳ ಮೇಲಿನ ಕುತೂಹಲ ಕಡಿಮೆಯಾಗಿರಲಿಲ್ಲ. ಬೆಳವಣಿಗೆ, ಬದಲಾವಣೆ ಅನ್ನೋದು ಯಾವಾಗ ಬೇಕಾದರೂ ಆಗಬಹುದು. ಇವತ್ತು, ನಾಳೆ, ಒಂದು ವಾರ ಬಿಟ್ಟು, ತಿಂಗಳ ಬಿಟ್ಟು, ಮೂರುತಿಂಗಳ ಬಿಟ್ಟು, ಆರುತಿಂಗಳ ಬಿಟ್ಟು, ವರ್ಷ ಬಿಟ್ಟು ಅವಳಲ್ಲೇನಾದರೂ ಬದಲಾವಣೆ ಆಗಬಹುದೆಂದು ತಿಳಿಯುವುದಕ್ಕೆ ಸರಸೋತಿ ಜಳಕಕ್ಕೆ ಇಳಿದಾಗಲೆಲ್ಲ ಸಾವಿತ್ರಿ ಅಡುಗೆ ಮನೆಯಲ್ಲಿ ಏನಾದರೊಂದು ಕೆಲಸ ಹುಡುಕುತ್ತಿದ್ದಳು. ಈ ಅತ್ತಿಗೆ ಯಾಕೋ ತನ್ನ ಬರೀಮೈಯನ್ನು ಗಮನಿಸುತ್ತಿದ್ದಾಳೆಂಬ ಅನುಮಾನ ಸರಸೋತಿಗೆ ಬಂದ ದಿನದಿಂದ ಅವಳು ಸಾವಿತ್ರಿ ಅಡುಗೆ ಮನೆಯಲ್ಲಿದ್ದರೆ ಡುಬುಡುಬು ನಾಲ್ಕು ಚರಿಗೆ ನೀರು ಮೈಮೇಲೆ ಹಾಕ್ಕೊಂಡು ತನ್ನ ಜಳಕ ಮುಗಿಸಿಬಿಡುತ್ತಿದ್ದಳು.

ಸುಳಸಂಗಿಯ ಬೀಗರು ಬಂದು ರುಕ್ಮಿಣಿಯನ್ನು ನೋಡಿಕೊಂಡು ಹೋಗುವ ಶಾಸ್ತ್ರ ಮಾಡಿದರು. ಮನೆಯೊಳಗಿನ ಮಾತೆಂದು ಸಾಲಾವಳಿ ಕೇಳುವುದಕ್ಕೂ ಹೋಗಲಿಲ್ಲ. ಒಮ್ಮೆಲೆ ಲಗ್ನದ ಮುಹೂರ್ತ ಕೇಳಿದರು. ಬರುವ ಕಾರ್ತಿಕ ಮಾಸದ ಒಂದು ದಿನ ಮದುವೆ ಮಾಡುವುದೆಂದು ಠರಾವು ಮಾಡಿದರು. ಸರಸೋತಿ ರುಕ್ಮಿಣಿಯ ಅಕ್ಕನಾದರೂ ಅವಳನ್ನು ಅಷ್ಟಾಗಿ ರುಕ್ಮಿಣಿ ಹಚ್ಚಿಕೊಂಡಿರಲಿಲ್ಲ. ಸಾವಿತ್ರಿಯೇ ಆಕೆಗೆ ಹಿರಿಯಕ್ಕನಂತಾಗಿದ್ದಳು. ಹಣಿಗೆ ಕಚ್ಚುವುದಿದ್ದರೆ, ಕೆರೆಗೆ ಒಗ್ಯಾಣಕ್ಕೆಂದು ಹೋದರೆ, ಬೈಲಕಡೆಗೆ ಹೋದರೆ ಸಾವಿತ್ರಿ–ರುಕ್ಮಿಣಿ ಇಬ್ಬರು ಜತೆಯಾಗಿ ಹೋಗುತ್ತಿದ್ದರು.

ಇತ್ತಕಡೆ ಸರಸೋತಿ, ಅವಳವ್ವ ಪಾರವ್ವ ಜತೆಗಿರುತ್ತಿದ್ದರು. ಮದುವೆ ನಿಕ್ಕಿಯಾದ ಮೇಲೆ ಸಾವಿತ್ರಿ ರುಕ್ಮಿಣಿ ಇನ್ನಷ್ಟು ಹೆಚ್ಚಾಗಿ ಜೊತೆ ಜೊತೆಯಾಗಿ ಇರುತ್ತಿದ್ದರು. ಅವಳ ತಲೆಯನ್ನು ಇವಳು ಬಾಚಿದರೆ, ಇವಳ ತಲೆಯನ್ನು ಅವಳು ಬಾಚುವುದು... ರುಕ್ಮಿಣಿಗೆ ಊಟದ ತಟ್ಟೆ ಸಾವಿತ್ರಿಯೇ ಹಚ್ಚುವುದು ಇಂಥದೆಲ್ಲ ನಡೆದಿರುತ್ತಿತ್ತು.

*

ಕಾರ್ತಿಕಮಾಸ ಮುಗಿದು ಮೂರು ತಿಂಗಳಾಗಿತ್ತು. ರುಕ್ಮಿಣಿಯದು ಮದುವೆಯಾಗಿ ಗಂಡನ ಮನೆಯಿಂದ ತವರುಮನೆಗೆ, ತವರು ಮನೆಯಿಂದ ಗಂಡನ ಮನೆಗೆ ಹಾಕಿಕೊಂಡು ಹೋಗುವ ಉಡಿಯಕ್ಕಿಗಳು ಮುಗಿದು ಈಗ ಗಂಡನ ಮನೆಯಲ್ಲೇ ನಿಂತಿದ್ದಳು.

ರುಕ್ಮಿಣಿಯ ಎರಡನೇ ಅಣ್ಣ ರಮೇಶನಿಗೆ ರಾಮಪುರದ ಹೆಣ್ಣುಮಗಳು ಸುಶೀಲಾಳ ಜೊತೆಗೆ ಮದುವೆಯಾಗಿತ್ತಲ್ಲ... ಆ ಹೆಣ್ಣುಮಗಳ ತಂದೆ ತಾಯಿಗೆ ಇವಳೊಬ್ಬಳೇ ಮಗಳಾಗಿದ್ದಳು. ಆ ಸುಶೀಲಾಳ ತಾಯಿಗೆ ಈಗ ಕಣ್ಣುಪೊರೆಯ ಆಪರೇಶನ್ ಆಗಿದ್ದರಿಂದ ಸ್ವಲ್ಪ ದಿವಸ ಇದ್ದು ಬರುವುದಕ್ಕೆಂದು ಮಗಳು-ಅಳಿಯನನ್ನು ಕರೆಯಿಸಿಕೊಂಡಿದ್ದರು. ತುಸು ದಿನಗಳಾದ ಮೇಲೆ ರಾಮಪುರದ ಬೀಗರು ಸಂಗಪ್ಪನನ್ನು ಕರೆಯಿಸಿಕೊಂಡು 'ಬೀಗರ ನಮ್ಮದು ಆಟ ಮುಗಿಯಾಕ ಬಂದೈತಿ, ಗಂಡ-ಹೆಂಡತಿಯಿಂದ ಏನೇನು ಮಾಡಾಕ ನೀಗವಲ್ಲದು. ನಮಗರ ನಿಮ್ಮನ್ನ, ಅಳಿಯ ಮಗಳನ್ನ ಬಿಟ್ಟರ ಗತಿ ಯಾರು ಅದಾರ?' ಅಂತ ಇನ್ನೂ ಮುಂದೆ ಏನೇನೋ ಹೇಳುವವನಿದ್ದ ಅಷ್ಟೊತ್ತಿಗೆ ಮಗಳು ಚಹದ ಬಟ್ಟಲಗಳನ್ನು ತಂದು ತನ್ನ ಅಪ್ಪನಿಗೂ, ಮಾವನಿಗೂ ಒಂದೊಂದು ಬಟ್ಟಲು ಕೊಟ್ಟಳು. 'ತುಗೋರಿ ಬೀಗರ ಅಂತ ಆ ಮುದುಕ ತನ್ನ ನಡುಗುವ ಕೈಗಳಿಂದ ಚಹದ ಬಟ್ಟಲನ್ನು ಎತ್ತಿಕೊಳ್ಳತೊಡಗಿದ. ಸಂಗಪ್ಪ ಚಹ ಕುಡಿಯುತ್ತ ಬೀಗನ ಮುಖ ದಿಟ್ಟಿಸತೊಡಗಿದ... ಕಣ್ಣಗುಡ್ಡೆಗಳಲ್ಲಿನ ಕಾಂತಿ ಕಳೆದುಹೋಗಿ ಕರಿಗುಡ್ಡೆಗಳೆಲ್ಲ ನೀಲಿ ಬಣ್ಣಕ್ಕೆ ತಿರುಗಿದ್ದವು. ಅವನ ವಯಸ್ಸು ಎಂಬತ್ತರ ಆಸುಪಾಸು ಇರಬೇಕೆಂದು ಅಂದಾಜಿಸಿದ. ನೇಯ್ಗೆಮನೆಯ ಮತ್ತೊಂದು ಮೂಲೆಯಲ್ಲಿ ಅರ್ಧ ಮುಖ ಮುಚ್ಚುವಂತೆ ಕಪ್ಪುಚಾಳೀಸು ಹಾಕ್ಕೊಂಡು ಕಣ್ಣಿನ ಆಪರೇಶನ್ ಮಾಡಿಸಿಕೊಂಡ ಬೀಗತಿ ಕುಂತಿದ್ದಳು.

ಈ ಮನೆಯ ಕನ್ಯೆ ತುಗೊಳ್ಳುವ ಕಾಲಕ್ಕೇನೇ ಸಂಗಪ್ಪ ಲೆಕ್ಕ ಹಾಕಿದ್ದನು. ಗಂಡು ದಿಕ್ಕಿಲ್ಲದ ಈ ಮನೆಗೆ ತನ್ನ ಮಗನೇ ದಿಕ್ಕಾಗಿ ನಿಲ್ಲುವ ಟೈಮು ಬರಬಹುದು ಅಂತ. ಆ ಟೈಮು ಇದೇ ಅಂತ ಅವನಿಗೀಗ ಖಾತ್ರಿಯಾಗಿತ್ತು. ಚಹ ಕುಡಿದಾದ ಮೇಲೆ

ಸಂಗಪ್ಪ 'ಆಗಲಿ ತಗೋಳ್ರಿ ಬೀಗರ... ನಿಮ್ಮ ಅಳಿಯ ಮಗಳು ಇಲ್ಲೇ ಇದ್ದು ನಿಮ್ಮನ್ನ ನೋಡಿಕೊಳ್ಳಲಿ' ಅಂದನು. ಆ ಬೀಗನು ನಿಧಾನಕ್ಕೆ ಕೈ ಜೋಡಿಸುತ್ತ ತಲೆಯಾಡಿಸಿದನು. ತನಗಿಂತ ಸುಮಾರು ಇಪ್ಪತ್ತು ವರ್ಷ ವಯಸ್ಸಿನಲ್ಲಿ ಹಿರಿಯವನಾಗಿರಬಹುದಾದ ಮನುಷ್ಯನ ಈ ಪರಿ ವಿಧೇಯತೆಯನ್ನು ಸಂಗಪ್ಪನಿಗೆ ಸ್ವೀಕರಿಸುವುದಾಗದೇ 'ಇರಲಿ ಮಾವಾರ ಏನ್ ದೊಡ್ಡಾತಾತು, ಇರಲಿ... ಇಂಥ ಟೈಮಿನ್ಯಾಗ ಒಬ್ಬರಿಗೊಬ್ಬರು ಆಗಾಕಬೇಕು' ಎಂದು ಹೊರಡಲನುವಾದನು. ಅವನ ಬೀಗರು ಇವತ್ತೊಂದು ದಿನ ವಸ್ತಿ ಇದ್ದು ನಾಳೆ ಊಟ ಮಾಡಿಕೊಂಡು ಹೋಗಬೇಕೆಂದು ಭಾಳ ಒತ್ತಾಯ ಮಾಡಿದರು. ಸಂಗಪ್ಪ ಊರಲ್ಲಿ ಭಾಳ ಕೆಲಸಗಳಿರುವುದಾಗಿ ಹೊರಟೇ ನಿಂತನು. ಬೀಗತಿ ಹೋಗಿಬರ್ರಿ ಅಂತ ಕುಳಿತಲ್ಲಿಯೇ ನಮಸ್ಕಾರ ಮಾಡಿದಳು. ಸೊಸೆ-ಮಗ ಇಬ್ಬರೂ ಬಂದು ಸಂಗಪ್ಪನನ್ನು ಸಣಮಾಡಿದರು. 'ಚುಲೋತ್ನಾಗಿ ನೋಡಿಕೊಂಡು ಹೋಗ್ರೆವ್ವಾ...' ಅಂತ ಸೊಸೆಗೆ ಹೇಳಿ ಹೊರ ನಡೆಯತೊಡಗಿದನು. ಹೆಜ್ಜೆ ಕಿತ್ತಿಡಲಾಗದ ಮುದುಕ ಬೀಗನು ಸಂಗಪ್ಪನನ್ನು ಕಳಿಸಲು ಕೈಕೋಲು ಹಿಡಿದು ಕಾಲು ಸರಿಸುತ್ತ ಬರತೊಡಗಿದನು. ಅದನ್ನು ಕಂಡ ಸಂಗಪ್ಪ 'ನೀವು ಬರೂದ ಬ್ಯಾಡ, ನಡೆಯಾಕ ತ್ರಾಸ್ ಆಗುತ್ತ. ನಾ ನಡಿತೀನಿ' ಅಂತ ಬೀಳ್ಕೊಂಡು ನಡೆದನು.

ಈ ವರ್ಷದಾಗ ಮೂರು ಜೀವಾ ಮನೆಬಿಟ್ಟು ದೂರಾದವು... ಮನಿ ಬಣಬಣ ಅನತೈತಿ ಅಂತ ಪಾರವ್ವ ಆಗಾಗ ಮಧ್ಯಾನ ಹೊತ್ತು ಊಟ ಮಾಡಿ ಕುಂತಾಗ ಸರಸೋತಿ ಎದುರು ಹಳಾಳಿಸುತ್ತಿದ್ದಳು. ಸರಸೋತಿಗೂ ಹಾಗೇ ಅನಿಸುತ್ತಿತ್ತು. ಮನೆಬಿಟ್ಟು ದೂರಾದವರಲ್ಲಿ ಯಾರೂ ಸಹಿತ ತನ್ನನ್ನು ಅಷ್ಟಾಗಿ ಹಚ್ಚಿಕೊಂಡಿರಲಿಲ್ಲವಾದರೂ ಅವಳಿಗೂ ಏನೋ ಕಳೆದುಕೊಂಡಂತೆ ಅನ್ನಿಸುತ್ತಿತ್ತು. ಇಂಥದೆ ಮತ್ತೊಂದು ಮಧ್ಯಾನ ಹೊತ್ತಲ್ಲಿ ಸಂಗವ್ವ ಮಗಳು ರುಕ್ಮಿಣಿಯ ನೆನಪು ತಕ್ಕೊಂಡು ಕೂತಾಗ... ಹಿಂದಿನ ಮನೆಯ ಯಂಕವ್ವ ಬಂದು ಸಂಗವ್ವನಿಗೆ ಒಂದು ಚುಲೋ ಸುದ್ದಿ ಹೇಳಿ ಹೋಗಿದ್ದಳು. ಯಂಕವ್ವ ತನ್ನ ಮಗಳೊಬ್ಬಳನ್ನು ಸುಳಸಂಗಿಗೆ ಕೊಟ್ಟಿದ್ದಳು. ಅವಳಿಗೆ ಆರಾಮವಿಲ್ಲೆಂದು ಕೇಳಿದ್ದ ಆಕೆ ಮಗಳನ್ನು ನೋಡಿಕೊಂಡು ಬರಲು ಮೊನ್ನೆ ಸುಳಸಂಗಿಗೆ ಹೋಗಿದ್ದಳು. ಬರುವಾಗ ರುಕ್ಮಿಣಿಯ ಮನೆಗೂ ಹೋಗಿ ಬಂದಾಗ ಸುದ್ದಿ ತಿಳಿಯಿತು. 'ಪಾರವ್ವ ನಿನ್ನ ಮಗಳು ಹೋಳಿಗೆ ಎಬ್ಬಿಸ್ಯಾಳವೋ...' ಅಂತಾಕೆ ಬಾಯಿ ತುಂಬ ನಕ್ಕು ಹೇಳಿದ್ದಕ್ಕೆ ಭಯಂಕರ ಖುಶಿಯ ಜೊತೆಗೆ 'ಅಯ್ಯ... ಬೇಸ್ಯಾತು ಬಿಡು' ಅಂದು ನಕ್ಕು 'ಅಲ್ಲ... ನಿನ... ಇನ್ನೊಂದ್ ತ್ವಾಡೆ ದಿನ ಹೋಗಿದ್ದರ ಬೇಸಿತ್ತ... ಲಗ್ನ ಆಗಿ ಭಾಳ ದಿವಸ ಆಗಿಲ್ಲ, ನಮ್ದು ಕೈ ಆರಿಲ್ಲ...' ಅಂತ ಒಂದು ಚಿಟಿಕೆಯಷ್ಟು ಅಸಮಾಧಾನವನ್ನೂ ತೋಡಿಕೊಂಡಳು. 'ದೇವರು ಕೊಟ್ಟ ಮಾತಿಗೆ ಬ್ಯಾಡ ಅನ್ನೂದೈತೆನು?' ಯಂಕವ್ವ ಅಂದಿದ್ದಕ್ಕೆ ಪಾರವ್ವ

'ಇಲ್ಲಬಿಡು...' ಅಂದು ಸುಮ್ಮನಾಗಿದ್ದಳು. 'ರುಕ್ಮಿಣಿಗೆ ಬಯಕಿ ಹತ್ತ್ಯಾವ ಬುತ್ತಿ ಮಾಡಿಕೊಂಡು ಹೋಗಿ ಮಾತಾಡ್ಸಿ ಬಾ...' ಅಂದಿದ್ದಕ್ಕೆ ಪಾರವ್ವ ಎರಡು ದಿನ ಬಿಟ್ಟು ಸುಳಸಂಗಿಗೆ ಹೋಗಿಬರಲು ತಯಾರಾಗಿದ್ದಳು.

*

ರುಕ್ಮಿಣಿಗೆ ಚೊಚ್ಚಲ ಗಂಡು ಮಗುವಾಗಿತ್ತು. ಬಾಣಂತನ ಎಲ್ಲ ತವರು ಮನಿಯಾಗ ಆಯಿತು. ಪಾರವ್ವ ತನ್ನ ಮೊಮ್ಮಗ ಅಂತ ಓಡಾಡಿಕೊಂಡಿದ್ದಕ್ಕಿಂತ ಹೆಚ್ಚಾಗಿ ಸಾವಿತ್ರಿಯೇ ಅಳಿಯ... ಅಳಿಯ ಅಂತ ಹೆಚ್ಚಾಗಿ ಓಡಾಡಿದಳು. ರುಕ್ಮಿಣಿಗೆ ಸಂಜೀಲೆ–ಮುಂಜೇಲೆ ಎರಡೂ ಹೊತ್ತು ಬಿಸಿನೀರು ಕಾಯಿಸಿ ನೀರು ಹಾಕುವುದು, ಕುಳ್ಳುಬೆಂಕಿ ಮಾಡಿ ಇಲಕೀಬುಟ್ಟಿ ತಂದು ಹೊರಸಿನ ಕೆಳಗೆ ಇಡುವುದು, ಅವಳಿಗೆ ಮೂರು ಹೊತ್ತು ಬಿಸಿಬಿಸೇದು ಮಾಡಿ ಉಣಿಸುವುದು... ಎಲ್ಲಾ ಆಕೇನೆ ಮಾಡಿದಳು. ತನ್ನ ತವರವರು ಮತ್ತಿತರರು ತಂದು ಕೊಟ್ಟಿದ್ದ ಯೆಚ್ಚ ಎಲ್ಲಾನೂ ಕೂಡಿಸಿ ಅದಕ್ಕೆ ಇನ್ನಷ್ಟು ಸಾಮಗ್ರಿ ಸೇರಿಸಿ, ಒಣಕೊಬ್ಬರಿ, ಬೆಲ್ಲ, ಉತ್ತತ್ತಿ, ಜಾಲಿಯಂಟು, ಗೇರುಬೀಜ, ಒಣದ್ರಾಕ್ಷಿ, ಆಳ್ವೀ ಎಲ್ಲಾ ಒಂದು ಹದಾಮಾಡಿ ಕೊಬ್ಬರಿಯುಂಡೆ ಕಟ್ಟಿದ್ದಳು. ಇಷ್ಟೆಲ್ಲಾ ಆರೈಕೆ ಮಾಡಿಸಿಕೊಳ್ಳುವಾಗ, ಮೂರುಹೊತ್ತು ಬಿಸಿಬಿಸಿ ಉಣ್ಣುವಾಗ, ಕೊಬ್ಬರಿಖಾರ ತಿನ್ನುವಾಗಿನ ಸೆವಿಯ ಮುಂದೆ ರುಕ್ಮಿಣಿಗೆ ಹಡೆಯುವಾಗ ತಿಂದ ಬ್ಯಾನಿಗಳ ನೋವು ಮರತೇ ಹೋಗಿತ್ತು.

ರುಕ್ಮಿಣಿಯ ಮಗನಿಗೆ ಸರಸೋತಿ ಮೋಹನ ಅಂತ ಚಂದದ ಹೆಸರು ಆರಿಸಿದ್ದಳು. ಹುಟ್ಟಿದ ಹದಿಮೂರನೇ ದಿನ ತೊಟ್ಟಿಲಲ್ಲಿ ಹಾಕಿ ಹೆಸರಿಟ್ಟರು. ಅದಾಗಿ ಐದು ತಿಂಗಳು ಬೀಳುತ್ತಿದ್ದಂತೆ ಸುಳಸಂಗಿಯವರು ತಮ್ಮ ಮೊಮ್ಮಗ, ಸೊಸೆಯನ್ನು ಸಂಭ್ರಮದಿಂದ ಮನೆ ತುಂಬಿಸಿಕೊಂಡರು.

ಮಗು ಮೋಹನನಿಗೆ ಹಲ್ಲು ಬರುವ ಹೊತ್ತಿನಲ್ಲಿ ಮೇಲಿಂದ ಮೇಲೆ ಅನಾರೋಗ್ಯ ಕಾಡತೊಡಗಿತು. ಬೈಲಕಡೆ ಹತ್ತಿ ಹುಡುಗನಿಗೆ ವಾರಾನುಗಟ್ಟಲೆ ಕಾಡಿತು. ಆಮೇಲೆ ಮೇಲುದವಡೆಯಲ್ಲಿ ಒಂದು ಹಲ್ಲಿನ ತುದಿ ಮಿಣಕ್ಕಂತ ಮೂಡಿತ್ತು! ಮಗುವಿಗೆ ಮೇಲಿನ ಹಲ್ಲು ಮೊದಲು ಮೂಡಿದರೆ ಸ್ವಾದರಮಾವ ಬಂದು ಬೆಳ್ಳಿಬಟ್ಟಲಿನಿಂದ ಹಾಲೆರೆಯಬೇಕೆಂದು ಸಂಪ್ರದಾಯ. ಅಂದು ರುಕ್ಮಿಣಿಯ ದೊಡ್ಡಣ್ಣ ಸುರೇಶ ಅವನ ಹೆಂಡತಿ ಸಾವಿತ್ರಿ ಬಂದಿದ್ದರು. ಸುಳಸಂಗಿಯ ಬಸೊಣ್ಣದೇವರ ಗುಡಿಯಲ್ಲಿ ಕೂತು ಕೂಸು ಮೋಹನನಿಗೆ ಬೆಳ್ಳಿಬಟ್ಟಲಿನಲ್ಲಿ ಹಾಲೆರೆದರು. ಸಾವಿತ್ರಿ ಸುರೇಶ ಎರಡು ದಿನ ಅಲ್ಲೇ ಇದ್ದರು. ಮೋಹನನ ದಟ್ಟವಾದ ಜವಳ, ದುಂಡು ಮೋರೆ ನೋಡಿ

ರುಕ್ಮಿಣಿಗೆ 'ದಿನಾ ಸಂಜೆಗೆ ಇಳಿದು ಒಗಿಯೂದು ಮರಿಬ್ಯಾಡ' ಅಂತ ಬರುವಾಗ ಹೇಳಿ ಬಂದಳು.

ಮಗಾ ಮೋಹನನಿಗೆ ಒಂದೊಂದೆ ಹಲ್ಲುಗಳು ಬರುತ್ತ ಆರಾಮಾಗತೊಡಗಿದನು. ಅವರಪ್ಪ ನಾರಾಣಿಗೆ ಈಗ ನಾಲ್ಕು ದಿನದಿಂದ ಸುಂದ ಬಡಿದವರ ಹಂಗ ಸುಮ್ಮನೆ ಇರುತ್ತಿದ್ದ. ಯಾವುದಕ್ಕೂ ಚೈತನ್ಯ ಇಲ್ಲದಂಗಾಗಿತ್ತು. ಅದು ಕಾಮಣಿರೋಗ ಅಂತ ದವಾಖಾನಿಗೆ ತೋರಿಸಿದ ಬಳಿಕ ತಿಳಿಯಿತು. ಗುಳಗಿ ಔಷಧಿ ತುಗೊಳ್ಳತೊಡಗಿದ್ದರೂ ಕಾಮಣಿ ಹೆಸರು ಕೇಳಿ ಭೀತಿಗೊಂಡಿದ್ದ ಅವನವ್ವ ಸಂಕವ್ವ ಗಂವಟಿ ಔಷಧಾನೂ ಕೊಡಿಸಿದ್ದಳು. ಅದರ ಜೊತೆಗೆ ಉಪ್ಪಿಲ್ಲದ ಸಪ್ಪನೇ ಊಟ, ಕಟ್ಟು ಪಥ್ಯೆ ಮಾಡಬೇಕಾತು.

ಮೋಹನನಿಗೆ ಒಂದು ವರ್ಷ ತುಂಬುವುದರಲ್ಲಿತ್ತು. ರುಕ್ಮಿಣಿ ಮತ್ತೆ ಮೂರು ತಿಂಗಳು ಹೊಟ್ಟೀಲಾಗಿದ್ದಳು. ಈ ಸಲ ಅವಳಿಗೆ ತೀರಾ ಹೊಲಸ್ಸಾದ ಬಯಕೆಗಳು ಕಾಡಹತ್ತಿದ್ದವು. ಏನು ತಿಂದರೂ ದಕ್ಕುತ್ತಿರಲಿಲ್ಲ. ಬರೀ ವಾಂತಿಯಾಗುತ್ತಿತ್ತು. ಈ ವಾಂತಿಯಾದರೂ ಸರಳ ಆಗುತ್ತಿರಲಿಲ್ಲ. 'ವ್ಯಾ... ವ್ಯಾ... ಆ...' ಅಂತ ಹೊಟ್ಟೆಯೊಳಗಿನದನ್ನು ಹೊರಹಾಕಬೇಕೆಂದು ಬಾಯಿ ತೆರೆದರೆ ಕರುಳೇ ಕಿತ್ತಿಕೊಂಡು ಆಚೆ ಬರುವಂಥ ಅನುಭವವಾಗುತ್ತಿತ್ತು. ಕಣ್ಣುಮುಚ್ಚಿ ತೇಗಿದರೆ ಕಣ್ಣೊಳಗೆ ದೀಪ ಹಚ್ಚಿದಂತಾಗುತ್ತಿತ್ತು. ಪಾರವ್ವ ಮತ್ತೊಮ್ಮೆ ಮಗಳನ್ನು ಮಾತನಾಡಿಸಲು ಬುತ್ತಿ ಮಾಡಿಕೊಂಡು ಬಂದಳು, ಜೊತೆಗೆ ಸರಸೋತಿಯು ಇದ್ದಳು. ಅಲ್ಲಿದ್ದ ಎರಡು ದಿನದಲ್ಲಿ ಸರಸೋತಿ ಮೋಹನನನ್ನು ಬಿಡದೇ ಕಂಕುಳಲ್ಲಿ ಕೂಡ್ರಿಸಿಕೊಂಡೇ ಇದ್ದಳು.

ಚೊಚ್ಚಿಲ ಬಾಣಂತನ ತವರುಮನೆಯಲ್ಲಿ ಆಗಿದೆ. ಮರುಚಲ ನಮ್ಮಲ್ಲೇ ಮಾಡತಿವಿ ಅಂತ ಅತ್ತೆ ಸಂಕವ್ವ ಪಾರವ್ವನಿಗೆ ಹೇಳಿದಳು ಅವಳೂ ಅದಕ್ಕೆ ಕಬೂಲಾದಳು. ಬಸುರಿಯ ಮೈಬಣ್ಣದಲ್ಲಿ ಕಾಣುತ್ತಿದ್ದ ಒಂದಿಷ್ಟು ಬದಲಾವಣೆ, ಅವಳಿಗೆ ಹತ್ತಿದ್ದ ಬಯಕೆಯ ಆಧಾರದಿಂದ ರುಕ್ಮಿಣಿ ಈ ಸಲ ಹೆಣ್ಣು ಹಡೆಯುತ್ತಾಳೆಂದು ಅತ್ತೆ ಸಂಕವ್ವ ಓಣಿಯವರ ಮುಂದೆ ವಾದ ಮಂಡಿಸುತ್ತಿದ್ದಳು.

ನಾರಾಣಿ ನೇಯುತ್ತಿದ್ದದ್ದು ರೇಶ್ಮೆಸೆರಗಿನ ಟೋಪತೆನಿಯ ಸೀರೆ. ಈ ಸೆರಗು ಹಾಕುವುದಕ್ಕೆ ನೇಯ್ಗೆ ನೇಯ್ಯುವವನ ಜೊತೆ ಇನ್ನೊಬ್ಬರು ಸಹಾಯ ಮಾಡಬೇಕಾಗುತ್ತಿತ್ತು. ಇಷ್ಟುದಿನ ಈ ಸಹಾಯವನ್ನು ರುಕ್ಮಿಣಿ ಮಾಡುತ್ತಿದ್ದಳು. ಈಗವಳು ಸಹಾಯಕ್ಕೆಂದು ಮಗ್ಗಕ್ಕೆ ಕೂಡ ಹೋದರೆ ಮಗ್ಗದ ಕುಂಟೇ ಅವಳ ಹೊಟ್ಟೆಗೆ ತಗುಲುತ್ತಿತ್ತು. ಈ ತೊಂದರೆ ಬೇಡವೆಂದು ರುಕ್ಮಿಣಿಯ ಅತ್ತೆ ಅವಳನ್ನು ತೆನೆ ತಿರುವಲು ಕೂಡಗೊಡಲಿಲ್ಲ. ತೆನೆ ತಿರುವುವ ಸಹಾಯಕ ಕೆಲಸಕ್ಕೆ ನೇಕಾರ ಹುಡುಗರು ಇರುತ್ತಿದ್ದವು. ಎಂಟಾಣೆ ಕೊಟ್ಟರೆ ಈ ಕೆಲಸಕ್ಕೆ ನೆರವಾಗುತ್ತಿದ್ದವು. ಇಂಥ ಹುಡುಗರೆಲ್ಲ ಈಗ ಶಾಲೆಗೆ ಹೋಗುತ್ತಿದ್ದರಿಂದ ಓಣಿಯಲ್ಲಿ ಒಂದೂ

ಹುಡುಗರೂ ಸಹಾಯಕ್ಕೆ ಸಿಗುತ್ತಿರಲಿಲ್ಲ. ಹೀಗಾಗಿ ತೆನೆ ತಿರುವುವುದು ಬಂದೊಡನೆ ಸೀರೆ ನೇಯ್ಯುವವರಿಗೆ ಬಲು ಫಜೀತಿಯಾಗಿ ಬಿಡುತ್ತಿತ್ತು. ಹೊಸಸೀರೆ ಶುರು ಮಾಡಿದಾಗೆಲ್ಲ ತೆನೆ ತಿರುವುವುದು ಇದ್ದೇ ಇರುತ್ತಿತ್ತು. ಆಗ ಅನಿವಾರ್ಯವಾಗಿ ನಾರಾಣಿ ತಾನೊಬ್ಬನೇ ಮಗ್ಗದ ಕುಣಿಯಲ್ಲಿ ಕುಳಿತು ಎಡಕ್ಕೊಮ್ಮೆ ಬಲಕ್ಕೊಮ್ಮೆ ಕುಂಡಿ ಎತ್ತೆತ್ತಿ ಕೂಡ್ರುತ್ತಾ ಕೈಲಾಳಿ ಒಗೆಯುತ್ತಾ ತೆನೆ ತಿರುವಿಕೊಳ್ಳುತ್ತಿದ್ದನು.

ಈ ತೆನೆ ತಿರುವುದನ್ನು ಆವಾಗಾವಾಗ ನಾರಾಣಿಯ ಮಗ್ಗದ ಕಿಡಕಿಯ ಹೊರಗೆ ಕೂತು ನೋಡುತ್ತಿದ್ದ ಇವನ ದೋಸ್ತನೂ ಆಗಿದ್ದ ರಾಮನನ್ನು ಒಮ್ಮೆ ನಾರಾಣಿ ' ರಾಮಾ, ನನಗೂ ಸಾಕಾಗೇತಿ ನೀನರೆ ಬಾರಲೇ... ತೆನಿ ತಿರುವಾಕ, ನೋಡೋಣು...' ಅಂದ. ಅವನಿಗೂ ಅದರ ಬಗ್ಗೆ ಭಯಂಕರ ಕುತೂಹಲವಿತ್ತು 'ಹಾಂ... ಬರಬೇಕಲ್ಲೋ...' ಅಂತ ನಗುತ್ತ ಬಂದು ಪಕ್ಕದಲ್ಲಿ ಕುಳಿತೇ ಬಿಟ್ಟನು. ಒಂದು ದುಂಡು ತಿರುವುದರೊಳಗಾಗಿ ಐದಾರು ಸಲ ರಾಮ ಎಳೆ ಹರಿದಿದ್ದರಿಂದ ಒಬ್ಬನೇ ತಿರುವಿಕೊಳ್ಳೊದು ಸುಖಾ ಇತ್ತು ಅಂತ ನಾರಾಣಿ ಮನಸ್ಸಿನೊಳಗೆ ಅಂದುಕೊಂಡ.

ರುಕ್ಮಿಣಿಯ ಬಾಣಂತನ ಮುಗಿಯುವ ಹೊತ್ತಿಗೆ ರಾಮ ಸರಾಗವಾಗಿ ತೆನಿ ತಿರುವುದನ್ನು ಕಲಿತುಬಿಟ್ಟಿದ್ದ. ಬೇಸಿಗೆಯಲ್ಲಿ ಹೊಲದಲ್ಲಿ ಯಾವ ಕೆಲಸಗಳು ಇರಲಿಲ್ಲ. ಈಗ ರಾಮನ ಕೆಲಸವೆಂದರೆ ಮುಂಜಾನೆ ದಂಢಕ್ಕಿಯ ಹೆಂಡಿಕಸ ಮಾಡುವುದು, ಹೊತ್ತಾದ ಮೇಲೆ ನಾಲ್ಕು ಎಮ್ಮೆಗಳನ್ನು ಕೆರೆಗೆ ಒಯ್ದು ಮೈತೊಳೆದು ನೀರು ಕುಡಿಸಿಕೊಂಡು ಬರೋದು ಅಷ್ಟೇ ಆಗಿತ್ತು. ನಾರಾಣಿದೂ ಒಂದೇ ಪರಿಪಾಠವಾಗಿತ್ತು. ಪ್ರತಿದಿನ ಸಂಜೆಗೆ ಒಂದು ಸಾವಾರಿ ಸೀರೆಯನ್ನು ನೇಯ್ದು ಮುಗಿಸಿ, ಮರುದಿನ ಮುಂಜಾನೆ ಒಂಬತ್ತರ ಹೊತ್ತಿಗೆ ಮತ್ತೊಂದು ಸೀರೆಯ ಸೆರಗು ಮಾಡಲು ಅಣಿಯಾಗಿರುತ್ತಿದ್ದ. ಆಗ ರಾಮ ಹಾಜರಾಗಿಬಿಡುತ್ತಿದ್ದನು. ತೆನೆ ತಿರುವಿದ ಮೇಲೆ ನಾರಾಣಿಯ ಮಗ ಮೋಹನನನ್ನು ಎತ್ತಿಕೊಂಡು ಮಲ್ಲಪ್ಪನ ಕಿರಾಣಿ ಅಂಗಡಿಗೆ ಹೋಗಿ ಚಕ್ಕುಲಿಯನ್ನೋ, ಪೆಪ್ಪರಮಿಂಟನ್ನೋ ಕೊಡಿಸಿಕೊಂಡು ಬರುತ್ತಿದ್ದ. ಮನೆಯಲ್ಲಿ ಕಡೆದಿರುತ್ತಿದ್ದ ಮಜ್ಜಿಗೆಯನ್ನು ತಂದು ರಾಮ ರುಕ್ಮಿಣಿಯ ಕೈಗೆ ಕೊಡುತ್ತಿದ್ದ. ರುಕ್ಮಿಣಿ ಬಿಸಿಲ ಹೊತ್ತಲ್ಲಿ ಪಾನಕ ಮಾಡಿ ಮನೆ ಮಂದಿಗೆಲ್ಲ ಕೊಡುವಂತೆ ರಾಮನಿಗೂ ಕೊಡುತ್ತಿದ್ದಳು.

*

ಆ ದಿನದ ಬೆಳಗು ನೇಕಾರ ಓಣಿಯಲ್ಲಿ ಎಂದಿನಂತೆ ಆಗಿರಲಿಲ್ಲ. ಕಾರಣ ನಾರಾಣಿಯ ಮನೆಯಲ್ಲಿ ಉದಿಸಿದ ಒಂದು ವಿಚಿತ್ರ ಸೂತಕದ ಸುದ್ದಿಯ

ಪರಿಣಾಮವಾಗಿ ಇಡೀ ಓಣಿ ಗುಸುಗುಸು ಚರ್ಚೆಗೆ ಗ್ರಾಸವಾಗಿತ್ತು. 'ಚಟಕ್‌ಪಟಕ್ ಚಟಕ್‌ಪಟಕ್' ಎನ್ನುವ ನೇಯ್ಗೆ ಸದ್ದಿನೊಂದಿಗೆ ಬೆಳಕಾಗುತ್ತಿದ್ದ ಓಣಿಗೆ ಇಂದು ಆ ಸದ್ದಿನ ಜೊತೆಗೆ ನಾರಾಣಿ ಹೆಂಡ್ತಿ ರಾಮನ ಜೊತೆ ಓಡಿಹೋಗ್ಯಾಳ! ಎಂಬ ಪರಮ ಬೆರಗಿನ ಸುದ್ದಿಯೂ ಸೇರಿಕೊಂಡಿತ್ತು. 'ಗೊಂಬಿಯಂಥ ಎರಡು ಮಕ್ಕಳನ್ನ ಬಿಟ್ಟು ಹೆಂಗ್ ಹೋಗಿದ್ದಾಳು... ಹಲಕಟ್ ಹೆಂಗ್ಸು...' ಅಂತ ಓಣಿಯ ಹೆಣ್ಮಕ್ಕಳು ಬೈಯುತ್ತಿದ್ದರೆ, 'ಸಲಿಗೆ ಕೊಟ್ಟ ನಾಯಿ ಮುಕಳಿ ಮೂಸಿ ನೋಡಿತ್ತಂತ... ಆ ಸುಳೀ ಮಗಾ ರಾಮಗ ಅಂತಾ ಪರಿ ಸಲಿಗೆ ಯಾಕ ಕೊಡಬೇಕಪಾ?' ಅಂತ ಗಂಡಸರು ಬೈಯುತ್ತಿದ್ದರು.

ಸಣ್ಣ ಮಕ್ಕಳಿಬ್ಬರಲ್ಲಿ ಮೋಹನ ಒಂದಿಷ್ಟು ತಿನಿಸು ತಿಂದು ಆಟವಾಡುತ್ತಿದ್ದನು. ಅವನ ತಂಗಿ ಜಯಶ್ರೀಯದು ಬಹು ಸಮಸ್ಯೆಯಾಗಿತ್ತು. 'ಅವ್ವ... ಅವ್ವ...' ಅಂತ ಆಗಾಗ ಹಲುಬುತ್ತಿದ್ದಳು. ಆಗೆಲ್ಲಾ ಸಂಕವ್ವ 'ನಿಮ್ಮವ್ವ ಸತ್ತಳೆವ್ವಾ...' ಅಂತ ಆಕೆಯೂ ಕಣ್ಣೀರಾಗಿ ಮೊಮ್ಮಗಳನ್ನು ಎದೆಗಪ್ಪಿಕೊಳ್ಳುತ್ತಿದ್ದಳು. ವಾರದ ನಂತರ ಅವರಿಬ್ಬರು ಇಜಳಾಪುರದಾಗ ಇದ್ದಾರೆ ಎಂಬ ಸುದ್ದಿ ಹತ್ತಿತ್ತು. ನಾರಾಣಿ ಹಲ್ಲು ಮಸೆಯುತ್ತ 'ಆ ಹಲಕಟ್ ರಂಡೀನ್ನ ಒದ್ದು ಖಲ್ಲಾಸ್ ಮಾಡಿಬರ್ತಿನಿ!' ಅಂತ ಉರಿಯತೊಡಗಿದ. ಆಗಷ್ಟೇ ಅತ್ತು ಅತ್ತು ತನ್ನ ತೊಡೆಯ ಮೇಲೆ ಮಲಗತೊಡಗಿದ್ದ ಮೊಮ್ಮಗಳಿಗೆ ಚಯ್ಯ ಬಡಿಯುತ್ತ, ತೊಡೆ ಆಡಿಸುತ್ತ ಸಂಕವ್ವ ಹೇಳಿದಳು– 'ಹೇಲಿನ ಮ್ಯಾಲ ಕಲ್ಲು ಒಗೆದು ಮಾರಿಗೆ ಸಿಡಿಸಿಕೊಳ್ಳೊದು ಬ್ಯಾಡ. ಯಾವಾಗ ನಮ್ಮನಿ ಬಿಟ್ಟು ಹೋಗೇತಿ ಅಂದ್ರ... ಅದು ನಮ್ಮದಲ್ಲ. ಅದೊಂದು ಹರಕ್ ಚಪ್ಲಿ... ಅಂತ ತಿಳಕೊಂಡು ಬಿಡು'

ತಿಂಗಳಾದರೂ ನಾರಾಣಿಗೆ ಹೆಂಡತಿ ಹೋಗಿದ್ದನ್ನು ಅರಗಿಸಿಕೊಳ್ಳಲಾಗಲಿಲ್ಲ. ಅವಳು ಬಿಟ್ಟು ಹೋದಳಲ್ಲ... ಎಂಬುದಕ್ಕಿಂತ ಮುಖ್ಯವಾಗಿ ತನ್ನಲ್ಲಿ, ತನ್ನ ಮನೆಯಲ್ಲಿ ಅವಳಿಗೆ ಏನು ಕೊರತೆಯಾಗಿರಬಹುದೆಂದು ಯೋಚಿಸತೊಡಗಿದ. ಉಣ್ಣಾ-ತಿನ್ನಾಕ, ಉಡಾಕ–ತೊಡಾಕ ಏನೂ ಕಡಿಮೆಯಾಗಿರಲಿಲ್ಲ. ಮದುವೆಯಾದಾಗಿಂದ ಇಬ್ಬರು ಅಗಲಿ ಮಲಗಿಕೊಂಡಿದ್ದೇ ಇಲ್ಲ. ಅಷ್ಟೇ ಯಾಕ ಡಾಕ್ಟರ್ರು ಹಾಸಿಗೆ ಪತ್ಥೆ ಮಾಡಬೇಕಂದಾಗಲೂ ಸಹಿತ ತಾನು ಮಾಡಿರಲಿಲ್ಲ, ಅಂತ್ಹಾದ್ದು... ಈ ಹೆಣ್ಣಿಗೆ ಅದಕ್ಕೂ ಮೀರಿದ ತಿಂಡಿಯಾದ್ರೂ ಏನಿರಬೇಕು? ಆ ಸುಳೀಮಗಾ ರಾಮನ ಸಂಚು ತನಗೆ ಒಂದೀಟೂ ಅನುಮಾನವೇ ಬರಲಿಲ್ಲವಲ್ಲಾ... ಇದೇ ಯೋಚನೆಗಳೇ ಅವನನ್ನು ಕಾಡುತ್ತಿದ್ದವು.

ಸಿರಿಪುರದಲ್ಲೂ ರುಕ್ಮಿಣಿ ಓಡಿಹೋದ ಸುದ್ದಿ ಓಣೀ ಮಂದಿಗೆಲ್ಲ ಗೊತ್ತಾಗಿ ಅವಳ ತಂದಿತಾಯಿ ತಲೆ ಎತ್ತಿ ಅಡ್ಡಾಡದಂಗಾಗಿತ್ತು. ಓಣಿ ದದ್ದರಿಸುವಾಂಗ್ ಯಾವಾಗಲೂ ಖಡಾಸ್ಸಿ ಮಾತು ಹೇಳುತ್ತಿದ್ದ ಸಂಗವ್ವಳಿಗೆ ಈಗ ಅವಳ ದನಿಯನ್ನು ಮಗಳು ರುಕ್ಕೀ...

ಕಸಿದುಕೊಂಡಂತೆ ಆಗಿತ್ತು. ಒಬ್ಬ ಹೆಣ್ಣಮಗಳ ಬಾಳೇ ಮೊದಲೇ ಮೂರಾಬಟ್ಟಿ ಆಗಿದ್ದರ ಈಗ ಈ ಬೇಬರಿಸೀನೂ ಹಿಂಗ್ ಮಾಡಿಕೊಂಡು ಕುಂತಿತಲ್ಲಾ ಶಿವನೇ ಅಂತ ಸಂಗಪ್ಪ ಗುಂಡುಕಲ್ಲಿನಂತೆ ಸುಮ್ಮನೆ ಕೂತುಬಿಡುತ್ತಿದ್ದನು.

ಅವತ್ತು ನಸುಕಿನ್ಯಾಗ ಸಂಡಾಸಿಗೆ ಹೋದಲ್ಲಿ ಸಂಗಪ್ಪ ಬಿದ್ದಾನ... ಅಂತ ಮಂದಿ ಹೇಳತೊಡಗಿದರು. ಸುರೇಶ ಅವಸರದಿಂದ ಹೋಗಿ ನೋಡಿದ. ಸಂಗಪ್ಪನ ದೇಹದ ಬಲಭಾಗ ತನ್ನ ಸ್ವಾದ್ನಿ ಕಳಕೊಂಡಿತ್ತು. ಇದು ಪಾರ್ಶ್ವವಾಯು ಅಂತ ಸುರೇಶನಿಗೆ ಲಗೂ ತಿಳೀಲಿಲ್ಲ. ಅಲ್ಲಿದ್ದವರ ನೆರವಿನಿಂದ ಸಂಗಪ್ಪನನ್ನು ಮನೆಗೆ ಕರೆದುಕೊಂಡು ಬಂದನು. ಅದೇ ಕಡೆ. ಸಂಗಪ್ಪನಿಗೆ ಮತ್ತೆ ಬೈಲಕಡೆಗೆ ಹೊರಹೋಗುವದಾಗಲಿಲ್ಲ. ಮನೆಯಲ್ಲಿಯೇ ಒಂದು ಕೆಬ್ಬಣ ಬುಟ್ಟ್ಯಾಗ ಕೂಡುತ್ತಿದ್ದ. ಕುಳಿತಲ್ಲಿಯೇ ಅವನ ಚಾಕರಿಗಳು ನಡೆಯತೊಡಗಿದವು. ಸಂಗಪ್ಪನಿಗೆ ಉಣಿಸೋದು, ಚಾ ಕುಡಿಸೋದು ಪಾರವ್ವ, ಸರಸೋತಿ ಮಾಡುತ್ತಿದ್ದರು. ಆದರೆ ಅವನ ಉಚ್ಚೆ ಹೊಯ್ಯಿಸುದು, ಸಂಡಾಸ ಮಾಡಿಸುವುದು ಎಲ್ಲಾ ಸುರೇಶನೇ ಮಾಡಬೇಕಾತು. ದವಾಖಾನಿ ಔಷಧಿಗಿಂತ ಕಾಡೌಷಧಿಗೆ ಈ ಪಾರ್ಸಿ ಲಗೂ ಗುಣಾ ಆಗುತ್ತಂತ ಅದನ್ನೆ ಕೊಡಿಸಿದರು. ಅದಕ್ಕಾಗಿ ಅಡವಿ ಪಾರಿವಾಳ ಹಿಡಿತಂದು ಅದರ ರಕ್ತದಲ್ಲಿ ಏನೇನೋ ಬೆರೆಸಿ ಕೊಡುತ್ತಿದ್ದರು. ಸಂಗಪ್ಪ ಎಂದೂ ಮಾಂಸಾಹಾರವನ್ನು ತಿನ್ನುವುದೊತ್ತಟ್ಟಿಗಿರಲಿ ನೋಡಿದರೇನೆ ಹೇಸಿಕೊಳ್ಳುವವ. ಈಗ ಅದೂ ಹಸಿಹಸಿ ರಕ್ತವನ್ನು ಸೇವಿಸಬೇಕೆಂದಾಗ ವಯ್ಯಕ್ ವಯ್ಯಕ್... ಮಾಡುತ್ತಿದ್ದನು. ಸುರೇಶ ಆಗ ತಂದೆಗೆ ಜಬರಿಸಿ ತಿನಿಸುತ್ತಿದ್ದ. ಸಾವಿತ್ರಿಗೂ ಮಾವನ ಉಚ್ಚೆ ಚುಂಗಿನ, ಹೇಸಿಗೆಯ ಬಟ್ಟೆ ದಿನವೂ ತೊಳೆಯಬೇಕೆಂದಾಗ ಅವಳ ಜೀವ ಝುಂಕರಿಸುತ್ತಿತ್ತು. ಅದಕ್ಕಿಂತ ಅವಳಿಗೆ ಕೆಟ್ಟದೆನಿಸಿದ್ದು ತನ್ನ ಗಂಡನ ತಮ್ಮ ರಮೇಶ, ಅವನ ಹೆಂಡತಿ ಇಲ್ಲಿ ಬಂದು ನಿಲ್ಲದೇ ಎರಡೇ ದಿನಕ್ಕೆ ತಿರುಗಿ ಹೋಗಿದ್ದು. ಇದ್ದ ಎರಡು ದಿನಗಳಲ್ಲಿ ಸುಶೀಲಾ ಮಾವನ ಹೇಲುಚ್ಚೆಯ ಹಾಸಿಗೆ ತೊಳೆಯಲು ಬರದಿದ್ದುದು. ಇದೆಲ್ಲ ತನಗೊಬ್ಬಳಿಗೆ ಬರೆದುಕೊಟ್ಟ ಕೆಲಸವೇನು? ಅಂತ ಮುನಿಸಿಕೊಂಡಳು.

ಅವ್ವ ಹೇಳಿ ಕಳಿಸಿದ್ದಾಳೆಂದು ತವರೂರಿನ ಜಾತ್ರೆಗೆ ಸಾವಿತ್ರಿ ಹೋದಳು. ನಾರಾಣಿ ಅವಳ ಜೊತೆ ಮಾತೇ ಆಡಲಿಲ್ಲ. ಅವನ ಸಿಟ್ಟು ಯಾವುದೆಂದು ಅವಳಿಗೆ ಗೊತ್ತಿತ್ತು. 'ಮೊದಲ ಆ ಹಾದರಗಿತ್ತಿಗೆ... ಇಂಥ ಹಗ್ಗ ತಿನ್ನೊ ಚಾಳಿ ಇರಲಿಲ್ಲೋ... ಯಪ್ಪಾ. ಇದ್ದರ ನಾನು ಯಾಕ್ ನಿನಗ ಜೋಡು ಮಾಡತಿದ್ದೆ...' ಅಂತ ಅವನನ್ನು ಸಮಜೂತ ಮಾಡಿದಳು. ಜಾತ್ರೆಗೆಂದು ಹೋದ ಸಾವಿತ್ರಿ ತಿಂಗಳಾದರೂ ಮರಳಿ ಗಂಡನಮನಿಗೆ ಬರಲಿಲ್ಲ. ಅವಳನ್ನು ಕರೆಯಲಿಕ್ಕೆ ಹೋಗಲು ಇಲ್ಲಿ ಯಾರಿಗೂ ಮುಖವಿರಲಿಲ್ಲ. ಕಡೆಗೆ ವಿಚಾರ ಮಾಡಿ ಹಲಾಳ ಶಂಕ್ರಪ್ಪನನ್ನು ಕೊಟ್ಟು ಸೊಸೆಯನ್ನು ಕರೆ ಕಳಿಸಿದರು.

ಅವನು ತಂದ ಸುದ್ದಿ ಕೇಳಿ ಸಂಗಪ್ಪನ ಮನೆಯಲ್ಲಿ ಎಲ್ಲರೂ ತಲ್ಲಣಿಸಿ ಹೋದರು. ಗಂಡ ಬೇರೆ ಮನಿ ಮಾಡಿದರೆ ಮಾತ್ರ ಸಾವಿತ್ರಿ ಬರುವುದಾಗಿ ಸುಳಸಂಗಿಯಿಂದ ಬಂದ ಸುದ್ದಿ ಕೇಳಿ ಪಾರವ್ವ, ಗಂಡ ಸಂಗಪ್ಪ ಇಬ್ಬರು ಎದೆಯೊಡೆದು ನೀರಾದರು! ಪಾರ್ಶಿ ಹೊಡೆದು ಮೆತ್ತಗಾಗಿದ್ದ ಸಂಗಪ್ಪನಂತೂ ಅಳತೊಡಗಿದ. 'ಮಾವಾ... ಹಿರೇಮನಿಷ್ಯಾ ಆಗಿ ನೀನ ಕಣ್ಣೀರ ಹಾಕಿದ್ರ ಹೆಂಗ್...' ಅಂತ ಹಲಾಳ ಶಂಕ್ರಪ್ಪ ಸಮಾಧಾನಪಡಿಸಿದನು. ಬೇರೆ ಮನಿ ಮಾಡಬೇಕು ಇಲ್ಲಾ ಈ ಸಂಬಂಧಕ್ಕ ಎಳ್ಳುನೀರು ಬಿಡಬೇಕು... ಬೇರೆ ದಾರೀನ ಇಲ್ಲಂತ ಶಂಕ್ರಪ್ಪ ಹೇಳಿದ ತಕ್ಷಣ 'ಇಲ್ಲಿಲ್ಲ, ಈ ಮನಿ ಹೆಣ್ಮಕ್ಕಳ ಸಲುವಾಗಿ ಗಂಡುಮಕ್ಕಳ ಸಂಬಂಧಾನೂ ಮೂರಾಬಟ್ಟಿ ಆಗೂದು ಬ್ಯಾಡ. ಅಣ್ಣ ಬ್ಯಾರೆ ಮನಿ ಮಾಡಿ ಇರಲಿ' ಅಂತ ಸರಸೋತಿ ದಿಟ್ಟವಾಗಿ ಹೇಳಿದ ತಕ್ಷಣ ಆಕೆಯ ಅನಿಸಿಕೆಗೆ ತಂದೆತಾಯಿ ಇಬ್ಬರೂ ಆಶ್ಚರ್ಯಗೊಂಡರು ಎನ್ನುವುದಕ್ಕಿಂತ ಒಂದು ಕ್ಷಣ ಹೌಹಾರಿಯೇ ಬಿಟ್ಟರು. ಸುರೇಶನಿಗೂ ಅದೇ ಇಷ್ಟವಿತ್ತೋ ಏನೋ ತಂಗಿಯ ಮಾತಿಗೆ ಪ್ರತಿಯಾಗಿ ಮಾತಿನಿಂದಾಗಲಿ, ಮುಖಚರ್ಯೆಯಿಂದಾಗಲಿ ಏನೊಂದು ಅನಿಸಿಕೆ ಅವನಿಂದ ಒಡಮೂಡಲಿಲ್ಲ. 'ನಿನ್ನ ಮಾತು ವಾಸ್ತೀಕ ಐತಿ ತಂಗಿ. ಬೇರೆ ದಾರಿ ಇಲ್ಲ ಈಗ' ಶಂಕ್ರಪ್ಪ ಅಂದಿದ್ದಕ್ಕೆ ಪಾರವ್ವ ಸಂಗಪ್ಪ ಇಬ್ಬರೂ ಮನಸ್ಸಿಲ್ಲದ ಮನಸಿನಿಂದ ಮಗ ಬೇರೆ ಮನೆ ಮಾಡುವುದಕ್ಕೆ ಸುಮ್ಮನಾದರು.

*

ಸದಾ ಮೂರು ಮಗ್ಗಗಳ ವಾಟದ ಸಪ್ಪಳಕ್ಕೆ ದನಿಯಾಗಿರುತ್ತಿದ್ದ ನೇಯ್ಗೆ ಮನೆಯೀಗ ನೀರವ ಮೌನವನ್ನು ಹಾಸಿ ಹೊದ್ದು ಮಲಗಿತ್ತು. ಸಂಗಪ್ಪನ ಪಾರ್ಶ್ವವಾಯು ಗುಣವಾಗಿತ್ತಾದರೂ ಅವನು ಮೊದಲಿನಂತೆ ನೇಯ್ಗೆ ನೇಯುವಷ್ಟು ಸಮರ್ಥನಾಗಿರಲಿಲ್ಲ. ನೇಕಾರರ ಮನೆಯಲ್ಲಿ ಮಗ್ಗಗಳು ಚಲನವಲನವಿಲ್ಲದೇ ಬಂದ್ ಆಗಿಬಿಟ್ಟರೆ ಅವರ ಮನೆಯೂ ನಿಂತೇ ಬಿಟ್ಟಿತು ಎಂದೇ ಅರ್ಥ. ಅರಳಿಕಟ್ಟಿ ಸಂಗಪ್ಪನ ಮನೆಯ ಮೂರು ಮಗ್ಗಗಳು ಈಗ ನಿಂತು ಬಿಟ್ಟಿದ್ದವು. ಮಗ್ಗ ನಿಂತು ಬಿಟ್ಟಾವು ಅಂತ ಆ ಮನೆಯ ಜೀವಗಳು ಸುಮ್ಮನೆ ನಿಲ್ಲುವುದಕ್ಕೆ ಆಗುವುದಿಲ್ಲವಲ್ಲ... ಕಾಲಚಕ್ರದ ಪರಿಧಿರೇಖೆ ಅದು ಲಲಿತವೋ... ವಕ್ರವೋ... ಏನೇ ಆಗಿದ್ದರೂ ಸಹ ಉರುಳತ್ತಲೇ ಇರಬೇಕಾಗುತ್ತದೆ. ಪಾರವ್ವ ನೆರೆಮನೆಯವರ ಕೂಲಿ ಹಣಿಗೆ ಕೆಚ್ಚವುದು, ನೂಲು ತೋಡುವುದು, ಟಾಣು ಹಾಕಿ ಕೊಡುವುದು ಮಾಡುತ್ತಿದ್ದಳು. ಒಂದೂವರೆ-ಎರಡು ತಾಸಿನ ತನಕ ಒಪ್ಪಾರಿ ಹಣಿಗೆ ಕೆಚ್ಚಿದರೆ ಒಂದೂವರೆ ರೂಪಾಯಿ! ಒಂದು ಲಡಿ ನೂಲು ತೋಡಿದರೆ ಎಂಟಾಣೆ ಕೂಲಿ ಸಿಗುತ್ತಿತ್ತು!

ಇಡೀ ದಿನ ಕೂಡಿ ಬಡದಾಡಿ ಕೆಲಸ ಮಾಡಿದರೂ ಎಲ್ಲಾ ಸೇರಿ ಹತ್ತು ರುಪಾಯಿ ದಾಟುತ್ತಿರಲಿಲ್ಲ. ಅದೇ ಹೊಲದಾಗ ಒಂದಿನ ಕೂಲಿ ಕೆಲಸಕ್ಕ ಹೋದರೆ ಮುವ್ವತ್ತು ರುಪಾಯಿ ಕೊಡುತ್ತಿದ್ದರು. ಪಾರವ್ವನಾಗಲಿ ಸರಸೋತಿಯಾಗಲಿ ಎಂದೂ ಹೊಲದ ಕೆಲಸ ಮಾಡಿದವರಲ್ಲ.

ಅರಳಿಕಟ್ಟಿ ಸಂಗಪ್ಪನಿಗೆ ಸೀರೆ ನೇಯಲಿಕ್ಕೆ ಮುಂಗಡ ಕಚ್ಚಾಮಾಲು ಕೊಟ್ಟಿದ್ದ ಇಲ್ಲಕಲ್ಲ ಧಣೇರು ಪ್ರತಿ ಸೋಮವಾರ ಸೀರೆ ಒಯ್ಯಲಿಕ್ಕೆ ಸಿರಿಪುರಕ್ಕೆ ಬರುತ್ತಿದ್ದರು. ಈಗ ಎರಡು ತಿಂಗಳಿಂದ ಸಂಗಪ್ಪನಿಂದ ಒಂದೂ ಸೀರೆ ಬಂದಿರಲಿಲ್ಲವಾದ್ದರಿಂದ ಅವನನ್ನು ಕರೆಯಲು ಕಳಿಸಿದ್ದರು. ಸಂಗಪ್ಪ ಧಣೇರಿಗೆ ಇನ್ನೂ ಇಪ್ಪತ್ತು ಸೀರೆ ನೇಯ್ದು ಕೊಡಬೇಕಿತ್ತು. ಒಂದೂವರೆ ಸಾವಿರ ರುಪಾಯಿ ಬಾಕಿಯೂ ಇತ್ತು. ಧಣೇರಿಗೆ ಈಗ ಏನು ಹೇಳಬೇಕೆಂಬುದು ತಿಳಿಯಲಾರದೇ ಸಂಗಪ್ಪನ ಎದೆ ಢವಢವ ಹೊಡೆದುಕೊಳ್ಳುತ್ತಿತ್ತು. ಇಲಕಲ್ಲಿನಿಂದ ಬರುವ ಧಣೇರು ಪ್ರತಿವಾರ ಇಳಿದುಕೊಳ್ಳುತ್ತಿದ್ದ ಪಂಚಾಂಗ ಪಾಂಡಪ್ಪನ ಮನೆಗೆ ಸಂಗಪ್ಪ ಅಳುಕುತ್ತ ಹೋದನು. ಧಣೇರಿಗೆಂದು ಹಾಸಿದ್ದ ಗಾದಿಯ ಮೇಲೆ ಅವರು ಕೂತಿದ್ದರು. ಅವರ ಮುಂದೆ ಒಂದು ದೊಡ್ಡ ಜಮಖಾನೆ ಹಾಸಲಾಗಿತ್ತು. ಅದರ ಒಂದು ತುದಿಗೆ ನೇಕಾರರು ತಾವು ನೇಯ್ದಿದ್ದ ಸೀರೆಗಳನ್ನು ಕೊಟ್ಟು ಮಜೂರಿ ಪಡೆಯಲು ಒಬ್ಬರ ಹಿಂದೆ ಒಬ್ಬರು ಕೂತಿದ್ದರು. ಧಣೇರ ಗುಮಾಸ್ತನಾದ ನಾಗಪ್ಪ ನೇಕಾರರು ತಂದಿದ್ದ ಸೀರೆಗಳ ಮಾಪನ್ನು, ನೇಯ್ಗೆತನವನ್ನೂ ಪರೀಕ್ಷಿಸಿ ತೆಗೆದುಕೊಳ್ಳುತ್ತಿದ್ದನು. ಒಂದು ಸೀರೆಯ ಶೆರಗು ತೆಗೆದು ಟೇಪು ಹಚ್ಚಿ ಅಳತೆ ನೋಡುತ್ತಿದ್ದನು. ಅದು ಅರ್ಧ ಇಂಚು ಕಡಿಮೆ ಇತ್ತು. 'ಸೆರಗು ಇಪ್ಪತ್ತ ಇಂಚು ಇರಬೇಕು ಅಂತ ಗೊತ್ತಿಲ್ಲಾ? ಏನ್ ಇವತ್ತ ನೇಯಾಕ ಹತ್ತಿಯಾ... ಗೊತ್ತಾಗುದಿಲ್ಲಾ?' ಆ ಸೀರೆ ತಂದಿದ್ದ ಪುಂಡಲೀಕನನ್ನು ಗುಮಾಸ್ತ ನಾಗಪ್ಪ ಕೆಟ್ಟಗಣ್ಣಿನಿಂದ ನೋಡಿದ. ಪುಂಡಲೀಕ ಸುಮ್ಮನೆ ಇದ್ದ. ಗುಮಾಸ್ತ ನಾಗಪ್ಪ ಪ್ರತಿಯೊಂದನ್ನು ಪರಿಶೀಲಿಸಿ ಸೀರೆ ತಗೊಳ್ಳುತ್ತಿದ್ದನು. ನೇಯ್ಗೆಯಲ್ಲಿ ವ್ಹಾಟಿ ಆಗಿದ್ದರೆ, ಕಚ್ಚುಕಚ್ಚು ಆಗಿದ್ದರೆ, ಹೋಗೆಳಿ ಆಗಿದ್ದರೆ ಬಾಯಿಗೆ ಬಂದಂಗ ಬೈಯುತ್ತಿದ್ದ. ನೇಯ್ಗೆತನ ಗಟ್ಟಿ ಇರಲಿಲ್ಲವೆಂದರೆ ನೇಕಾರನ ಮುಖಕ್ಕೆ ಬೀಸಿ ಸೀರಿ ಒಗೆದು ಬಿಡುತ್ತಿದ್ದನು. ಎಲ್ಲಾ ಸರಿ ಇದ್ದರೆ ಹೋದ ವಾರ ಐದು ಸೀರೆ ಕೊಟ್ಟಿದ್ದಿ, ಈ ವಾರ ನಾಲ್ಕ ತಂದೀ... ಯಾಕ? ಅಂತ ಚೌಕಾಸಿ ಮಾಡುತ್ತ, ನೇಕಾರರಿಗೆ ಬಾಯಿ ಮಾಡುತ್ತಿದ್ದರು. ಬಡಪಾಯಿ ನೇಕಾರರು ಜಡ್ಡು-ಜಾಪತ್ರೆ, ಕಾರ್ಯೆ-ನ್ಯಾರ್ಯೆ ಅಂತ ಸಣ್ಣದನಿಯಲ್ಲಿ ಅಂಜುತ್ತ ಏನೇನೊ ಹೇಳುತ್ತಿದ್ದರು. ಸಂಗಪ್ಪ ಬಂದು ಧಣಿಯರಿಗೆ ನಮಸ್ಕಾರ ಹೇಳಿದ. ತೆಕ್ಕೇವಿಗೆ ಒರಗಿ ಕೂತಿದ್ದ ಧಣೇರು ಗೋಣು ಅಲ್ಲಾಡಿಸಿ ಅವನ ನಮಸ್ಕಾರ ಸ್ವೀಕರಿಸಿದರು.

ಸಂಗಪ್ಪನ ಬಾತ್ಮಿ ಏನನ್ನೂದು ಪಾಂಡಪ್ಪನಿಂದ ತಿಳಿದಿದ್ದ ಧಣೇರು 'ಏನ್ ಸಂಗಪ್ಪ... ನಮ್ಮ ಬಾಕಿ ಹಂಗ್ ಕುಂತೈತಿ. ಇನ್ನ ಇಪ್ಪತ್ತು ಸೀರೆ ನೇಯ್ದು ಕೊಡಬೇಕು ಏನ್ ಮಾಡಾಂವ' ಅಂದರು. 'ಧಣಿ ನೇಯ್ದು ಮುಟ್ಟಸ್ತಿನ್ರೀ...' ಅಂದನು. 'ಏನು... ನೇಯ್ದು ಮುಟ್ಟಸಾವ? ನೇಯೂ ಮಕ್ಕಳು ಮನಿ ಬಿಟ್ಟು ಹೋಗ್ಯಾರಂತ... ನೀನು ಮೂಲೆಗುಂಪಾಗಿ ಕುಂತೀ. ಹೆಂಗ್ ನೆಯ್ದು ಮುಟ್ಟಸಾವ ನೀನ ಹೇಳು...' ಅಂತ ಜೋರು ಮಾಡಿ ಕೇಳಿದರು. ಧಣಿ ಹಾಕಿದ ಪ್ರಶ್ನೆಗೆ ಏನು ಉತ್ತರ ಕೊಡಬೇಕನ್ನೂದು ಸಂಗಪ್ಪನಿಗೆ ತಿಳಿಯಲೇ ಇಲ್ಲ. ಎಷ್ಟೋ ಹೊತ್ತು ಸುಮ್ಮನೇ ಕುಳಿತಿದ್ದ. ಕಡೆಗೆ ಧಣಿಯರೇ 'ನೋಡು ಇನ್ನೊಂದು ತಿಂಗಳ ನಿನಗ ಟೈಮು ಕೊಡತಿವಿ. ಅಷ್ಟರಾಗ ಏನ್ ಮಾಡತಿಯೋ ಮಾಡು. ಇಲ್ಲಾಂದ್ರ ನಿನ್ನ ಮನಿ ಮ್ಯಾಲೆ ನಮ್ಮ ಕಬ್ಜಾ ಕುಂದ್ರಸ್‌ತಿವಿ ನೋಡು' ಅಂದುಬಿಟ್ಟರು.

ಸಂಗಪ್ಪ ಸಣ್ಣಮೂತಿ ಮಾಡಿಕೊಂಡು ಮನೆಗೆ ಬಂದ. ಧಣೇರು ಅಂದಿದ್ದನ್ನು ಹೇಳಿದನು. ಧಣೇರ ಬಾಕಿ ರೊಕ್ಕಕ್ಕ ಬೀಗರ ಮನಿಗೆ ಹೋಗಿ ಕುಂತಿರುವ ಮಗಾ ರಮೇಶಿನ್ನ ಕೇಳಿದರ ಹೆಂಗ್... ಅಂತ ಪಾರವ್ವ ಅಂದಳು. 'ಯಾರಿಗೂ ಬಾಯಿ ಚಾಚುವುದು ಬ್ಯಾಡ' ಅಂದಳು ಸರಸೋತಿ. ನಾಳೆಯಿಂದ ನಾನ ನೇಯ್ಗಿ ಹೂಡತಿನಿ ಅಂತ ತಯಾರಾದಳು. ಬೇಕಾದ್ರ ರಮೇಶಣ್ಣ ವಾರೊಪ್ಪತ್ತು ಇಲ್ಲೇ ಇದ್ದು ನನಗ ಇನ್ನೊಂದಿಷ್ಟು ನೇಯುವದು ಹೇಳಿ ಕೊಡಲಿ ಅಂದಳು. ಹಿಂದೇನೆ ಅಣ್ಣಂದಿರು ಇದ್ದಾಗ ಮಗ್ಗದಲ್ಲಿ ಸ್ವಲ್ಪ ಸ್ವಲ್ಪ ಕೂಡ್ರುತ್ತಿದ್ದ ಸರಸೋತಿಗೆ ಸೀರೆ ನೇಯುವುದು ಹೊಸತೇನೂ ಆಗಿರಲಿಲ್ಲ. ದಿನಕ್ಕೊಂದು ಸಾವಾರಿ ಸೀರೆ ಅಣ್ಣಂದೀರು ನೇಯುತ್ತಿದ್ದರು; ನನಗ ಮೂರು ದಿವಸಕ್ಕೊಂದು ಇಲ್ಲಾ... ನಾಲ್ಕು ದಿವಸಕ್ಕೊಂದು ಆಗಲಿ ಚಿಂತೆ ಇಲ್ಲ. ನಾನ ನೇಯ್ದು ಮುಟ್ಟಸ್ತಿನಿ ಅಂಥ ನಿರ್ಧಾರ ಮಾಡಿದಳು.

*

ಸುಳಸಂಗಿಯಲ್ಲಿ ನಾರಾಣಿಗೆ ಇನ್ನೊಂದು ಮದುವೆ ಮಾಡುವ ತಯಾರಿಯಲ್ಲಿದ್ದರು. ಅದಕ್ಕೆ ಅರಳಿಕಟ್ಟಿ ಸಂಗಪ್ಪನ ಕಡೆಯಿಂದ ಏನೂ ತಕರಾರು ಇರಲಿಲ್ಲ. ಮದುವೆಯಾಗಿ ಬಂದ ಹೆಣ್ಮಗಳು ನಾಳೆ ಮಲಮಕ್ಕಳನ್ನು ಹೇಗೆ ನೋಡಿಕೊಂಡಾಳು... ಎಂಬುದೇ ಆತಂಕವಾಗಿತ್ತು. ಮತ್ತೇ ಹಲಾಳ ಶಂಕ್ರಪ್ಪನ ಮೂಲಕ ಮೊಮ್ಮಕ್ಕಳ ಜೀವ ನೆನೆಸುತ್ತ... ಅಂತ ಹೇಳಿ ಮೋಹನ ಮತ್ತು ಜಯಶ್ರೀಯನ್ನು ಸಿರಿಪುರಕ್ಕೆ ಕರೆಯಿಸಿಕೊಂಡರು. ಅದಾಗಿ ಆರು ತಿಂಗಳು ಕಳೆದರೂ ಸುಳಸಂಗಿಯಲ್ಲಿ ಈ ಮಕ್ಕಳ ನೆನಪನ್ನು ಯಾರೆಂದರೆ ಯಾರೂ ಮಾಡಿಕೊಳ್ಳಲಿಲ್ಲ.

ಎರಡೂ ಮಕ್ಕಳು ಸರಸೋತಿಯನ್ನು ದೊಡ್ಡವ್ವ ಅಂತ ಕರೆಯುತ್ತಿರಲಿಲ್ಲ ಬದಲಾಗಿ ಅವ್ವ... ಅವ್ವ... ಎಂದೇ ಕರೆಯುತ್ತಿದ್ದವು.

ನೇಕಾರ ಓಣಿಯಲ್ಲಿ ಹೊಸದಾಗಿ ಒಂದು ಬಾಲವಾಡಿ ಕೇಂದ್ರ ಆರಂಭವಾಯಿತು. ಸಿರಿಪುರದ ನಡುವಿನ ಓಣಿಯ ರತ್ನಾ ಎಂಬಾಕೆ ಆ ಕೇಂದ್ರದ ಶಾಲಾಮಾತೆಯಾಗಿ ನೇಮಕವಾದಳು. ಆಯಾಳ ಕೆಲಸಕ್ಕೆ ನೇಕಾರಮಂದಿ ಸರಸೋತಿಯನ್ನು ತಗೋಬೇಕೆಂದು ಒತ್ತಾಯಮಾಡಿದರು. ಊರಲ್ಲಿ ಬಹುಸಂಖ್ಯಾತರಿರುವ ಕೋಮಿನ ಮಂದಿ 'ಆಯಾಳ ಕೆಲಸ ಅಂದ್ರ... ಚಟಕ್ ಪಟಕ್ ಅಂತ ಲಾಳಿ ಜಗ್ಗಿಧಂಗ್ ಅಲ್ಲ... ಮಕ್ಕಳನ್ನ ಸಂಭಾಳಿಸಬೇಕು. ಆ ಬಡ್ಡ... ಹೆಂಗ್ಸು ಮಕ್ಕಳನ್ನ ಏನು ನೋಡಿಕೊಂಡೀತು?' ಅಂತ ಹಂಗಿಸತೊಡಗಿದರು. 'ಯಾಕ್ರಿ... ಸಣ್ಣಜಾತಿಯವರು ಈ ಊರಾಗ ಬಾಳೇ ಮಾಡಬಾರದ ಹೆಂಗ್‌ರೀ? ಆ ಹುಡುಗಿ ಮನಿ ಪರಿಸ್ಥಿತಿ ನೋಡ್ರಿ... ಆಕೆನೂ ಏಳನೆತ್ತೇ ಓದ್ಯಾಳ. ಆ ಕೇಂದ್ರ ನಮ್ಮ ಏರಿಯಾದಾಗ ಐತಿ. ಅಲ್ಲಿಯವರಿಗೇ ಮೊದಲ ಆದ್ಯತೆ ನೀವು ಕೊಡಬೇಕು... ಎಲ್ಲಾ ತರದ ಅರ್ಹತೆ ಐತೆಂತ ಕೇಳತೀವಿ. ಮಾಡಿಕೊಡ್ರಿ' ಅಂತ ಹಲಾಳ ಶಂಕ್ರಪ್ಪ ಗ್ರಾಮ ಪಂಚಾಯತಿಯಲ್ಲಿ ಒಂದು ತರದ ತಮಾಷೆಯನ್ನೂ ಬೆರೆಸುತ್ತ ಹಕ್ಕನ್ನೂ ಮಂಡಿಸುವಂತೆ ಕೇಳಿದನು. ಸದಸ್ಯರೆಲ್ಲಾ 'ಆಯ್ತೆಳೋ ಮಾರಾಯಾ...' ಅಂದು ನಗತೊಡಗಿದರು.

ಪ್ರತಿದಿನ ಓಣಿಯ ಮನೆಯಲ್ಲಿರುವ ಸಣ್ಣ ಸಣ್ಣ ಮಕ್ಕಳನ್ನು ಸರಸೋತಿ ಬಾಲವಾಡಿಗೆ ಕರೆತರುತ್ತಿದ್ದಳು. ಬರಲು ಒಲ್ಲ್ಯಾ ಅಂತ ಅಳುತಿದ್ದ ಮಕ್ಕಳ ಗದ್ದ ತುಟಿ ಹಿಡಿದು ರಮಿಸುತ್ತ ಎತ್ತಿಕೊಂಡು ಬರುತ್ತಿದ್ದಳು. ಬಾಲವಾಡಿಯಲ್ಲಿ ಶಾಲಾಮಾತೆ ಶಿಶುಗೀತೆಗಳನ್ನು ಹೇಳುತ್ತಿದ್ದರು. ತಾಸು, ಅರ್ಧತಾಸು ಸುಮ್ಮನಿರುತ್ತಿದ್ದ ಮಕ್ಕಳು ಮನೆಯ ನೆನಪಾಗಿ ಜೋರು ಅತ್ತು ರಂಪಾಟ ಮಾಡುತ್ತಿದ್ದವು. ಆಗ ಸರಸೋತಿಯು ಅಳುವ ಮಕ್ಕಳನ್ನು ಕೂಸುಮರಿ ಮಾಡಿ ಆಡಿಸುತ್ತ, ತುಸು ಹೊರಗಡೆ ಕರೆದೊಯ್ದು ಗಿಡ-ಮರ, ಹೂವು, ಕಾಗಿ-ಗುಬ್ಬಿ ತೋರಿಸುತ್ತ ಸುಮ್ಮನಾಗಿಸುತ್ತಿದ್ದಳು. ಅತ್ತು ಕಣ್ಣೀರ್ಗರೆವ, ಸಿಂಬಳ ಸುರಿಸುವ ಮಕ್ಕಳ ಮೂತಿಯನ್ನ ಹಸನಾಗಿ ಒರೆಸುತ್ತಿದ್ದಳು. ಉಚ್ಚೆ ಹೊಯ್ಯುವ, ಕಕ್ಕಸು ಮಾಡುವ ಮಕ್ಕಳ ಕುಂಡೆ ತೊಳೆದು ಚಡ್ಡಿ ಹಾಕುತ್ತಿದ್ದಳು. ಸರಸೋತಿಗೆ ಮನೆಯಲ್ಲಿದ್ದ ತಂಗಿಯ ಮಕ್ಕಳಲ್ಲಿ ಮತ್ತು ಬಾಲವಾಡಿಯ ಈ ಮಕ್ಕಳಲ್ಲಿ ಯಾವುದೇ ವ್ಯತ್ಯಾಸವೇ ಅನಿಸುತ್ತಿರಲಿಲ್ಲ.

ಅಂದು ಸ್ವಾತಂತ್ರೋತ್ಸವದ ಹಬ್ಬ. ಬಾಲವಾಡಿಯಲ್ಲಿ ಧ್ವಜಾರೋಹಣ ಮಾಡಬೇಕಾಗಿತ್ತು. ಅದಕ್ಕಾಗಿ ಬಾಗಿಲ ಮುಂದೆ ನೀರು ಚಳೇ ಹೊಡಿದು ಸರಸೋತಿ ರಂಗೋಲಿ ಹಾಕುತ್ತಿದ್ದಳು. ನಡುವೆ ಹದಿನಾರು ಚುಕ್ಕಿ ಇಟ್ಟು ಕೊನಿಗೆ ನಾಲ್ಕು ಚುಕ್ಕಿಗೆ ನಿಲ್ಲಿಸಿದ್ದಳು. ನಿತ್ಯ ತನ್ನ ಮನೆ ಮುಂದೆ ತುಳಸಿಕಟ್ಟಿ, ರಾಮನ ತೊಟ್ಟಿಲುಗಳ

ಸಣ್ಣ ಸಣ್ಣ ರಂಗೋಲಿ ಹೊಯ್ಯುತ್ತಿದ್ದಳು. ಇವತ್ತು ಹಬ್ಬ ಅಂತ ಚೆಂದಾದ ದೊಡ್ಡ ರಂಗೋಲಿ ಹಾಕಲು ತೊಡಗಿದ್ದಳು. ಇಟ್ಟ ಚುಕ್ಕೆಗಳನ್ನೊಮ್ಮೆ ನೋಡಿದಳು. ತಾನು ಸಣ್ಣವಳಿದ್ದಾಗ ಅವ್ವನ ಜೊತೆ ಅಂಗಳದಲ್ಲಿ ಮಲಗಿದಾಗ ರಾತ್ರಿ ಆಕಾಶದಾಗ ಮೂಡಿರುತ್ತಿದ್ದ ಒಂದೊಂದು ಚುಕ್ಕೆಯ ಗುಂಪಿಗೂ ಅವ್ವ ಒಂದೊಂದು ಕಥೆ ಹೇಳುತ್ತಿದ್ದಳು. ಚನ್ನಮ್ಮನ ದಂಡೆ, ರಾಣಿಯ ಮಂಚ, ಕೂರಿಗೆ ಬಟ್ಟಲು... ಅವೆಲ್ಲ ತಾನಿಟ್ಟ ಚುಕ್ಕಿಯಲ್ಲಿ ಕಾಣಿಸತೊಡಗಿದವು. ಶಾಲಾಮಾತೆ ರತ್ನಾ ಸರಸೋತಿಗೆ 'ಲಗೂ ಮುಗಸವ್ವಾ ಹೊತ್ತಾಗುತ್ತ...' ಅಂದಳು. ಸರಸೋತಿ ಮೊದಲ ಸಾಲಿನ ಒಂದೊಂದೆ ಚುಕ್ಕೆಗಳನ್ನು ರಂಗೋಲಿ ಎಳೆ ಬಿಡುತ್ತ ಜೋಡಿಸತೊಡಗಿದಳು. ಅವು ಹೂವಾಗಿ ಅರಳತೊಡಗಿದವು. ನಡುವಿನ ಚುಕ್ಕೆಗಳನ್ನು ಜೋಡಿಸಿದಾಗ ಅವೆಲ್ಲ ಎಲೆ ಬಳ್ಳಿಯಾಗಿ ಅರಳಿ ನಿಂತವು.

ಒಂದು ಚಿಟಿಕೆ ಮಣ್ಣು

ಕಲ್ಲಪ್ಪನಿಗೆ 'ಯಾರನ್ನ ತಿನ್ಲಿ ಯಾರನ್ನ ಬಿಡ್ಲಿ...' ಅನ್ನೋವಂಥ ಭಯಂಕರ ಹಸಿವಾಗಿತ್ತು. ಕಳೆದ ಒಂದು ವಾರದಿಂದ ತಿನ್ನುವುದು ದೂರ ಹೋಯ್ತು, ನಾಲಿಗೆಗೆ ಸವರಿಕೊಂಡೆನೆಂದರೂ ಸಹಿತ ಒಂದು ಚಿಟಿಕೆ ಮಣ್ಣು ಸಿಕ್ಕಿರಲಿಲ್ಲವಾದ್ದರಿಂದ ಅವನಿಗೆ ಹುಚ್ಚು ಹಿಡಿಯುವಂಥ ಸ್ಥಿತಿಯಾಗಿತ್ತು. 'ಬ್ಯಾಡೋ ತಮ್ಮಾ ನನಗ ಅಲ್ಲೇ ಪುರೋಟು ಆಗುದಿಲ್ಲ ಮರೇ ಒಲ್ಲೇ' ಅಂದರೂ ಕೇಳದ ಮಗ ಮಲ್ಲೇಶಿ– 'ಇಷ್ಟ ದಿವಸ ರಗಡ... ದುಡ್ದೀದಿ. ವರ್ಷೊಪ್ಪತ್ತು ಆರಾಮ ಇದ್ದು ಬರೂವಂತಿ ಬಾ' ಅಂದು ಬಲವಂತದಿಂದ ಕರೆದೊಯ್ದಿದ್ದ.

ಲಗ್ನಾ ಆದಾಗ್ನಿಂದಲೂ ನೋಡಿದ್ದ ಕೆಂಚವ್ವ, ಗಂಡ ಯಾವುದೇ ಊರಿಗೆ ಹೋದರೂ ಮುಂಜಾನಿ ಹೋಗಿ ಚಂಜೀಕೆ ಎಲ್ಲಿದ್ರೂ ಊರಿಗೆ ಬಂದು ಬಿಡಾಂವ. ಅಂಥಾವ ವರ್ಷೊಪ್ಪತ್ತು ಇರಾಕಂತ ಮಗನ ಜೋಡಿ ಬೆಂಗ್ಳೂರಿಗೆ ಹೊಂಟು ನಿಂತಿದ್ದು ಭಾಳ ಸೋಜಿಗ ಅನ್ನಿಸಿತ್ತು ಜೊತೆಗೆ ಇವನೇನು ಅಲ್ಲಿ ವರ್ಷೊಪ್ಪತ್ತು ಇದ್ದಾನು... ವಾರೊಪ್ಪತ್ತಿನ್ಯಾಗ ಮಗ್ಗ ಉಪದ್ರ ಹಚ್ಚಿ ಕಿತಗೊಂಡು ಓಡಿ ಬರ್ತಾನು ಅಂತಾನೂ ಭಾವಿಸಿದ್ದಳು. ಆದರೆ ಕಲ್ಲಪ್ಪನು ಊರು ಬಿಟ್ಟಿರಲು ತುಸು ಗಟ್ಟಿಗೊಂಡಿದ್ದೇಕೆಂದರೆ– ದಿನಾ ಮಣ್ಣಿನೊಡನೆ ಇದ್ದು ಬಾಳ್ವೆ ಮಾಡುತ್ತ ಒಂದು ದಿನಾ ಮಣ್ಣಾಗಿ ಹೋಗುವ 'ಮಣ್ಣಿನ ಮಕ್ಕಳು' ಅನ್ನುವವರೇನೇ ತಾನು ಮಣ್ಣು ತಿನ್ನುವುದನ್ನು ಅಸಹ್ಯದಿಂದ

ನೋಡ್ತಾರ. 'ಮಣ್ಣು ಮುಕ್ಕುವ ಕಲ್ಲಪ್ಪ' ಅಂತ ಹಿಂದಿಂದ ಹಂಗಿಸುವುದನ್ನು ಕೇಳಿದ್ದ. ಇವನಿಗದು ಭಾಳ ಬೇಸರ ಮೂಡಿಸಿತ್ತು. ಅದಕ್ಕಾಗಿ ಬೆಂಗ್ಳೂರಂಥ ಊರಾಗ ಯಾರನ್ನು ಯಾರೂ, ಏನೂ ಕೇಳುದಿಲ್ಲ, ನಮ್ಮ ಪಾಡಿಗೆ ನಾವು ಆರಾಮ ಇರಬಹುದು ಅನ್ನೋ ಮಾತು ಪಸಂದ ಅನ್ನಿಸಿ ನೋಡೂಣ ಒಂದಿಷ್ಟ ದಿನ... ಅಂತ ತಯ್ಯಾರಾಗಿದ್ದನು.

ತಂದೆಯ ಎದುರಿಗೆ ಅನ್ನದಿದ್ದರೂ ಒಳಗೊಳಗೇ ಮಗಾ ಮಲ್ಲೇಶಿಗೂ ಅಪ್ಪ ಮಣ್ಣು ತಿನ್ನುತ್ತಿರುವುದು ತುಸು ಮರ್ಯಾದೆಗೇಡಿನ ಮಾತೇ ಅನ್ನಿಸುತ್ತಿತ್ತು. ಅದಕ್ಕೆಂದೇ ಬೆಂಗಳೂರಿನ್ಯಾಗ ಒಂದಿಷ್ಟು ದಿನ ಒಯ್ದು ಇಟ್ಟುಕೊಂಡು ಬಿಟ್ಟರೆ ಈ ಚಾಳಿ ತಪ್ಪಬಹುದೆಂದು ಲೆಕ್ಕ ಹಾಕಿದ್ದನು. ಆದರೆ ಕಲ್ಲಪ್ಪ ಮತ್ತು ಮಣ್ಣಿನೊಡನೆಯ ಸಂಬಂಧ ಅವನು ಭೂಮಿಗೆ ಬಂದ ಮೇಲೆ ಶುರುವಾಗಿದ್ದಲ್ಲ. ಅವನು ಅವನವ್ವನ ಹೊಟ್ಟೆಯೊಳಗೆ ಇದ್ದಾಗಲೇ ಶುರುವಾಗಿದ್ದು. ತಾನು ಎರಿ ಹೊಲದಂತೆ ಕಪ್ಪಗಿದ್ದ ಕಾರಣ ಹುಟ್ಟುವ ಮಗುವಾದರೂ ಕೆಂಪಗ... ಇಲ್ಲಾಂದ್ರ ಬೆಳ್ಳಗ ಇರ್ಲಿ ಅಂತ ಅವನವ್ವ ಕಲ್ಲಪ್ಪನ ಬಸುರಿದ್ದಾಗ ಮಸಾರಿ ಹೊಲದೊಳಗಾಡಿ ಬಂದಿರುತ್ತಿದ್ದ ಮನೆ ಮುಂದಿನ ಕುಂಟೆ, ಕೂರಿಗೆ ದಿಂಡುಗಳಿಗೆ ಮೆತ್ತಿಕೊಂಡಿರುತ್ತಿದ್ದ ಕೆಂಪು ಮಣ್ಣಿನ ಹಕ್ಕಳೆಗಳನ್ನು ಕಲ್ಲಸಕ್ಕರಿ ಹರಳು ಬಾಯಿಗೆ ಹಾಕ್ಕೊಂಡ ಹಾಗೆ ಹಾಕಿಕೊಳ್ಳುತ್ತಿದ್ದಳು. 'ಅದ... ಎಲ್ಲಿ ತಪ್ಪಾಗಿ ಹೋಯ್ತೋ ಶಿವನ...' ಅಂತ ಅವ್ವ ದ್ಯಾಮವ್ವ ಮಗ ಹುಟ್ಟಿದ ಮೇಲೆ ಹಲುಬಲಿಕ್ಕೆ ಹತ್ತಿದಳು. ತನ್ನ ಕೂಸು ಮೊದಮೊದಲು ಮಣ್ಣು ತಿನ್ನುವುದನ್ನು ಕಂಡ ದ್ಯಾಮವ್ವ, ಜಗತ್ತಿನ ಕೂಸುಗಳೆಲ್ಲ ಮಲೀ ತಿನ್ನೂವಂಗ ಸೊಲ್ಪ ಸೊಲ್ಪ ಮಣ್ಣೂ ತಿನ್ನುವುದು ಸಜೀಕ ಅಂತಾನೇ ತಿಳಿದಿದ್ದಳು. ಕುಂಡಿಯಿಂದ ದೇಕುತ್ತಿದ್ದ ಮಗ ಅಂಬೆಗಾಲಿನಿಂದ ನಡೆಯುತ್ತ ಸೀದ ಅಂಗಳಕ್ಕೆ ಹೋಗಿ ಸದಾ ಮಣ್ಣು ಮುಕ್ಕತೊಡಗಿದಾಗ ಅವಳಿಗೆ ಚಿಂತೆಯಾಗತೊಡಗಿತು.

ನೆಲದ ಮಣ್ಣು ಗೆಬರಿ ಬಾಯಿಗೆ ಹಾಕಿಕೊಳ್ಳದಂತೆ ಮಗನ ಕೈಗೆ ಬಟ್ಟೆ ಕಟ್ಟುವ... ಮಗಾ ತಿನ್ನಲು ಕೂಡುವ ಮಣ್ಣಿನಾಗೆಲ್ಲ ಖಾರಪುಡಿ ಕಲೆಸಿ ನೋಡುವ ದ್ಯಾಮವ್ವನ ಎಲ್ಲ ಉಪಾಯಗಳು ಮಗನ ತೀವ್ರ ಹಠದ ಮುಂದೆ ಮಣ್ಣುಗೂಡುತ್ತಲೇ ಬಂದವು. ನೆಲಕ್ಕೆ ಬೇರಿಳಿಸಿದ ಸಸಿಗೆ ನೀರು ಗೊಬ್ಬರ ದೊರೆತು ಪ್ರಫುಲ್ಲವಾಗಿ ಬೆಳೆಯುವಂತೆ ಮಗ ಕಲ್ಲಪ್ಪನ ಮಣ್ಣು ತಿನ್ನುವ ಬಯಕೆಯು ಬೆಳೆಯುತ್ತಲೇ ಬಂತು. 'ಹಿಂಗ ಏಕೋಪ್ರಕಾರ ಮಣ್ಣ ತಿನ್ನೂ ಮಕ್ಕಳ ಹೊಟ್ಟ್ಯಾಗ ಜಂತುಹುಳ ಬೆಳಿತಾವ... ಅವು ಬೈಲಕಡೆದಾಗ ಬೀಳತಾವು' ನೆರೆಹೊರೆಯವರೆಲ್ಲ ಅಂದಾಗ ಹಾಳಾಗಿ ಹೋಗಲಿ... ಅಂತ ಕೈ ಬಿಟ್ಟವಳಂತೆ ಆಡುತ್ತಿದ್ದಳಾದರೂ ಮಗನ ಬೈಲಕಡೆಯನ್ನು ದಿನಂಪ್ರತಿ ನೋಡಿ ಯಾವ ಹುಳಗಳೂ ಬೀಳದಿದ್ದುದು ಕಂಡು ಕಳವಳಪಡುವುದನ್ನೇ

ಬಿಟ್ಟುಬಿಟ್ಟಳು. ವಾರಿಗೆಯವರಿಗೆ, ಓಣಿಯವರಿಗೆ, ಊರಿನವರಿಗೆ, ಎಲ್ಲರಿಗೂ ಕಲ್ಲಪ್ಪ ದೊಡ್ಡವನಾಗುತ್ತ ಹೋದಂತೆ ಮಣ್ಣು ತಿನ್ನುವುದೊಂದು ಹಳೇ ಮಾತಾಯಿತು. ಈ ಹಳೆಯದರ ಬಗ್ಗೆ ಮುಂದೆ ಮಂದಿಯೂ ಮಾತೆತ್ತುವುದನ್ನೇ ಮರೆತುಬಿಟ್ಟಿತು. ಹೊಸಬರು ಯಾರಾದರೂ ಮೊದಲ ಸಲ ಈ ಮಾತು ಕೇಳಿ ಅಚ್ಚರಿಯಿಂದ ವಿವರ ತಿಳಿಯಬಯಸಿದರೆ ಊರ ಮಂದಿ ಅಂಥ ಉತ್ಸಾಹ ತೋರದೆ ಕತೆಯೊಂದನ್ನು ಹೇಳುತ್ತಿದ್ದರು. ಕಲ್ಲಪ್ಪ ಈ ಪರಿ ಮಣ್ಣು ತಿನ್ನುವುದಕ್ಕೆ ಕಾರಣ: ದ್ಯಾಮವ್ವ ಇವನನ್ನು ಬಸುರಿದ್ದಾಗಲೇ ಸತ್ತು ಹೋದ ಅವನಪ್ಪ ಯಮುನಪ್ಪ ಗಾಳಿಯಾಗಿ ಇವನ್ನ ಸೇರಿಕೊಂಡು ಬಿಟ್ಟಾನ ಅಂತ ಹೇಳುತ್ತಿದ್ದರು. ಯಮುನಪ್ಪನ ಅಪ್ಪನೇನೋ ಚೆನ್ನಪ್ಪ ಸಾಹುಕಾರನಿಗೆ ತನ್ನ ಎರಡು ಎಕರೆ ಹೊಲವನ್ನು ಬಡ್ಡಿಯಾಗ ಹಾಕಿದ್ದನಂತೆ. ಅದನ್ನ ಅವನಿಂದ ಬಿಡಿಸಿಕೊಳ್ಳಲಾಗಲಿಲ್ಲ. ಆ ಹೊಲವನ್ನು ಅದ್ಹೇಗೋ ಚೆನ್ನಪ್ಪ ಸಾಹುಕಾರ ತನ್ನ ಹೆಸರಿಗೆ ಮಾಡಿಕೊಂಡು ಬಿಟ್ಟಿದ್ದನು. ಇದನ್ನು ತಿಳಿದ ಯಮುನಪ್ಪ ಕೋರ್ಟ್‌ಗೆ ಹಾಕಿ ಹೆಂಗಾದರೂ ಮಾಡಿ ತಮ್ಮ ಭೂಮಿ ಪಡೆದುಕೊಳ್ಳಲೇಬೇಕು ಅಂತ ಸಾಲಾ ಮಾಡಿ ಗುದ್ದಾಡತೊಡಗಿದನು. ಸುಮಾರು ವರ್ಷ ಚೆನ್ನಪ್ಪನ ಮನೆಯವರೇ ಸಾಗುವಳಿ ಮಾಡಿಕೊಂಡು ಬಂದಿದ್ದರಿಂದ ಹೊಲ ಅವರಂತೆ ಆಗಿಬಿಟ್ಟಿತು. ಕೋರ್ಟ್ ಕೇಸ್ ನಡೆಸಾಕ ಅಂತ ಇದ್ದ ಮನೀನೂ ಒತ್ತೆ ಹಾಕಿದ್ದನು. ಅದನ್ನು ಉಳಿಸಿಕೊಳ್ಳುವುದು ಸಾಧ್ಯವಾಗದಾದಾಗ ಯಮುನಪ್ಪ ಹತಾಶನಾಗಿ ಕೈಗೆ ಹಗ್ಗ ತುಗೊಂಡುಬಿಟ್ಟನು.

ತನ್ನ ಭೂಮಿಯನ್ನು ತಾನು ಪಡೆದೇ ತೀರಬೇಕೆಂದು ಭಯಂಕರವಾದ ಹಠ ತೊಟ್ಟಿದ್ದ ಯಮುನಪ್ಪನಿಗೆ ಅದು ಸಾಧ್ಯವಾಗದಿದ್ದರಿಂದ ನೆಲದ ಮೇಲಿನ ತನ್ನ ಆಶಾ ಉಳಿಸಿಕೊಂಡು ದೆವ್ವ ಆಗಿ ಹೀಂಗ ಮಗನ ಮೂಲಕ ತೀರಿಸಿಕೊಳ್ಳುತ್ತಿದ್ದಾನೆ ಅಂತೆಲ್ಲ ಹೇಳುತ್ತಿದ್ದರು. ಯಾವಾಗಲಾದರೊಮ್ಮೆ ಮಾತಿನ ನಡುವೆ ಮೇಲಿನಮನಿ ಕಲ್ಲಪ್ಪ, ಈ ಕಲ್ಲಪ್ಪನ ವಿಚಾರ ಬಂದು ಗೊಂದಲವಾದಾಗ ಯಾವ ಕಲ್ಲಪ್ಪ ಅಂತ ಸ್ಪಷ್ಟಪಡಿಸುವಾಗ 'ಮಣ್ಣು ಮುಕ್ಕೊ ಕಲ್ಲಪ್ಪ' ಅಂತ ಅನ್ನುತ್ತಿದ್ದರು.

ಮದುವೆಯಾದ ಮೇಲೊಮ್ಮೆ ಕೆಂಚವ್ವನೆದುರು ಅಡಕಿ ಹೋಳನ್ನು ಬಾಯಿಗೆ ಹಾಕಿಕೊಳ್ಳುವಂತೆ ಮೂರ್‍ನಾಲ್ಕು ಮಣ್ಣಿನ ಹಳಕನ್ನು ಟೊಂಕಕ್ಕೆ ಕಟ್ಟಿದ್ದ ಎಲೆ ಚಂಚಿಯಂಥ ಅಂಗೈ ಗಾತ್ರದ ಚೀಲದಿಂದ ತೆಗೆದು ಹಾಕಿಕೊಳ್ಳುತ್ತಿರುವುದನ್ನು ಕಂಡು 'ಯೇ ಹಿರಿಯ... ಅದೇನ್ ಹೊಲಸ್ಸು ಚಾಳೀ ರುಢಾ ಮಾಡಿಕೊಂಡೀಯ?' ಅಂತ ತಾತ್ಸಾರದಿಂದ ಅಂದುಬಿಟ್ಟಳು. ಕಲ್ಲಪ್ಪನಿಗೆ ತಟ್ಟನೇ ಸಿಟ್ಟು ಮೆತ್ತಿಕೊಂಡು ಬಿಟ್ಟಿತು. 'ಏ ಮಂಗ್ಯಾ ಹೆಂಗ್ಸ... ಯಾವುದು ಹೊಲ್ಸಲೇ? ನಾನು ತಿಂತಿರೊದು ಮಣ್ಣಲ್ಲಲೇ... ಅವ್ವನ ಪ್ರಸಾದ. ಭೂಮ್ತಾಯಿ ಅಂದ್ರ ಮನುಷ್ಯರೆಲ್ಲರನ್ನು ಜ್ವಾಪಾನ ಮಾಡೋ ಹಡದವ್ವ, ಈ ಅವ್ವನ ಪ್ರಸಾದ ತಗೊಳ್ಳುದು ಹೊಲ್ಸಾ? ದುನಿಯಾದಾಗ ಎಷ್ಟೋ

ಮಂದಿ ಹೆಂಡ-ಖಂಡ ತಿಂಥಾವು, ರಂಡಿಬಾಜಿ ಮಾಡ್ತಾವು. ಇನ್ನೂ ಏನೇನೊ ಹಲ್ಕಟ್‌ಗಿರಿ ಮಾಡ್ತಾವು. ಅದನ್ನು ಬೇಕಾದ್ರ ಹೊಲಸ್ಸ ಚಾಳಿ ಅನ್ನು. ನಂದೇನಾದ್ರೂ ಇನ್ನೊಮ್ಮೆ ಹೊಲಸ್ಸ ಚಾಳಿ ಅಂದೆಂದ್ರ ಕಿವಿಗಡ್ಡೀಗೆ ಕೊಟ್ಟುಬಿಡ್ತೀನಿ ನೋಡು...' ಅಂದಿದ್ದರಿಂದ ಆಕೀ ಮತ್ತೆ ಆ ಸುದ್ದಿಯನ್ನೇ ಎತ್ತಲಿಲ್ಲ.

ಅದನ್ನು ಅವನ ಗುಣ ಅನ್ನಬೇಕೊ... ಸ್ವಭಾವ ಅನ್ನಬೇಕೊ... ಗೊತ್ತಿಲ್ಲ. ಕಲ್ಲಪ್ಪನು ಮಾತ್ರ ದಿನಕ್ಕೆ ಮೂರು ಹೊತ್ತು ಮೂರುಬೆಳ್ಳಿಗೆ ಬಂದಷ್ಟು ಮಣ್ಣು ತಿನ್ನುವುದನ್ನು ತನ್ನದೊಂದು ವ್ರತದಂತೆ ಪಾಲಿಸಿಕೊಂಡು ಬಂದಿದ್ದನು. 'ಇದು ಚುಲೊ ಅಲ್ಲ' ಅಂತ ಮೊದಲು ಕಲ್ಲಪ್ಪನ ತಾಯಿ, ನಡುವೆ ಹೆಂಡ್ತಿ ಕೆಂಚವ್ವ ಇಬ್ಬರೂ ಬಿಡಿಸಲು ಹೋಗಿ ಸೋತಿದ್ದರು. ಈಗ ಮತ್ತೊಮ್ಮೆ ಮಗ ಬಿಡಿಸಾಕ ಹೊಂಟಾನ. ಅವನ ಆಶೆವಾದ್ರೂ ಕೈಗೂಡಲಪ್ಪ ಶಿವನ... ಅಂತ ಕೆಂಚವ್ವ ಒಳಗೊಳಗೆ ದೇವರನ್ನು ಬೇಡಿಕೊಳ್ಳುತ್ತಿದ್ದಳು.

ಬೆಂಗಳೂರಿಗೆ ಹೊಂಟು ನಿಂತ ದಿವಸ ಮಗನು ಬ್ಯಾಗಿನಲ್ಲಿ ಬಟ್ಟೆಬರಿ ತುಂಬಿಕೊಳ್ಳುತ್ತಿದ್ದರೆ ಕಲ್ಲಪ್ಪನು ಒಂದು ಖಾಲಿ ಗೊಬ್ಬರ ಚೀಲ ತಗೊಂಡು ಅದರಲ್ಲಿ ಊರಮುಂದಿನ ಹೊಲದ ಹದವಾದ ಮಣ್ಣು ತುಂಬಿ ಚೆಂಡುಗಟ್ಟುತ್ತಿದ್ದನು. ತಂದೆಯ ಮುಂದಾಲೋಚನೆಯನ್ನು ಕಂಡು ಮಲ್ಲೇಶನಿಗೆ ತನ್ನ ಉದ್ದೇಶ ಕೈಗೂಡುವಂಥದ್ದು ಅನ್ನಿಸಲಿಲ್ಲ. 'ಹುಟ್ಟುಗುಣ ಸುಟ್ಟರೂ ಹೋಗುದಿಲ್ಲ' ಅನ್ನೋ ಮಾತು ಸುಳ್ಳಲ್ಲ ತಗಿ ಅಂತ ಕೆಂಚವ್ವನೂ ಪೇಚಾಡತೊಡಗಿದಳು. ಜೀನ್ಸ್ ಪ್ಯಾಂಟ್ ತೊಟ್ಟಿದ್ದ ಮಲ್ಲೇಶಿಯು ಬೆನ್ನಿಗೊಂದು ಬ್ಯಾಗು ತಗುಲ್ಹಾಕಿಕೊಂಡು, ಕೈಯಲ್ಲೊಂದು ಚೀಲ ಹಿಡಿದು ನಡೆದಿದ್ದನು. ಅವನ ಹಿಂದಿಂದ ಕಲ್ಲಪ್ಪನು ತನ್ನ ನಿತ್ಯದ ಕಗ್ಗ ಧೋತರ ಬಿಟ್ಟು, ಯಾವಾಗಲಾದರೂ ಒಮ್ಮೆ ಉಡುತ್ತಿದ್ದ 'ಪರಮ ಸುಖ' ಧೋತರ ಉಟ್ಟುಕೊಂಡು, ಚೆಂಡುಗಟ್ಟಿದ್ದ ಪ್ಲಾಸ್ಟಿಕ್ ಗೊಬ್ಬರಚೀಲ ಹೆಗಲಿಗೇರಿಸಿ ನಡೆಯುತ್ತಿದ್ದನು. ಯಾವುದೋ ಮೆರವಣಿಗೆಯನ್ನು ನೋಡುವಂತೆ ಮಂದಿಯು ಈ ಸವಾರಿಯನ್ನು ತಮ್ಮ ಮನೆ ಬಾಗಿಲು, ಕಿಟಕಿಗಳ ಮೂಲಕ ನೋಡುತ್ತಿದ್ದರು. ಕಟ್ಟೆಯ ಮೇಲೆ ಕುಳಿತವರು ಕಲ್ಲಪ್ಪನ ಹೆಗಲ ಮೇಲಿನ ಚೀಲ ಕಂಡು ಬೇಕಂತಲೇ ಅಥವಾ ಬೆರಗಿನಿಂದ ಏನದು? ಅಂತಿದ್ದರು. ಮಲ್ಲೇಶಿಗೆ 'ಮಣ್ಣು' ಅಂತ ಹೇಳಲಾಗದೇ 'ಜ್ವಾಳಾ... ಬೇಕಲ್ಲ...' ಅನ್ನುತ್ತ ಸಾಗುತ್ತಿದ್ದನು. ಹಿಂದಿರುವ ಕಲ್ಲಪ್ಪನನ್ನು ಏನು ಅಂತ ಕೇಳಿದರೆ 'ಮತ್ತೇನಿರತೈತಪಾ ಅವ್ವನ ಪ್ರಸಾದ...' ಅನ್ನುತ್ತಿದ್ದನು. ಇವರಿಬ್ಬರನ್ನು ಬಸ್‌ಸ್ಟ್ಯಾಂಡ್‌ವರೆಗೂ ಬೀಳ್ಕೊಡಲು ಹೊರಟಿದ್ದ ಕೆಂಚವ್ವ ಕೈಯಲ್ಲೊಂದು ನೀರಿನ ತಂಬಿಗೆ ಹಿಡಿದುಕೊಂಡು ರಸ್ತಾದಲ್ಲಿ ನಿಂತು ಮಾತಾಡಿಸಿದವರಿಗೆ ಮಾತಾಡುತ್ತ ನಡೆದಿದ್ದಳು.

*

ನಾಲ್ಕು ಗೋಡೆ, ಒಂದು ಬಾಗಿಲು, ಒಂದೇ ಕಿಟಕಿ ಇರುವ ಆ ಮನೆಯಲ್ಲಿ ಕಲ್ಲಪ್ಪನಿಗೆ ಪಂಜರದಲ್ಲಿ ಹಾಕಿದಂತಾಗಿತ್ತು. ಬೆಳಗಿನ 8-30 ಆಯಿತೆಂದರೆ ಸುತ್ತಲಿನವರೆಲ್ಲರೂ ಬಾಗಿಲಿಗೆ ಬೀಗವಿಕ್ಕಿ ಕೆಲಸಕ್ಕೆಂದು ದುಡುದುಡು ಓಡಿಬಿಡುತ್ತಿದ್ದರು. ಹೊರಗೆ ಕಣ್ಣು ಹಾಯಿಸಿದರೆ ಮುಖ ಸಿಂಡರಿಸಿಕೊಂಡಂತಿರುತ್ತಿದ್ದ ಮನೆಗಳೇ ಕಾಣುತ್ತಿದ್ದವು. ಅವನಿಗೆ ಹೊತ್ತು ಕಳೆಯುವುದು ಭಯಂಕರ ಕಷ್ಟವಾಗುತ್ತಿತ್ತು. ಅದಕ್ಕಿಂತಲೂ ಕಷ್ಟವೆನಿಸಿದ್ದು ರಿಕಾಮಿ ಇದ್ದು, ರಿಣಗೂಳು ತಿನ್ನಬೇಕಲ್ಲ... ಎಂಬುದು. ಮಗನಿಗೆ ಹಾಗೇ ಹೇಳುತ್ತಲೇ ಇದ್ದ. ತನಗೊಂದು ಕೆಲಸ ನೋಡು ಅಂತ. ಅವನು ಹೂಂಗುಟ್ಟುತ್ತಲೇ ಇದ್ದನು. ತಾನೂ ಸಹಿತ ಮುಂಜಾನಿ-ಸಂಜೆ ಎರಡೂ ಹೊತ್ತು ಪಿರಿಪಿರಿ ತಿರುಗ್ಯಾಡಿ ದೊಡ್ಡ ದೊಡ್ಡ ಗೇಟಿನ ಮುಂದೆ ನಿಂತಿರುತ್ತಿದ್ದ ಸೆಕ್ಯೂರಿಟಿಗಳಲ್ಲಿ ಎಲ್ಲಿಯಾದರೂ ಕೆಲಸ ಸಿಗುತ್ತೇನು ಅಂತ ಕೇಳಿಯೇ ಕೇಳುತ್ತಿದ್ದರ ಫಲವಾಗಿ ಅಂಥದೇ ಒಂದು ಸೆಕ್ಯೂರಿಟಿ ಗಾರ್ಡ್‌ನ ಕೆಲಸ ಕಲ್ಲಪ್ಪನಿಗೆ ಸಿಕ್ಕಿತು. ಅವನಿಗೆ ಮಾಡುವ ಕೆಲಸಕ್ಕಿಂತಲೂ ಹಾಕುವ ಡ್ರೆಸ್ ಬಗ್ಗೆಯೇ ಒಂದಿಷ್ಟು ದಿನ ಇರುಸುಮುರುಸಾಯಿತು. ಬಿಳಿ ಬಿಟ್ಟರೆ ಮತ್ತೆ ಯಾವ ಬಣ್ಣದ ಬಟ್ಟೆಯನ್ನು ತೊಟ್ಟು ಗೊತ್ತೇ ಇರದ ಅವನಿಗೆ ಈಗ ಗಾಢ ನೀಲಿ ಬಣ್ಣದ ಸೆಕ್ಯೂರಿಟಿ ಯೂನಿಫಾರಂ, ಬೂಟು, ತಲೆಗೆ ಕ್ಯಾಪು ಎಲ್ಲವೂ ಮುಜುಗರ ಅನ್ನಿಸಿತು. ಆಮೇಲೆ ಅದೆಲ್ಲ ರೂಢಿಯಾಗಿಬಿಟ್ಟಿತು.

ದಿನಕ್ಕೆ ಮೂರು ಹೊತ್ತು, ಮೂರು ಬೆಳ್ಳಿಗೆ ಬಂದಷ್ಟು ಅಂದರೂನು ವರ್ಷೊಪ್ಪತ್ತು ಆಗುವ ಹೊತ್ತಿಗೆ ಊರಿಂದ ತಂದಿದ್ದ ಚೆಂಡುಗಟ್ಟು ಚೀಲದ ಮಣ್ಣು ಅರ್ಧ ಸರಿದು ಹೋಗಿತ್ತು. ಮತ್ತೊಂದು ವರ್ಷ ಕಳೆದು ಹೋಗಿ ಚೀಲ ತಳ ಸಮೀಪಕ್ಕೆ ಬಂದಾಗ ಕಲ್ಲಪ್ಪನಿಗೆ ಕಳವಳ ಶುರುವಾಯಿತು. ಚೀಲದಾಗಿನ ಅವ್ವ ಖಾಲಿಯಾಗುವುದರೊಳಗಾಗಿ ಮುಂದಿನ ವ್ಯವಸ್ಥಾ ಮಾಡಿಕೊಳ್ಳಬೇಕೆಂದು ತನ್ನ ಡ್ಯೂಟಿ ಮುಗಿದ ತಕ್ಷಣ ನಿತ್ಯ ಒಂದೊಂದು ದಿಕ್ಕಿನ ರಸ್ತೆ ಹಿಡಿದು ನಡೆಯುತ್ತಿದ್ದನು.

ಯಾವ ದಿಕ್ಕಿನಿಂದ ಹೊರಟು ಮೈಲುಗಟ್ಟಲೆ ನಡೆದರೂ ಅವನಿಗೆ ಮಣ್ಣಿನ ನೆಲೆ ಕಾಣುತ್ತಿರಲಿಲ್ಲ. ರಸ್ತೆಗಳೆಲ್ಲ ಟಾರುರೋಡುಗಳು, ಅದರ ಬದಿಯ ಕಾಲುಹಾದಿಗಳೆಲ್ಲ ಸಿಮೆಂಟುಗಲ್ಲುಗಳನ್ನು ಜೋಡಿಸಿದ್ದು ಆಗಿರುತ್ತಿದ್ದವು. ಯಾವುದೇ ಮನೆಯ ಮುಂದೆ, ಕಂಪೌಂಡ ಒಳಗೆ ಹೊರಗೆ ಎಲ್ಲಿ ನೋಡಿದರೂ ನಯವಾದ ಗಾರೆಯೋ, ಮಾರ್ಬಲ್ಲೋ, ಟೈಲ್ಸೋ ಏನಾದರೊಂದು ಘನ ಪದರದ ಲೇಪನವಿರುತ್ತಿತ್ತೇ ವಿನಾ ಎಲ್ಲಿಯೂ ಕಾಲಿಟ್ಟೊಡನೆ ಪುಳಕ್ಕೆಂದು ಅಂಗಾಲಿಗೆ ತಾಗುವ ಮೆತ್ತನೆಯ ಮಣ್ಣಿನ ನೆಲವಾಗಲಿ, ಉಸುಕು ನೆಲವಾಗಲಿ ಕಾಣಲಿಲ್ಲ. ಈ ದೆವ್ವನಂತಹ ಊರಾಗ ಒಂಚೂರು ನಮ್ಮವ್ವನ ದರ್ಶನ ಆಗವಲ್ಲದಲ್ಲಪ್ಪಾ... ಅನ್ನುತ್ತಾ ಕಲ್ಲಪ್ಪ ಸೂಳೆಮಕ್ಕಳು ಭೂಮ್ತಾಯಿ ಮುಖಾ ಕಾಣಲಾರ್ದಂಗ ಎಲ್ಲಾ ಮುಚ್ಚಿ ಉಸಲಗಟ್ಟಿಸ್ಯಾರ. ಥೂ ಇವರೌರ... ಉಣ್ಣೊ

ತಾಟಿನ್ಯಾಗ ಉಚ್ಚೆ ಹೊಯ್ಯೋ ಸೂಳೆಮಕ್ಕಳ್ನ ತಂದು... ಸಿಟ್ಟಿನಿಂದ ಬೈಯತೊಡಗಿದ.

ಮೇಕಪ್ ಬಳಿದಂತೆ ನೆಲದ ಮೇಲ್ಮೈಗೆಲ್ಲ ಥರಾವರಿ ಹಾಸುಗಳನ್ನು ಜೋಡಿಸಿ, ಅಂಟಿಸಿ, ಲೇಪಿಸಿ ನೆಲದ ಕುರುಹು ಒಂದಿನಿತು ಎಲ್ಲಿಯೂ ಸಿಗದಂತಾದ ಮೇಲೆ ಕಲ್ಲಪ್ಪನಲ್ಲಿ ಸಣ್ಣದಾಗಿ ಶುರುವಾಗಿದ್ದ ಮಿಡುಕಾಟ ಈಗ ಬೆಳೆಯತೊಡಗಿತು. ಎಲ್ಲಿ ನೋಡಿದರೂ ಎತ್ತರೆತ್ತರವಾದ, ಬಣ್ಣಬಣ್ಣದ ಚಮತ್ಕೃತಿಯ ಕಟ್ಟಡಗಳು! ದಿಗ್ಗನೇ ಎದ್ದು ನಿಂತಿರುವ ಅಪಾರ್ಟ್‌ಮೆಂಟ್‌ಗಳು. ಅವುಗಳಡಿ ನಿಂತು ನೋಡಿದರೆ ತುದಿಯೇ ಕಾಣದಷ್ಟು ಎತ್ತರ! ಇವುಗಳನ್ನಂತೂ ಕಲ್ಲು ಮಣ್ಣಿನಿಂದ ನಿರ್ಮಿಸಿಲ್ಲ. ಇಟ್ಟಿಗೆ ಸಿಮೆಂಟ್‌ನಿಂದಾದರೂ ಕಟ್ಟಿರುವರೋ... ಏನು ಬೆಂಡನ್ನು ಕೊರೆದು ಜೋಡಿಸಿದ್ದಾರೋ... ಎಂದು ವಿಸ್ಮಯ ಮೂಡಿಸುವಷ್ಟು ಆ ಕಟ್ಟಡಗಳು ನಯಗಾರಿಕೆಯಿಂದಲೂ, ಸೂಕ್ಷ್ಮಗಾರಿಕೆಯಿಂದಲೂ ಕಲ್ಲಪ್ಪನಿಗೆ ಕಾಣಿಸಿದವು. ಇಂಥವುಗಳನ್ನೆಲ್ಲಾ ಹೌಹಾರಿ ಒಂದು ಚಣ ನೋಡಿ ಮತ್ತೆ ತನ್ನೊಳಗಿನ ಎಚ್ಚರದಿಂದ ಸುತ್ತಲೂ ಕಣ್ಣಾಡಿಸಿದರೆ... ಊಹುಂ ಅವನಿಗೆ ಬೇಕಾದ್ದು ಕಾಣುತ್ತಲೇ ಇರಲಿಲ್ಲವಾಗಿ ಅವನೆದೆಯ ಢವಗುಟ್ಟುವಿಕೆ ಜೋರಾಗುತ್ತಿತ್ತು. ನಿರಾಶನಾಗಿ ಬಂದ ದಾರಿಯನ್ನು ತಪ್ಪದಂತೆ ಮರಳಿ ಮನೆ ಸೇರುತ್ತಿದ್ದನು. ಮರುದಿನ ಮತ್ತೊಂದು ದಿಕ್ಕಿನ ದಾರಿಯನ್ನಿಡಿದು ಶೋಧ ಶುರುವಾಗುತ್ತಿತ್ತು. ಕಲ್ಲಪ್ಪನಿಗೆ ಆ ರಸ್ತೆಯು ನಿನ್ನೆ ನೋಡಿದ ರಸ್ತೆಯಂತೆಯೇ ಕಾಣುತ್ತಿತ್ತು. ತಿರುವು, ಅಂತ್ಯ ಒಂದೂ ಕಾಣದ ನಡೆದಷ್ಟೂ ಬೆಳೆಯುತ್ತಲೆ ಇದ್ದ ದೈತ್ಯರಸ್ತೆ, ಅಲ್ಲಿ ಬರ್ರಬುರ್ರ... ಓಡಾಡುವ ವಾಹನಗಳು. ಆ ರಸ್ತೆಯ ಎರಡೂ ಬದಿಗೆ ಅಂಟಿಕೊಂಡ ಫುಟ್‌ಪಾತ್, ಅಲ್ಲಿಯೂ ವಾಹನಗಳಂತೆಯೇ ಗಜಿಬಿಜಿಯಾಗಿ ಓಡಾಡುತ್ತಲೆ ಇರುವ ಮಂದಿ, ಮತ್ತೆ ಫುಟ್‌ಪಾತಿಗೆ ಅಂಟಿಕೊಂಡ ಕಂಪೌಂಡು ಇಲ್ಲಾ ಗೋಡೆಗಳು ಇವೇ ಕಾಣುತ್ತಿದ್ದರಿಂದ ಅವನಿಗೆ ಹುಚ್ಚು ಹಿಡಿದಂತಾಗುತ್ತಿತ್ತು.

ಊರಿಂದ ತಂದಿದ್ದ ಚೀಲವನ್ನು ತಳ ಜಾಡಿಸಿ ಕೊನೆಯ ಸಲ ಚೆಂಚಿಗೆ ಜಾಗರೂಕವಾಗಿ ಬಸಿದುಕೊಂಡನು. ಈ ಚೆಂಚಿಯಲ್ಲಿರುವುದು ಖಾಲಿಯಾಗುವುದರೊಳಗಾಗಿ ಒಂದೀಟು ಅವ್ವನ ಮೂಲ ಪತ್ತೆ ಹಚ್ಚಬೇಕು ಇಲ್ಲ ಈ ಜಾಗ ಖಾಲಿ ಮಾಡಿ ಊರಿಗೆ ಹೊಂಟು ಬಿಡಬೇಕು ಅಂತ ಅವನು ನಿರ್ಧಾರ ಮಾಡಿ ಆ ದಿನದ ಮೊದಲನೇ ಹೊತ್ತಿನ ಪ್ರಸಾದಕ್ಕಾಗಿ ಚೆಂಚಿಗೆ ಮೂರುಬೆಳ್ಳು ಹಾಕಿ, ತಗೊಂಡು ನೇರವಾಗಿ ಬಾಯಿಗೆ ಹಾಕಿಕೊಳ್ಳದೆ ಎಡ ಅಂಗೈಗೆ ಅದನ್ನು ಹಾಕಿ ತದೇಕಿಸತೊಡಗಿದ. ಎರಿಹೊಲದ ಮಣ್ಣು ಅದು. ತುಂಬಿದ ಚೀಲದಲ್ಲಿ ಮೊದಲು ಅಡಕಿಬೆಟ್ಟದ ಗಾತ್ರದಷ್ಟು ಮಣ್ಣಿನ ಹಳುಕುಗಳಿದ್ದವು. ಚೀಲ ತಳ ಸರಿದಂತೆಲ್ಲ ಹಳುಕುಗಳ ಗಾತ್ರ ಕರಗಿ ಈಗ ಜೋಳದಕಾಳಿನಂಥ ಗಾತ್ರದ ಹಳುಕುಗಳ ಜೊತೆಗೆ ಸೂಸಮಣ್ಣು ಹುಡಿಯಂಥದ್ದು ಉಳಿದಿತ್ತು. ಅಂಥದೇ ಈಗವನ ಅಂಗೈಯಲ್ಲಿತ್ತು.

ಎಲ್ಲ ಬಾಯಿಗೆ ಹಾಕಿಕೊಂಡರೆ ಈಗಲೇ ಎಲ್ಲಾ ಮುಗಿದು ಬಿಡುತ್ತದೆಂದುಕೊಂಡು ಅಂಗೈಯಲ್ಲಿದ್ದುದರಲ್ಲಿ ಅರ್ಧವನ್ನು ತಿರುಗಿ ಚೆಂಚಿಗೇ ಸುರುವಿ ಅರ್ಧ ಮಾತ್ರ ಬಾಯಿಗೆ ಹಾಕಿಕೊಂಡನು. ಬಾಯಿಯ ರಸದೊಂದಿಗೆ ಬೆರೆತ ಮಣ್ಣು ಒಂದಿಷ್ಟು ಜಿಗಿಯಾಗಿ ನಾಲಿಗೆಗೂ, ಮೇಲೆ ಅಂಗಳಕ್ಕೂ ಒರಕೊಂಡಿತು. ಆ ಕ್ಷಣಕ್ಕೆ ಬಾಯೊಳಗೆ ಒಂದು ಥರ ರವರವ ಅನ್ನುವ ಅನುಭವ! ಅದು ಅವನ ಇಡೀ ಮೈಯನ್ನು ವ್ಯಾಪಿಸಿ ಜಡತ್ವವನ್ನು ಕಳೆದು ಹಗೂರಾಗಿಸಿ ಬಿಟ್ಟಿತು.

ಕಲ್ಲಪ್ಪ ಅವತ್ತು ಕೂಡಾ ಘನ... ತಿರುಗ್ಯಾಡಿ ಸುಸ್ತಾಗಿ ಕಡ್ಡಿಚಾಪೆಯ ನೆಲಕ್ಕೆ ಉರುಳಿಸಿ ತಾನೂ ಉರುಳಿಕೊಂಡಿದ್ದನು. ಮಗನು ರಾತ್ರಿ ಊಟದ ಸಿದ್ಧತೆ ಮಾಡುತ್ತಿದ್ದನು. ಕಲ್ಲಪ್ಪನ ಎದುರಿಗಿದ್ದ ಟೀವಿಯಲ್ಲಿ ಸುದ್ದಿ ಬಿತ್ತರಗೊಳ್ಳುತ್ತಿತ್ತು. ಅವನಿಗೆ ಅದರತ್ತ ಲಕ್ಷ್ಯವಿರಲಿಲ್ಲ. ಊರಲ್ಲಿದ್ದಾಗ ಬ್ಯಾಸರಾಗಿ ಹಿಂಗ ಅಡ್ಡಾಗಿದ್ದಾಗ ನೆಲದಲ್ಲಿ ಕೈಯಾಡಿದರೆ ಸಗಣಿ ಸಾರಿಸಿದ್ದ ಹುರಬರುಕು ನೆಲ ಚಳಿಗಾಲದಲ್ಲಿ ಬಿರುಕುಬಿಟ್ಟು ಹಕ್ಕಳೆಗಟ್ಟಿರುತ್ತಿತ್ತು. ಒಂದು ಹಕ್ಕಳೆ ಪದರನ್ನು ಎಬ್ಬಿ ತೆಗೆದರೆ ಮಣ್ಣು ಕೈಗೆ ಸಿಕ್ಕಿ ಬಿಡುತ್ತಿತ್ತು. ಅದನ್ನು ಹಾಗೇ ಬಾಯಿಗೆ ಹಾಕಿದೊಡನೆ ಹಾಯ್! ಅನ್ನಿಸಿ ನಿದ್ದೆಯೇ ಬಂದುಬಿಡುತ್ತಿತ್ತು. ಅದೆಲ್ಲ ನೆನಪಾಗಿ ಚಾಪೆಗೆ ಒರಗಿಕೊಂಡಿದ್ದ ಬಲಗೈಯನ್ನು ಹೊರಕ್ಕೆ ಸರಿಸಿದನು. ಗಾರೆನೆಲ ಕೈಗೆ ತಗುಲಿದೊಡನೆ ಬರ್ಫಿನ ಮೇಲಿಟ್ಟಂತೆ ಜುನುಜುನು ಅನ್ನತೊಡಗಿತು. ಸಟಕ್ಕನೇ ಕೈ ಎತ್ತಿಕೊಂಡ. ಸಿಟ್ಟಿನಿಂದ ಮತ್ತೆ ನೆಲ ಗೆಬರಿದಾಗ ಕರಬರ... ಸದ್ದಾಯಿತು. ಲೊಚಗುಟ್ಟಿ ಮಗ್ಗುಲಿಗೆ ಹೊರಳಿದನು.

ಟೀವಿಯಲ್ಲಿ ಜೋರಾಗಿ ಜನರು ಗುಂಪುಗೂಡಿ ಮಾತಾಡುವುದು ಕೇಳಿ ಅಂಗಾತ ತಿರುಗಿದ. 'ಏಕಾಏಕಿ ನಮ್ಮ ಮನೆಗಳನ್ನ ಹಿಂಗೆ ಡೆಮಾಲಿಶ್ ಮಾಡಿದ್ರೆ ನಾವೆಲ್ಲಿಗೆ ಹೋಗಬೇಕ್ರಿ... ನಾವು ಮುವ್ವತ್ತು ವರ್ಷದಿಂದ ಇದ್ದೀವಿ ಇಲ್ಲಿ.' 'ನಾವ್ ಐವತ್ತ ವರ್ಷದಿಂದ ಇದ್ದಿವಿರಿ...' ಅಂತ ಜನ ಆಕ್ರೋಶದಿಂದ ಟೀವಿ ಮೈಕ್ ಮುಂದೆ ಮಾತಾಡುತ್ತಿದ್ದದು ಕಾಣುತ್ತಿತ್ತು. ಅದರ ಹಿಂದೆಯೇ ಜೆಸಿಬಿ ಗಾಡಿ ತನ್ನ ದೈತ್ಯ ಬಾಹುವಿನಿಂದ ಅದರಷ್ಟೇ ಎತ್ತರವಿದ್ದ ಕಟ್ಟಡಗಳನ್ನು ಸಲೀಸಾಗಿ ಮಗುಚಿ ಬಾಚಿ ಬಾಚಿ ಬಿಸಾಕುತ್ತಿತ್ತು. ಅಲ್ಲಲ್ಲಿ ಆ ಯಂತ್ರವು ಅಗೆದು ತೆಗೆದಿದ್ದ ಒಂದಿಷ್ಟು ಮಣ್ಣಿನ ರಾಶಿ ಕಂಡಿದ್ದೇ ಕಲ್ಲಪ್ಪ ಎದ್ದು ಕುಳಿತು ಕಣ್ಣರಳಿಸಿ ನೋಡತೊಡಗಿದನು. ಜನರ ಹೇಳಿಕೆ ಮುಗಿದೊಡನೆ ಅಧಿಕಾರಿಗಳ ಬೈಟ್ ಮೂಡಿಬಂತು. 'ನೋಡಿ ಬೆಂಗಳೂರಿನಲ್ಲಿ ಇದ್ದ ಸುಮಾರು ಕೆರೆಗಳು ಒತ್ತವರಿಯಾಗಿಬಿಟ್ಟಿವೆ. ಅವನ್ನೆಲ್ಲಾ ನಾವಿವತ್ತು ತೆರವು ಮಾಡ್ತೇವೆ. ಈ ಕಾರ್ಯಾಚರಣೆ ಏನೂ ಧಿಡೀರನೆ ನಡೆಸ್ತಾ ಇಲ್ಲ... ಅವರಿಗೆಲ್ಲ ನೋಟೀಸ್ ಕೊಟ್ಟು, ಕಾಲಾವಕಾಶ ಕೊಟ್ಟು ಮಾಡ್ತಿದ್ದೀವಿ...' ಅಂತ ಹೇಳುತ್ತಿದ್ದರು. ಕಲ್ಲಪ್ಪನಿಗೆ ಅದ್ಯಾವುದು ಬೇಕಾಗಿರಲಿಲ್ಲ. ಬೆಂಗಳೂರಿನ ಹೊರ

ವಲಯದಂತೆ ಕಾಣುತ್ತಿದ್ದ ಆ ಏರಿಯಾ ಯಾವುದು ಎಂಬುದಷ್ಟೇ ಬೇಕಾಗಿತ್ತು.

ನಿನ್ನೆ ಟೀವಿಯಲ್ಲಿ ನೋಡಿದ್ದ ನಗರದ ಹೊರವಲಯದ ವಿಳಾಸ ಪಡೆಯಲು ಕಲ್ಲಪ್ಪ ತನ್ನ ಸಹ ಕೆಲಸಗಾರರಿಗೆ ಅಲ್ಲಿ ಕಂಡ ಅನೇಕ ಚಹರೆಗಳನ್ನು ಕೇಳಿ ಬಂದ ವಿಷಯದ ವಿವರಣೆಯನ್ನು ನೀಡಿ ಅದು ಯಾವ ಏರಿಯಾ? ಎಲ್ಲಿ ಬರುತ್ತೆ? ಯಾವ ಬಸ್ ಹಿಡಿದು ಹೋಗಬೇಕು... ಅಂತೆಲ್ಲ ಪತ್ತೆ ಮಾಡಿಕೊಂಡು ಸಂಜೆ ಅತ್ತ ನಡದೇಬಿಟ್ಟನು. ಅಲ್ಲಿ ಬರುತ್ತಿದ್ದಂತೆ ದೂರದಿಂದಲೇ ಮರಳರಾಶಿ ಕಂಡು ಅವನಿಗೆ ಹೋದ ಜೀವ ಬಂದಂಗಾಯ್ತು. ನಿನ್ನೆ ಡೆಮಾಲಿಶ್ ಮಾಡಿದ್ದರಿಂದ ಅಲ್ಲಿ ಅನೇಕ ಕಟ್ಟಡಗಳ ಗೋಡೆಗಳು, ಛಾವಣಿಗಳು ನಿಂತು ನಿಂತು ಸಾಕಾಗಿ ಈಗ ನೆಲಕ್ಕೊರಗಿದಂತೆ ಛಾಪು ಛಾಪು ಸಮೇತ ವಾಲಿಬಿಟ್ಟಿದ್ದವು. ಒರಗಿದ ಕಾಂಕ್ರೀಟ್ ತಾರಸಿ, ಪಿಲ್ಲರ್‌ಗಳ ಮಧ್ಯೆ ಅಲ್ಲಲ್ಲಿ ರಾಡುಗಳು ಹೆಂಗೆಂಗೊ ಸೆಟೆದು ನಿಂತಿದ್ದವು. ಮೂರು ಅಂತಸ್ತಿನ ದೊಡ್ಡಮನೆಯ ಒಂದು ಮೂಲೆಯನ್ನಷ್ಟೇ ಕತ್ತರಿಸಿ ಬಿಸಾಕಿದ್ದರಿಂದ ಅದು ವಿಕಾರವಾಗಿ ಕಾಣುತ್ತಿತ್ತು.ಅದರ ಮುಂಬಾಗಿಲಿಗೆ ಮಾಡಿದ್ದ ಹೂವಿನ ಅಲಂಕಾರದಿಂದ ಆ ಮನೆ ಇತ್ತೀಚೆಗಷ್ಟೇ ಗೃಹಪ್ರವೇಶವಾಗಿದ್ದೆಂದು ಊಹಿಸಬಹುದಾಗಿತ್ತು. ಅದನ್ನು ಕಂಡಿದ್ದೇ ಕಲ್ಲಪ್ಪ ತೋ... ತೋ... ಅಂತ ಮರುಗಿದ. ಮರುಕ್ಷಣದೊಳಗೇ ಇಲ್ಲ, ಇದು ಆಗಿದ್ದು ಬರೊಬ್ಬರಿ ಬಿಡು ಅನ್ನಿಸಿತು. ಇವನೌನ ಮನಿಶ್ಯಾನ ಆಸೇಕ ಮಿತೀನ ಇಲ್ಲದಂಗಾಗೇತಿ. ಮನಿಗಳನ್ನ ಕಟ್ಟಿ ಕಟ್ಟಿ ಊರು ಬೆಳಿಸ್ಯಾಣ ಹೊರತು ಎಲ್ಲಿಯೂ ಊರನ್ನು ಕಿತ್ತಿ ಜಮೀನು ಮಾಡಿಲ್ಲ... ರಾಜಕುಮಾರನ ಆ ಸಿನಿಮಾದಾಗೊಂದು, ಗುಡ್ಡ ಕಡಿದು ಜಮೀನು ಮಾಡಿದ್ದುಬಿಟ್ಟರೆ ಮತ್ತೆಲ್ಲೂ... ಕಂಡಿಲ್ಲ ಬಿಡು. ಬಹುಶಃ ಇದ... ಮೊದಲಿರಬೇಕು ಊರು ಕಿತ್ತಿ ಕೆರೆ ಉಳಿಸೋ ಕೆಲಸಕ್ಕ ಕೈಹಾಕಿದ್ದು! ಏನ್ ಅಡ್ಡಿಯಿಲ್ಲ ಅಗ್ಗದಿ ಬರೋಬ್ಬರಿ! ಅಂತ ಮನಸ್ಸಿನೊಳಗೆ ಲೆಕ್ಕ ಹಾಕುತ್ತಾ ಆ ಏರಿಯಾದ ಅಂಚಿಗೆ ಬಂದು ಕಲ್ಲಪ್ಪ ಒಳಹೋಗಬೇಕೆಂದರೆ ಅಲ್ಲಿ ಪೋಲಿಸ್ ಪಡೆಯ ಕಾವಲಿತ್ತು! ಜನ ನಿನ್ನೆ ಗಲಾಟೆ ಮಾಡಿ ದಾಂಧಲೆ ಎಬ್ಬಿಸಿದ್ದರಿಂದ ಪೋಲಿಸರು ಲಾಠಿಚಾರ್ಜ್ ಮಾಡಿ ಎಲ್ಲರನ್ನು ಅಲ್ಲಿಂದ ಹೊರಹಾಕಿದ್ದರು. ಈಗ ಅಲ್ಲಿ ಯಾರೆಂದರೆ ಯಾರನ್ನು ಒಳಗೆ ಬಿಡುತ್ತಿರಲಿಲ್ಲ. ಕಲ್ಲಪ್ಪ ಅಲೇ... ಇವನ.... ಅಂದು ಒಂದಿಷ್ಟು ನಿಟ್ಟುಸಿರು ಚೆಲ್ಲಿ ಮತ್ತಷ್ಟು ಆನಂದದುಸಿರು ಏರಿಸಿಕೊಳ್ಳುತ್ತ ಬಸ್‌ಸ್ಟಾಪ್ ಕಡೆಗೆ ಬಂದುಬಿಟ್ಟನು.

ಇನ್ನೊಂದು ಮಾತು ಏನಾದರೂ ಅಂದಿದ್ದರೆ ಅಪ್ಪ ಹೊಡಿದೇ ಬಿಡುತ್ತಾನೆನಿಸಿತ್ತು ಮಲ್ಲೇಶಿಗೆ. ಅಪ್ಪ ಈ ಪರಿ ಸಿಟ್ಟಿಗೆದ್ದಿದ್ದು ಮಲ್ಲೇಶಿ ಎಂದೂ ನೋಡಿರಲಿಲ್ಲ. ಇನ್ನು ತನ್ನ ಪ್ರಯತ್ನ ಏನೂ ನಡೆಯೂದಿಲ್ಲವೆನಿಸಿ 'ಆಯ್ತಪ್ಪ... ಊರಿಗೆ ಟಿಕೇಟ್ ಮಾಡಸ್ತಿನಿ ಹೊಂಟು ಬಿಡುವಂತಿ' ಅಂದಾಗ ಕಲ್ಲಪ್ಪ ಒಂದಿಷ್ಟು ಸಮಾಧಾನವಾಗಿದ್ದರೂ ಅವನ ಸಿಟ್ಟು ಪೂರ್ತಿ ಇಳಿದಿರಲಿಲ್ಲ. ಒಂದು ವಾರದ ಹಿಂದೆಯೇ ಊರಿಗೆ ಹೋಗತಿನಿ

ಅನ್ನುತ್ತಿದ್ದವನನ್ನು ಮಲ್ಲೇಶಿ ಇಲ್ಲೇ ಉಳಿಸಿಕೊಳ್ಳಲು ಏನೇನೋ ನೆವ ಹೇಳಿಕೊಂಡು ಬಂದಿದ್ದನು. ವಾರದಿಂದ ಅವ್ವನ ಪ್ರಸಾದ ಸಿಗದೇ ಒಂದೇ ಸವನೇ ಚಡಪಡಿಸುತ್ತಿದ್ದ ಕಲ್ಲಪ್ಪನಿಗೆ ಹುಚ್ಚು-ಮಬ್ಬು ಕೂಡಿಯೇ ಹಿಡಿದಂತಾಗಿತ್ತು. ಇಂದಂತೂ ಅವನು ತಾಳ್ಮೆಗೆಟ್ಟು ಮಗನನ್ನು ನಿಚ್ಚಳಾಗಿ ಬೈಯತೊಡಗಿದನು! 'ಎಲ್ಲೀ ಸೂಳೆಮಗಾಲೇ ನೀನು? ಒಂದ್ ವಾರದಿಂದ ಹೊಯ್ಯಕೊಳ್ಳಾಕ ಹತ್ತಿನಿ. ಕಿವಿಯಾಗ ಹಾಕ್ಕೊಳ್ಳವಲ್ಲಿ, ಬರೇ ಲಟ್ಟಾತು... ಲ್ವಾಳಿ ಆತು ಅಂತ ನೆವ ಹೇಳ್ತಿಯೇನ್ಲೇ...' ಎಂದು ಕೈಯಲ್ಲಿದ್ದ ತಾಟನ್ನು ಬೀಸಿ ಮಗನತ್ತ ಒಗೆದು ಬಿಟ್ಟನು. ಅದು ಸ್ವಲ್ಪದರಲ್ಲಿಯೇ ತಪ್ಪಿ ಎದುರಿನ ಗೋಡೆಗೆ ಅಪ್ಪಳಿಸಿ ನೆಲಕ್ಕೆ ಬಿದ್ದು ಟಣ್ ಟಣಣಣಣ... ಅಂತ ಸ್ವಲ್ಪ ಹೊತ್ತು ತಳಮಳಿಸಿ ಸುಮ್ಮನಾಯಿತು. 'ಯೆಪ್ಪ ಕೈಮುಗಿತಿನಿ, ಸಾಕಿನ್ನು. ಹೊಂಟು ಬಿಡುವಂತಿ' ಎಂದು ಮಲ್ಲೇಶಿ ಅಂದುಬಿಟ್ಟನು. ಅಂದು ರಾತ್ರಿ ಎಸ್.ಆರ್.ಎಸ್.ಟ್ರಾವೆಲ್ಸ್ ಬಸ್‌ಗೆ ಅಪ್ಪನನ್ನು ಮಲ್ಲೇಶಿ ಹತ್ತಿಸಿದನು.

ಚುಮುಚುಮು ಬೆಳಕು ಹೊಂಡುತ್ತಿತ್ತು. ಆಗ ಊರಲ್ಲಿ ನಿಂತ ಬಸ್ಸಿನಿಂದ ಕಲ್ಲಪ್ಪ ಕೆಳಗಿಳಿದನು. ಹಾಗೇ ಎರಡ್ಹೆಜ್ಜೆ ಮುಂದೆ ಬಂದ. ಹಾದಿಬಸೊಣ್ಣ ಗುಡಿಯ ಮುಂದೆ ಪೇಪರ್ ಹುಡುಗ ಆಗತಾನೆ ಬಂದಿದ್ದ ದಿನಪತ್ರಿಕೆಗಳನ್ನು ಜೋಡಿಸಿಕೊಳ್ಳುತ್ತಿದ್ದನು. ಗುಡಿಕಟ್ಟೆಯೇರಿದ ಕಲ್ಲಪ್ಪನು ತನ್ನ ಕೈಚೀಲ ಅಲ್ಲೇ ಕೆಳಗಿಟ್ಟು ಸಣಮಾಡಿ ಬಂದನು. ಅವನಿಗೆ ಮೊದಲು ಅವ್ವನ ಪ್ರಸಾದ ಬಾಯಿಗೆ ಹಾಕ್ಕೋಬೇಕು ಅನಿಸಿದ್ದರಿಂದ ರಸ್ತಾಗುಂಟ ಹಾಗೇ ನೋಡುತ್ತಾ ನಡೆಯತೊಡಗಿದನು. ಅವನಿಗೆ ಅಚ್ಚರಿಯಾಯಿತು. ಎರಡ್ಮೂರು ವರ್ಷಗಳಲ್ಲಿ ಊರಿನ ಸೀಮೆಯೇ ಬದಲಾಗಿಬಿಟ್ಟಿತ್ತು. ಊರಿನ ಕಟ್ಟಕಡೆಗಿದ್ದ ಹಾದಿ ಬಸೊಣ್ಣ ಗುಡಿ ಈಗ ಒಳಗೆ ಆಗಿಬಿಟ್ಟಿತ್ತು. ಅದರ ಮಗ್ಗುಲಿಗೆ ಹೊಸ ಹೊಸ ಮನೆಗಳು ತಯ್ಯಾರಾಗಿದ್ದವು. ಮುಂದೆ ಇನ್ನೂ ತಯಾರಿ ಹಂತದಲ್ಲಿ ಅದೆಷ್ಟೋ ಮನೆಗಳಿದ್ದವು. ಪ್ಲಿಂತ್ ಲೇವಲ್‌ಗಿದ್ದ, ಮೇಲ್ಛಾವಣಿ ಹಂತಕ್ಕೆ ಬಂದಿದ್ದ ಮನೆಗಳು ಭೂಮತಾಯಿನ್ನ ಮುಕಳಿ ಬುಡಕ್ಕೆ ಹಾಕಿ ಬುದುಬುದು ಅಂತ ಮೇಲಕ್ಕೇಳುತ್ತಿವೆಯಲ್ಲ... ಎಂದು ಕಲ್ಲಪ್ಪ ಬಾಯಿಗೆ ಬೆರಳಿಟ್ಟನು. ಅಗಾಧದಿಂದ ಅದನ್ನೆಲ್ಲ ನೋಡುತ್ತ ನಿಧಾನಕ್ಕೆ ಹೆಜ್ಜೆ ಹಾಕುತ್ತಿದ್ದನು... ನಿರ್ಮಾಣ ಹಂತದ ಮನೆಗಳ ಆ ಪ್ರದೇಶ ದಾಟಿದ ಮೇಲೆ ಮುಂದಿನ ಹೊಲದಲ್ಲಿಯೂ ಸೀಮೆಗಲ್ಲುಗಳನ್ನು ನೆಟ್ಟು, ರಸ್ತೆ, ಚರಂಡಿಯ ರೂಪುರೇಷೆಗಳನ್ನು ಹಾಕಲಾಗಿತ್ತು. ಅದನ್ನೆಲ್ಲ ನೋಡಿ 'ಆಯ್ತು... ಇದನ್ನು ಸುದ್ದ ಮಾಡ್ಯಾರ. ಶಿವ... ಶಿವ...' ಅನ್ನುತ್ತ ಮರುಗಿದ. ಆ ರಸ್ತೆಯ ಮೇಲೆ ಹೋಗೋ-ಬರುವವರಿಗೆ ಗೊತ್ತಾಗಲೆಂದು 'ಪ್ಲಾಟ್‌ಗಳು ಮಾರಾಟಕ್ಕಿವೆ ಸಂಪರ್ಕಿಸಿರಿ' ಎಂದು ಮೊಬೈಲ್ ನಂಬರ್ ಇರುವ ಫಲಕವನ್ನು ತುದಿಯಲ್ಲಿ ನೆಡಲಾಗಿತ್ತು. ಅದರ ಮುಂದಿನ ಹೊಲವನ್ನು ಸಾಗುವಳಿ ಇಲ್ಲದೇ ಹಾಳುಗೆಡವಲಾಗಿತ್ತು. ಅದರ ತುಂಬ

ಜಾಲಿಕಂಟಿಗಳು ಎದಿಮಟ್ಟ ಬೆಳೆದಿದ್ದರಿಂದ ಸುತ್ತಲಿನ ಮಂದಿಗೆ ಮುಂಜಾನೆಯ ಕೆಲಸ ಪೂರೈಸಿಕೊಳ್ಳುವುದಕ್ಕೆ ಅನುಕೂಲವಾಗಿತ್ತು. ಸಾಗುವಳಿ ಮಾಡಬೇಕಾದ ಜಮೀನನ್ನು ಈ ನಮೂನಿ ಬೇಕಾಬಿಟ್ಟಿ ಮಾಡ್ತ್ಯಾರಂದ್ರ ಬಹುಶಃ ಇದನ್ನು ಎನ್. ಎ. ಮಾಡಿ ಮಾರುವ ಯಿಚಾರವೇ ಇರಬೇಕೆಂದುಕೊಂಡನು. ಊರಾಗ ಇಷ್ಟೊಂದು ಮಂದಿಗೆ ಮನಿ ಇಲ್ಲಂತ ಈ ಮನಿಗೂಳು ಹುಟ್ಟಲಿಕ್ಕೆ ಹತ್ತ್ಯಾವೋ? ಏನು ಈ ಹೊಲದೋರಿಗೆ ಹೊಲ ಬ್ಯಾಸರಾಗಿ ಮಾರಿದ್ದಕ್ಕ ಮನಿಕಟ್ಟಲಿಕ್ಕೆ ಹತ್ತ್ಯಾರೋ? ಎಂಬ ಪ್ರಶ್ನೆ ಅವನ ಭಯಂಕರ ಹಸಿವೆಯೂ ಮರೆತು ಹೋಗುವಂತೆ ಕಾಡತೊಡಗಿತು. ಅನ್ನ ಬೆಳೆದು ಕೊಡುವ ಭೂಮಿಯ ತುಂಬ ಈ ಪರಿ ಮನಿ ಕಟ್ಟಿಗೋತ ಹೋದ್ರ... ಮುಂದೊಂದ್ ದಿನ ಅನ್ನ ತಿನ್ನೂ ಬದಲು ಎಲ್ಲಾರೂ ಕಲ್ಲು ತಿನ್ನಬೇಕಾಗುತ್ತ, ಶಿವ... ಶಿವಾ... ಕಲ್ಲಪ್ಪ ಮುಂದೆ ನಡೆಯೂದು ಬಿಟ್ಟು ಊರಕಡೆ ತಿರುಗಿಕೊಂಡನು.

ಅನ್ನ ಉದಕ ಊಟವೀಯುದು ಮಣ್ಣು...
ಮಣ್ಣಿಂದ ಕಾಯ ಮಣ್ಣಿಂದ
ಮಣ್ಣಿಂದ ಸಕಲ ವಸ್ತುಗಳೆಲ್ಲ
ಮಣ್ಣು ಬಿಟ್ಟವರಿಗಾಧಾರವಿಲ್ಲ
ಅಣ್ಣಗಳೆಲ್ಲರು ಕೇಳಿರಯ್ಯ...

ಹಾದಿ ಬಸೊಣ್ಣ ಗುಡಿಯ ಮೈಕ್‌ನಲ್ಲಿ ಮೊಳಗುತ್ತಿದ್ದ ಹಾಡು ಕೇಳಿ ಕಲ್ಲಪ್ಪನಿಗೆ ಭುಗಿಲ್ಲೆಂದು ಅವನೊಡಲಿಂದ ಹಸಿವೆ ಮತ್ತೆ ಚಿಮ್ಮತೊಡಗಿತು.

ಗುಲಬರ್ಗಾ ವಿಶ್ವವಿದ್ಯಾಲಯದ ಜಯತೀರ್ಥ ರಾಜಪುರೋಹಿತ ಸ್ಮಾರಕ ರಾಜ್ಯಮಟ್ಟದ ಕಥಾಸ್ಪರ್ಧೆಯಲ್ಲಿ ಚಿನ್ನದ ಪದಕ ಪಡೆದ ಕತೆ

ಈ ಪಯಣ ಮುಗಿಯುವುದಿಲ್ಲ

ಈ ತಾಯಿ ಅನ್ನೋ ಜೀವ-ಪದಾರ್ಥಗಳ ಸೆಳೆತವೇ ಅಂಥಾದ್ದೇನೋ; ತಾಯಿನೆಲ, ತಾಯಿಭಾಷೆ ಮತ್ತು ಹಡೆದತಾಯಿ ಇವುಗಳೊಡನೆ ಬದುಕುವುದಕ್ಕೆ ಮನಸ್ಸು ಅದೆಷ್ಟು ಕಾತರಿಸುತ್ತದೆ!? ಹಾಗಂತ ನಾನೇನು ವಿದೇಶದಲ್ಲೂ ಇಲ್ಲ, ಬೇರೆ ರಾಜ್ಯದಲ್ಲೂ ಇಲ್ಲ ಖರೆ. ಆದರೆ ಹುಟ್ಟಿದ ಊರನ್ನೂ ಹಡೆದವ್ವನನ್ನೂ ಬಿಟ್ಟು ಒಂದುನೂರಾ ಅರವತ್ತೋ... ಎಪ್ಪತ್ತೋ ಕಿಲೋಮೀಟರ್ ದೂರದಲ್ಲಿ ಇದ್ದೇನೆ. ಇಲ್ಲಿ ಸ್ಥಳದ ಅಂತರ ಮಹತ್ವದ್ದಲ್ಲ. ಅಗಲಿಕೆಯೇ ಬಹಳ ಮಹತ್ವದ್ದು. 'ದೇಶವೆಂದರೆ ಏನು? ಒಲಿದು ನಾನು ಭೂಮಿಯ ತಬ್ಬಿದೆನು; ಆ ಆತ್ಮದೊಲವೇ ದೇಶ!' ಎಂದು ಕುವೆಂಪು ನಮ್ಮ ವಾಸಸ್ಥಳದ ಕುರಿತು ಹೇಳುವ ಮಾತು ಸರಿಯೇ ಆದರೂ ಅದು ಇಷ್ಟವಾಗುವುದಕ್ಕಿಂತಲೂ 'ಹುಟ್ಟಿದ ಊರನು ಬಿಟ್ಟಮ್ಯಾಲೆ ಇನ್ನೇನು ಬಿಡುವುದು ಬಾಕಿ ಇದೆ...' ಎಂಬ ಯೋಗರಾಜ್‌ಭಟ್‌ರ ಸಿನಿಮಾ ಹಾಡು ನನ್ನನ್ನು ತಿವಿದಂತೆನಿಸಿದರೂ ಇದು ಹೆಚ್ಚು ಆಪ್ತವಾಗಿಬಿಡುತ್ತದೆ. ಒಂದೂವರೆ ತಿಂಗಳ ಹಿಂದಷ್ಟೇ ನಾನು ಊರಿಗೆ ಹೋಗಿ ಬಂದಿದ್ದೆ. ಈಗ ಮತ್ತೆ ಹೊರಡಲು ತುದಿಗಾಲ ಮೇಲೆ ನಿಂತು ತಯಾರಾಗಿದ್ದೆ. ಈ ಶಕುಂತಲಾಳಂತೂ ತಾನು ನನ್ನ ಜತೆ ಹೊರಡುವುದಿಲ್ಲವೆಂದರೆ ಅವಳಿಗೆ ಯಾವ ಅವಸರವೂ ಇರುವುದಿಲ್ಲ. ನಾನೇ ಅವಳಿಗೆ ಜಲ್ದಿ... ಜಲ್ದಿ... ಅಂತ ಉಪದ್ರ ಹಚ್ಚಬೇಕು. ಹಾಗೂ ಹೀಗೂ ಅವಸರ ಮಾಡಿ ಬಸ್‌ಸ್ಟ್ಯಾಂಡ್‌ಗೆ ಬರೂವಷ್ಟರಲ್ಲಿ ನಮ್ಮೂರಿನ ಬಸ್ಸು ಹೊರಡುವುದಕ್ಕೆ ತಯಾರಾಗಿಯೇ ನಿಂತಿತ್ತು. ತಕ್ಷಣ ಹತ್ತಿಯೇ ಬಿಟ್ಟೆ. ಬಾಗಿಲೆದುರಿಗಿದ್ದ ಮೂವರು ಕೂಡಬಹುದಾದ ಸೀಟ್ ಖಾಲಿಯೇ ಇತ್ತು. ಅಲ್ಲಿಯೇ ಕೂತುಬಿಟ್ಟೆ.

ಬಸ್ಸು ಸಣ್ಣದಾಗಿ ಹೊರಡುತ್ತಿದ್ದಾಗಲೇ ಒಬ್ಬ ದಢೂತಿ ಆಸಾಮಿ ಓಡುತ್ತ ಬಂದು ಮೇಲೇರಿ ಬಾಗಿಲ ಮೆಟ್ಟಿಲಲ್ಲಿ ನಿಂತನು. ಆತ ಓಡಿ ಬಂದಿದ್ದರಿಂದ ಉಸಿರು ಸುಧಾರಿಸಿಕೊಳ್ಳುತ್ತಿರುವಾಗಲೇ ಆಸಾಮಿಯ ಫೋನು ರಿಂಗಾಯಿತು. ಬಾಗಿಲ

ಬಳಿಯ ಕಂಬಿಯನ್ನು ಹಿಡಿದುಕೊಂಡು ಫೋನು ರಿಸೀವ್ ಮಾಡಿದನು. 'ಹೌದಾ... ಹಾಂ...' ಅಂತ ಜೋರಾಗಿ ಧ್ವನಿ ತೆಗೆದಾಗ ಬಸ್ಸಿನಲ್ಲಿದ್ದವರೆಲ್ಲ ದಢೂತಿ ಆಸಾಮಿಯ ಕಡೆಗೇನೆ ನೋಡತೊಡಗಿದರು. 'ನಾರ್ಮಲ್ ಡೆಲಿವರಿಯ... ಭಾಳ ಬೇಸ್ಯಾತು ಬೇಸ್ಯಾತು...' ಆಸಾಮಿ ಕಂಬಿ ಹಿಡಿದುಕೊಂಡು ಫುಟ್‌ಬೋರ್ಡ್ ಮೇಲೆ ನಿಂತು ಫೋನ್‌ನಲ್ಲಿ ಮಾತಾಡುತ್ತಿರುವುದು ಕಂಡು ಕಂಡಕ್ಟರ್‌ಗೆ ಸಿಟ್ಟುಬಂತು. 'ಯೇ ಅಣ್ಣಾ, ಮ್ಯಾಲೆ ಬಂದು ಮಾತಾಡಪ್ಪಾ... ಎಲ್ಲೆನ ಬಿದ್ದು ಶಿವನಪಾದ ಸೇರಿದ್ರ ಆಮ್ಯಾಲೆ ನಮ್ಮ ತಲೆಗೆ ಬರುತ್ತೆ' ಅಂತ ಗೊಣಗತೊಡಗಿದ. ಆಸಾಮಿ ಮಾತ್ರ ಕಂಡಕ್ಟರ್‌ನ ಮಾತಿಗೆ ಗಮನ ಕೊಡದೆ ತನ್ನ ಖುಶಿಯ ಲೋಕದಲ್ಲಿಯೇ ಅವನಿದ್ದ. ಪಾಪ! ಈಗಷ್ಟೇ ಆಸಾಮಿ, ಹೊಸ ಜೀವವೊಂದು ಬ್ಲೇಡು, ಕತ್ತರಿಗಳ ಸ್ಪರ್ಶವಿಲ್ಲದೇ ಈ ಭೂಮಿಗೆ ಬಂದ ಖುಶಿಯಲ್ಲಿದ್ದಾನೆ ಅವನು; ಈ ಕಂಡಕ್ಟರ್‌ನೇನು ಇಂಥ ಹೊತ್ತಲ್ಲಿ ಸಾಯೋ ಮಾತನಾಡ್ತಿದ್ದಾನಲ್ಲಪ್ಪಾ ಎಂದನಿಸಿತು ನನಗೆ.

ಬಸ್ಸು ಅಷ್ಟೇನು ಗದ್ದಲವಿರಲಿಲ್ಲ. ಸೀಟ್‌ಗೆ ಒಬ್ಬಿಬ್ಬರು ಪ್ರಯಾಣಿಕರು ಇದ್ದಂತೆ ಕಾಣಿಸುತ್ತಿತ್ತು. ರಾಜ್ಯಹೆದ್ದಾರಿಯಾದ್ದರಿಂದ ಬಸ್ಸು ಹೆಚ್ಚಿನ ಕುಲಕಾಟವಿಲ್ಲದೆ ಸಾಗಿತ್ತು. ನನ್ನ ಮುಂದಿನ ಸೀಟ್‌ನಲ್ಲಿ ಕುಳಿತಿದ್ದ ಇಬ್ಬರಲ್ಲಿ ಒಬ್ಬನಿಗೆ ಮಧ್ಯ ವಯಸ್ಸು ದಾಟಿತ್ತು, ಇನ್ನೊಬ್ಬ ತರುಣನಾಗಿದ್ದ. 'ನನ್ನ ಹೈಟು ಐದೂವರಿ ಫೂಟು' ಅಂದ ಯುವಕ. 'ಯೇ ನಿಂದ ಅಷ್ಟಿಲ್ಲಪ್ಪಾ... ನಾನ ಐದೀನಿ, ಐದೂವರಿ. ನಿಂದು ಐದು ಮೂರು–ಎರಡಿರಬೇಕಷ್ಟೇ' ಇಂಥ ಎಷ್ಟೋ ನಿಲುವುಗಳನ್ನು ಕಣ್ಣಲ್ಲೇ ಅಳೆದುತೂಗಿದ ಅನುಭವದಿಂದ ಮಧ್ಯವಯಸ್ಕನು ಹೇಳಿದಂತಿತ್ತು. ಅವನ ನಿಖರತೆಯ ಮಾತಿಗೆ ಯುವಕ ಸುಮ್ಮನಾದನು. 'ಇವತ್ತು ನಾಲ್ಕೂ ನೋಡ್ಕೆಂಡ ಬರಬಹುದಾ?' ಮತ್ತೆ ಯುವಕನ ಪ್ರಶ್ನೆ. 'ಈ ಲಿಂಗಸ್ಗೂರ್‌ನವರು ಮಧ್ಯಾನ ಮೂರ ಗಂಟೆಗೆ ಬಾ ಅಂದಾರ... ಅದ್ಕೆ ನಾವು ಸೀದಾ ಮಸ್ಕಿಗೆ ಹೋಗಿಬಿಡೋದು ಬೇಸಿ ಅಂತಿನಿ' ವಯಸ್ಕನೆಂದಾಗ ನನಗೆ ಇಬ್ಬರ ಮಾತಿನ ಟಾಪಿಕ್ಕು ಅರ್ಥವಾಗಿ ಹೋಯಿತು. ತರುಣ ತುಂಬ ಹುಕಿಯಲ್ಲಿದ್ದ. ಆಯ್ತು 'ಅಷ್ಟೇ ಮಾಡಮು' ಅಂತ ಗೋಣು ಹಾಕಿದ.

ಮದುವೆ ಬ್ರೋಕರ್ ದಿನಪತ್ರಿಕೆ ಓದತೊಡಗಿದ್ದನು. ಯುವಕ ಮತ್ತೆ ಮಾತು ತೆಗೆದ, 'ಮೊನ್ನೆ ಶ್ರಾವಣದಾಗ ಒಂದು ಐದಾರು ನೋಡಿದೆರಿ ಒಂದೂ ಲೈಕ್ ಆಗಲಿಲ್ಲ' ಅಂದಿದ್ದಕ್ಕೆ ಬ್ರೋಕರ್ ಅತಿ ಉತ್ಸಾಹದಿಂದ ಕೈಯಲ್ಲಿದ್ದ ದಿನಪತ್ರಿಕೆಯನ್ನು ಮಡುಚುತ್ತಾ 'ಹೇ, ಈಗ ನೋಡಾಕ ಹೊಂಟಿದ್ದು ಅಗ್ಗದೀ ಹೈಕ್ಲಾಸ್ ಅವ ನೋಡ ನೀನು. ಸಿಂಧನೂರಿನ ಕನ್ಯಾ ಅಂತೂ ಏಕದಂ ಮಸ್ತ ಆದ. ಬಳಗಾನೂರಿಂದೂ... ಭಾರಿ ಬ್ಯೂಟಿಫುಲ್. ಸಾದಾ ಮಂದಿ ವ್ಯವರಾನ ಮಾಡಾಕ ಹೋಗಂಗಿಲ್ಲ ನಾವು. ಕನ್ಯಾ ತೋರಿಸಿದ್ರ ಇಬ್ಬರಿಗೂ ಹೊಂದಿಕೆ ಆಗಿರಬೇಕು, ನಮಗ ಹೆಸರ ಆಗಿರಬೇಕು;

ಇಂತವರು ಮಾಡಿದ್ರು ಅಂಥ. ಹೌದಲ್ಲ ಮತ್ತ...' ಎಂದು ಒಳ್ಳೆ ಸೇಲ್ಸ್‌ಮೆನ್ ತರಹ ಹೇಳಿದಾಗ ಮೊನ್ನೆ ನಾನು ಮೊಬೈಲ್‌ಸ್ಟೋರ್‌ಗೆ ಹೋದಾಗ ಅಲ್ಲಿ ಸೇಲ್ಸ್‌ಮ್ಯಾನ್‌ನು ಹೀಗೇ ಹೇಳುತ್ತಿದ್ದ. 'ಈ ಸೆಟ್ ನೋಡಿ ಇದರ ಮಾಡೆಲ್ ಎಷ್ಟು ಬ್ಯೂಟಿಫುಲ್ ಇದೆ ನೋಡಿ ಸರ್, ಇದರ ಕೆಮೆರಾ ಎಂಪಿ ದೊಡ್ಡದಿದೆ ನೋಡಿ, ಇದರ ಬ್ಯಾಟರಿಯಂತೂ ಲಾಂಗ್‌ಲೈಫ್ ಇದೆ ಸರ್' ಅಂತ ಹಲವಾರು ಮೊಬೈಲ್‌ಸೆಟ್‌ಗಳನ್ನು ನನ್ನ ಮುಂದೆ ಹರವಿದ. ಒಂದಕ್ಕಿಂತ ಒಂದು ಆಕರ್ಷಕ ಕಾಣಿಸತೊಡಗಿದವು. ಯಾವುದನ್ನು ಕೊಳ್ಳಲಿ, ಯಾವುದನ್ನು ಬಿಡಲಿ ಅನ್ನಿಸಿತ್ತು. ನಾನು ಮೊಬೈಲ್‌ಸೆಟ್‌ನ ಫಿಚರ್ಸ್ ಬಗ್ಗೆ ವಿಚಾರಿಸಿದಂತೆ ಈ ಹುಡುಗ ಕನ್ಯೆಯ ರೂಪ, ಆಳ್ತನ ಮತ್ತು ಮನೆತನದ ಬಗ್ಗೆ ವಿಚಾರಿಸುತ್ತಿದ್ದನು. ಸಂಬಂಧಗಳ ಆಯ್ಕೆ ಮತ್ತು ವಸ್ತುಗಳ ಆಯ್ಕೆ ಎರಡೂ ಒಂದೇನಾ... ಬನಶಂಕರಿ ಜಾತ್ರೆಯಲ್ಲಿ ಭಾಂಡೆ ಸಾಮಾನುಗಳ ಖರೀದಿಗೆ ನಿಂತಾಗ ಅಪ್ಪ ಯಾವಾಗಲೂ ಒಂದು ಮಾತು ಅನ್ನುತ್ತಿದ್ದನು– 'ನೋಡಪಾ ನಮಗ ಮಾಲು ಆಗಿರಬೇಕು ನಿನಗ ರೊಕ್ಕ ಆಗಿರಬೇಕು, ಅಂಥದೊಂದು ರೇಟು ಹೇಳ್ತಿನಿ ನೋಡು'. ಈ ಬ್ರೋಕರ್‌ನು ಅದೇ ವರಸೆಯಲ್ಲಿ ಮಾತನಾಡುತ್ತಿದ್ದಾನೆನಿಸಿತು.

ಇನ್ನೊಬ್ಬರು ಮಾತನಾಡುವುದನ್ನು ಅವರಿಗೆ ಅರಿವಿಲ್ಲದಂತೆ ತಾನು ಕೇಳಿಸಿಕೊಳ್ಳುವುದೆಂದರೆ ಮನುಷ್ಯನಿಗೆ ಎಲ್ಲಿಲ್ಲದ ಕುತೂಹಲ. ಒಂದು ರೀತಿಯ ಮಜಾ ಕೂಡಾ. ಇಂಥದ್ದರಲ್ಲಿ ಬರೆಹಗಾರನಾದ ನನಗೆ ಒಂದು ಅಧಿಕೃತತೆ ಇದೆ ಎನ್ನುವ ಭಾವ ನನ್ನಲ್ಲಿ ಯಾವಾಗಲೋ ಮೊಳೆತುಬಿಟ್ಟಿತ್ತು. ಮುಂದಿನ ಸೀಟ್‌ನವರ ಮಾತುಕತೆಯಲ್ಲಿ ನನಗೆ ಈಗ ಯಾವ ಆಸಕ್ತಿಯು ಉಳಿಯಲಿಲ್ಲ. ಬಸ್ಸು ಒಂದೇ ವೇಗದಲ್ಲಿ ಸಾಗಿತ್ತು. ರಭಸದಿಂದ ಬೀಸುವ ಗಾಳಿಯ ಅಲೆಗಳನ್ನು ಲೆಕ್ಕಿಸದೆ ಅವುಗಳನ್ನು ಸೀಳಿಕೊಂಡು ಬಸ್ಸು ಡಿರ್ರ್... ಎಂದು ಮುನ್ನುಗ್ಗುತ್ತಿರುವಂತೆ ಅನಿಸುತ್ತಿತ್ತು. ದೂರದಲ್ಲಿ ಕಾಣಿಸುವ ದೃಶ್ಯಗಳು, ವಸ್ತುಗಳು ಬಸ್ಸು ಚಲಿಸಿದಂತೆಲ್ಲ ಹತ್ತಿರ ಬರುತ್ತ ಅವುಗಳಿಗೆ ಝೂಮ್ ಹಾಕಿ ನೋಡುತ್ತಿರುವಂತೆ ಭಾಸವಾಗುತ್ತಿತ್ತು. ದೂರದ ವಸ್ತುಗಳು ಹತ್ತಿರಹತ್ತಿರಕ್ಕೆ ಬಂದು ಹಿಂದೆಹೋಗಿ ಮಾಯವಾಗುತ್ತಿದ್ದವು. ಮತ್ತೆ ಬೇರೆ ದೃಶ್ಯ, ಬೇರೆ ವಸ್ತು.

ನನ್ನ ಎಡಬದಿಯಲ್ಲಿ ಇಬ್ಬರು ಕೂರುವ ಸೀಟ್‌ನಲ್ಲಿ ಕಿಡಕಿಗೆ ಆನಿಸಿ ಒಬ್ಬಳೆ ಕೂತಿದ್ದ ಕಾಲೇಜ್ ಹುಡುಗಿಯ ಮಾತುಗಳತ್ತ ನನ್ನ ಗಮನಹರಿಯಿತು. ಮುಖಕ್ಕೆ ಸ್ಕಾರ್ಫ್ ಸುತ್ತಿಕೊಂಡು, ಜೀನ್ಸ್‌ಪ್ಯಾಂಟಿನ ತೊಡೆಯಮೇಲೆ ನಾಲ್ಕಾರು ಪುಸ್ತಕಗಳನ್ನಿಟ್ಟುಕೊಂಡು ಅವಳು ಮೊಬೈಲ್‌ನಲ್ಲಿ ಸಂಭಾಷಿಸುತ್ತಿದ್ದಳು. ಎಡಗೈಯಲ್ಲಿದ್ದ ಮೊಬೈಲ್ ಎಡಕಿವಿಗೆ ಅಂಟಿಕೊಂಡಿದ್ದರೆ ಬಲಗೈಯು ತೊಡೆಯ ಮೇಲಿನ ನೋಟ್‌ಬುಕ್ಕಿನಲ್ಲಿದ್ದ ವಿರಾಟ್ ಕೊಹ್ಲಿಯ ಫೋಟೊದ ಮೇಲೆ ಹಿತವಾಗಿ

ಆಡುತ್ತಿತ್ತು. ಅದೆಷ್ಟೋ ಹೊತ್ತು ನಾನೂ ಬಹುತೀಕ್ಷ್ಣವಾಗಿ ಆಲಿಸಿದೆ. ಹಾಂ, ಹುಂ ಮುಂತಾಗಿ ಎರಡ್ಮೂರು ಅಕ್ಷರಗಳ ಶಬ್ದದಲೆಗಳು ನನ್ನ ಕಿವಿಮೇಲೆ ಮಸುಕು ಮಸುಕಾಗಿ ಬಿದ್ದವು ಅಷ್ಟೇ. ಪಕ್ಕದಲ್ಲಿದ್ದವರಿಗೆ ಒಂದಿಷ್ಟೂ ಕೇಳದಂತೆ ಮೊಬೈಲ್‌ನಲ್ಲಿ ಮಾತನಾಡುವ ಕಲೆಗಾರಿಕೆಯನ್ನು ಈ ವಯಸ್ಸಿನ ಹುಡುಗ-ಹುಡುಗಿಯರು ಅದೆಷ್ಟು ಚೆನ್ನಾಗಿ ಕರಗತ ಮಾಡಿಕೊಂಡಿರುತ್ತಾರೆ... ಬಸ್‌ನಲ್ಲಿದ್ದಾಗ ನನಗೆ ಕಾಲ್ ಬಂದಾಗ ಸರಿಯಾಗಿ ಕೇಳಿಸದೇ ಬಸ್‌ಲ್ಲಿದ್ದೀನಿ ಆಮೇಲೆ ಮಾತಾಡ್ತಿನಿ ಅಂತ್ಹೇಳಿ ಕಟ್ ಮಾಡಿಬಿಡ್ತಿನಿ. ಈ ಹುಡುಗರು ಮಾತ್ರ ಗುಸುಗುಸು ಮಾತನಾಡುತ್ತಲೇ ಅದು ಹೇಗೆ ಕೇಳಿಸಿಕೊಳ್ಳುತ್ತಾರೋ... ಈಕೆ ಇಷ್ಟೊಂದು ಮುಚ್ಚುಮರೆಯಿಂದ ಮಾತನಾಡುವುದನ್ನು ಕಂಡರೆ ತನ್ನ ಬಾಯ್‌ಫ್ರೆಂಡ್ ಜತೆಗೆಯೇ ಮಾತನಾಡುತ್ತಿದ್ದಾಳೆನಿಸಿತು.

ನನ್ನ ಕಿವಿಯು ಕ್ಯಾಚ್ ಮಾಡಲಾಗದ ಆ ಹುಡುಗಿಯ ಮಾತುಗಳನ್ನು ಕೇಳುವುದು ಬಿಟ್ಟು ನಾನು ನನ್ನ ಸೀಟ್‌ಗೆ ನೇರವಾಗಿ ಕುಳಿತೆ. ನನ್ನೆದುರಿನ ಸೀಟಿನ ಹಿಂಭಾಗದಲ್ಲೊಂದು ಅನಿರ್ವಚನೀಯ ಪ್ರೇಮಕಾವ್ಯದ ತುಣುಕೊಂದು ಅರಳಿನಿಂತಿತ್ತು! ಲವ್‌ಸಿಂಬಲ್‌ನ ನಡುವೆ 'ಐ ಲವ್ ಯೂ ಸುನಿತಾ' ಅಂತ ಬರೆದಿದ್ದನೊಬ್ಬ ಅಜ್ಞಾತ ಪ್ರೇಮಿ. 'ಸುನಿತಾ' ಎನ್ನುವ ಅಕ್ಷರಗಳನ್ನು ಅದೆಷ್ಟು ತಿದ್ದಿತೀಡಿ ಚಂದವಾಗಿ ಬರೆದಿದ್ದನೆಂಬುದರಿಂದಲೇ ಆ ಹೆಸರಿನವಳ ಮೇಲೆ ಆ ಪ್ರೇಮಿ ಇಟ್ಟಿದ್ದ ಪ್ರೀತಿ ಅರ್ಥವಾಗುತ್ತಿತ್ತು. ಹೇಳಲಾಗದ ಪ್ರೀತಿಯನ್ನು ಹೀಗೆ ಬರೆದು ತೋರುವ ಮೂಲಕ ಅದು ಅವಳಿಗೆ ತಲುಪುವುದೆಂಬ ಭ್ರಮೆಯೋ... ಅಥವಾ ಅವಳ ಎದುರು ನಿಂತು ಹೇಳಲಾಗದ ಅಸಹಾಯಕತೆಯೋ, ಅಧೈರ್ಯವೋ ಏನೋ? ಕಾಲೇಜ್ ಹುಡುಗಿ ಇನ್ನೂ ಮಾತನಾಡುತ್ತಲೇ ಇದ್ದಳು. ಆಕೆ ಮಾತನಾಡುತ್ತ ಮುಕ್ಕಾಲು ಗಂಟೆಯಾದರೂ ಆಗಿರಬಹುದು. ಹೇಳಲಾಗದೇ ಹೆಪ್ಪುಗಟ್ಟಿದ ಪ್ರೀತಿಯ ಕುರುಹು ಇಲ್ಲಿ, ವಾಚಾಳಿಯಾಗಿ ಒಂದೇ ಸವನೇ ಹೊರಹೊಮ್ಮುತ್ತಿರುವ ಪ್ರೀತಿ ಅಲ್ಲಿ.

ಮೂರನೇ ಸ್ಟೇಜ್‌ನಲ್ಲಿ ಬಸ್ಸು ಸ್ಟಾಪಾಗಿತ್ತು. ಇಳಿಯುವ ಜನ ತುಸು ನಿಧಾನಕ್ಕೆ ಇಳಿಯುತ್ತಿದ್ದರಿಂದ ಬಸ್ಸಿನಲ್ಲಿ ಏರಬೇಕೆಂದು ಬಾಗಿಲಬಳಿ ಹೊರಗೆ ನಿಂತಿದ್ದವರಿಗೆ ಆತಂಕವಾಗಿತ್ತು. ಏರುವವರ ಸಂಖ್ಯೆ ಬಹಳ ಇದ್ದುದರಿಂದ ತಮಗೆ ಸೀಟು ಸಿಗುತ್ತದೆಯೋ ಇಲ್ಲವೋ ಅಂತ ಅವರು ಅನುಮಾನಿಸುತ್ತಿದ್ದರು. 'ಏರುವಾಗಿನ ಅವಸರ ಇಳಿಯುವಾಗ ಇರಂಗಿಲ್ಲ ನೋಡಪ ಮಂದಿಗೆ' ಅಂತ ಗೊಣಗುತ್ತಿದ್ದರು. ಕೆಳಗೆ ಇಳಿಯುವವರು ಮುಗಿದೊಡನೆ ಏರಲು ನಿಂತವರು ಧಡ್‌ಧಡ್ ಅಂತ ಏರತೊಡಗಿದರು. ಕಂಡಕ್ಟರ್ 'ಮುಂದ ನಡ್ರೀ...' ಅಂತ ತನ್ನ ಶಕ್ತ್ಯಾನುಸಾರ ಕೂಗುತ್ತಿದ್ದನು. ಏರುವಿಕೆಯ ಈ ಭರಾಟೆಯಲ್ಲಿ ಯುವಕನೊಬ್ಬ ಮೊಬೈಲ್‌ಹುಡುಗಿ ಬಿಟ್ಟುಹೋಗಿದ್ದ ಸೀಟನ್ನು ತನ್ನದಾಗಿಸಿಕೊಂಡ. ಖಾಲಿ ಸೀಟುಗಳತ್ತ ಜನ ಕಣ್ಣಾಡಿಸುತ್ತ

ಹಾಗೆ ಮುಂದೆ ನಡೆಯತೊಡಗಿದರು. ಮಣಭಾರದ ಬ್ಯಾಗನ್ನು ಎತ್ತಿಕೊಂಡು ಹಳದಿ ಚೂಡಿಯ ಯುವತಿ ಮೇಲೇರುತ್ತಿದ್ದಂತೆ ಯುವಕ ಧಾವಿಸಿ ಅವಳಿಂದ ಬ್ಯಾಗನ್ನು ತಗೊಂಡು ಅದನ್ನು ಎಲ್ಲಿಡಬಹುದೆಂದು ಮೇಲೆ, ಕೆಳಗೆ ನೋಡಿದ. ಲಗೇಜ್ ಕ್ಯಾರಿಯರ್‌ನಲ್ಲಿ ಕೂಡದಷ್ಟು ಆ ಬ್ಯಾಗು ದೊಡ್ಡದಾಗಿತ್ತು. ಅದನ್ನು ಅಲ್ಲಿಯೇ ಸೀಟಿನ ಕೆಳಗೆ ತೂರಿಸಲು ಪ್ರಯತ್ನಪಟ್ಟ, ಅದೂ ಸಾಧ್ಯವಾಗದ್ದರಿಂದ ಅವಳನ್ನು ನೋಡಿ ಯುವಕ ನಗತೊಡಗಿದ, ಅವಳೂ ನಗತೊಡಗಿದಳು. ತಮ್ಮ ಬ್ಯಾಗು ಅಷ್ಟು ದೊಡ್ಡದಿದೆ ಎಂಬ ಕಾರಣಕ್ಕೋ... ಅಥವಾ ಅದನ್ನು ಎಲ್ಲಿಯೂ ಸೇರಿಸಲಾಗಲಿಲ್ಲವೆಂಬ ತನ್ನ ಅಸಮರ್ಥತೆಯನ್ನು ಮುಚ್ಚುವುದಕ್ಕೋ... ಒಟ್ಟು ಯುವಕ ನಕ್ಕನು. ಪ್ರತಿಯಾಗಿ ಅವಳೂ ನಕ್ಕಳು.

ಬಸ್ಸು ಚಲಿಸತೊಡಗಿತು. ಆ ಯುವಕ-ಯುವತಿಯ ಕೈಗಳು ಪರಸ್ಪರ ಬೆಸೆದುಕೊಂಡವು. ಯುವತಿಯ ಮುಂಗೈ ತುಂಬಿಕೊಂಡಿದ್ದ ಎರಡು ಡಜನ್‌ನಷ್ಟು ಹಸಿರು ಬಳೆಗಳು, ನಡುವೆ ಒಂದೆರಡು ಬಿಲ್ವಾರ; ಕೊರಳಲ್ಲಿಯ ಮಾಂಗಲ್ಯದ ಚೈನು ಮತ್ತು ಯುವಕನ ಕೈಯಲ್ಲಿ ಮಿನುಗುವ ಬ್ರೆಸ್‌ಲೆಟ್ ಇವೆಲ್ಲವೂ ಅವರಿಬ್ಬರು ನೂತನ ದಂಪತಿಗಳೆಂದು ಸಾಕ್ಷೀಕರಿಸಿದವು. ಯುವಕನ ಒಂದು ಕೈ ಅವಳ ಹೆಗಲ ಮೇಲೆ ಹೋಯಿತು, ಇನ್ನೊಂದು ಕೈ ಅವಳ ತೋಳಿನಿಂದ ಮುಂಗೈ, ಹಸ್ತದ ಮೇಲೆಲ್ಲಾ ಹರಿದಾಡತೊಡಗಿತ್ತು. ಅವಳಾದರೂ ಅವನ ಭುಜದ ಮೇಲೆ ಒರಗಿದಳು. ಅವರ ಲಲ್ಲೆ ಹಾಗೇ ನಡೆಯತೊಡಗಿತ್ತು. ನಾನಿದನ್ನು ನೋಡಬಾರದೋ... ಅಥವಾ ಅವರಿಲ್ಲಿ ಈ ರೀತಿ ಆಡಬಾರದೋ... ನಾನು ಯೋಚನೆಗೆ ಬಿದ್ದೆ. ಈಚೆಗೆ ಸುಪ್ರೀಂಕೋರ್ಟ್ ಖಾಸಗಿತನವನ್ನು ಮೂಲಭೂತ ಹಕ್ಕುಗಳಡಿಯಲ್ಲಿ ವ್ಯಾಖ್ಯಾನಿಸಿತು. ಈ ಯುವಜೋಡಿಗಳ ಖಾಸಗಿತನಕ್ಕೆ ಇತರ ಪ್ರಯಾಣಿಕರಿಂದ ಭಂಗವಾದಂತೇನೂ ಅನಿಸಲಿಲ್ಲ. ಯಾವ ಮುಜುಗರವೂ ಇಲ್ಲದೆ ಅವರ ಸರಸ ನಡೆದಿತ್ತು. ಅದು ತೀರಾ ಎಲ್ಲೆ ಮೀರದಂತೆ ಇತ್ತು ಖರೆ. ಆದರೆ ನನಗೆ ಇರುಸುಮುರುಸಾಗಹತ್ತಿತ್ತು. ಕಂಡಕ್ಟರ್ 'ಯಾರ್ರೀ ಟಿಕೇಟ್... ಟಿಕೇಟ್' ಅಂತ ಜೋರಾಗಿ ಅನ್ನುತ್ತ ಕಟ್‌ಕಟ್ ಕ್ಯಾರಿಯರ್‌ಗೆ ಬಡಿದು ತನ್ನ ಸೀಟಿಗೆ ಕುಳಿತ.

ಮತ್ತೊಂದು ನಿಲ್ದಾಣದಲ್ಲಿ ಬಸ್ಸು ಇಳಿಯಬೇಕಾದವರನ್ನು ಕೆಳಗಿಳಿಸಿ, ಮುಂದೆ ಹೊರಟವರನ್ನು ಏರಿಸಿಕೊಂಡು ಅದೇ ತಾನೇ ಸಾಗಿತ್ತು. ಆ ನಿಲ್ದಾಣ ಬಿಟ್ಟು ಒಂದು ಫರ್ಲಾಂಗ್‌ನಷ್ಟು ದೂರ ಹೊರಟಿರಬಹುದಿತ್ತು, ಬಸ್ಸು ಸಾಗುತ್ತಿರುವ ಶಬ್ದ ಬಿಟ್ಟು ಬೇರೆ ಯಾವುದೇ ಶಬ್ದವಿರಲಿಲ್ಲ. ಆಗಲೇ 'ಈ ಬಸ್ಸಿನ್ಯಾಗ ಯಾರ್‍ಯಾರ ಕುಂತೀರಿ ಗಪ್ಪನ... ಕುಂದರ್‍ರೀ... ಗಟ್ಟಿ ಹಿಡಕೊಂಡು ಕುಂದರ್‍ರಿ...' ಅನ್ನುವ ಎಚ್ಚರಿಕೆ ಕೇಳಿಬಂತು! ಎಲ್ಲರೂ ಆ ಧ್ವನಿ ಬಂದತ್ತ ತಿರುಗಿ ನೋಡತೊಡಗಿದರು. ಯುವತಿಯೊಬ್ಬಾಕೆ

ತನ್ನ ಸೀಟ್‌ನಿಂದ ಎದ್ದು ಎಲ್ಲರಿಗೂ ಇನ್ನೂ ಏನೋ ಹೇಳಬೇಕೆನ್ನುವವಳಿದ್ದಳು. ಅದಕ್ಕೆ ಆಸ್ಪದ ನೀಡದೆ ಆಕೆಯ ಪಕ್ಕದಲ್ಲಿದ್ದ ಮಧ್ಯವಯಸ್ಕನೂ ಮತ್ತು ತುಸು ವಯಸ್ಸಾದ ಹೆಂಗಸು ಇಬ್ಬರೂ ಸೇರಿ ಯುವತಿಯನ್ನು 'ಸುಮ್ಮ ಕೂಡು...' ಅಂತ ಒತ್ತಾಯದಿಂದ ಆಕೆಯ ರಟ್ಟೆಯನ್ನು ಜಗ್ಗುತ್ತಾ ಕೂಡ್ರಿಸಲು ನೋಡುತ್ತಿದ್ದರು. ಅವಳು ಕೊಸರಾಡುತ್ತಿದ್ದಳು. ವಯಸ್ಸಾದವಳಂತೂ ಅರೆನಾಲಿಗೆಯನ್ನು ಕಚ್ಚುತ್ತಾ, ಸಿಟ್ಟು ಮಾಡಿಕೊಂಡು ಅವಳನ್ನು ಕೆಳಕ್ಕೆ ಬಗ್ಗಿಸಲು ಪ್ರಯತ್ನ ಮಾಡೇ ಮಾಡಿದಳು. ಅದ್ಯಾವುದಕ್ಕೂ ಬಗ್ಗದ ಯುವತಿ ಅವರಿಗೇ ದಬಾಯಿಸುತ್ತಾ ತನ್ನ ಕೈ ಬಿಡಿಸಿಕೊಂಡು 'ಲಿಂಗಾ... ಲಿಂಗ ಬಾರೋ... ಲಿಂಗ ಲಿಂಗ ಬಾರೋ, ಲಿಂಗದಕಾಯಿ ತಾರೋ... ಲಿಂಗಾ...' ಅಂತ ಚಪ್ಪಾಳೆ ತಟ್ಟುತ್ತಾ ಹಾಡತೊಡಗಿದಳು. ಆಮೇಲೆ 'ಜುಂ ತಕತಕ... ಮಳೆಬಿಲ್ಲೆ ಮಳೆಬಿಲ್ಲೆ ಕೊಡೆ ಹಿಡಿಯೇ ಮಳೆಬಿಲ್ಲೇ...' ಮುಂದಿನ ಸೀಟಿನ ಹಿಂಭಾಗವನ್ನು ಮ್ಯುಸಿಕಲ್ ಇನ್‌ಸ್ಟ್ರುಮೆಂಟ್ ತರ ಬಾರಿಸುತ್ತ ಜೋರಾಗಿ ಹಾಡತೊಡಗಿದಳು. ಆ ಸೀಟ್‌ನಲ್ಲಿ ಕುಳಿತವರು ನಮಗೆಲ್ಲಿ ಏನಾದರೂ ಮಾಡುವಳೇನೋ... ಅನ್ನುವ ಅಳುಕಿನಿಂದ ಮುಂದಕ್ಕೆ ಸರಿಯುತ್ತ ತಮಗೂ ಅವಳಿಗೂ ಅಂತರ ಕಾಪಾಡಿಕೊಳ್ಳತೊಡಗಿದರು. ಇನ್ನು ಮುಚ್ಚಿಟ್ಟುಕೊಳ್ಳುವುದು ಏನೂ ಇಲ್ಲವೆಂಬಂತೆ ಆಕೆಯ ಜೊತೆಗಿದ್ದವರು ಸುಮ್ಮನಾದರು. 'ಎಲ್ಲಿ ಚಿತ್ತರಗಿಗೆ ಕರಕೊಂಡು ಹೊಂಟೀರೇನು?' ಹಿಂದಿನ ಸೀಟಿನವನು ನಿಧಾನಕ್ಕೆ ಅವಳ ಸಂಬಂಧಿಯನ್ನು ಕೇಳಿದನು. ನಿರಾಸೆಯ ಕಳೆಯು ತುಂಬಿದ್ದ ಅವನು ಹೌದ್ರಿ... ಅಂದ. ಅದನ್ನು ಕೇಳಿಸಿಕೊಂಡ ಕೆಲವರು 'ಯೇ ಅಲ್ಲಿ ಹೋದರ ಲಾಗಲಚ್ಚ ಕಡಿಮೆ ಆಗಿಬಿಡುತ್ತ... ಮೂಗಿನ್ಯಾಗ ತಪ್ಪಲ ಹಿಂಡಿ ಔಷಧ ಕೊಡ್ತಾರ ಮನುಷ್ಯಾ ಹುಶಾರಾಗಿ ಬಿಡ್ತಾನ', 'ಹೇ... ನಮ್ಮೂರಾಗ ಒಬ್ಬ ಮನುಷ್ಯಾ ಅದಾನ್ರೀ ಹುಚ್ಚು ಬಿಡಿಸಾಕ ಎತ್ತಿದ ಕೈ. ಕತ್ತಿ ಹಾಲಿನ್ಯಾಗ ಔಷಧ ಕೊಡ್ತಾನ. ತಿಂಗಳೊಪ್ಪತ್ತಿನ್ಯಾಗ ನಿಚ್ಚಳ ಮಾಡಿಬಿಡ್ತಾನ ಬಿಡ್ರಿ...', 'ಅದಕ್ಕಿಂತ ದವಾಖಾನಿಗೆ ತೋರ್ಸೂದು ಬೇಸಿ'; ಸುತ್ತಲಿನ ಪ್ರಯಾಣಿಕರು ತಮತಮಗೆ ತಿಳಿದಂತೆ ಮಾತಾಡಿಕೊಳ್ಳತೊಡಗಿದರು. ಹುಚ್ಚುಹಿಡಿದ ಯುವತಿಯು ಈಗೇನು ಮಾಡುತ್ತಿದ್ದಾಳೆ ಎಂದು ಎಲ್ಲರೂ ನಿಮಿಷ-ಎರಡು ನಿಮಿಷಕ್ಕೊಮ್ಮೆ ತಮ್ಮ ಸೀಟಿನಿಂದ ಕತ್ತೆತ್ತಿ ನೋಡುತ್ತಿದ್ದರು. ಆಕೆ ತನ್ನ ಕೊರಳಿಗೆ ನೇತು ಹಾಕಿಕೊಂಡಿದ್ದ ವ್ಯಾನಿಟಿ ಬ್ಯಾಗಿನಲ್ಲಿಯ ಕನ್ನಡಿಯನ್ನು ತೆಗೆದು ನೋಡಿಕೊಳ್ಳುತ್ತಿದ್ದಳು. ಅದೆಷ್ಟೋ ದಿನಗಳಿಂದ ಬಾಚಣಿಗೆಯನ್ನೇ ಕಾಣದ ಕೂದಲನ್ನು ಹಿಡಿದು ಮುಂಗುರುಳು ತೀಡಿಕೊಳ್ಳುತ್ತಿದ್ದಳು. ತನ್ನ ಬಿಂಬಕ್ಕೆ ತಾನೇ ಮುತ್ತಿಡುತ್ತಿದ್ದಳು. ಅವಳನ್ನು ಸುಮ್ಮನೇ ಕೂಡ್ರಿಸುವುದು ಇನ್ನು ವ್ಯರ್ಥ ಪ್ರಯತ್ನವೆಂದು ತಿಳಿದ ಆಕೆಯ ಜೊತೆಗಾರರು ಈಗ ತಾವೇ ಸುಮ್ಮನೆ ಕೂತುಬಿಟ್ಟಿದ್ದರು. ಮುಗಿಲು ಹರಿದು ಮೈಮೇಲೆ ಬಿದ್ದಂತಾಗಿ,

ಮುಂದೆ ಹೆಂಗಪ್ಪಾ ಶಿವನೇ... ಅಂತ ಚಿಂತೆಯ ಮೊತ್ತವಾಗಿ ಕೂತಿದ್ದ ಆ ಹೆಂಗಸನ್ನು ಪಕ್ಕದ ಸೀಟಿಗೆ ಕೂತಿದ್ದ ಹೆಣ್ಮಗಳು 'ಏನಾಗಬೇಕವ್ವಾ...' ಎಂದು ಆಕೆಗೂ, ಹುಚ್ಚು ಹಿಡಿದ ಯುವತಿಗೂ ಇರುವ ಸಂಬಂಧವನ್ನು ತಿಳಿಯಬಯಸಿದಳು. ಆಕೆ 'ನಮ್ಮ ಸಂಬಂಧಿಕರು' ಅಂತ ಮುಗುಮ್ಮಾಗಿ ಹೇಳಿದಳು. ಆಕೆ ಆ ಯುವತಿಯ ತಾಯಿಯೇ ಆಗಿರಬೇಕು ಎನಿಸಿತು ಇವಳಿಗೆ. ಹುಚ್ಚಿಯನ್ನು ಮಗಳು ಎಂದು ಹೇಳಿಕೊಳ್ಳಲು ಅವಳಿಗೆ ಅಭಿಮಾನ ಅಡ್ಡ ಬಂದಿತ್ತೋ ಏನೋ... ಇದನ್ನು ಸೂಕ್ಷ್ಮವಾಗಿ ಗ್ರಹಿಸಿದ ಇವಳು 'ಇರಲಿ ಬಿಡವ್ವಾ, ಟೈಮು ಎಲ್ಲರಿಗೂ ಬರೂದ... ದೇವರ ತಂದ ಮಾತಿಗೆ ಮನುಷ್ಯರು ಏನು ಮಾಡೂದು?' ಎಂದಳು.

ಮುಂದಿನ ಸ್ಟಾಪ್‌ನಲ್ಲಿ ಹುಚ್ಚಿನ ಯುವತಿ ಮತ್ತು ಅವಳ ಜೊತೆಗಿದ್ದವರು ಇಳಿಯತೊಡಗಿದರು. ಈಗೇನು ವರಾತ ಹಚ್ಚುತ್ತಾಳೆಂದು ಎಲ್ಲರೂ ಕುತೂಹಲದಿಂದ ಅವಳತ್ತಲೇ ನೋಡತೊಡಗಿದರು. ಅವಳು ತನಗೇನೂ ಆಗೇ ಇಲ್ಲವೆಂಬಂತೆ ದುಡುದುಡು ಇಳಿದು ಬಿಟ್ಟಿದ್ದರೂ ಕೆಲವರು ಕಿಡಕಿಯಲ್ಲಿ ತಮ್ಮ ಕತ್ತು ಚಾಚಿ ಅವಳನ್ನೇ ನೋಡುತ್ತಿದ್ದರು. ಅವರೆಲ್ಲ ಬಸ್ಸು ಏರಲು ಕಾಯ್ದಿದ್ದ ಹಿಂಡುಹಿಂಡು ಮಂದಿಯ ನಡುವೆ ಮರೆಯಾಗಿ ಬಿಟ್ಟರು.

ಈಗ ಸಂಜೆ ಆರರ ವೇಳೆಯಾಗಿತ್ತು. ಈ ಪಟ್ಟಣದಲ್ಲಿ ದುಡಿಯಲು ಬಂದ ಕೂಲಿಕಾರ್ಮಿಕರು ಮತ್ತು ನೌಕರವರ್ಗದಂತೆ ಕಾಣುವ ಒಂದಷ್ಟು ಮಂದಿ ತಮ್ತಮ್ಮ ಊರಿಗೆ ಹೊರಡಲನುವಾಗಿ ತುಂಬ ಹೊತ್ತಿನಿಂದ ಬಸ್ಸಿಗಾಗಿ ಕಾಯುತ್ತಿದ್ದಂತೆ ಕಂಡಿತು. ಬೆಳಗ್ಗೆಯಿಂದ ಸಂಜೆಯತನಕ ತಮ್ಮ ತನು-ಮನವನ್ನು ಆವರಿಸಿಕೊಂಡಿದ್ದ ಬೇಸರವನ್ನು ಈಗ ತಮ್ಮ ಮುಖಗಳಲ್ಲಿ ತುಂಬಿಕೊಂಡಿದ್ದ ಅವರೆಲ್ಲ ನಿಲ್ದಾಣಕ್ಕೆ ಈ ಬಸ್ಸು ಬರುತ್ತಿದ್ದಂತೆ ಮುಗಿಬೀಳತೊಡಗಿದರು. ಇಳಿಯುವವರು ಮುಗಿಯುತ್ತಿದ್ದಂತೆ ಬಾಗಿಲ ಬಳಿಯೇ ಮೊದಲು ನಿಂತಿದ್ದ ಇಬ್ಬರು ಹೆಂಗಸರು ಅವಸರದಿಂದ ಹತ್ತಿಕೊಂಡು ನನ್ನ ಪಕ್ಕದಲ್ಲಿದ್ದ ಸೀಟನ್ನು ತಮ್ಮದಾಗಿಸಿಕೊಂಡರು. ಒಬ್ಬಳು ದಟ್ಟಹಸಿರು ಬಣ್ಣದ ಚೂಡಿಯನ್ನು ತೊಟ್ಟಿದ್ದರೆ, ಇನ್ನೊಬ್ಬಾಕೆ ಬಿಳಿಯ ಪ್ಲೇನ್‌ನಲ್ಲಿ ಕಪ್ಪುಬಣ್ಣದ ಚಿತ್ತಾರಗಳಿದ್ದ ಸೀರೆ ತೊಟ್ಟಿದ್ದಳು. ಚೂಡಿ ತೊಟ್ಟಿದ್ದ ಹೆಂಗಸು ವ್ಯಾನಿಟಿ ಬ್ಯಾಗಿನಿಂದ ಫೋನನ್ನು ತೆಗೆದು ವಾಟ್ಸಪ್ ಅಪ್‌ಡೇಟ್‌ಗಳನ್ನು ನೋಡತೊಡಗಿದಂತೆ ಕಂಡಿತು. ಇನ್ನೊಬ್ಬಾಕೆಯು ತನ್ನ ಬ್ಯಾಗಿಗೆ ಕೈಹಾಕಿ ತಡಕಾಡಿ ಒಂದಷ್ಟು ಬಾದಾಮಿ, ಒಣದ್ರಾಕ್ಷಿಯನ್ನು ತೆಗೆದು ಚೂಡಿಯುಟ್ಟ ಹೆಂಗಸಿನ ಮುಂದೆ ಹಿಡಿದಳು. ಆಕೆ ಒಂದಷ್ಟು ತೆಗೆದುಕೊಂಡಳು. ಇಬ್ಬರೂ ಒಂದೊಂದೇ ಬಾಯಿಗೆ ಎಸೆದುಕೊಳ್ಳತೊಡಗಿದರು. ಚೂಡಿ ಹೆಂಗಸಿನ ಫೋನ್ ರಿಂಗಾಯಿತು. 'ಹೇಳು ಪುಟ್ಟಾ...' 'ಪಪ್ಪಾ ಇನ್ನು ಬಂದಿಲ್ಲಾ?'... 'ಅಪ್ಪಿ, ಇನ್ನೊಂದು ಹತ್ತನಿಮಿಷದಲ್ಲಿ ಬಂದ್‌ಬಿಡ್ತಿನಿ. ಫ್ರಿಜ್‌ನ್ಯಾಗ

ಸೇಬು ಅದಾವು ಅಷ್ಟಿ ತುಗೊಂಡ ತಿನ್ನು' ಫೋನ್ ಕಟ್ ಮಾಡಿ ಬ್ಯಾಗಿಗಿಳಿಸಿದಳು. 'ಮಗಾ ಹೊಟ್ಟಿ ಹಸಿದೈತಿ ಅಂತ ಅಳಲಿಕ್ಕೆ ಹತ್ಯಾನ್ರೀ...' ಎಂದು ಕೈಯಲ್ಲಿದ್ದ ದ್ರಾಕ್ಷಿ, ಬಾದಾಮಿಗಳನ್ನು ವಾಪಸ್ಸು ಅವಳಿಗೆ ನೀಡತೊಡಗಿದಳು. ಆಕೆ ಯಾಕರಿ... ಅಂದರೆ, ಇವಳು 'ಯಾಕೋ ಒಲ್ಲೆ ಅನಿಸಾಕ ಹತ್ತೇತಿ' ಅಂತ ಮುಖ ಸಣ್ಣದು ಮಾಡಿದಳು. 'ನಮ್ಮನಿಯವರಿಗೆ ಹುಡುಗನ ಸಾಲಿ ಬಿಡುತ್ತಲೇ ಮನಿಗೆ ಬರ್ರಿ ಅಂತ ದಿನಾ ಹೇಳಿದ್ರೂ ಅಷ್ಟೇ ನೋಡ್ರಿ, ಪಾಪ ಹುಡುಗ ಒಬ್ಬನೇ ಹೆಂಗ್ ಇರಬೇಕ್ರಿ... ನಾವ್ ಹೋಗುದು ಇನ್ನ... ಒಂದ್ ತಾಸಾದ್ರೂ ಆಗುತ್ತ...' ಆಕೆ ಪೇಚಾಡತೊಡಗಿದಳು. ಅವಳ ಮಗುವಿನ ಹಸಿವಿನ ಬಿಂಬ ಆಕೆಯ ಮುಖದಲ್ಲಿ ಕಾಣತೊಡಗಿತು. 'ಇರ್ಲಾನ ತುಗೋರಿ...' ಸೀರೆಯ ಹೆಂಗಸು ಸಮಾಧಾನದ ಮಾತು ಹೇಳಿದರೂ ಆಕೆ ಮಾತ್ರ ತಪ್ಪು ಮಾಡಿದ ಅಪರಾಧಿಯಂತೆ ಕುಳಿತುಬಿಟ್ಟಳು.

ಬಸ್ಸಿನಲ್ಲಿಯ ದೀಪಗಳು ಬೆಳಗತೊಡಗಿದವು. ಸಂಜೆಯ ದೀಪ ಹಚ್ಚಿದಂತೆ ಕೆಲವರು ಸಣಮಾಡಿದರು. ನನ್ನ ಪಕ್ಕದಲ್ಲಿ ಕುಳಿತಿದ್ದ ಎಪ್ಪತ್ತರ ಅಂಚಿನಲ್ಲಿದ್ದ ವ್ಯಕ್ತಿಯ ಫೋನು ರಿಂಗಾಯಿತು. ನನಗೆ ತಕ್ಷಣ ಈ ಫೋನ್‌ಗಳ ರಿಂಗಣ ಕೇಳಿ ಕೇಳಿ ಅದರ ಇತಿಹಾಸ ಕಣ್ಮುಂದೆ ಸುಳಿಯತೊಡಗಿತು. ಮೊದಲು ಊರಿನ ಅಂಚೆ ಕಚೇರಿಯಲ್ಲಿ ಮಾತ್ರ ಒಂದು ಫೋನು ಇರುತ್ತಿತ್ತು. ಆಮೇಲೆ ಶ್ರೀಮಂತರ ಮನೆಗಳಲ್ಲಿ, ನಂತರ ಸಾರ್ವಜನಿಕ ಎಸ್‌ಟಿಡಿ ಬೂತ್‌ಗಳಲ್ಲಿ ಲ್ಯಾಂಡ್‌ಲೈನ್‌ಗಳು ಬಂದವು. ಆನಂತರ ವೈಯಕ್ತಿಕ ಪೇಜರ್‌ಗಳು, ಮೊಬೈಲ್‌ಗಳು. ಮೊದಮೊದಲು ಮೊಬೈಲ್ ಬಂದಾಗ ಅದನ್ನು ಹಿಡಿದು ಮಾತಾಡುವವರನ್ನು ಅಚ್ಚರಿಯಿಂದ ನೋಡುವುದಿತ್ತು. ಈಗ ಪ್ರತಿಯೊಬ್ಬರಲ್ಲೂ ಒಂದಲ್ಲ, ಎರಡೆರಡು, ಮೂರೂ ಮೊಬೈಲ್ ಇರುವುದನ್ನು ಕಾಣುತ್ತೇವೆ. ಇವತ್ತು ಮೊಬೈಲ್ ಇಲ್ಲದೆಯೇ ಬದುಕುತ್ತಿರುವವರು ಸೋಜಿಗವಾಗಿ ಕಾಣುತ್ತಾರೆ. 'ಇಲ್ಲಮ್ಮ... ಇನ್ನ ಹತ್ತ ನಿಮಿಷ, ಬಂದುಬಿಟ್ಟೆ. ಊರಿನ ಸಮೀಪ ಅದೀನಿ...' ಪಕ್ಕದಲ್ಲಿ ಕುಳಿತ ವ್ಯಕ್ತಿ ಫೋನಿನಲ್ಲಿ ಹೇಳಿ, ಕರೆಯನ್ನು ಕಟ್‌ಮಾಡಿ ನಿಧಾನಕ್ಕೆ ಫೋನು ಜೇಬಿಗಿಳಿಸಿದ. ಅವನ ಮುಖದಲ್ಲಿ ಸಣ್ಣಗೆ ಆತಂಕ ಮೂಡಿದಂತೆ ನನಗೆ ಕಾಣತೊಡಗಿತು. ಐದು ನಿಮಿಷವಾಗಿರಲಿಲ್ಲ ಮತ್ತೆ ನನ್ನ ಪಕ್ಕದಾತನ ಫೋನ್ ರಿಂಗಾಗುತ್ತಿತ್ತು. ಅದರ ಕಡೆಗೆ ಅವನ ಗಮನವೇ ಇರಲಿಲ್ಲ. ಯಾವುದೋ ಆಲೋಚನೆಯಲ್ಲಿ ಮುಳುಗಿದ್ದಂತೆ ಕಂಡಿತು. ನಾನೇ 'ಸರ್, ಫೋನು...' ಅಂದೆ. ತೆಗೆದು ನೋಡತೊಡಗಿದ. ಗಾಡ್‌ಗಿಫ್ಟ್ ಕಾಲಿಂಗ್... ಅಂತ ತೋರಿಸುತ್ತಿತ್ತು. ರಿಸೀವ್ ಮಾಡಿದವನೇ 'ಅಮ್ಮ... ಬಂದೇ...' ಅಂತ ಇನ್ನೂ ಏನೋ ಹೇಳುತ್ತಿದ್ದವನನ್ನು ಆ ಕಡೆಯ ಧ್ವನಿ ತಡೆಯಿತೆಂದು ಕಾಣುತ್ತದೆ. ಅದಕ್ಕೆ ಅವನು ಬರಿ 'ಹಂ, ಹುಂ, ಹುಂ...' ಅಂದು ಮಾತು ಮುಗಿಸಿದವನೇ 'ಸರ್, ಸ್ವಲ್ಪ ನೀವು ಈಕಡೆ ಬರ್ತೀರಾ...

ನನ್ನ ಮಗಳು ಆಕಡೆಯಿಂದ ಬರ್ತಾ ಇರೋ ಬಸ್ಸಿನ್ಯಾಗ ಇದ್ದಾಳಂತ...' ಅಂದ. ನಾನು ಆಯಿತೆಂದು ಕಿಟಕಿ ಪಕ್ಕದ ಸೀಟನ್ನು ಅವನಿಗೆ ಬಿಟ್ಟೆ. ಅವನು ಮುಖಕ್ಕೆ ಚಾಳೀಸಿಟ್ಟುಕೊಂಡು ಎದುರಿನಿಂದ ಬರುವ ವಾಹನಗಳನ್ನು ದಿಟ್ಟಿಸತೊಡಗಿದ. ನನಗೂ ಕುತೂಹಲವಾಗಿ ಕಿಡಕಿಯಿಂದಾಚೆ ದೃಷ್ಟಿಸತೊಡಗಿದೆ. ಕತ್ತಲಾವರಿಸಿತ್ತು. ಎದುರಿನಿಂದ ಬರುವ ವಾಹನಗಳ ಹೆಡ್‌ಲೈಟ್ ಬೆಳಕು, ಅವುಗಳ ಪಕ್ಕಕ್ಕಿರುವ ಹಳದಿ-ಕೆಂಪು ಮಿಣಮಿಣ ಮಿನುಗುವ ಬಣ್ಣದ ಲೈಟ್‌ಗಳು, ರಸ್ತೆಬದಿಯ ದೀಪಗಳು, ಸಾಗುವ ವೇಗದಲ್ಲಿ ಕತ್ತಲು-ಬೆಳಕಿನ ಛಾಯೆ - ಇವೇ ಕಾಣುತ್ತಿತ್ತು. ನಿಮಿಷಕ್ಕೆ ಹತ್ತಾರು ವಾಹನಗಳು ನಮ್ಮ ಬದಿಯಿಂದ ಪಾಸ್ ಆಗುತ್ತಿದ್ದವು. ಎದುರು ಬರುತ್ತಿರೋದು ಲಾರಿಯೋ, ಬಸ್ಸೋ, ಕಾರೋ, ಅಥವಾ ಜೀಪೋ ಅಂತ ಅವುಗಳ ಹೆಡ್‌ಲೈಟ್ ಛಾಯೆಯಿಂದ ಗುರುತಿಸಿ ದಿಟ್ಟಿಸುತ್ತಿರುವಂತೆಯೇ ಅವು ನಮ್ಮ ಬಸ್ಸಿನ ಹತ್ತಿರ ಬಂದು ದಾಟಿಬಿಡುತ್ತಿದ್ದವು. ಇಂಥ ಭರಾಟೆಯಲ್ಲಿ ಈ ಮನುಷ್ಯನಿಗೆ ಮಗಳು ಅದ್ಹೇಗೆ ಕಂಡಾಳು... ಅನ್ನಿಸತೊಡಗಿತು ನನಗೆ. ಅವನು ಮಾತ್ರ ಎದುರು ಬರುವ ವಾಹನಗಳನ್ನು ನೋಡೇ ನೋಡುತ್ತಿದ್ದನು.

ಹತ್ತು ನಿಮಿಷದಲ್ಲಿ ನೂರಾರು ವಾಹನಗಳು, ಅದರಲ್ಲಿ ಹತ್ತಾರು ಬಸ್ಸುಗಳು ಸಹ ಪಾಸಾಗಿ ಹೋದವು. ಮತ್ತೆ ಅವನ ಫೋನ್ ರಿಂಗಾಯಿತು. ಅದೇ ಗಾಡ್‌ಗಿಫ್ಟ್‌ನ ಕರೆಯಿತ್ತು. ಅವಸರದಿಂದ ಅವನು ರಿಸೀವ್ ಮಾಡಿ 'ಮಗಳೇ...' ಅಂದನಷ್ಟೇ. ಮುಂದಿನ ಮಾತುಗಳು ಆ ಕಡೆಯ ಗಾಡ್‌ಗಿಫ್ಟ್‌ನದ್ದು ಆಗಿದ್ದವೆನಿಸಿತು. 'ಆಯಿತಮ್ಮ... ಸರಿ, ಸರಿ...' ಕೊನೆಗೆ ಈತನೆಂದು ಫೋನು ಜೇಬಿಗಿಳಿಸಿ ದೀರ್ಘವಾದ ಉಸಿರೊಂದನ್ನು ಎಳೆದುಕೊಂಡನು. ಅದರಲ್ಲಿ ಭಯಂಕರ ದುಃಖವಿತ್ತೆಂದು ನನಗನಿಸಿತು. ಚಾಳೀಸನ್ನು ತೆಗೆದು ಒದ್ದೆಯಾದ ಕಣ್ಣುಗಳನ್ನು ಕರವಸ್ತ್ರದಿಂದ ಅವನು ಒರೆಸಿಕೊಳ್ಳುತ್ತ ತಾನು ಹಗುರಾಗಲೆಂದೋ, ನನಗೆ ವಿಷಯ ತಿಳಿಸಲೆಂದೋ ಹೇಳತೊಡಗಿದ- ಮಗಳು ಅಳಿಯ ಬೆಂಗಳೂರಿಗೆ ಹೊರಟಿದ್ದಾರೆ. ಇನ್ನೊಂದು ವಾರಬಿಟ್ಟು ಅಮೇರಿಕಕ್ಕೆ ಹೋಗುತ್ತಾರೆ. ನಾನು ಒಂದು ವಾರ ಊರಲ್ಲಿ ಇರಲಿಲ್ಲ, ಇವತ್ತು ಮಧ್ಯಾಹ್ನವೇ ಬರಬೇಕಾಗಿತ್ತು. ದಾರಿಯ ಮಧ್ಯೆ ಸ್ಟ್ರೈಕು ಇದ್ದುದರಿಂದ ಮೂರು ತಾಸು ಅಲ್ಲಿ ಬಸ್ ಲೇಟಾಯಿತು. ಅವರು ಇವತ್ತೇ ರಿಜರ್ವೇಶನ್ ಮಾಡಿದ್ದರು. ಮಗಳನ್ನ ಮಾತಾಡಿಸಲಿಕ್ಕೂ ಆಗಲಿಲ್ಲ, ಮುಖ ನೋಡಲಿಕ್ಕೂ ಆಗಲಿಲ್ಲ ನೋಡ್ರಿ... ಅಂದು ಮತ್ತೊಮ್ಮೆ ಅವನು ಕಣ್ಣೊರೆಸಿಕೊಂಡನು. ನನಗೂ ಹತಾಶ ತಂದೆಯ ಹಳಹಳಿ ತಾಕಿತು. ಬಸ್ಸು ಈಗ ನಿಲ್ದಾಣವನ್ನು ಹೊಕ್ಕಿತು. ಈ ತಂದೆ ನಿಧಾನಕ್ಕೆ ಸೀಟಿನಿಂದೆದ್ದು ನನಗೆ 'ಬರುತ್ತೇನೆ' ಎಂಬಂತೆ ಮುಖದಲ್ಲಷ್ಟು ನಗುವನ್ನು ತಂದುಕೊಂಡು ಕೈಮಾಡಿ ಹೊರಟನಾದರೂ ಅವನ ಮುಖದಲ್ಲಿ ನಿರಾಸೆಯೇ ಎದ್ದು ಕಾಣುತ್ತಿತ್ತು.

ಇಳಿದುಹೋದ ಆ ತಂದೆಯ ವಿಷಾದ ನನ್ನನ್ನು ತುಸು ಹೊತ್ತು ಆವರಿಸಿತು. ಬದುಕಿನ ಈ ಪ್ರಯಾಣದ ಕುರಿತು ಯೋಚಿಸುವಂತೆ ಮಾಡಿತು–

'ಪಯಣದ ದಾರೀಲಿ ಬರುವರು ಎಷ್ಟೋ
ಹೋಗುವರೆಷ್ಟೋ...
ನನ್ನವರು ನಿನ್ನವರು ಎಂಬುವರೆಷ್ಟೋ...
ಹರಿಯುವ ನೀರಿಗೆ ಹಾರುವ ಭ್ರಮೆಗೆ
ಕೊನೆಯಿಲ್ಲವಲ್ಲೋ ನೆಲೆಯಿಲ್ಲವಲ್ಲೋ...'

ಎಂದೋ ಕೇಳಿದ ಹಾಡು ನೆನಪಾಗಿ ಎಷ್ಟು ನಿಜವಲ್ಲ... ಅನ್ನಿಸಿತು! ಒಂದು ಪ್ರದೇಶದಿಂದ ಮತ್ತೊಂದು ಪ್ರದೇಶಕ್ಕೆ ಸಾಗುವ ಈ ಪ್ರಯಾಣಕ್ಕೆ ಒಂದು ಗೊತ್ತುಗುರಿ ಇದೆ. ನಿರಂತರ ಸಾಗುತ್ತಲೇ ಇರುವ ಬದುಕಿನ ಪ್ರಯಾಣಕ್ಕೆ ಗುರಿ ಯಾವುದು? ಗಮ್ಯ ಯಾವುದು? ಎಲ್ಲರೂ ಇದನ್ನು ತಿಳಿದು ಸಾಗುತ್ತಿದ್ದಾರೆಯೇ... ತಿಳಿಯದೇ ಸಾಗುತ್ತಿದ್ದಾರೆಯೇ? ಹೀಗೆ ಯೋಚಿಸುತ್ತಿದ್ದಾಗಲೇ ಮತ್ತೊಂದು ರಿಂಗ್‌ಟೋನ್ ಮೊಳಗಿತು... ಗಂಭೀರವಾಗಿ ಏನೋ ಆಲೋಚನೆ ಸಾಗಿದ್ದ ಹೊತ್ತಿನಲ್ಲಿ ಮುಂದಿನ ಸೀಟಿನಲ್ಲಿದ್ದವರ ಫೋನ್ ರಿಂಗ್‌ಟೋನ್ ಕೇಳಿ ನನಗೇ ಸಿಟ್ಟೇ ಬಂತು. ಆದರೇನು ಮಾಡುವುದು, ಅನ್ನುವಂತಿಲ್ಲ; ಆಡುವಂತಿಲ್ಲ. ಈ ಮೊಬೈಲ್ ರಿಂಗ್‌ಟೋನುಗಳು, ಮಾತುಗಳು ಇನ್ನೊಬ್ಬರಿಗೆ ಸಿಕ್ಕಾಪಟ್ಟೆ ಇರಿಟೇಶನ್ ಮಾಡುವುದರಿಂದಲೇ ಅ.ರಾ. ಮಿತ್ರ ಅವರು 'ಕರ್ಣಪಿಶಾಚ' ಅಂತ ಹೆಸರಿಟ್ಟಿದ್ದು ನೆನಪಾಗಿ ಸರಿಯಾದ ಹೆಸರೇ ಇಟ್ಟಿದ್ದಾರೆ ಇದಕ್ಕೆ ಅನ್ನಿಸಿತು ನನಗೆ.

ನಮಗೆ ಬೇಡವೆನಿಸಿದರೂ ನಾವು ಒಂದು ಸಾರ್ವಜನಿಕ ಜಾಗದಲ್ಲಿರುವಷ್ಟು ಹೊತ್ತು ನಡೆಯುವುದನ್ನು ನೋಡಬೇಕಾಗುತ್ತದೆ, ಶಬ್ದವಾಗುವುದನ್ನು ಕೇಳಬೇಕಾಗುತ್ತದೆ. ಮುಂದಿನ ಸೀಟ್‌ನಲ್ಲಿ ಕುಳಿತ ಹೆಣ್ಣುಮಗಳ ಮಾತುಗಳನ್ನು ಹಾಗೇ ಕೇಳಿಸಿಕೊಳ್ಳತೊಡಗಿದೆ. 'ಏ ತಮ್ಮಾ... ಎಲ್ಲಿದ್ದಿಯೋ... ಅರ್ಧತಾಸ್ ಮ್ಯಾಲೆ ಆಯ್ತು, ಫೋನ್ ಮಾಡ್ಲಿಕ್ಕತ್ತಿ... ನಿಮ್ಮ ಕಾಕಾಗ ದವಾಖಾನಿಗೆ ಅಡ್ಮಿಟ್ ಮಾಡ್ಯಾರಲ್ಲ... ನಾನು ಅಲ್ಲಿಗೆ ಬರ್ತಿನಿ. ನೀನು ಗಾಡಿ ತುಗೊಂಡು ಬಾ ಬಸ್‌ಸ್ಟಾಂಡಿಗೆ' ಈ ಹೆಣ್ಮಗಳು ಯಾರಿಗೆ ಫೋನ್ ಮಾಡಿದ್ದಾಳೆಂದು, ಆಕಡೆಯ ಉತ್ತರ ಏನಾಗಿರಬಹುದೆಂದು ಹಾಗೆಯೇ ಊಹಿಸಿದೆ. ಆ ಮಾತು ಮುಗಿಯುತ್ತಿದ್ದಂತೆ ಮತ್ತೆ ರಿಂಗ್ ಆಯ್ತು. 'ಹೇಳು ಸರಸೂ... ಹುಚ್ಚಿ... ಅಳಬ್ಯಾಡ... ನೀನ... ಅಳಕೊಂತ ಕುಂತರ ಪಾಪ! ಆ ಸಣ್ಣಮಕ್ಕಳು ಏನ್ ಮಾಡ್ಬೇಕ ಹೇಳು...' ಈ ಮಾತಿನಮೇಲೆ ನನಗೆ ಹೆಚ್ಚು

ಕಮ್ಮಿ ಹೆಣ್ಮಗಳ ಪರಿಸ್ಥಿತಿಯ ಅರಿವಾಯಿತು. ಆಸ್ಪತ್ರೆಯಲ್ಲಿ ಇವಳ ಮೈದುನ ಅಡ್ಮಿಟ್ ಆಗಿದ್ದಾನೆ, ಅವನ ಆರೋಗ್ಯ ಸ್ಥಿತಿ ಸರಿಯಿಲ್ಲವೆನಿಸಿತು. ಇವಳ ಉಡುಗೆ-ತೊಡುಗೆ, ಕೈಯಲ್ಲಿದ್ದ ವ್ಯಾನಿಟಿಬ್ಯಾಗು, ಮೊಬೈಲ್‌ಸೆಟ್... ಎಲ್ಲ ಗಮನಿಸಿದ ನನಗೆ, ಇವಳು ಉದ್ಯೋಗಸ್ಥಳು ಇಲ್ಲಾ ಸಾಕಷ್ಟು ಅನುಕೂಲಸ್ಥಳು ಆಗಿರಬಹುದು. ಇವಳ ಬರುವಿಕೆಯನ್ನು ಆಸ್ಪತ್ರೆಯಲ್ಲಿರುವ ಹೆಂಗಸು ಕಾಯುತ್ತಿರಬಹುದೆನಿಸಿತು.

ಈಯಮ್ಮನಿಗೆ ಫೋನ್ ಮೇಲೆ ಫೋನು ಬರತೊಡಗಿದವು. ಅವು ನಿನ್ನೆ-ಮೊನ್ನೆ ಆಸ್ಪತ್ರೆಗೆ ಹೋಗಿ ನೋಡಿ ಬಂದಂತಹ ಸಂಬಂಧಿಕರ ಕರೆಗಳಾಗಿದ್ದವು. ಆಸ್ಪತ್ರೆಯಲ್ಲಿರುವ ವ್ಯಕ್ತಿಯು ಉಳಿಯುವ ಸಾಧ್ಯತೆ ಕಡಿಮೆ ಎನ್ನುವ ಸಂಗತಿಯು ಫೋನ್ ಸಂಭಾಷಣೆಯಿಂದ ನನಗೆ ತಿಳಿಯಿತು. ಅರ್ಧಗಂಟೆ ಕಳೆದಿರಬೇಕು, ಮತ್ತೆ ಈಯಮ್ಮನ ಫೋನ್ ಸದ್ದಾಯಿತು. ರಿಸೀವ್ ಮಾಡಿದಳು. 'ಸರಸೂ, ಮಾತಾಡು ಸರಸು... ಮಾತಾಡು...' ಬಹುಶಃ ಆಕಡೆಯ ಹೆಂಗಸು ಬರೀ ಅಳುತ್ತಿರಬಹುದು... ನನಗೆ ಕೆಡುಕೆನಿಸತೊಡಗಿತು. ಆ ವ್ಯಕ್ತಿ ಏನಾದರೂ ಹೋಗಿಬಿಟ್ಟನೇ... 'ಸರಸೂ ಏನಾಯ್ತು ಹೇಳವಾ...' ಈಕೆಯ ಮಾತಿನಲ್ಲೂ ಬಲವಿರಲಿಲ್ಲ. ಅದೂ ಅಳುವಿಗೆ ತಿರುಗುತ್ತಿತ್ತು. ಆಜು-ಬಾಜು ಕುಳಿತವರು ಬೆರಗಿನಿಂದ, ತುಸು ಆತಂಕದಿಂದ ಈಯಮ್ಮನನ್ನೇ ನೋಡುತ್ತಿದ್ದರು. ಆಸ್ಪತ್ರೆಯಲ್ಲಿರುವ ಹೆಣ್ಮಗಳ ಜೊತೆ ಮತ್ತ್ಯಾರೂ ಇಲ್ಲವೆ ಧೈರ್ಯ ಹೇಳಲು, ಸಮಾಧಾನ ಮಾಡಲು. ಅಯ್ಯಯ್ಯೋ! ಅವಳ ಸಂಕಟ ಕೇಳಲು ಯಾರಿಲ್ಲವೇ... ಜೊತೆಗೆ ಮಕ್ಕಳು ಬೇರೆ ಇವೆಯಂತೆ. ಅವು ಎಷ್ಟು ವಯಸ್ಸಿನವೋ... ಏನೋ, ಅವುಗಳ ಗೋಳೇನು? ನಾನು ಆಸ್ಪತ್ರೆಯಲ್ಲಿರುವಂತೆ ಆ ಹೆಂಗಸು ಬೋರ್ಯಾಡಿ ಅಳುತ್ತಿರುವಂತೆ, ಮಕ್ಕಳು ತಾಯಿಯ ರೋದನ ಕೇಳಿ ಆಕ್ರಂದಿಸುತ್ತಿರುವಂತೆ ಭಾಸವಾಗತೊಡಗಿತು.

'ಯಾರ್ರೀ, ಬರ್ರಿ ಬರ್ರೀ...' ಕಂಡಕ್ಟರ್ ನನ್ನ ಊರು ಬಂದಿದ್ದು ಕೂಗಿ ಹೇಳತೊಡಗಿದ. ಊರಿಗೆ ಕಾಲಿಡುತ್ತಿರುವುದಕ್ಕೆ ಖುಷಿಯೆನಿಸಲಿಲ್ಲ. ಅಯ್ಯೋ... ಅನ್ನುತ್ತಾ ಇಳಿಯತೊಡಗಿದೆ. ಬಾಗಿಲಬಳಿ ಬರುತ್ತಿದ್ದಂತೆ ತುಂಬಿದ ಬಸುರಿಯೊಬ್ಬಳು ಬಸ್ಸೇರಲು ಅನುವಾಗಿದ್ದಳು. ಆಕೆ ನೋವಿನಿಂದ ಮುಖ ಹಿಂಡುತ್ತಿದ್ದಳು. ಅವಳ ಜೊತೆಗಿದ್ದ ಹೆಂಗಸರು ಬಸುರಿಯ ರಟ್ಟೆ ಹಿಡಿದು ನಿಂತಿದ್ದರು. ನಾನು ಕೆಳಗಿಳಿದೆ, ಬಸುರಿ ಮತ್ತು ಅವಳ ಜೊತೆಗಿದ್ದವರು ಮೇಲೇರಿದರು. ಕಂಡಕ್ಟರ್ ವಿಶಲ್ ಹಾಕಿದ. ಬಸ್ಸು ಮುಂದಕ್ಕೆ ಸಾಗಿತು. ನಾನು ಅದನ್ನಿಷ್ಟು ನೋಡಿ, ಮೆಲ್ಲಗೆ ಮನೆಯ ಹಾದಿ ಹಿಡಿದೆ.

'ತರಂಗ' ಯುಗಾದಿ ವಿಶೇಷಾಂಕ-2018

ಪ್ರಕಟಣೆಗಳು

ಪುಟ್ಟ ಪಾದದ ಗುರುತು – ಸುನಂದಾ ಪ್ರಕಾಶ ಕಡಮೆ – ₹ 60
ಈ ಕತೆಗಳ ಸಹವಾಸವೇ ಸಾಕು – ಅಲಕ ತೀರ್ಥಹಳ್ಳಿ – ₹ 60
ಗೋಡೆಗೆ ಬರೆದ ನವಿಲು – ಸಂದೀಪ ನಾಯಕ – ₹ 60
ಮೊದಲ ಮಳೆಯ ಮಣ್ಣು – ಕಣಾದ ರಾಘವ – ₹ 80
ಆಟಿಕೆ – ಬಸವಣ್ಣೆಪ್ಪಾ ಕಂಬಾರ – ₹ 100
ಮಾಯಾಕೋಲಾಹಲ – ಮೌನೇಶ ಬಡಿಗೇರ – ₹ 100
ಕೇಪಿನ ಡಬ್ಬಿ – ಪದ್ಮನಾಭ ಭಟ್ ಶೇವ್ಕಾರ – ₹ 110
ಮನಸು ಅಭಿಸಾರಿಕೆ – ಶಾಂತಿ ಕೆ ಅಪ್ಪಣ್ಣ – ₹ 140
ದೇವರು ಕಚ್ಚಿದ ಸೇಬು – ದಯಾನಂದ – ₹ 120
ಧೂಪದ ಮಕ್ಕಳು – ಸ್ವಾಮಿ ಪೊನ್ನಾಚಿ – ₹ 110
ಡುಮಿಂಗ – ಶಶಿ ತರೀಕೆರೆ – ₹ 90

ಕಥಾಸಂಕಲನ

ಶಕುಂತಳಾ – ಗುರುಪ್ರಸಾದ್ ಕಾಗಿನೆಲೆ – ₹ 80
ಶಾಲಭಂಜಿಕೆ – ಡಾ. ಕೆ. ಎನ್. ಗಣೇಶಯ್ಯ – ₹ 130 (6ನೆಯ ಮುದ್ರಣ)
ಕಾರಂತಜ್ಜನಿಗೊಂದು ಪತ್ರ – ಸಚ್ಚಿದಾನಂದ ಹೆಗಡೆ – ₹ 60
ಹಕೂನ ಮಟಾಟ – ನಾಗರಾಜ ವಸ್ತಾರೆ – ₹ 80
ಕಾಲಿಟ್ಟಲ್ಲಿ ಕಾಲುದಾರಿ – ಸುಮಂಗಲಾ – ₹ 80
ಮಡಿಲು (ನೀಳ್ಗತೆ) – ನಾಗರಾಜ ವಸ್ತಾರೆ – ₹ 15
ಹುಲಿರಾಯ – ಕೀರ್ತಿರಾಜ್ – ₹ 80
ನಿರವಯವ – ನಾಗರಾಜ ವಸ್ತಾರೆ – ₹ 125
ಹನ್ನೊಂದನೇ ಅಡ್ಡರಸ್ತೆ – ಸುಮಂಗಲಾ – ₹ 100
ಗಾಳಿಗೆ ಮೆತ್ತಿದ ಬಣ್ಣ – ಕರ್ಕಿ ಕೃಷ್ಣಮೂರ್ತಿ – ₹ 120
ಕನ್ನಡಿ ಹರಳು – ಪದ್ಮನಾಭ ಭಟ್ ಶೇವ್ಕಾರ – ₹ 130
ಒಂದು ಚಿಟಿಕೆ ಮಣ್ಣು – ಲಕ್ಷ್ಮಣ ಬಾದಾಮಿ – ₹ 130

ಪ್ರಬಂಧ

ಪೂರ್ವ ಪಶ್ಚಿಮ – ಎಂ. ಆರ್. ದತ್ತಾತ್ರಿ – ₹ 80
ರಾಗಿಮುದ್ದೆ – ರಘುನಾಥ ಚ. ಹ. – ₹ 60

ಕುಟ್ಟವಲಕ್ಕಿ / ಗೊಜ್ಜವಲಕ್ಕಿ – ಪ್ರಶಾಂತ ಆಡೂರ – ₹ 100
ಮಿಸಳ್ ಭಾಜಿ – ಭಾರತಿ ಬಿ ವಿ – ₹ 120
ನೀ ಮಾಯೆಯೊಳಗೋ.. – ವಿಕ್ರಮ ಹತ್ವಾರ – ₹ 120
ಸಾವೆಂಬ ಲಹರಿ – ಗುರುಪ್ರಸಾದ ಕಾಗಿನೆಲೆ – ₹ 110

ಅನುವಾದ

ಗಾಳಿ ಪಳಗಿಸಿದ ಬಾಲಕ – ವಿಲಿಯಂ ಕಾಂಕ್ವಾಂಬಾ (ಕರುಣಾ ಬಿ ಎಸ್) – ₹ 180
ಅಮೋಸ್ ಫಾರ್ಚೂನ್ – ಎಲಿಝಬೆತ್ ಯೇಟ್ಸ್ (ಜಯಶ್ರೀ ಭಟ್) – ₹ 100
ನವ ಜೀವಗಳು – ವಿಲಿಯಂ ಡಾಲ್ರಿಂಪಲ್ (ನವೀನ ಗಂಗೋತ್ರಿ) – ₹ 250
ಮೈಕೆಲ್ ಕೆ – ಜೆ.ಎಂ. ಕುಟ್‌ಸೀ (ಸುನಿಲ್ ರಾವ್) – ₹ 170
ಲೇರಿಯೊಂಕ – ಹೆನ್ರಿ ಆರ್. ಓಲೆ ಕುಲೆಟ್ (ಪ್ರಶಾಂತ ಬೀಚಿ) – ₹ 130
ಅರೆಶತಮಾನದ ಮೌನ – ಯಾನ್ ರಫ್–ಓ'ಹರ್ನ್ (ಅರುಣ್) – ₹ 190
ಪರ್ವತದಲ್ಲಿ ಪವಾಡ – ನ್ಯಾಂಡೊ ಪರಾಡೊ (ಸಂಯುಕ್ತಾ ಪುಲಿಗಲ್) – ₹ 190
ಚಂದಿರ ಬೇಕೆಂದವನು – ಮಿಮಿ ಬೇರ್ಡ್ (ಪ್ರಜ್ಞಾ ಶಾಸ್ತ್ರಿ) – ₹ 180
ಬಂಡೂಲ – ವಿಕಿ ಕಾನ್‌ಸ್ಟಂಟೇನ್ ಕ್ರುಕ್ (ರಾಜ್ಯಶ್ರೀ ಕುಳಮರ್ವ) – ₹ 320
ರೆಬೆಲ್ ಸುಲ್ತಾನರು – ಮನು ಎಸ್ ಪಿಳ್ಳೈ (ಸಂಯುಕ್ತಾ ಪುಲಿಗಲ್) – ₹ 320

ವಸುಧೇಂದ್ರ

ಮನೀಷೆ – ಕತೆಗಳು – ₹ 90 (6ನೆಯ ಮುದ್ರಣ)
ಯುಗಾದಿ – ಕತೆಗಳು – ₹ 120 (7ನೆಯ ಮುದ್ರಣ)
ಚೇಳು – ಕತೆಗಳು – ₹ 90 (6ನೆಯ ಮುದ್ರಣ)
ಹಂಪಿ ಎಕ್ಸ್‌ಪ್ರೆಸ್ – ಕತೆಗಳು – ₹ 120 (8ನೆಯ ಮುದ್ರಣ)
ಮೋಹನಸ್ವಾಮಿ – ಕತೆಗಳು – ₹ 180 (5ನೆಯ ಮುದ್ರಣ)
ವಿಷಮ ಭಿನ್ನರಾಶಿ – ಕತೆಗಳು – ₹ 180 (3ನೆಯ ಮುದ್ರಣ)
ಕೋತಿಗಳು – ಪ್ರಬಂಧ – ₹ 90 (6ನೆಯ ಮುದ್ರಣ)
ನಮ್ಮಮ್ಮ ಅಂದ್ರೆ ನಂಗಿಷ್ಟ – ಪ್ರಬಂಧ – ₹ 90 (18ನೆಯ ಮುದ್ರಣ)
ರಕ್ಷಕ ಅನಾಥ – ಪ್ರಬಂಧ – ₹ 110 (5ನೆಯ ಮುದ್ರಣ)
ವರ್ಣಮಯ – ಪ್ರಬಂಧ – ₹ 150 (4ನೆಯ ಮುದ್ರಣ)
ಐದು ಪೈಸೆ ವರದಕ್ಷಿಣೆ – ಪ್ರಬಂಧ – ₹ 160 (3ನೆಯ ಮುದ್ರಣ)
ಹರಿಚಿತ್ತ ಸತ್ಯ – ಕಾದಂಬರಿ – ₹ 95 (5ನೆಯ ಮುದ್ರಣ)
ಮಿಥುನ – ಶ್ರೀರಮಣರ ಕತೆಗಳು – ₹ 90 (7ನೆಯ ಮುದ್ರಣ)
ಎವರೆಸ್ಟ್ – ಜಾನ್ ಕ್ರಾಕೌರ್ – ₹ 250 (3ನೆಯ ಮುದ್ರಣ)

ಪುನರ್ವಸು 3 – ಐದು ಕಥಾಸಂಕಲನ – ₹ 500 (₹ ~~600~~)

ಪುನರ್ವಸು 4 – ಐದು ಪ್ರಬಂಧಸಂಕಲನ – ₹ 500 (₹ ~~600~~)

ಕಾದಂಬರಿ

ಎನ್ನ ಭವದ ಕೇಡು – ಎಸ್ ಸುರೇಂದ್ರನಾಥ್ – ₹ 75

ಗುಣ – ಗುರುಪ್ರಸಾದ್ ಕಾಗಿನೆಲೆ – ₹ 150

ತಾರಾಬಾಯಿಯ ಪತ್ರ – ದತ್ತಾತ್ರಿ ಎಂ ಆರ್ – ₹ 110

ಅಗೆದಷ್ಟೂ ನಕ್ಷತ್ರ – ಸುಮಂಗಲಾ – ₹ 160

ಪ್ರಿಯೇ ಚಾರುಶೀಲೆ – ನಾಗರಾಜ ವಸ್ತಾರೆ – ₹ 295

ಪ್ರತಿಗಳು ಲಭ್ಯವಿಲ್ಲ

ದ್ವೀಪವ ಬಯಸಿ – ಎಂ. ಆರ್. ದತ್ತಾತ್ರಿ – ಕಾದಂಬರಿ

ಬರೀ ಎರಡು ರೆಕ್ಕೆ – ಸುನಂದಾ ಪ್ರಕಾಶ ಕಡಮೆ – ಕಾದಂಬರಿ

ನ್ಯಾಸ – ಹರೀಶ ಹಾಗಲವಾಡಿ – ಕಾದಂಬರಿ

ಮದ್ಯಸಾರ – ಅಪಾರ – ಕವಿತೆ

ಪೂರ್ಣನ ಗರಿಗಳು – ಪೂರ್ಣಪ್ರಜ್ಞ – ಕವಿತೆ

ಹಲೋ ಹಲೋ ಚಂದಮಾಮ – ರಾಧೇಶ ತೋಳ್ಪಾಡಿ – ಕವಿತೆ

ಜಗವ ಚುಂಬಿಸು – ಸುಬ್ರೊತೋ ಬಾಗ್ಚಿ (ವಂದನಾ ಪಿ ಸಿ) – ಅನುವಾದ

ಮಾವೋನ ಕೊನೆಯ ನರ್ತಕ – ಲೀ ಕುನ್‌ಕ್ಸಿನ್ (ಜಯಶ್ರೀ ಭಟ್) – ಅನುವಾದ

ದೇವರ ರಜಾ – ಗುರುಪ್ರಸಾದ್ ಕಾಗಿನೆಲೆ – ಕಥಾ ಸಂಕಲನ

ಊರ ಒಳಗಣ ಬಯಲು – ಡಾ. ವಿನಯಾ – ಕಥಾ ಸಂಕಲನ

ಕಟ್ಟು ಕತೆಗಳು – ಎಸ್ ಸುರೇಂದ್ರನಾಥ್ – ಕಥಾ ಸಂಕಲನ

ಹಟ್ಟಿಯೆಂಬ ಭೂಮಿಯ ತುಣುಕು – ಲೋಕೇಶ ಅಗಸನಕಟ್ಟೆ – ಕಥಾ ಸಂಕಲನ

ಜುಮುರು ಮಳೆ – ಸುಮಂಗಲಾ – ಕಥಾ ಸಂಕಲನ

ವೈದ್ಯ, ಮತ್ತೊಬ್ಬ – ಗುರುಪ್ರಸಾದ ಕಾಗಿನೆಲೆ – ಪ್ರಬಂಧ

ಜಾನಕಿ ಕಾಲಂ 1 – ಜೋಗಿ – ಪ್ರಬಂಧ

ಜಾನಕಿ ಕಾಲಂ 2 – ಜೋಗಿ – ಪ್ರಬಂಧ

ಓದಿ ಓದಿ ಮರುಳಾಗಿ!

ಛಂದ ಪುಸ್ತಕ ಬಹುಮಾನ

ಕತೆಗಾರರು	ಕಥಾಸಂಕಲನ	ತೀರ್ಪುಗಾರರು
ಸುನಂದಾ ಪ್ರಕಾಶ ಕಡಮೆ	ಪುಟ್ಟ ಪಾದದ ಗುರುತು	ಅಶೋಕ ಹೆಗಡೆ/ ಸುಮಂಗಲಾ
ಅಲಕ ತೀರ್ಥಹಳ್ಳಿ	ಈ ಕತೆಗಳ ಸಹವಾಸವೇ ಸಾಕು	ಕೇಶವ ಮಳಗಿ/ ಸುಮಂಗಲಾ
ಲೋಕೇಶ ಅಗಸನಕಟ್ಟೆ	ಹಟ್ಟಿಯೆಂಬ ಭೂಮಿಯ ತುಣುಕು	ಬೊಳುವಾರು ಮಹಮದ್ ಕುಂಞಿ
ವಿನಯಾ	ಊರ ಒಳಗಣ ಬಯಲು	ನೇಮಿಚಂದ್ರ
ಸಂದೀಪ ನಾಯಕ	ಗೋಡೆಗೆ ಬರೆದ ನವಿಲು	ಅಮರೇಶ ನುಗಡೋಣಿ
ಕಣಾದ ರಾಘವ	ಮೊದಲ ಮಳೆಯ ಮಣ್ಣು	ಕೆ. ಸತ್ಯನಾರಾಯಣ
ಬಸವಣ್ಣೆಪ್ಪಾ ಕಂಬಾರ	ಆಟಿಕೆ	ಕುಂ. ವೀರಭದ್ರಪ್ಪ
ಮೌನೇಶ ಬಡಿಗೇರ	ಮಾಯಾಕೋಲಾಹಲ	ಓ.ಎಲ್. ನಾಗಭೂಷಣಸ್ವಾಮಿ
ಪದ್ಮನಾಭ ಭಟ್ ಶೇವ್ಕಾರ	ಕೇಪಿನ ಡಬ್ಬಿ	ಎಂ. ಎಸ್. ಆಶಾದೇವಿ
ಶಾಂತಿ ಕೆ ಅಪ್ಪಣ್ಣ	ಮನಸು ಅಭಿಸಾರಿಕೆ	ಎಚ್.ಎಸ್. ರಾಘವೇಂದ್ರ ರಾವ್
ದಯಾನಂದ	ದೇವರು ಕಚ್ಚಿದ ಸೇಬು	ನಾ. ಡಿಸೋಜಾ
ಸ್ವಾಮಿ ಪೊನ್ನಾಚಿ	ಧೂಪದ ಮಕ್ಕಳು	ಎಂ. ಎಸ್. ಶ್ರೀರಾಮ್
ಶಶಿ ತರೀಕೆರೆ	ಡುಮಿಂಗ	ಲಲಿತಾ ಸಿದ್ಧಬಸವಯ್ಯ

www.ingramcontent.com/pod-product-compliance
Lightning Source LLC
LaVergne TN
LVHW040746051026
849519LV00007BA/2464